ಸಂಧ್ಯಾ ಗಗನ

ಸಾಯಿಸುತೆ

ಸುಧಾ ಎಂಟರ್‌ಪ್ರೈಸಸ್

ನಂ. 761, 8ನೇ ಮೈನ್, 3ನೇ ಬ್ಲಾಕ್,
ಕೋರಮಂಗಲ, ಬೆಂಗಳೂರು – 560 034.

Sandhya Gagana (Kannada): a social novel written by Smt. Saisuthe; published by Sudha Enterprises, # 761, 8th Main, 3rd Block, Koramangala, Bangalore - 560 034.

ಮೊದಲನೆಯ ಮುದ್ರಣ	:	1991
ಎರಡನೆಯ ಮುದ್ರಣ	:	2015
ಪುಟಗಳು	:	152
ಬೆಲೆ	:	ರೂ. 120
ಉಪಯೋಗಿಸಿದ ಕಾಗದ	:	70 ಜಿ.ಎಸ್.ಎಂ. ಮ್ಯಾಪ್‌ಲಿಥೋ
ಮುಖಪುಟ ವಿನ್ಯಾಸ	:	ಚಂದ್ರನಾಥ ಆಚಾರ್ಯ
ಹಕ್ಕುಗಳು	:	ಲೇಖಕಿಯವರದು
ISBN	:	978–93–83053–80–3

ಸಗಟು ಮಾರಾಟಗಾರರು
ವಸಂತ ಪ್ರಕಾಶನ
360, 10ನೇ 'ಬಿ' ಮುಖ್ಯರಸ್ತೆ, 3ನೇ ಬ್ಲಾಕ್,
ಜಯನಗರ, ಬೆಂಗಳೂರು – 560 011
ದೂರವಾಣಿ : 080–22443996
email : info@vasanthaprakashana.com
website: www.vasanthaprakashana.com

ಅಕ್ಷರ ಜೋಡಣೆ :
ವಸಂತ ಪ್ರಕಾಶನ

ಮುದ್ರಣ :
ಸ್ಟ್ಯಾಂಡರ್ಡ್ ಪ್ರಿಂಟರ್ಸ್

ಮುನ್ನುಡಿ

ಮೊದಲು ಈ ಕಾದಂಬರಿ ಧರ್ಮಸ್ಥಳದ ಮಂಜುವಾಣಿ ಮಾಸ ಪತ್ರಿಕೆಯಲ್ಲಿ ಪ್ರಕಟವಾಗುತ್ತಿತ್ತು. ಆಗ ಧರ್ಮಾಧಿಕಾರಿಗಳಾದ ಪೂಜ್ಯ ವಿರೇಂದ್ರ ಹೆಗಡೆಯವರು ಆಶೀರ್ವದಿಸಿದ್ದರು.

ಪ್ರತಿ ಮುದ್ರಣದ ಪ್ರತಿಗಳನ್ನು ಕೊಂಡು ಓದಿ ಪ್ರತಿಕ್ರಯಿಸಿದ್ದೀರಿ. ಈ ಸಲ ಸುಧಾಎಂಟರ್‌ಪ್ರೈಸಸ್ ಪ್ರಕಾಶನ ಸಂಸ್ಥೆಯಲ್ಲಿ ಪುನರ್ ಮುದ್ರಣಗೊಳ್ಳುತ್ತಿದೆ.

ಪ್ರಕಾಶಕರಿಗೂ, ಮುಖಚಿತ್ರದ ಕಲಾವಿದರಿಗೂ ಧನ್ಯವಾದಗಳು.

ಓದುಗರನ್ನು ಮೆರೆಯಲು ಸಾಧ್ಯವೇ? ಅವರಿಗೆ ತುಂಬು ಮನದ ಕೃತಜ್ಞತೆಗಳು.

ಬೆಂಗಳೂರು

ಸಾಯಿಸುತೆ
"ಸಾಯಿಸದನ"
12, 2ನೇ ಮುಖ್ಯರಸ್ತೆ, 2ನೇ ಅಡ್ಡರಸ್ತೆ,
ಮಾರುತಿನಗರ, ಕೋಗಿಲೆ ಕ್ರಾಸ್,
ಯಲಹಂಕ, ಬೆಂಗಳೂರು – 560064.
ದೂ.: 080–28571361

ನಮ್ಮಲ್ಲಿ ದೊರೆಯುವ ಸಾಯಿಸುತೆಯವರ
ಇತರ ಕಾದಂಬರಿಗಳು

1. ನಾತಿಚರಾಮಿ
2. ರಾಧ ಮೋಹನಾ
3. ಮೊಗ್ಗೊಡೆದ ಮೌನ
4. ಸಂಧ್ಯಾ ಗಗನ
5. ಹೇಮಾದ್ರಿ
6. ಪಾಂಚಜನ್ಯ
7. ಚಿರಂತನ
8. ವಿಧಿವಂಚಿತೆ
9. ಶ್ರಾವಣ ಪೂರ್ಣಿಮಾ
10. ಇಬ್ಬನಿ ಕರಗಿತು
11. ನಿನಾದ
12. ಬಾಡದ ಹೂ
13. ಅನುಪಲ್ಲವಿ
14. ಪ್ರೀತಿಯ ಹೂಬನ
15. ರಾಗಸುಧಾ
16. ನಿಶಾಂತ್
17. ಶ್ರೀರಂಜನಿ
18. ಆಶಾಸೌರಭ
19. ರಜತಾದ್ರಿಯ ಕನಸು
20. ಅಭಿಲಾಷ
21. ನೀಲಾಂಜನ
22. ಶಿಲ್ಪ ತರಂಗಿಣಿ
23. ಭಾವಸರೋವರ
24. ಪುಷ್ಕರಿಣಿ
25. ನೀಲ ಆಕಾಶ
26. ಮಧುರ ಗಾನ
27. ಮಧುರಿಮ
28. ಸಮ್ಮಿಲನ
29. ನನ್ನೆದೆಯ ಹಾಡು
30. ಮಧುರ ಆರಾಧನ
31. ಜೀವನ ಸಂಧ್ಯ
32. ಶ್ವೇತ ಗುಲಾಬಿ
33. ಮಿಡಿದ ಶ್ರುತಿ
34. ಮೇಘವರ್ಷಿಣಿ
35. ನವಚೈತ್ರ
36. ಪೂರ್ಣೋದಯ
37. ಅಪೂರ್ವ ಮೈತ್ರಿ
38. ನಿಶೆಯಿಂದ ಉಷೆಗೆ
39. ಸಪ್ತರಂಜನಿ
40. ವಸುದೈವ ಕುಟುಂಬ
41. ಪ್ರೇಮಸಾಫಲ್ಯ
42. ಸದ್ಗೃಹಸ್ಥೆ
43. ನಾ ನಿನ್ನ ಧ್ಯಾನದೊಳಿರಲು
44. ಕಾರ್ತೀಕದ ಸಂಜೆ
45. ಸುಪ್ರಭಾತದ ಹೊಂಗನಸು
46. ಕರಗಿದ ಕಾರ್ಮೋಡ
47. ಹೃದಯ ರಾಗ
48. ಅಮೃತಸಿಂಧು
49. ಬಣ್ಣದ ಚುಂಬಕ
50. ಸ್ವರ್ಣ ಮಂದಿರ
51. ಗಿರಿಧರ
52. ಶ್ರೀರಸ್ತು ಶುಭಮಸ್ತು
53. ಗಂಧರ್ವಗಿರಿ
54. ಶುಭಮಿಲನ
55. ಸಪ್ತಪದಿ
56. ಚೈತ್ರದ ಕೋಗಿಲೆ

57. ಬೆಳ್ಳಿದೋಣಿ
58. ವಿವಾಹ ಬಂಧನ
59. ಮಂಗಳ ದೀಪ
60. ಡಾ|| ವಸುಧಾ
61. ಮುಂಜಾನೆಯ ಮುಂಬೆಳಕು
62. ಸೊಬಗಿನ ಪ್ರಿಯದರ್ಶಿನಿ
63. ರಾಗಬೃಂದಾವನ
64. ಬಿಳಿ ಮೋಡಗಳು
65. ಅನುಬಂಧದ ಕಾರಂಜಿ
66. ಮಿಂಚು
67. ನಾಟ್ಯಸುಧಾ
68. ಪಸರಿಸಿದ ಶ್ರೀಗಂಧ
69. ಬೆಳದಿಂಗಳ ಚೆಲುವೆ
70. ಸಪ್ನ ಸಂಭ್ರಮ
71. ವರ್ಷಬಿಂದು
72. ನನ್ನ ಭಾವ ನಿನ್ನ ರಾಗ
73. ಸುಮಧುರ ಭಾರತಿ
74. ಮೌನ ಆಲಾಪನ
75. ಮತ್ತೊಂದು ಬಾಡದ ಹೂ
76. ಶಿಶಿರದ ಇಂಚರ
77. ಮುಂಗಾರಿನ ಹುಡುಗಿ
78. ಸಾಮಗಾನ
79. ಕಡಲ ಮುತ್ತು
80. ಆಡಿಸಿದಳು ಜಗದೋದ್ಧಾರನಾ
81. ಪಂಚವಟಿ
82. ಶ್ಯಾನುಭೋಗರ ಮಗಳು
83. ಮೂಡಿ ಬಂದ ಶಶಿ
84. ಜನನೀ ಜನ್ಮಭೂಮಿ
85. ಬಿರಿದ ನೈದಿಲೆ
86. ಶರದೃತುವಿನ ಚಂದ್ರ
87. ಮೋಹನ ಮುರಳಿ ಕರೆಯಿತು
88. ಮುಗಿಲ ತಾರೆ
89. ಅಗ್ನಿದಿವ್ಯ
90. ಧವಳ ನಕ್ಷತ್ರ
91. ಕಲ್ಯಾಣಮಸ್ತು
92. ದಂತದ ಗೊಂಬೆ
93. ಸುಭಾಷಿಣಿ
94. ಮಮತೆಯ ಸಂಕೋಲೆ
95. ಮಂತ್ರಾಕ್ಷತೆ
96. ಸಪ್ತಧಾರೆ
97. ಹೇಮಂತದ ಸೊಗಸು
98. ಬೆಳಕಿನ ಹಣತೆ
99. ಗ್ರೀಷ್ಮದ ಸೊಬಗು
100. ಗ್ರೀಷ್ಮ ಋತು
101. ಪ್ರಿಯ ಸಖೀ
102. ಚಿರಬಾಂಧವ್ಯ
103. ಅಗ್ನಿದಿವ್ಯ

ಮೂರು ದಿನದಿಂದ ಒಂದೇ ಸಮ ಸುರಿದ ಮಳೆ ಕಸ ಕಡ್ಡಿಯನ್ನು ಹೊತ್ತುಕೊಂಡು ಹೋಗಿ ಜಲ ನೆಲವನ್ನು ಶುದ್ಧಿಗೊಳಿಸಿತ್ತು. ಎಲೆಗಳ ಮೇಲೆ ಹೊಂಬಣ್ಣ ಬೆಳಕು ಬಿದ್ದು ಮೂರು ದಿನದ ಮಂಕುತನ ಛಾಯೆ ಹೊತ್ತುಕೊಂಡು ಹೋಗಿತ್ತು. ಆದರೆ ಕೆಲವು ಕಡೆ ನಿರ್ಮಿತವಾದ ಕೆಸರಿನ ಗುಂಡಿಗಳು ಓಡಾಡುವವರ ಕಾಲು, ಪಂಚೆಯ ತುದಿಗೆ ಕೆಂಪು ಮಣ್ಣಿನ ರಂಗೇರಿಸುತ್ತಿತ್ತು.

ಮೈಥಿಲಿಪುರ ಸುಮಾರಾದ ಊರು ಆದರೂ ಅದನ್ನು ಹಳ್ಳಿಯೆಂದೇ ತಿಳಿಯುತ್ತಿದ್ದರು. ಅಲ್ಲಿ ಎಲ್ಲಾ ವರ್ಗದ ಜನರು ಇದ್ದರು. ಬೇರೆ ಕಡೆಗಿಂತ ಇಲ್ಲಿ ವಿದ್ಯಾವಂತರ ಸಂಖ್ಯೆ ಜಾಸ್ತಿ ಇತ್ತು. ನಲವತ್ತಕ್ಕೆ ಮಿಕ್ಕಿ ವಯಸ್ಸಿನ ಜನರು ಕೂಡ ಸ್ಲೇಟು, ಬಳಪ ಹಿಡಿದು 'ರಾಧು ಮಾಸ್ತರು, ರಾಧು ಮಾಸ್ಟರು, ಮೇಷ್ಟರೇ' ಎನ್ನುತ್ತ ಹೋಗಿ ಅಕ್ಷರ ಕಲಿತಿದ್ದು ಒಂದು ಹೆಗ್ಗಳಿಕೆ.

ಹಿರಿಗೌಡರು ತಮ್ಮ ಕಾರುಬಾರನ್ನೆಲ್ಲ ಮಾತಿನಿಂದಲೆ ನಡೆಸುತ್ತಿದ್ದರು. ಆದರೆ ರಾಧಾಕೃಷ್ಣಯ್ಯನವರು ಆ ಊರಿಗೆ ಬಂದ ಮೇಲೆ ಮೊದಲ ವಿದ್ಯಾರ್ಥಿಯನ್ನಾಗಿ ಅವರನ್ನೇ ಸ್ವೀಕರಿಸಿದ್ದರು. ಅರವತ್ತರ ಹತ್ತಿರದ ಗೌಡರು "ಅಯ್ಯೋ, ಬಿಡಿ ಬಿಡಿ.... ಇನ್ನ ನಂಗೆ ಅಕ್ಷರ ಕಲಿಸುತ್ತೀರಾ? ಈ ವಯಸ್ಸಿನಲ್ಲಿ!" ಎಂದು ನಗೆಯಾಡಿದ ಮಾತನ್ನ ಸುಳ್ಳಾಗಿಸಿದ್ದರು.

"ಅಂತು ನಾನು ವಿದ್ಯಾವಂತನಾದೆ" ಹಿರಿ ಗೌಡರು ಮೀಸೆಯ ಮೇಲೆ ಕೈ ಹಾಕಿ ಘೋಷಿಸಿದ್ದರು "ಈ ಮೈಥಿಲಿಪುರದಲ್ಲಿ ಅಕ್ಷರ ಬಾರದವರೇ.... ಇರ್ಬಾರ್ದು ಹೆಬ್ಬೆಟ್ಟು ಒತ್ತಬಾರ್ದು" ಎಂದು. ಇದರಿಂದ ರಾಧಾಕೃಷ್ಣಯ್ಯನವರು ಆ ಊರಿನವರಿಗೆಲ್ಲ ಬೇಕಾದ ಜನವಾದರು.

ರಾಧು ಮಾಸ್ಟರ್ ಮಗನ ಮನೆಗೆ ಹೋಗುವ ವಿಷಯ ಇಡೀ ಊರಿನಲ್ಲೆಲ್ಲಾ ಹಬ್ಬಿಕೊಂಡಿತ್ತು. ಎಲ್ಲಿ ನೋಡಿದರೂ ಅದೇ ಸುದ್ದಿ. ಕಾರಿ ಯುದ್ಧಕ್ಕೆ ಸಿಕ್ಕಿದ್ದಷ್ಟೆ ಪ್ರಾಮುಖ್ಯತೆ ಅದಕ್ಕೆ ಸಿಕ್ಕಿದಂತಿತ್ತು. ಕಿರಿಯರಿಂದ ಹಲ್ಲು ಬಿದ್ದ ಮುದುಕರವರೆಗೂ ಆ ವಿಷಯವನ್ನೇ ಮಾತಾಡುತ್ತಿದ್ದರು. ವೇದನೆ, ನೋವು ದುಗುಡಗಳು ಅವರ ಮನಗಳಲ್ಲಿ. ತಾವು ನಿಲ್ಲಿಸಿಕೊಳ್ಳುವುದು ಸಾಧ್ಯವೇ ಎನ್ನುವಷ್ಟರ ಮಟ್ಟಿಗೆ ಚರ್ಚಿಸುತ್ತಿದ್ದರು.

ಹಾಗೆಂದು ರಾಧು ಮಾಸ್ಟರ್ ದೊಡ್ಡ ರಾಜಕಾರಣಿ, ಶ್ರೀಮಂತ ವ್ಯಕ್ತಿಯಲ್ಲ. ವಿದೇಶ ಸುತ್ತಿ ಡಿಗ್ರಿಗಳ ಸರಮಾಲೆಯನ್ನ ಹೊತ್ತು ತಂದು ವ್ಯವಸಾಯದಲ್ಲೋ, ಕೈಗಾರಿಕೆಯಲ್ಲೋ ರಾಷ್ಟ್ರಪ್ರಶಸ್ತಿ ಪಡೆದ ವ್ಯಕ್ತಿ ಅಲ್ಲ. ಅಥವಾ ಸ್ವತಂತ್ರ ಹೋರಾಟದಲ್ಲಿ ಭಾಗವಹಿಸಿ ತಾಮ್ರ ಪತ್ರ ಪಡೆದವರ ಪೈಕಿ ಸೇರಿದವರಲ್ಲ. ಇದುವರೆಗೆ ಅವರಿಗೆ ಯಾವುದೇ ಪ್ರಶಸ್ತಿಗಳು ಬಂದಿರಲಿಲ್ಲ. ಸನ್ಮಾನ ಸಮಾರಂಭದಲ್ಲಿ ಭಾಗವಹಿಸಿ ಶಾಲು ಹೊದೆಸಿಕೊಂಡು ಅನುಭವವಿಲ್ಲದ ಸರಳ ವ್ಯಕ್ತಿ.

'ದೇರ್ ಈಸ್ ನೋ ಗ್ರೇಟರ್ ಆರ್ಟ್ ದ್ಯಾನ್ ಲೈಫ್' ಎಂದು ಗಾಂಧೀಜಿಯವರ ಮಾತನ್ನ ನಂಬಿಕೊಡ ವ್ಯಕ್ತಿ. ಬದುಕು ಒಂದು ಸುಂದರ ಕಾವ್ಯ. ಅದರ ಸೌಂದರ್ಯವನ್ನು ಕೆಡಿಸದೇ ರಸಿಕನಾಗಿ ಆಸ್ವಾಧಿಸಬೇಕೆನ್ನುವುದು ಅವರ ತತ್ವ.

ಸನ್ನಡತೆಯ, ಮೃದು ಸ್ವಭಾವದ ರಾಧಾಕೃಷ್ಣಯ್ಯ ಇಡೀ ಮೈಥಿಲಿಪುರಕ್ಕೆ ಬೇಕಾದ ವ್ಯಕ್ತಿ. ಎಲ್ಲರ ಬದುಕಿನೊಂದಿಗೆ ಸೇರಿಹೋಗಿದ್ದರು. ಎಲ್ಲರ ಸುಖ ದುಃಖಗಳಲ್ಲಿಯೂ ಅವರ ಪಾಲು ಇರುತ್ತಿತ್ತು. ಗೌಡರ ಪಡಸಾಲೆಯ ಮನೆಯಿಂದ ಹಿಡಿದು ಹಟ್ಟಿಯ ಚೆನ್ನನ ಗುಡಿಸಿಲಿನವರೆಗೂ ಗೌರವಿಸುವ ವ್ಯಕ್ತಿ.

"ವನಜ.....ಒಂದಿಷ್ಟು ಹೊರ್ಗಡೆ ಹೋಗ್ಬರ್ತೀನಿ" ಕೊಡೆಯನ್ನು ತೆಗೆದುಕೊಳ್ಳುತ್ತಾ ಹೆಂಡತಿಗೆ ಕೂಗಿ ಹೇಳಿದರು. "ಅಷ್ಗೇ ತಣ್ಣಗಾಗುವ ಮುನ್ನ ಬನ್ನಿ" ಒಲೆಯ ಮೇಲೆ ಕುದಿಯುತ್ತಿದ್ದ ಅನ್ನದ ತಪ್ಪಲೆಯನ್ನೇ ನೋಡುತ್ತ ಅಲ್ಲಿಂದಲೇ ಕೂಗಿ ಹೇಳಿದರು.

ಸಂಭ್ರಮದ ಜೊತೆಯಲ್ಲಿ ಆಕೆಯ ಮನದಲ್ಲಿ ಎಂತಹುದೋ ತಳಮಳ. ಅನ್ನದ ತಪ್ಪಲೆಯಲ್ಲಿ ಸೌಟು ಆಡಿಸಿ ಬೆಂದಿದೆಯೇ ಎಂದು ಪರೀಕ್ಷಿಸಿ ನೋಡಿದರು. ಆಗ ಸೂರ್ಯನ ನೆನಪಾಯಿತು. ಉದುರುದುರಾದ ಹೆರಳಿನಂಥ ಅನ್ನವೇ ಅವನಿಗೆ ಇಷ್ಟ. ನೆನಪುಗಳು ಭಾರವಾದವು.

ಉರಿಯನ್ನೇ ನೋಡುತ್ತ ಕೂತವರು ಮತ್ತೆ ಸೌಟು ಆಡಿಸುವ ವೇಳೆಗೆ ಒಂದಿಷ್ಟು ಹೆಚ್ಚೇ ಬೆಂದುಹೋಗಿದೆಯೆನಿಸಿ, ಆತುರಾತುರವಾಗಿ ಗಂಜಿ ಬಗ್ಗಿಸಿ ಇಟ್ಟವರು, ಉರಿಯುವ ಸೌದೆಯನ್ನ ಹೊರಕ್ಕೆಳೆದು ನೀರು ಹಾಕಿ ನಂದಿಸಿದರು. ಎದ್ದ ಹೊಗೆ ಇಂದೇಕೋ ಮೂಗು, ಗಂಟಲಲ್ಲಿ ತುಂಬಿ ಕೊಂಡಂತಾಯಿತು.

ಬಲವಂತವಾಗಿ ಕೆಮ್ಮಿ ಕೆಮ್ಮಿ ಗಂಟಲು ಸರಿಪಡಿಸಿಕೊಂಡರು. ಮಗನ ಬಳಿ ಹೋಗಿ ಉಳಿಯುವುದು ಸಂತೋಷದ ವಿಷಯವಾದರೂ ಪೂರ್ತಿಯಾಗಿ ಒಗ್ಗಿಕೊಂಡ ಈ ಪರಿಸರವನ್ನು ಬಿಟ್ಟು ಹೋಗುವುದು ಕಷ್ಟವೆನಿಸಿತು.

ನಡುಮನೆಯಲ್ಲಿ ಬಂದು ಕೂತರು. ಇದೊಂದು ಸಾಧಾರಣ ಮನೆಯಾದರೂ ಬೆಲೆ ಕಟ್ಟಲು ಸಾಧ್ಯವಿಲ್ಲವೆನಿಸಿತು. ಹೊಸ ಹೊಸ ಅನುಭವಗಳ ಜೊತೆ ಪ್ರೀತಿ, ಪ್ರೇಮದ ದರ್ಶನ ಮಾಡಿಸಿ ಬದುಕಿನೊಂದಿಗೆ ಬೆರೆತು ಹೋಗಿತ್ತು. ಆಕೆಯ ಕಣ್ಣಂಚು ಒದ್ದೆ ಆಯಿತು.

ರಭಸದಿಂದ ಬಂದ ಸೂರ್ಯ ಆಕೆ ಅಲ್ಲೇ ಕೂತಿದ್ದರು. ಉದ್ವೇಗದಿಂದ ಕೂಗಿದ "ಅತ್ತೇ.....ಅತ್ತೇ...." ಇಣಕಿದ ಕಂಬನಿಯನ್ನು ಕೆನ್ನೆಯಿಂದ ಕೆಳಗಿಳಿಯಲು ಬಿಡದೇ ಸೆರಗಿನಿಂದೊರೆಸಿಕೊಂಡರು.

"ಇಲ್ಲೇ ಇದ್ದೀನಿ" ಮೆಲ್ಲಗೆ ಉಸುರಿದರು.

ತನ್ನ ತಪ್ಪನ್ನು ಅರಿತರು ಸೂರ್ಯ ಸಂಕೋಚಿಸಲಿಲ್ಲ. "ನಾನು ಕೇಳಿದ್ದು ನಿಜ್ವಾ? ಊರಿನಲ್ಲೆಲ್ಲ ಇದೇ ಮಾತು?" ಅವನ ಅಕ್ಕರೆಯ ಸ್ವರಕ್ಕೆ ಆಕೆ ಮತ್ತಷ್ಟು ಮೆತ್ತಗಾದರು. ಗಂಟಲಲ್ಲಿ ಏನೋ ಸಿಕ್ಕಿಕೊಂಡಂತೆ ಚಡಪಡಿಸಿದರು.

"ಏನು..... ಅಂದದ್ದು?" ಕೇಳಿದರು.

ಸೂರ್ಯ ತುಟಿಗಳ ಮೇಲೆ ನಿಶ್ಚಿಂತೆಯ ನಗು ಮಿನುಗಿತು. "ವಿಷ್ಯ ಸುಳ್ಳು ಅನ್ನಿ. ಬರೀ ಇರಾಕ್, ಬಹು ರಾಷ್ಟೀಯರ ನಡುವಿನ ಯುದ್ಧದ ಬಗ್ಗೆ ಮಾತಾಡೋ ಜನ ಇಂದೆಲ್ಲ ಇದೇ ವಿಷ್ಯ ಹಬ್ಬಿಸಿಬಿಟ್ಟಿದ್ದಾರೆ. ನಂಗೆ ಗಾಬ್ರಿ ಆಯ್ತು. ಬಸ್ಸು ಇಳಿದವನೇ ಓಡ್ಬಂದೇ. ದಾರಿಯಲ್ಲಿ ನಿಲ್ಸಿ..... ನಿಲ್ಸಿ.... ಹೇಳೋರೇ" ತನಗೆ ಹೇಳಿದವರನ್ನು ಬೈಯ್ದುಕೊಂಡ.

ವನಜಮ್ಮ ಒಳಗೊಳಗೆ ನೊಂದರು.

"ಅಮ್ಮನಿಗೆ ಮುಖ ತೋರ್ಸಿ ಬಂದ್ಬಿಡ್ತೀನಿ, ನಿಮ್ಹತ್ರ ಮಾತಾಡೋದು ಎಷ್ಟೋ ಇದೆ" ಹೊರಟವನನ್ನು ಆಕೆಯ ದನಿ ಹಿಡಿದು ನಿಲ್ಲಿಸಿತು. "ಅಡ್ಗೇ ಆಗಿದೆ. ಒಂದು ತುತ್ತು ಊಟ ಮಾಡ್ಕೊಂಡ್ಹೋಗು".

"ರಾತ್ರಿ ಕೈ ತುತ್ತಿಗೆ ಇಲ್ಲಿಗೆ ಹಾಜರ್. ಭಾಸ್ಕರ್‌ಗೆ ಇಲ್ಲದ ಅದೃಷ್ಟ ನಂಗೆ, ಐಯಾಮ್.... ಲಕ್ಕಿ..... ಹುರ್‍ರೆ...." ಸಂತೋಷದಿಂದ ಅಂದವನು ಆಕೆಯ ಸಪ್ಪಗಿನ ಮುಖ ಗಮನಿಸಿ ಹತ್ತಿರಕ್ಕೆ ಬಂದ "ಅತ್ತೆ, ಯಾಕೆ ಒಂದು ತರಹ ಇದ್ದೀರಾ?"

"ಏನಿಲ್ಲ ಕಣೋ, ಇದ್ವರ್ಗೂ ಒಲೆ ಮುಂದೆ ಇದ್ದೆ. ಸಾರು, ಹುಳಿಗೆ ಒಂದಿಷ್ಟು ಒಗ್ಗರಣೆ ಕಾಣಿಸೋದು ಬಾಕಿ ಇದೆ. ಅವರದು ಊಟ ಆಗಿಲ್ಲ. ಮನೆಗೆ ಹೋಗಿ ಬಂದ್ಬಿಡು, ಒಂದಿಷ್ಟು ಹಪ್ಪಳ ಕರೀತೀನಿ" ಎಂದರು.

ಆಕೆಯ ಸ್ವರವೇ ಬದಲಾಗಿದೆಯೆನಿಸಿತು ಅವನಿಗೆ.

"ದಯವಿಟ್ಟು ನಾನು ಕೇಳಿದ್ದು ನಿಜಾನಾ?" ಆತಂಕವಿತ್ತು ಅವನ ದನಿಯಲ್ಲಿ "ಅದೇನು ಕೇಳಿದ್ಯೋ, ಏನೋ. ವಿಷ್ಯ ತಿಳಿದ್ಮೇಲೆ ತಾನೇ ನಿಜಾನಾ ಸುಳ್ಳಾ ಅಂತ ಹೇಳೋದು? ನೀನು ಕೇಳಿದ್ದೇನು?" ಪ್ರಶ್ನಿಸಿದರು.

ತಾವು ಮಗನ ಮನೆಗೆ ಹೊರಡುವ ವಿಷಯ ಅವನ ಪಾಲಿಗೆ ಅದೆಷ್ಟು ಪರಿಣಾಮಕಾರಿಯೆಂದು ಅವರಿಗೆ ಗೊತ್ತು. ಅವನು, ಭಾಸ್ಕರ ಕೂಡಿಯೇ ಬೆಳೆದಿದ್ದು. ಒಂದೇ ವಾರಿಗೆಯವರು. ಡಿಗ್ರಿ ಮುಗಿಸಿದರೂ ಸೂರ್ಯ ಹಳ್ಳಿಯಲ್ಲಿಯೇ ಉಳಿದ. ಈ ನೆಲದ ಮೇಲೆ ಅವನಿಗೆ ವಿಪರೀತ ವ್ಯಾಮೋಹ.

ಅವನ ಅನುಮಾನ ನಿಜವೆನಿಸಿತು "ನೀವು ಭಾಸ್ಕರನ ಹತ್ರ ಹೊರಟು ಹೋಗೋ ವಿಚಾರ" ಆಕೆ ಬಾರದ ನಗೆಯನ್ನ ತುಟಿಯ ಮೇಲೆ ತಂದುಕೊಂಡರು. "ಅದೇನು ಅಂಥ ದೊಡ್ಡ ವಿಷ್ಯ! ವಯಸ್ಸಾದ ಕಾಲದಲ್ಲಿ ಮಕ್ಕಳ ಜೊತೆ ಇರ್ಬೇಕು ಅನ್ನೋ ಆಸೆ ತಾಯ್ತಂದೆಯರಿಗೆ ಸಹಜ. ನಾವು ಅಷ್ಟೆ. ಅವ್ನಿಗೂ ನಮ್ಮನ್ನ ಜೊತೆಯಲ್ಲಿ ಇಟ್ಕೋಬೇಕೂಂತ ಅನ್ನಿಸೋಲ್ವಾ" ಸಹಜವಾಗಿ ಹೇಳಿದರು.

"ಅಂತೂ ನಿಮ್ಗೆ ನಾನೇನು ಅಲ್ಲ. ಅಲ್ಲಿನ ಶ್ರೀಮಂತಿಕೆ ವಾತಾವರಣ ಇಲ್ದೇ ಇರ್ಬಹ್ದು. ನಾವೆಲ್ಲ ನಿಮ್ಮನ್ನ ಚೆನ್ನಾಗಿಯೇ ನೋಡ್ಕೊಂಡು ಇದ್ವಿ. ಅವ್ನು ಸ್ವಂತ ಮಗ" ಸೂರ್ಯನ ಸ್ವರದ ಆವೇಗ ಕಡೆಗೆ ತಗ್ಗಿ ದುಃಖ ತುಂಬಿಕೊಂಡಿತು.

ವನಜಮ್ಮನ ಸ್ವರ ಉಡುಗಿದಂತಾಯಿತು. ಚೇತರಿಸಿಕೊಳ್ಳಲು ಆಕೆಗೆ ನಿಮಿಷಗಳೇ ಬೇಕಾಯಿತು. ಸೂರನ್ನು ನಿಟ್ಟಿಸುತ್ತಾ ಗೋಡೆಗೊರಗಿ ನಿಂತುಬಿಟ್ಟ ಸೂರ್ಯ.

"ಛೆ, ಆ ಭೇದ ಎಂದಾದ್ರೂ ಮಾಡಿದ್ದುಂಟಾ? ದೂರದಲ್ಲಿದ್ದ ಇಷ್ಟು ವರ್ಷಗಳು, ನಾವು ಹೋಗ್ದೇ ಇರೋಕೆ ಅಂದೊಂದು ಕಾರಣವಾಗಿತ್ತು. ಈಗ ಸುಮ್ನೇ ಇರ್ತಾನಾ? ಸುಮ್ನೇ ನೊಂದ್ಕೋತಾನೆ. ಭಾಸ್ಕರನ ಸ್ವಭಾವ ನಿಂಗೇ ಗೊತ್ತಿಲ್ಲದ್ದೇನು?" ತಮ್ಮ ಕಣ್ಣಂಚಿನ ಕಂಬನಿಯನ್ನು ರೆಪ್ಪೆಯಡಿಯಲ್ಲಿ ಬಂಧಿ ಮಾಡಿ ಅವನನ್ನ ಸಂತೈಯಿಸಲು ನೋಡಿದರು.

ಕೆಳ ತುಟಿಯನ್ನ ಹಲ್ಲಿನಡಿಯಲ್ಲಿ ಕಚ್ಚಿಡಿದು ಸೂರ್ಯ ದುಃಖ ನುಂಗಿದ. ಈಗ ಭಾಸ್ಕರನ ಬಗ್ಗೆಯು ಅವನಿಗೆ ಕೋಪ. ಆಗಾಗ ಅವನೇ ಬಂದು ಹೋಗಬಹುದಿತ್ತು. ಈ ಊರು ಅವನಿಗೇನು ಅಲ್ಲ...... ಮನದಲ್ಲಿಯೇ ರೇಗಿಕೊಂಡ.

"ನೀವೇ ಹೋಗೋ ನಿರ್ಣಯಕ್ಕೆ ಬಂದ್ಮೇಲೆ ನಾನೇನು ಮಾಡ್ಲಿ? ಅದು ಸಹಜವಾದ ಪ್ರೀತಿ, ಪ್ರೇಮ, ನಮ್ದು ಅಸಹಜ....." ಗೊಣಗಿಕೊಂಡು ಹೊರಟೇಬಿಟ್ಟ.

ಬಾಗಿಲವರೆಗೂ ಬಂದ ವನಜಮ್ಮ ಕೂಗಿಕೊಂಡರೂ ಇತ್ತ ತಿರುಗದೇ ಕೈಯೆತ್ತಿದವನು ಹೊರಟೇಬಿಟ್ಟ. ಆಕೆ ನಿಂತಲ್ಲಿಯೇ ಸ್ತಬ್ಧ ಚಿತ್ರವಾದಳು.

ಭಾಸ್ಕರನೊಂದಿಗೆ ಕೆಲವೊಮ್ಮೆ ಜಗಳ ಆಡಿದಾಗ ಇದೇ ರೀತಿ ಹೋಗುತ್ತಿದ್ದ. ಆಗ ಅವನನ್ನು ಕರೆತರಲು ಮಗನನ್ನು ಅಟ್ಟುತ್ತಿದ್ದರು. ಇಂದು.....ನಿಲ್ಲಲು ಕೂಡ ಅವರಿಗೆ ಕಾಲುಗಳಲ್ಲಿ ಶಕ್ತಿ ಇಲ್ಲವೆನಿಸಿತು.

ಸೂರ್ಯ ಇನ್ನೊಬ್ಬ ಮಗನೆನ್ನುವಂತೆ ಅವರಲ್ಲಿ ಬೆಳೆದಿದ್ದ. ದೂರ ಉಳಿದ ಭಾಸ್ಕರನನ್ನು ಇವನಲ್ಲಿ ಕಂಡುಕೊಳ್ಳುತ್ತಿದ್ದಳು ಆಕೆ.

ಇಲ್ಲಿ ರಕ್ತ ಸಂಬಂಧಿಗಳು ಇಲ್ಲದಿದ್ದರೂ ಗೌಡರ ಮಗ ಪುಟ್ಟೇಗೌಡ, ಹೊಲೆಯರ ಮಾದ, ತೋಟಗರ ಚೆನ್ನ, ಅಗಸರ ಬೀರ ಕಷ್ಟ ಸುಖಗಳನ್ನ ತೋಡಿಕೊಂಡು ಆಕೆಯಲ್ಲಿ ತಾಯ ಮಮತೆ ಪಡೆದುಕೊಂಡಿದ್ದರು.

ನಡುಮನೆಯ ಕಂಬಕ್ಕೆ ಒರಗಿ ಕೂತ ವನಜಮ್ಮನನ್ನು ರಾಘು ಮಾಸ್ಟರ್ ಬಂದೇ ಎಚ್ಚರಿಸಬೇಕಾಯಿತು. "ಅನ್ನ ಸೀದ ವಾಸ್ನೇ ಇಡೀ ಮನೆಯಲ್ಲೆಲ್ಲ ತುಂಬಿಕೊಂಡಿದೆ. ಗೊಂಬೆ ಹಾಗೇ ಕೂತುಬಿಟ್ಟಿದ್ದೀಯಲ್ಲ"

ಆಗ ಬಂತು ಆಕೆಗೆ ಅನ್ನ ಸೀದ ವಾಸನೆ. ಕರಟಾದ ಘಾಟು ಎಲ್ಲೆಡೆ ತುಂಬಿಕೊಂಡಿತ್ತು. ಇಷ್ಟೋತ್ತು ನನ್ನ ಮೂಗಿಗೆ ಏನಾಗಿತ್ತು? ಎಂದು ಧಾವಂತದಿಂದ ಅಡಿಗೆ ಮನೆಗೆ ಓಡಿದರು.

ಹೊರ ತೆಗೆದು ನೀರು ಸುರಿದ ಸೌದೆಗಳು ಹತ್ತಿ ಉರಿಯುತ್ತಿದ್ದವು. ಮತ್ತಷ್ಟು ನೀರು ಹಾಕಿ ಅನ್ನ ಕೆಳಗೆ ಇಳಿಸಿದಳು. ಮುಚ್ಚಿದ ತಪ್ಪಲೆಯ ಮೇಲ್ಭಾಗದಲ್ಲಿ ಹೊಗೆಯಾಡುತ್ತಿತ್ತು.

ಬರೀ ಕೈಯಲ್ಲಿಯೇ ಅನ್ನದ ತಪ್ಪಲೆಯನ್ನು ಇಳಿಸಿದ್ದರಿಂದ ಬೆರಳುಗಳು ಚುರುಗುಟ್ಟಿದವು. ಇಂಥ ಆಕಸ್ಮಿಕಗಳಿಗೆ ಬೆರಳುಗಳು ಈಗ ಒಗ್ಗಿಕೊಂಡು ಬಿಟ್ಟಿದ್ದವು.

ನವ ವಧುವಾಗಿ ಈ ಮನೆಗೆ ಕಾಲಿಟ್ಟು ಬಂದ ಹೊಸದರಲ್ಲಿ ಒಮ್ಮೆ ಮೂರು ಬೆರಳುಗಳು ಹಬೆಗೆ ಸೋಕಿ ಕೆಂಪು ಹತ್ತಿತ್ತು.

ಜೇನು ತುಪ್ಪ ಸವರಿದ ರಾಧಾಕೃಷ್ಣಯ್ಯ ಮೂರು ದಿನ ತುತ್ತು ಕಲೆಸಿ ತಾವೇ ತಿನ್ನಿಸುತ್ತಿದ್ದರು.

"ವನಜ, ಇದು ನಂಗೆ ಬಹಳ ಇಷ್ಟವಾದ ಕೆಲಸವೇ ಆದರೆ ನೀನು ಕೈ ನೋವು ಮಾಡಿಕೊಳ್ಳೋದು ನಂಗಿಷ್ಟವಿಲ್ಲ" ಕಣ್ಣಲ್ಲಿ ನೋಟ ಬೆಸೆದು ಮಡದಿಯ ಕೆನ್ನೆಗಳಲ್ಲಿ ಕೆಂಪು ಗುಲಾಬಿಗಳನ್ನ ಅರಳಿಸಿದ್ದರು. ಎಲ್ಲರ ಬದುಕಿನಲ್ಲೂ ಅಂಥ ಗಳಿಗೆಗಳು ಹಚ್ಚಹಸಿರು.

ಅರ್ಧದವರೆಗೂ ಅನ್ನ ತಳ ಹತ್ತಿ ಹೋಗಿತ್ತು. ಗಪ್ಪೆಂದು ರಾಚುವ ಸೀದ ವಾಸನೆ, ಬೇಸರಪಡದೆಯೇ ಮತ್ತೆ ಅಕ್ಕಿ ತೊಳೆದು ಕೆಂಡಗಳ ಮೇಲೆ ಎರಡು ಸೌದೆ ಇರಿಸಿ ಅಕ್ಕಿಯ ತಪ್ಪಲೆಯೇರಿಸಿದರು.

ಒಳಗೆ ಬಂದ ರಾಧಾಕೃಷ್ಣಯ್ಯನವರಿಗೆ ಅರ್ಥವಾಯಿತು. "ಇನ್ನ ಹತ್ತು ನಿಮಿಷ ಊಟಕ್ಕೆ ಕಾಯ್ಬೇಕು, ಒಳ್ಳೇದೇ ಆಯ್ತು" ಮೇಲಿನ ಅಂಗಿಯನ್ನ ತೆಗೆದು ಕೋಣೆಯಲ್ಲಿನ ಗೂಟಕ್ಕೆ ತಗುಲಿಹಾಕಿ ನಡುಮನೆಯ ಚಾಪೆಯ ಮೇಲೆ ಕೂತರು.

ಹರ್ಷದ ಜೊತೆಗೆ ದುಗುಡ ಕೂಡ. ಎದುರು ಸಿಕ್ಕವರೆಲ್ಲ ಕಣ್ಣ್ಗೆ ತೇವ ಮಾಡಿಕೊಂಡಿದ್ದರು. "ಮೇಷ್ಟ್ರೆ, ಊರಿಗೆ ಹಿರಿಯರಂತೆ ಇದ್ದೀರಿ. ಒಂದು ರೀತಿ ನಮ್ಮನ್ನ ಪರದೇಶಿಗಳನ್ನಾಗಿ ಮಾಡಿ ಹೋಗ್ತಾ ಇದ್ದೀರಾ. ಕಷ್ಟ ಸುಖ ಯಾರೊಂದಿಗೆ ಹೇಳಿಕೊಳ್ಳುವುದು ಮುಂದೆ" ಇದೇ ಭಾವ ಬರುವಂಥ ಮಾತುಗಳನ್ನಾಡಿದ್ದರು.

ಬಂದ ವನಜಮ್ಮ ಗೋಡೆಗೊರಗಿ ಕೂತರು. "ಮುಖದಲ್ಲಿ ತುಂಬ ಆಯಾಸ ಕಾಣ್ತಾ ಇದೆ". ಆಕೆಯ ಸ್ವರದಲ್ಲಿ ಕಕ್ಕುಲತೆ ಇಣಕಿದಾಗ ನಕ್ಕುಬಿಟ್ಟರು. "ಮೊದಲಿನ ಓಡಾಟಕ್ಕೆ ಮನಸ್ಸು ಸಹಕರಿಸಿದರು ದೇಹ ವಿರೋಧ ತೋರಿಸುತ್ತೆ. ನಿನ್ನೆ ಇಡೀ ದಿನ

ಬಿದ್ದ ಮಳೆ, ಇಂದು ಬಿಸಿಲಿನ ಪ್ರಖರತೆ ಜಾಸ್ತಿ. ರಾತ್ರಿನೂ ಸೋನೆ ಮಳೆ ಹಿಡೀಬಹುದ್ದು". ಮುಖ ಮೇಲೆತ್ತಿ ಛಾವಣಿಯ ಕಡೆ ನೋಡಿದರು.

ಎದೆ ಭಾರವೆನಿಸಿ ರಾಧಾಕೃಷ್ಣಯ್ಯ ದೀರ್ಘ ಉಸಿರೆಳೆದು ದಬ್ಬಿದರು.

"ಮುಂದಿನ ದಿನಗಳು ನಿಶ್ಚಿಂತೆ. ನಿಂಗೆ ಒಲೆ ಊದಿ ಅಡ್ಗೇ ಮಾಡೋದು ತಪ್ಪಿಹೋಗುತ್ತೆ. ಪುಟ್ಟ ಕೃಷ್ಣನ ಜೊತೆ ಹಾಯಾಗಿ ಕಳ್ದುಬಿಡೋಣ" ಮುಂದಿನ ದಿನಗಳ ಬಗೆಗೆ ಕನಸುಗಳನ್ನು ಕಂಡರು.

ಸೂರ್ಯ ಬಂದು ಹೋದ ಮೇಲೆ ವನಜಮ್ಮನ ಹುರುಪು ತಗ್ಗಿ ಹೋಗಿತ್ತು. ತಾವು ಯಾಕೆ ಇಲ್ಲೇ ಉಳಿದುಬಿಡಬಾರದು. ಹಿಂದಿನ ಹಾಗೇ ಆಗಾಗ ಭಾಸ್ಕರ ಬಂದು ಹೋಗುತ್ತಾನೆ.

"ಸೂರ್ಯ ಬಂದವನು ಬೇಜಾರು ಮಾಡ್ಕೊಂಡ್ಹೋದ. ನಾವು ಹೊರಡೋದು ಅವ್ನಿಗೆ ಇಷ್ಟವಿಲ್ಲ." ಆಕೆಯ ದನಿಯಲ್ಲಿ ಇಣಕಿದ ನೋವು ರಾಧಾಕೃಷ್ಣಯ್ಯನವರನ್ನು ಮೆಲ್ಲಗೆ ಸೋಕಿತು.

ಆಶ್ಚರ್ಯದಿಂದ ಹೆಂಡತಿಯ ಕಡೆ ನೋಡಿದರು. "ನೀನು ಗಟ್ಟಿ ಮನಸ್ಸು ಮಾಡಿದ್ರೆ...ಇಲ್ಲೇ ಇದ್ದುಬಿಡೋಣ. ಕೊರಗೋದು, ಕಣ್ಣೀರು ಹಾಕೋದು ಕೂಡದು" ಹೊರಗೆ ಹೋಗಿ ಬಂದ ಮೇಲೆ ಇಲ್ಲಿನ ಜನರಿಂದ ದೂರ ಹೋಗುವುದು ಕಷ್ಟದ ಕೆಲಸವೆನಿಸಿತ್ತು.

"ನಿಮ್ಗೇ ಹೋಗೋ ಇಷ್ಟವಿಲ್ವಾ! ಗಂಟೆಗಟ್ಟಲೇ ಮೊಮ್ಮಗನ ಫೋಟೋ ನೋಡ್ಕೊಂಡ್ ಕೂತ್ಕೋತೀರಾ! ಇನ್ನಾದ್ರೂ ಭಾಸ್ಕರನ ಸಂಸಾರ ನೋಡ್ಕೊಂಡ್.... ಇದ್ದುಬಿಡೋಣ" ಆಕೆಯ ಮನ ಡೋಲಾಯಮಾನ ಸ್ಥಿತಿಯಲ್ಲಿತ್ತು.

ಹಿಂದೆ ಮುಂದೆ ಸೆರಗಿಡಿದು ಭಾಸ್ಕರ ಓಡಾಡಿದ ದಿನಗಳನ್ನು ನೆನಪಿಸಿಕೊಂಡರು.

ಅಷ್ಟರಲ್ಲಿ ಒಳಗೆ ಬಂದ ಸೂರ್ಯ ಒಂದು ಬಾಳೆಯಗೊನೆಯನ್ನು ನಡು ಮನೆಯಲ್ಲಿಟ್ಟು ರಾಧಾಕೃಷ್ಣಯ್ಯನವರ ಸಮೀಪದಲ್ಲಿಯೇ ಕೂತ.

"ಈಗ್ಲೇ... ಬಂದ್ಬಿಟ್ಟೆ ಊಟಕ್ಕೆ" ಎಂದವನು ನೆಲ ನೋಡುತ್ತ ಕೂತ "ನನ್ನ ದೂರನೇ ಇಟ್ಟುಬಿಟ್ರಿ....ಮೇಷ್ಟ್ರೆ. ಭಾಸ್ಕರನ ಒಡನಾಡಿಯಾದ್ರೂ ನಾನು ಅವ್ನಿಗಿಂತ ಕಿರಿಯ. ಇದ್ನ ನೀವು ಮನಸ್ಸಿನಲ್ಲಿಟ್ಕೊಂಡು.....ನಿರ್ಧಾರ ಮಾಡ್ಬೇಕಿತ್ತು" ಅವನು ಅಳುವುದೊಂದು ಬಾಕಿ ಇತ್ತು.

ಹೇಗೆ ಸಂತೈಸಬೇಕೆನ್ನುವುದೇ ದಂಪತಿಗಳಿಗೆ ಅರ್ಥವಾಗಲಿಲ್ಲ. ದಿನದ ಊಟದಲ್ಲಿ ಒಂದು ಊಟ ಇವರ ಮನೆಯಲ್ಲಿಯೇ. ಒಂದಿಷ್ಟು ಗೊಜ್ಜು ಮಾಡಿದರೂ ವನಜಮ್ಮ ಸೂರ್ಯನಿಗಾಗಿ ತೆಗೆದಿಡುತ್ತಿದ್ದರು. ಅವನ ತಾಯಿಗಿಂತ ವನಜಮ್ಮನಿಗೆ ಗೊತ್ತಿತ್ತು ಸೂರ್ಯನಿಗೆ ಇಷ್ಟವಾದ ತಿಂಡಿ ತೀರ್ಥಗಳು.

ತೆಪ್ಪಗೆ ಎದ್ದು ಅಡಿಗೆ ಮನೆಗೆ ಹೋದರು ವನಜಮ್ಮ. ತಪ್ಪಲೆಯಲ್ಲಿನ ಅನ್ನ ಆಗತಾನೇ ಕುದಿ ಹತ್ತಿತ್ತು. ಸೌದೆ ಸರಿ ಮಾಡಿ ಉರಿ ಹೆಚ್ಚಿಸಿದರು.

ವರ್ಷಗಳಷ್ಟು ದೀರ್ಘ ಕಾಲ ಇದೇ ಒಲೆಯ ಮುಂದೆ ಕೂತು ಅಡಿಗೆ ಮಾಡಿದ್ದರು. ಹಿಂದೆ ಭಾಸ್ಕರ ಬಂದು ತಾಯಿಯ ಜೊತೆ ಇಲ್ಲಿ ಕೂತು ಶಾಲೆ, ಕಾಲೇಜು, ಓದುಗಳ ಬಗ್ಗೆ ಹೇಳಿಕೊಳ್ಳುತ್ತಿದ್ದ. ಈಗ ಅವನು ತೀರಾ ಅವಸರದ ವ್ಯಕ್ತಿ.

"ವನಜ....." ಕೂಗಿದರು ರಾಧಾಕೃಷ್ಣಯ್ಯ.

ಅವಸರವಾಗಿ ಗಂಜಿ ಬಗ್ಗಿಸುವ ವೇಳೆಗೆ ಸೂರ್ಯ ಮಣೆ ಹಾಕಿ ಎರಡು ಬಾಳೆ ಎಲೆ ಹಾಕಿದ.

ಆಕೆ ಉಪ್ಪು, ಉಪ್ಪಿನಕಾಯಿ, ಹುಣಸೇ ಗೊಜ್ಜು ಬಡಿಸುವ ವೇಳೆಗೆ ಅನ್ನ ಸರಿಹೋಗಿತ್ತು.

"ಇವತ್ಯಾಕೋ ಅನ್ನ ಸರಿಹೋಗ್ಲಿಲ್ಲ" ಮಿಡ್ಡಿ ಆದ ಅನ್ನವನ್ನೇ ಬಡಿಸಿದರು. "ಹಸಿವಿನ ಪರಮಾತ್ಮ ತೃಪ್ತನಾದರೇ ಸಾಕು. ಇನ್ಮೇಲೆ ನಾನು ಸಾಕಷ್ಟು ಹೊಂದ್ಕೋಬೇಕು" ಎಂದ ರಾಧಾಕೃಷ್ಣಯ್ಯನವರ ಸ್ವರದಲ್ಲಿ ಅಪರೂಪದ ವೈರಾಗ್ಯ ಇಣಕಿದಾಗ ಆಕೆ ಬೆಚ್ಚಿಬಿದ್ದರು.

ಆತ ತೀವ್ರವಾದ ಸಂಘರ್ಷಣೆಗೆ ಗುರಿಯಾಗಿದ್ದಾರೆಂದು ವನಜಮ್ಮನಿಗೆ ಗೊತ್ತಾಯಿತು. ಸೂರ್ಯ ಮಾತ್ರ ತೆಪ್ಪಗೆ ಊಟ ಮಾಡುತ್ತಿದ್ದ.

ಮಜ್ಜಿಗೆಯ ಶಾಸ್ತ್ರ ಮಾಡಿ ರಾಧಾಕೃಷ್ಣಯ್ಯ ಎದ್ದೇಬಿಟ್ಟರು. "ವನಜ, ನಿನ್ನ ಊಟ ಮುಗ್ಸಿಕೊಂಡ್ಬಾ. ತಗೊಂಡ್ಹೋಗೋ ಪದಾರ್ಥಗಳ ಒಂದು ಲಿಸ್ಟ್ ತಯಾರಿಸ್ಕೋಬೇಕು" ಎಂದವರು ನಡುಮನೆಯ ಚಾಪೆಯ ಮೇಲೆ ಅಡ್ಡಾದರು.

"ಬರ್ತೀನಿ....ಅತ್ತೆ. ನಾನೆಲ್ಲ ಒಂದು ಮಾಡಿ ಕೊಡ್ತೀನಿ. ಎಲ್ಲಾ ಲಿಸ್ಟ್ ಮಾಡಿಡಿ." ಬಿಗುವಿನಿಂದ ಹೇಳಿ ಸೂರ್ಯ ಹೊರಟಾಗ ಆಕೆ ಎಲೆ ಹಾಕಿಕೊಂಡು ಕೂತರು.

ಎಷ್ಟೇ ಪ್ರಯತ್ನಪಟ್ಟರೂ ಬಡಿಸಿಕೊಂಡ ಅನ್ನ ಹೊಟ್ಟೆಗಿಳಿಸಲಾರದೆ ಹೋದರು. ಹಿತ್ತಲಲ್ಲಿ ಎಲೆ ಎಸೆದು ಬಂದು ನಡುಮನೆಯಲ್ಲಿ ಕೈಯನ್ನು ದಿಂಬಾಗಿಸಿ ಮಲಗಿಬಿಟ್ಟರು. ಇದು ಎಷ್ಟೋ ಕಾಲದ ರೂಢಿ.

ಕಣ್ಣು ಮುಚ್ಚಿಕೊಂಡ ವನಜಮ್ಮನ ಕಣ್ಣು ಮುಂದೆ ಮನೆಯಲ್ಲಿನ ಎಲ್ಲಾ ವಸ್ತುಗಳು ಹರಿದಾಡಿದವು. ಚಿಕ್ಕ ಗುಂಡು ಕಲ್ಲಿನಿಂದ ಹಿಡಿದು ಬೀಸೋ ಕಲ್ಲು, ತುರಿಯೋ ಕಬ್ಬಿಣದ ಮಣೆ, ಹುಣಿಸೇಬೀಜ ತುಂಬಿ ಆಡೋ ಅಟ್ಟಗುಣಿ ಮಣೆ–ಹೆಚ್ಚು ಹೆಚ್ಚು ಪ್ರಿಯವಾದ ವಸ್ತುಗಳು. ಇವನ್ನೆಲ್ಲ ಒಯ್ಯಲು ಸಾಧ್ಯವೇ?

ಆಕೆ ಮೈಥಿಲಿಪುರಕ್ಕೆ ಗಂಡನೊಂದಿಗೆ ಕಾಲಿಟ್ಟಾಗ ಹದಿನಾರು ವಸಂತಗಳನ್ನು ದಾಟದ ಮುಗ್ಧೆ, ಸಂಕೋಚದ ಮುದ್ದೆ, ಲಜ್ಜೆಯಿಂದ ತಲೆ ತಗ್ಗಿಸಿ ಹೊಸಲು ದಾಟಿದ್ದರು.

ನಾಲ್ಕು ಹೆಣ್ಣು ಮಕ್ಕಳ ಅವಳ ತಂದೆ ಮಗಳನ್ನ ಬೀಳ್ಕೊಡುವಾಗ ಕಣ್ಣೀರಿಟ್ಟಿದ್ದರು. "ಕೆಟ್ಟ ಹಣೆಬರಹ ಮಗ್ಳೇ. ಇಲ್ಲು ಎರಡು ಹೊತ್ತಿನ ಊಟ, ಎರಡು ಜೊತೆ ಬಟ್ಟೆಗೆ ತೃಪ್ತಿಪಡಬೇಕಾಯ್ತು. ಅಲ್ಲು ಅಷ್ಟಕ್ಕಿಂತ ಹೆಚ್ಚಿಗೆ ಸಿಗಲಾರ್ದು."

ಅದು ನಿಜವೇ, ಮೂರು ಹೆಣ್ಣು ಮಕ್ಕಳ ಮದುವೆ ಮಾಡಿ ಮುಗಿಸುವ ವೇಳೆಗೆ ಅವಳ ತಂದೆ ಸೋತುಹೋಗಿದ್ದರು. ಇವಳ ಮದುವೆಯ ವೇಳೆಗೆ ಅವರು ಪೂರ್ತಿ ಖಾಲಿ. ತವರುಮನೆಯ ಚಿನ್ನ ಅಂತ ಒಂದು ಜೊತೆ ಕೆಂಪಿನೋಲೆ, ಬೆಸರಿ, ತಾಯಿ ಮನೆ ತಾಳಿ ಇಷ್ಟೆ. ಗಂಡನ ಮನೆಯದು ಅಂತ ಎರಡು ಕೊಳವೆ. ಎಂಟು ಗುಂಡು, ನಾಲ್ಕು ಕಾಸು ಅಷ್ಟೆ – ಇಂದು ಆಕೆಯ ಮೈಮೇಲೆ ಇದ್ದಿದ್ದು ಇಷ್ಟೆ ಒಡವೆ.

ತೆರೆದ ಬಾಗಿಲಲ್ಲಿ ನೆರಳಾಡಿದಾಗ ಅತ್ತ ನೋಡಿದರು. ಚೆನ್ನ ಬಾಳೆ ಎಲೆಯ ಒಂದು ಕಟ್ಟನ್ನು ಜೊತೆ ಒಂದು ರಸಬಾಳೆಯ ಗೊನೆಯನ್ನು ಹಿಡಿದು ನಿಂತಿದ್ದ.

ಆಕೆ ಬಲವಂತವಾಗಿ ಎದ್ದು ಕೂತರು. ಇಂದು ಮೈ ಕೂಡ ಭಾರವೆನಿಸಿತು.

"ಅಲ್ಲಿಟ್ಟು ಕೈಕಾಲು ತೊಳ್ಕೋ ಚೆನ್ನ. ಸುಮ್ನೇ ಯಾಕೆ ಬಾಳೆಗೊನೆ ತಂದೆ?" ಎನ್ನುತ್ತ ಅಡಿಗೆ ಮನೆಗೆ ಹೋದರು. ಸೊಂಟದಲ್ಲಿ ಕಳಕ್ ಎಂದ ಹಾಗೆ ಆಯಿತು.

ಇವೆಲ್ಲ ಮುಪ್ಪಿನ ಲಕ್ಷಣಗಳು. ಆದರೂ ಸಾವಿನ ಕ್ಷಣದವರೆಗೂ ಗಟ್ಟಿಯಾಗಿ ಇರಬೇಕಲ್ಲ. ಭಾಸ್ಕರನಿಗೆ ಹೇಳಿ ದೊಡ್ಡ ಆಸ್ಪತ್ರೆಯಲ್ಲಿ ಚಿಕಿತ್ಸೆ ಮಾಡಿಸಿಕೊಳ್ಳಬೇಕೆನಿಸಿತು.

ರಾಧಾಕೃಷ್ಣಯ್ಯನವರಿಗೆ ಸಪ್ಪಳವಾಗದಂತೆ ಕೈಕಾಲು ತೊಳೆದು ಬಂದು ಎಲೆ ಹಾಕಿಕೊಂಡು ಕೂತ. ಅವರು ಅಡ್ಡಾದರು ಎಂದರೆ ಊಟವಾಗಿದೆಯೆಂದೇ ಅರ್ಥ. ಈ ಮನೆಯ ಊಟ ಚೆನ್ನನ ಪಾಲಿಗೆ ಪರಮಾನ್ನ. ಅವರುಗಳು ಊರು ಬಿಟ್ಟು ಹೋಗುತ್ತಾರೆಂದು ತಿಳಿದಾಗ ಅವನಿಗೆ ದಿಕ್ಕೇ ತೋಚದಂತಾಗಿತ್ತು.

ಒಂದು ಸಲ ಬಡಿಸಿ ಅಡಿಗೆಯ ಮನೆ ಕೆಲಸ ಪೂರ್ತಿ ಮಾಡಿಕೊಂಡು ಬಂದಾಗಲೂ ಅರ್ಧದಷ್ಟು ಅನ್ನ ಕೂಡ ತಿಂದಿರಲಿಲ್ಲ.

"ಯಾಕೋ....ಚೆನ್ನ?" ಹುಳಿ ಬಟ್ಟಲಿಡಿದು ನಿಂತರು.

ಎಲೆಯ ಮೇಲೆ ಕೈ ಅಡ್ಡ ಹಿಡಿದ. "ಸಾಕು ಕಣ್ರವ್ವಾ, ಯಾಕೋ..... ಬೇಡ ಅನಿಸ್ತಾ ಇದೆ." ಎಲೆಯಲ್ಲಿನ ಅನ್ನವನ್ನು ಗಬಗಬನೆ ತಿಂದು ಎಲೆಯನ್ನ ಮಡಚಿಕೊಂಡು ಆಚೆಗೆ ಹೋದ.

ವಿಷಯ ತಿಳಿದಾಗಿನಿಂದ ಅವನೆದೆಯಲ್ಲಿ ಭಯಂಕರ ಸಂಕಟ. ಹೆತ್ತವರನ್ನು ದೂರ ಮಾಡಿಕೊಳ್ಳುವಂಥ ಸಂಕಟ. ಮಂಡಿ ಮೇಲೆ ಮುಖವಿಟ್ಟು ಗಳಗಳ ಅತ್ತು ದುಃಖವನ್ನು ಕಡಿಮೆ ಮಾಡಿಕೊಳ್ಳಬೇಕೆಂಬ ತುಮುಲ.

ಗೋಮೆ ಹಚ್ಚಿ ಹೊರಗಡೆಯೇ ಕೂತ ಚೆನ್ನ.

ಹೊರಗೆ ಬಂದ ವನಜಮ್ಮ ರೇಗಿಕೊಂಡರು. "ಯಾಕೋ ಇಲ್ಲಿ ನಿಂತೇ? ಒಳ್ಗಡೆ ಬಂದು ಕೂತ್ಕೋ. ತಲೆ ಸುಡುವಂಥ ಬಿಸಿಲು" ಕಕ್ಕುಲತೆ ಇತ್ತು ಆಕೆಯ ಸ್ವರದಲ್ಲಿ.

"ಒಳ್ಗೇ ಕೂಡ ಬಿಸಿಯೇ ಕಣ್ರವ್ವಾ! ನೀವು ಭಾಸ್ಕರಪ್ಪತಾವ್ಕೆ ಹೋಗೋದು ದಿಟವಾ? ನಮ್ಮನ್ನು ಪರದೇಶಿಗಳನ್ನಾಗಿ ಮಾಡಿ ಹೋಗ್ಬಿಡ್ತಾ ಇದ್ದೀರಾ?" ಹೆಗಲ ಮೇಲಿನ ಟವಲಿನಿಂದ ಕಣ್ಣುಗಳನ್ನು ಉಜ್ಜಿದ. ಆಕೆ ನೊಂದುಕೊಂಡರು. ಇವರಿಗೆಲ್ಲಾ ಬಿಡಿಸಿ ಹೇಳುವುದು ಹೇಗೆ? "ಒಳ್ಗಡೆ..... ಬಂದು ಕೂತ್ಕೋ" ಎಂದವರು ಹಿತ್ತಲಿಗೆ ನಡೆದರು.

ನಡುಮನೆಯ ಮೂಲೆಯಲ್ಲಿ ಕೂತ ಚೆನ್ನ ಹೆಗಲ ಮೇಲಿನ ಟವಲನ್ನು ಮಡಚಿ ಪದ್ಮಾಸನ ಹಾಕಿದ ಕಾಲುಗಳ ಮೇಲೆ ಹರವಿಕೊಂಡ. ನೋಟ ಸೂರಿನತ್ತ ಹರಿಯಿತು. ಆಗಾಗ ಹತ್ತಿ ಅಲ್ಲಲ್ಲಿ ನೋಡಿ ಸರಿ ಮಾಡುತ್ತಿದ್ದ. ವರ್ಷಕ್ಕೊಮ್ಮೆ ಮಣ್ಣು ಹಾಕುತ್ತಿದ್ದ. ಸ್ವಂತದ್ದೇ ಎನ್ನುವಂಥ ಅಕ್ಕರೆ.

ನಿದ್ದೆ ಮುಗಿಸಿದ ರಾಧಾಕೃಷ್ಣಯ್ಯ ಎದ್ದು ಕೂತು ಅವನತ್ತ ನಸುನಗೆ ಬೀರಿದರು. "ಊಟ ಆಯ್ತ? ನಿನ್ನ ಎರಡನೇ ಮಗಳನ್ನ ಯಾವಾಗ ಹೆರಿಗೆಗೆ ಕರ್ಕೊಂಡ್ಬರೋದು?" ಕೇಳಿದರು ಪ್ರೀತಿಯಿಂದ.

"ಬೇಡಾಂತ.....ತೀರ್ಮಾನ ಮಾಡ್ಬಿಟ್ಟೆ" ಉಸುರಿದ.

ಬಂದಾಗಲೆಲ್ಲ ತಿಥಿ ದಿನ ವಾರ ವಿಚಾರಿಸಿ ಅದೇ ಮಾತಾಡುತ್ತಿದ್ದವನು ಯಾಕೆ ಬದಲಾದ?

"ಯಾಕೆ? ಅಳಿಯ ಕಳಿಸೋಲ್ಲ ಅಂದ್ನಾ?" ಅವರ ಪ್ರಶ್ನೆಗೆ ಉತ್ತರಿಸುವ ಮುನ್ನ ಇನ್ನಷ್ಟು ಅವನ ತಲೆ ತಗ್ಗಿತು. "ನಮ್ಗೇ ದೊಡ್ಡೋರು ಯಾರಿದ್ದಾರೆ? ಕೇಳೋದಿದ್ರೆ...ಯಾರನ್ನ ಕೇಳೋದು? ಆ ಉಸಾಬರಿನೆ ಬೇಡ" ಎಂದಾಗ ಅವರಿಗೆ ಅವನ ಮಾತುಗಳ ತಲೆಬುಡ ಅರ್ಥವಾಗಲಿಲ್ಲ.

"ನಂಗೆ ಅರ್ಥವಾಗ್ಲಿಲ್ಲ ಚೆನ್ನ. ಏನೂಂತ ಬಿಡ್ಸಿ ಹೇಳು. ಮೊದಲನೇ ಹೆರಿಗೆ ತವರುಮನೆಯಲ್ಲಿ ಆಗ್ಬೇಕು. ಇದು ಶಾಸ್ತ್ರ, ಸಂಪ್ರದಾಯದ ಮಾತಲ್ಲ. ಅಲ್ಲಿಗೆ ಇನ್ನು ಪೂರ್ತಿ ಒಗ್ಗಿಕೊಳ್ಳದ ಹೆಣ್ಣು ಜೀವ ಇಂಥ ಸಮಯದಲ್ಲಿ ತಾಯಿ ಮನೆಯಲ್ಲಿ ಇರೋಕೆ ಇಷ್ಟಪಡ್ತಾಳೆ. ಅದು ವಿಷ್ಯ" ಬಿಡಿಸಿ ಹೇಳಿದರು.

ಅವನು ಜೋರಾಗಿ ಅಳಲು ಶುರು ಮಾಡಿದ. ರಾಧಾಕೃಷ್ಣಯ್ಯ ಗಾಬರಿಯಾದರು "ಬಿಡ್ಸಿ ಹೇಳು. ಎಲ್ಲಕ್ಕೂ ಒಂದು ಪರಿಹಾರ ಇರುತ್ತೆ" ಸಂತೈಸಿದರು.

"ಇದ್ಕೇ ಪರಿಹಾರ ಇಲ್ಲ ಮೇಷ್ಟ್ರೇ" ಮತ್ತಷ್ಟು ಅತ್ತ.

ಪೂರ್ತಿ ಅವನು ಸಮಾಧಾನವಾಗುವವರೆಗೂ ರಾಧಾಕೃಷ್ಣಯ್ಯ ಮೌನ ವಹಿಸಿದರು. ಆಮೇಲೆ ಅವನೇ ಬಾಯಿಬಿಟ್ಟ.

"ನೀವು ಭಾಸ್ಕರಪ್ಪನತ್ರ ಹೋಗ್ಬಿಡ್ತೀರಂತೆ".

ಅವನ ಮಾತಿಗೆ ಜೋರಾಗಿ ನಕ್ಕುಬಿಟ್ಟರು. "ಇದಾ..... ವಿಷ್ಯ! ನಾವು ಹೋಗಿ ಅವ್ನ ಹತ್ರ ಇರಬೇಕಾದ್ದು ಸಹಜ. ಅವ್ನು ಕೆಲ್ಸದಲ್ಲಿದ್ದಾನೆ. ನಮ್ಮನ್ನ ನೋಡೋಕು ಬಿಡುವಿಲ್ಲ, ಬಾ ಅಂತ ಬರ್ದಿದ್ದಾನೆ. ಬರೋಲ್ಲಾಂತ ಬೇಜಾರು ಮಾಡೋಕ್ಕಾಗುತ್ತ?" ಎಂದರು. ಈಚೆಗೆ ಅವನು ಬಂದಾಗಲೆಲ್ಲ ಅಡಾವುಡಿಯೇ. ಕೂತು ಲಕ್ಷಣವಾಗಿ ನಾಲ್ಕು ಮಾತಾಡಲು ಕೂಡ ಸಾಧ್ಯವಾಗುತ್ತಿರಲಿಲ್ಲ.

ಚೆನ್ನ ಮತ್ತಷ್ಟು ಮುದುರಿ ಕೂತರು, ಏನೋ ಆಸೆ ಕಣ್ಣುಗಳಲ್ಲಿ. "ಭಾಸ್ಕರಪ್ಪನೋರು ಬಂದ್ರೆ ....ನಾವೆಲ್ಲ ಹೇಳ್ತೀವಿ. ಹೇಗೂ ಹತ್ತಿರಕ್ಕೆ ಬಂದಿದ್ದಾರಲ್ಲ. ಆಗಾಗ ಬಂದು ಹೋಗ್ಲಿ, ನಾವು ನೋಡಿದಂಗೆ ಆಗುತ್ತೆ" ಹೇಳಿಕೊಂಡ.

ರಾಧಾಕೃಷ್ಣಯ್ಯನವರ ಹಣೆಯ ಮೇಲಿನ ಗೆರೆಗಳು ಮತ್ತಷ್ಟು ಆಳವಾದವು. ಈಚೆಗೆ ಮದುವೆಯಾದ ಮೇಲೆ ತೀರಾ ಬದಲಾಗಿದ್ದಾನೆಂದುಕೊಂಡಿದ್ದರು. ಇಲ್ಲಿನ ಮಣ್ಣಿನ, ಜನರ ಆಕರ್ಷಣೆಯಿಂದ ಮುಕ್ತನಾಗಿದ್ದ. ಬಂದಾಗಲ್ಲೆಲ್ಲ ಅವನ ಕೆಲಸ, ಸಂಪಾದನೆ ಜೊತೆ ನಿಮಿಷಗಳಿಗೂ ಬೆಲೆ ಕಟ್ಟಿ ಸಿಡಿಮಿಡಿಗೊಳ್ಳುತ್ತಿದ್ದ. ಸದಾ ಅಸಹನೆಯಿಂದ ಹಾರಾಡುವ ಭಾಸ್ಕರ ಇವನೇನಾ ಎಂದು ಯೋಚಿಸುವಂತಾಗಿಬಿಡುತ್ತಿತ್ತು ಬಂದಾಗಲೆಲ್ಲ.

"ಅವ್ನು ಒಪ್ಪೋಲ್ಲ" ಭಾರವಾದ ದನಿಯಲ್ಲಿ ನುಡಿದರು.

ಚೆನ್ನ ಪಟ್ಟು ಬಿಡದಂತೆ ಹೇಳಿದ "ನಾವೆಲ್ಲ ಒಪ್ಪಿಸ್ತೀವಿ. ನಮ್ಮ ನಡುವೆ ಬೆಳೆದವರಲ್ಲವಾ ಭಾಸ್ಕರಪ್ಪ? ಹೇಗೆ ನಮ್ಮ ಮಾತು ತೆಗ್ದು ಹಾಕ್ತಾರೆ" ಟವಲನ್ನ ಭುಜದ ಮೇಲೆ ಹಾಕಿಕೊಂಡು ಚೆನ್ನ ಎದ್ದ.

ಸಹಾನುಭೂತಿಯಿಂದ ಅವನತ್ತ ನೋಡಿದರು. "ಅಷ್ಟು ಸುಲಭ ಅಲ್ಲ. ಹೆಚ್ಚು ಕಲಿತವ. ಅವ್ನ ವಿಚಾರಗಳೇ ಬೇರೆ ಇರುತ್ತೆ." ನೊಂದು ಹೇಳಿದರು. ಕಹಿಯಾದರೂ ಇದು ಸತ್ಯವಾಗಿತ್ತು. ಕೆಲವು ವಿಚಾರಗಳು ಭಾಸ್ಕರನಿಗೆ ಹಾಸ್ಯಾಸ್ಪದವಾಗಿದ್ದವು. ನಕ್ಕು ಎದ್ದು ಹೋಗಿಬಿಡುತ್ತಿದ್ದ.

ವರ್ಷದ ಹಿಂದೆ ಬಂದಾಗ ಒಂದು ಮಾತು ಹೇಳಿದ್ದ.

"ನಂಗೆ ಬೆಂಗ್ಳೂರಿಗೆ ಟ್ರಾನ್ಸ್‌ಫರ್ ಆಗೋ ವಿಚಾರ ಇದೆ. ಹೇಗೂ ಇಷ್ಟು ದಿನ ದೂರವಿದ್ದೆ ಅನ್ನೋ ಕಾರಣವಿತ್ತು. ಹವಾಗುಣ, ರೀತಿ ನೀತಿಗಳಿಗೆ ನಿಮ್ಗೆ ಹೊಂದಿಕೊಳ್ಳೋಕೆ ಕಷ್ಟವಾಗ್ತಾ ಇತ್ತು. ಬೆಂಗಳೂರಿನಲ್ಲಿ ಅಂಥ ಪರಿಸ್ಥಿತಿಯೇನು ಇಲ್ಲ. ಈ ಕಷ್ಟ ಕಾರ್ಪಣ್ಯದ ಜೀವ್ನ ಸಾಕು." ಅವನ ಕಾಠಿಣ್ಯದ ಮಾತುಗಳಿಗೆ ಬೆರಗಾಗಿದ್ದರು. ಉಸಿರೆತ್ತಲು ಬಿಟ್ಟಿರಲಿಲ್ಲ.

ಇಲ್ಲಿ ಎರಡು ದಿನ ಉಳಿಯಬೇಕೆಂದರೇ ಚಡಪಡಿಸಿ ಬಿಡುತ್ತಿದ್ದ. ಮಣ್ಣಿನ ನೆಲ, ಛಾವಣಿಯಿಂದ ಆಗಾಗ ಉದುರುವ ಮಣ್ಣು ಅವನನ್ನ ಇಲ್ಲಿ ಉಳಿಯಲು ಬಿಡುತ್ತಿರಲಿಲ್ಲ. ಈ ಮನೆಯಲ್ಲೇ ಹುಟ್ಟಿ ಬೆಳೆದದ್ದು. ಸಂಪೂರ್ಣವಾಗಿ ಮರೆತಂತೆ ವರ್ತಿಸುತ್ತಿದ್ದ ಸ್ವಚ್ಛವಾದ ಇಲ್ಲಿನ ಗಾಳಿಯನ್ನು ಕೂಡ ಇಷ್ಟಪಡುತ್ತಿರಲಿಲ್ಲ.

ಕಡೆಗೆ ಚೆನ್ನನಿಗೆ ಅವರೇ ಬುದ್ಧಿ ಹೇಳಿದರು.

"ನಮ್ಗೂ ವಯಸ್ಸಾಯ್ತು. ಮಗ ಎದುರಿಗೆ ಇರಲೀ ಅನ್ನೋದೇ ಬಿದ್ಕು. ಮೊಮ್ಮಗುನ್ನ ಜೊತೆ ಉಳ್ದ ಜೀವನ ಕಳ್ದುಬಿಡೋಣ. ನಾವು ಬರ್ಲಿಲ್ಲ ಅನ್ನೋ ಕೋಪಕ್ಕೆ ಅವ್ನು ಇಲ್ಲಿಗೆ ಬರೋದು ನಿಲ್ಲಿಸ್ಬಿಟ್ರೆ....ನಾವೇನು ಮಾಡೋಣ? ಸ್ವಲ್ಪ ಅರ್ಥ ಮಾಡ್ಕೋ. ನಾವು ಆಗಾಗ ಬರ್ತಾ ಇರ್ತೀವಿ. ನೀವುಗಳು ಬರಬಹ್ದು."

ಅಸಹಾಯಕತೆಯಿಂದ ಚೆನ್ನ ಎದ್ದು ಹೋದ.

ಅವರಿಗೂ ಈ ಊರು ಬಿಟ್ಟು ಹೋಗಬೇಕೆಂದೇನು ಇರಲಿಲ್ಲ. ಎಷ್ಟೇ ಒತ್ತಾಯವೇರಿ, ಹಲವು ಪತ್ರಗಳು ಬರೆದರೂ ಭಾಸ್ಕರ ಬರುತ್ತಿದ್ದು ವರ್ಷಕ್ಕೋ, ಎರಡು ವರ್ಷಕ್ಕೋ. ಪ್ರೀತಿಯಿಂದ ಮಾತಾಡಿಸಲು ಬಂದ ಜನಕ್ಕೆ ಮುಖ ಕೊಟ್ಟು ಮಾತಾಡುತ್ತಿರಲಿಲ್ಲ. ಹಿರಿಯರಲ್ಲಿ ಅವನಿಗೆ ಹಿಂದಿನ ಗೌರವ ಇರಲಿಲ್ಲ. ತೊಂಬತ್ತಾರು ವರ್ಷದ ಕಾಳೇಗೌಡ ತಾನಾಗಿ ಪ್ರಯಾಸದಿಂದ ಕಾಣಲು ಬಂದರೂ ಕಾಲು ಮೇಲೆ ಕಾಲು ಹಾಕಿ ಕೂತು ನಿಲ್ಲಿಸೇ ಮಾತಾಡಿಸುವಷ್ಟು ಧಿಮಾಕುತನ ಅವನನ್ನ ಆವರಿಸಿತ್ತು.

ಆದರೆ ಹೆತ್ತ ಮಗ ಇಂಥ ತಪ್ಪುಗಳನ್ನು ದೊಡ್ಡದು ಮಾಡಿಕೊಂಡು ಸಂಬಂಧ ತೊರೆದುಕೊಳ್ಳಲು ಸಾಧ್ಯವೇ? ಈ ಅವಿವೇಕ ತುಂಬಾ ದಿನ ಇರದು, ಆಮೇಲೆ ಮೊದಲಿನ ಭಾಸ್ಕರನೆ ತಮಗೇ ಸಿಗುತ್ತಾನೆಂಬ ನಂಬಿಕೆ ಅವರದು.

ಹೆಂಡತಿಯನ್ನು ಕರೆದು ಕೇಳಿದರು. "ಏನೇನು ತಗೋಬೇಕು? ಯಾರ್ಗೆ ಏನೇನು ಕೊಡ್ಬೇಕೂಂತ ಪಟ್ಟಿ ಮಾಡಿಕೊಂಡ್ಯಾ. ಅಲ್ಲಿ ಅದಿಲ್ಲ, ಇದಿಲ್ಲಾಂತ ಪೇಚಾಡೋದ್ಬೇಡ." ಮತ್ತೊಮ್ಮೆ ನೆನಪಿಸಿದರು.

ಎಷ್ಟೋ ಪ್ರಿಯವಾದ ಅಗತ್ಯವಾದ ಸಾಮಾನುಗಳು ಇದ್ದವು. ಸ್ಟೈನ್‌ಲೆಸ್ ಸ್ಟೀಲ್, ಪಿಂಗಾಣಿ, ಪ್ಲಾಸ್ಟಿಕ್‌ನ ಹೊಳಪನ್ನ ಕಂಡ ಮಗ, ಸೊಸೆಗೆ ತಾಮ್ರ, ಹಿತ್ತಾಳೆಯ ಬೆಲೆ ತಿಳಿಯದು. ಇಂಥದ್ದರಲ್ಲಿ ಇವನ್ನೆಲ್ಲಾ ಒಯ್ಯುವುದು ಎಲ್ಲಿಗೆ?

"ಏನು ತಗೊಳ್ಳೋದೋ, ಬಡೋದೋ ದೇವರ ವಿಗ್ರಹಗಳು, ಮಂದಾಸನ, ಪೂಜೆ ತಟ್ಟೆ, ಸೊಡಲು, ದೀಪದ ಕಂಬಗಳು ತಗೊಂಡರೇ ಸಾಕು" ವಿಮನಸ್ಕತೆಯಿಂದ ನುಡಿದರು ವನಜಮ್ಮ. ರಾಧಾಕೃಷ್ಣಯ್ಯನವರಿಗೆ ಮುಜುಗರವಾಯಿತು. ಅಭಿಮಾನಕ್ಕೆ ದಕ್ಕೆ.

ಅದರ ಹಿಂದೆಯೇ ಜೀವನ ಸಂದರ್ಶನ ಹಗುರಾಗಿಸಿತು ಅವರನ್ನು. "ಹುಟ್ಟು ಆಕಸ್ಮಿಕ, ಸಾವು ಸಹಜ. ಅದರ ಮಧ್ಯದ ಬದ್ಕೇ ಸಾಮರಸ್ಯವಾಗಿರಬೇಕು. ಅವ್ರಿಗಿಂತ ಇವೆಲ್ಲ ಮುಖ್ಯವಲ್ಲ ಬಿಡು" ಸಮಾಧಾನ ಹೇಳಿದರು.

ಪಕ್ವವಾದ ಮನ ಅಸಹನೆಯಿಂದ ಕುದಿಯಿತು.

* * *

ಮಲತಾಯಿ ಮನೆಯಿಂದ ಅಟ್ಟಿದಾಗ ಹೊಸದಾಗಿ ಮದುವೆಯಾದ ರಾಧಾಕೃಷ್ಣಯ್ಯನವರಿಗೆ ದಿಕ್ಕೇ ತೋಚದಂತಾಯಿತು. ಆಕಾಶವೇ ಚೂರಾಗಬೇಕಾದ ಪರಿಸ್ಥಿತಿ. ಮಾವನ ಆಸರೆಗೆ ಹೋಗಲು ಅವರ ಮನ ಒಡಂಬಡಲಿಲ್ಲ. ಅವರದು ಕೂಡ ಹತ್ತಕ್ಕೆ ಏರದ ಮೂರಕ್ಕೆ ಇಳಿಯದ ಸಾಮಾನ್ಯ ಕುಟುಂಬ. ಒಂದರ ಹಿಂದೆ ಒಂದು ಮೂರು ಹೆಣ್ಣು ಮಕ್ಕಳ ಮದುವೆ ಮಾಡಿ ಸುಸ್ತಾದ ಜನ.

"ಈಗೆಲ್ಲಿ ಹೋಗೋದು ವನಜ?" ಮುಗ್ಧವಾಗಿ ಕಾಣುವ ಮಡದಿಯನ್ನು ಕೇಳಿದಾಗ ಆಕೆ ಅತ್ತಿದ್ದಳು. ಆ ಸಂದರ್ಭದಲ್ಲಿ ತೋಚಿದ್ದು ಅಪ್ಪನ ಮನೆಯೇ. "ಅಪ್ಪನ ಮನೆಗೆ ಹೋಗೋಣ."

"ಬೇಡ....' ನಿರಾಕರಿಸಿಬಿಟ್ಟಿದ್ದರು.

ಆಗ ಮೈಥಿಲಿಪುರದ ಗೌಡರು ಊರಿಗೆ ಕರೆದೊಯ್ದು ಇರಲು ಒಂದು ಜೋಪಡಿ ಕೊಟ್ಟರು. ಅಲ್ಪ ಸ್ವಲ್ಪ ರಾಧಾಕೃಷ್ಣಯ್ಯನವರ ತಾತನ ಪರಿಚಯವಿದ್ದುದರಿಂದ ಇದೊಂದು ಉಪಕಾರ.

"ಮನೆಯಂತು ಆಯ್ತು, ಇನ್ನು ಹೊಟ್ಟೆಪಾಡಿಗೆ ಏನಾದ್ರೂ ದಾರಿ ಮಾಡ್ಕೋಬೇಕು" ಎಂದಾಗ ಗೌಡರು ಆ ಸಹಾಯಕ್ಕೂ ನಿಂತರು. "ಹೇಗೂ ನೀವು ವಿದ್ಯಾವಂತರು. ಹಳ್ಳಿಯ ಹುಡುಗರಿಗೆ ಅಕ್ಷರ ಹೇಳಿಕೊಟ್ಟು ಪುಣ್ಯ ಕಟ್ಟಿಕೊಳ್ಳಿ." ಅನ್ನಕ್ಕೂ ಒಂದು ದಾರಿ ಮಾಡಿಕೊಟ್ಟಿದ್ದರು.

ಜನ ಒಳ್ಳೆಯವರು. ಯಾವುದಕ್ಕೂ ಪರದಾಡಬೇಕಿರಲಿಲ್ಲ. ಮೊದ ಮೊದಲು, ವಿರೋಧ ತೋರಿದವರೂ ಕೂಡ ಆಮೇಲೆ ಇವರ ಒಳ್ಳೆಯತನಕ್ಕೆ ಸೋತುಹೋಗಿದ್ದರು.

ಯಾವ ಸರ್ಕಾರಿ ಸಂಬಳ ಇಲ್ಲದೇ ಇಂದಿನವರೆಗೂ ಜೀವನ ನಡೆಸಿದ್ದರು. ಪಾಠ ಹೇಳುವುದು ಅತ್ಯಂತ ಪವಿತ್ರ ಕೆಲಸವೆಂದು ತಿಳಿದಿದ್ದರು. ಹುಡುಗರನ್ನು ಎಲ್ಲಾ ರೀತಿಯಿಂದಲೂ ತಿದ್ದುತ್ತಿದ್ದರು.

ಒಂದು ವಿಷಯದಲ್ಲಿ ಒಂದು ವರ್ಗದ ಜನ ಇವರ ಮೇಲೆ ಸಿಡಿಮಿಡಿ ಗುಟ್ಟುತ್ತಿದ್ದರು.

"ರಾಧಾ ಮೇಷ್ಟ್ರು ಕೀಳು ಜಾತಿಯವ್ರ ಮಕ್ಕಳಿಗೂ ಪಾಠ ಹೇಳ್ತಾರೆ. ಮಡಿ ಹುಡಿ ಅನ್ನೋದೆ ಇಲ್ಲ." ಕೆಲವು ಹೆಂಗಸರು ಬಾವಿ ಕಟ್ಟೆಯ ಬಳಿ, ಕೆರೆಯಲ್ಲಿ ಬಟ್ಟೆ ಒಗೆಯುತ್ತ ದೂರತೊಡಗಿದರು.

ಇದು ದೊಡ್ಡ ಗೌಡರವರೆಗೂ ಹೋಯಿತು. ಆತ ಒಂದಿಷ್ಟು ವಿವೇಕಿ, ಧಾರಾಳ ಮನಸ್ಸಿನವನು.

"ತಪ್ಪೇನಿದೆ? ಯಾವ ಶಾಸ್ತ್ರದಲ್ಲಿ ಬರೆದಿದೆ ಅವ್ರಿಗೆ ಪಾಠ ಹೇಳಬಾರ್ದೂಂತ. ಜಾತಿ, ಕುಲಗಳೆಲ್ಲ ನಾವು ಮಾಡಿಕೊಂಡು ಇರೋದು. ಒಳ್ಳೆ ಮನುಷ್ಯನನ್ನು ಯಾಕೆ ಇದರಲ್ಲಿ ಎಳೀತೀರಾ" ಹೇಳಿದವರನ್ನು ದಂಡಿಸದೆ ಬುದ್ಧಿ ಹೇಳಿ ಕಳಿಸಿದ್ದರು.

ಕೆಲವರ ಮುಜುಗರ ಬಹಳ ಕಾಲ ನಿಲ್ಲಲಿಲ್ಲ. ಹುಡುಗರ ಮಧ್ಯೆಯಂತು ಜಾತಿಯ ಭೂತ ಏಳದಂತೆ ನೋಡಿಕೊಂಡರು.

ಊರಿನಲ್ಲಿ ನಡೆಯುವ ಪ್ರತಿ ಶುಭ, ಅಶುಭ ಕಾರ್ಯಗಳಲ್ಲಿ ರಾಧಾಕೃಷ್ಣಯ್ಯ ದಂಪತಿಗಳು ಭಾಗವಹಿಸುತ್ತಿದ್ದರು. ಎಲ್ಲರ ಕಷ್ಟ ಸುಖಗಳು ತಮ್ಮವೇ ಎನ್ನುವಂತೆ ಒಂದಾಗಿಬಿಟ್ಟಿದ್ದರು. ಮೈಥಿಲಿಪುರದ ಜನರೊಂದಿಗೆ ತಮ್ಮಲ್ಲಿ ಯಾವ ವ್ಯಾಜ್ಯ, ಜಗಳ, ಪಂಚಾಯಿತಿಗಳು ನಡೆಯಲೀ, ರಾಧಾಕೃಷ್ಣಯ್ಯನವರನ್ನು ಕರೆದೊಯ್ಯುತ್ತಿದ್ದರು. ಶುಭ ಕಾರ್ಯ, ಲಗ್ನ ಮುಂತಾದುವಕ್ಕೆ ಅವರೇ ಪಂಚಾಂಗ ಹಿಡಿದು ದಿನ ಗೊತ್ತು ಮಾಡಬೇಕು.

ಹುಡುಗರು ತಿರುಗಿಬಿದ್ದಾಗ ಹಿರಿಯರಿಗೆ ನೆನಪಾಗುತ್ತಿದ್ದುದು ರಾಧಾಕೃಷ್ಣಯ್ಯ. "ರಾಧು ಮೇಷ್ಟ್ರುಗೆ ಹೇಳಿ ಕಳಿಸ್ತೀನಿ. ಅವ್ರು ಹೇಗೆ ಹೇಳ್ತಾರೋ ಹಾಗೆ" ಮಕ್ಕಳನ್ನು ಸುಮ್ಮನಾಗಿಸಲು ಅವರನ್ನ ಅಸ್ತ್ರವಾಗಿ ಬಳಸಿಕೊಳ್ಳುತ್ತಿದ್ದರು.

ಪ್ರತಿಯೊಂದರಲ್ಲಿನ ಲೋಪ ದೋಷಗಳನ್ನು ವಿವರಿಸುವ ಒಳಿತು ಕೆಡಕನ್ನ ಸ್ಪಷ್ಟವಾಗಿ ತೋರುವ, ಅದನ್ನ ಮನಮುಟ್ಟುವಂತೆ ಹೇಳುವ ವೈಖರಿ ಅವರಿಗೆ ಸಿದ್ಧಿಸಿತ್ತು.

"ಎಲ್ಲಾ ದೇವರು ಕೊಟ್ಟ, ಆದ್ರೆ......" ಒಂದು ದಿನ ಹೆಂಡತಿ ಪ್ರಸ್ತಾಪವೆತ್ತುವವರೆಗೂ ನಿಶ್ಚಿಂತರಾಗಿದ್ದರು ರಾಧಾಕೃಷ್ಣಯ್ಯ, "ಮತ್ತೇನು ಕೊಡ್ಲಿಲ್ಲ. ಮತ್ತೇನು ಕೊಡ್ಲಿಲ್ಲ....ಹೇಳು. ಹೆಚ್ಚು ಜನಕ್ಕೆ ಎಲ್ಲಾ ಕೊಡ್ತಾನೆ, ನೆಮ್ದಿನೇ ಇಲ್ದಂಗೆ ಮಾಡಿಬಿಡ್ತಾನೆ. ನಮ್ಗೇ ಅದು ಇದೆಯಲ್ಲ......" ತಮ್ಮ ಅಮಾಯಕತೆಯನ್ನು ಪ್ರದರ್ಶಿಸಿದಾಗ ಆಕೆ ಕಣ್ಣೀರಿಟ್ಟಿದ್ದರು.

"ಅದೇನು.....ಒಗಟು ಮಾಡದಂತೆ ತಿಳ್ಸು" ಸ್ವಲ್ಪ ಉದ್ವೇಗಗೊಂಡರೂ ಕೂಡ "ನನ್ನ ಸಾಮರ್ಥ್ಯ ಇಷ್ಟೇ ವನಜ. ನೀನು ಚಿನ್ನ ಅದೂ.....ಇದೂ ಬಯಸಿದ್ರೆ.....ನನ್ನಿಂದ ಸಾಧ್ಯವಿಲ್ಲ." ತಮ್ಮ ಅಸಹಾಯಕತೆಯನ್ನು ತೋಡಿಕೊಂಡರು ಕೂಡ.

ಆಕೆ ಬರೀ ಅತ್ತರು, ಅಷ್ಟೆ. ಮೂರು ದಿನ ಗಂಡ ಹೆಂಡತಿಯರಲ್ಲಿ ಮಾತುಕತೆ ಬಂದ್. ರಾಧಾಕೃಷ್ಣಯ್ಯ ಏನೇನೋ ಕಲ್ಪಿಸಿಕೊಂಡು ವ್ಯಥೆಪಟ್ಟರು. ಎರಡು ರಾತ್ರಿ ನಿದ್ದೆ ಇಲ್ಲದೆ ಒದ್ದಾಡಿದರು. ಕಡೆಗೆ ಅದೇನೆಂದು ತಿಳಿಯಬೇಕೆಂಬ ನಿರ್ಧಾರಕ್ಕೆ ಬಂದರು.

ನಾಲ್ಕನೆಯ ದಿನ ಸ್ನಾನ ಮುಗಿಸಿ ಬಂದು ದೇವರ ಪೂಜೆಗೆ ಕೂತಾಗ ಹೆಂಡತಿಯನ್ನು ಕರೆದರು "ವನಜ....ಇಲ್ಬಾ!" ಶೀತಲ ಸಮರವನ್ನ ಮುಕ್ತಾಯದ ಹಂತಕ್ಕೆ ತಂದರು.

ಮೌನವಾಗಿ ತಲೆ ತಗ್ಗಿಸಿ ನಿಂತವಳನ್ನು ಕೇಳಿದರು. "ವಿಷ್ಯ ಏನೂಂತ ಮುಚ್ಚಿಡದೇ ಹೇಳು. ನಂಗೆ ಇನ್ನು ಸಹಿಸೋಕೆ ಸಾಧ್ಯವಿಲ್ಲ" ಸ್ವರ ಗಂಭೀರವಾಗಿತ್ತು.

ವನಜ ಮತ್ತೆ ಒಂದಿಷ್ಟು ಅತ್ತರು 'ನಮ್ದೇಂತ ಒಂದ್ಮಗು ಇಲ್ಲ....." ಕುಸಿದು ಕೂತರು. ಅವರಿಗೆ ತಮ್ಮ ಅಜ್ಞಾನದ ಅರಿವಾಗಿ ನಾಚಿಕೊಂಡರು. ತಾನು ಇಷ್ಟೊಂದು ಮುಗ್ಧನೇ ಎನ್ನುವಂತೆ ಸಂಕೋಚದ ಮುದ್ದೆಯಾದರು.

ನಾಲ್ಕಾರು ಸಲ ಆಸ್ಪತ್ರೆ ಸುತ್ತಿದ್ದು ಅಲ್ಲದೇ ಇಡೀ ಭಾನುವಾರ ಗಂಡ, ಹೆಂಡತಿ ಉಪವಾಸವಿದ್ದು ಸೂರ್ಯನನ್ನು ಪೂಜಿಸತೊಡಗಿದರು. ಆಮೇಲೆ ಹುಟ್ಟಿದ ಏಕೈಕ ಗಂಡು ಸಂತಾನ ಭಾಸ್ಕರ.

ಹೆಚ್ಚು ಅನುಕೂಲವಿಲ್ಲದಿದ್ದರೂ ಕೃಷ್ಣಭಟ್ಟರ ಹೆಂಡತಿ ಅನಸೂಯಮ್ಮ ತಮ್ಮ ಮಗಳ ಬಾಣಂತನವೆನ್ನುವಂತೆ ಅಚ್ಚುಕಟ್ಟಾಗಿ ತಾಯಿ ಮಗುವನ್ನು ನೋಡಿಕೊಂಡರು. ಎಲ್ಲಿಯದೋ ತುಪ್ಪ, ಎಲ್ಲಿಯದೋ ಅಕ್ಕಿ–ಒಂದಕ್ಕೂ ಕೊರತೆಯಾಗಲಿಲ್ಲ. ಒಂದು ದಿನವು ವನಜಮ್ಮ ತಾಯಿಯನ್ನ ನೆನೆದು ಕಣ್ಣೀರಿಡುವಂತಾಗಲಿಲ್ಲ.

ದೊಡ್ಡ ಗೌಡರು ಸಾರಿಬಿಟ್ಟರು. "ಭಾಸ್ಕರ, ಇನ್ಮೇಲೆ ಮೈಥಿಲಿಪುರದ ಮಗಾ, ಅವ್ನಿಗೆ ಯಾವ್ದೇ ಕೊರತೆಯಾಗ್ಬಾರ್ದು." ಮೂರನೆ ತಿಂಗಳು ಮಗುವಿನ ಕುತ್ತಿಗೆಗೆ ಚಿನ್ನದ ಸರ ಮಾಡಿಸಿ ತಂದು ಹಾಕಿದರು. ತಮ್ಮ ಸ್ವಂತ ಮೊಮ್ಮಗುವೇ ಎನ್ನುವಂಥ ಅಕ್ಕರೆ. ಅದಕ್ಕೆ ಹಿರಿಗೌಡರು ಎಂದೇ ಹೆಸರಾಗಿದ್ದರು.

ಆಮೇಲಿನ ದಿನಗಳು ಕೂಡ ಭಾರವೇನು ಅಲ್ಲ. ದವಸಧಾನ್ಯ, ಬೆಲ್ಲ, ತರಕರಿ ಒಂದಕ್ಕೂ ಬರವಿಲ್ಲ. ಬೆಳೆದವರೂ 'ರಾಧಾ ಮಾಸ್ಟರ್' ಪಾಲೆಂದೇ ತೆಗೆದುಬಿಡುತ್ತಿದ್ದರು. ಇದರಲ್ಲಿ ಕೆಲವರ ಪಾಲು ಹೆಚ್ಚು, ಕೆಲವರ ಪಾಲು ಕಮ್ಮಿ ಇರಬಹುದು. ಅಂತು ಪ್ರತಿಯೊಂದು ಮನೆಯವರು ಇದೊಂದು ನಿಯಮವೆನ್ನುವಂತೆ ಪಾಲಿಸಿದ್ದರು. ಕರೆಯುವ ಎಮ್ಮೆ, ಹಸು ಇದ್ದ ಪ್ರತಿಯೊಬ್ಬರ ಮನೆಯ ಹಾಲು ಕುಡಿದೇ ಭಾಸ್ಕರ ಬೆಳದಿದ್ದು.

ಒಮ್ಮೆ ಹಿರಿಗೌಡರು ಕಾಯಿಲೆ ಬಿದ್ದಾಗ ರಾಧಾಕೃಷ್ಣಯ್ಯನವರನ್ನು ಕರೆಸಿಕೊಂಡು ಒಂದು ಗಂಟು ಕೊಟ್ಟರು. "ಇದ್ರಲ್ಲಿ ಒಂದಷ್ಟು ಹಣ ಇದೆ. ಲಾಭ ಬಂದಾಗ್ಲೆಲ್ಲಾ ಒಂದಿಷ್ಟು ಹಣ ತೆಗೆದಿಡ್ತಾ ಇದ್ದೆ. ಒಳ್ಳೆ ಕಾರ್ಯಕ್ಕೆ ಮುಡುಪಾದ ಹಣ. ದೇವಸ್ಥಾನ, ಶಾಲೆ... ಅವಕ್ಕಿಂತ ಭಾಸ್ಕರನ ವಿದ್ಯಾಭ್ಯಾಸ ಮುಖ್ಯ. ಅದ್ಕೇ ಉಪಯೋಗವಾಗ್ಲಿ. ಅವನಂತ ವಿದ್ಯಾವಂತರಿಂದ ಸಮಾಜಕ್ಕೆ ಉಪಯೋಗ."

ರಾಧಾಕೃಷ್ಣಯ್ಯನವರು ನಿರಾಕರಿಸಲಾರದೆ ಹೋದರು. ಹಳ್ಳಿಯ ಓದು ಮುಗಿಸಿ ಭಾಸ್ಕರ ಪಟ್ಟಣ ಸೇರಿದಾಗಲೂ ಊರಿನ ಜನ ಅವನನ್ನು ನೋಡದೇ ಬರುತ್ತಿರಲಿಲ್ಲ. ಕೈಯಲ್ಲಾದ ಕಾಣಿಕೆ ಸಲ್ಲುತ್ತಲೇ ಇತ್ತು ಅವರವರ ಶಕ್ತ್ಯಾನುಸಾರ. ಕೃತಜ್ಞತೆಯ ಕೂಸಾಗಿಯೇ ಭಾಸ್ಕರ ಬಿ.ಇ ಯಲ್ಲಿ ಮೊದಲ ದರ್ಜೆಯಲ್ಲಿ ಪಾಸಾದ. ಅಂದು ಮನೆಮನೆಯಲ್ಲೂ ಹಬ್ಬದ ಸಂಭ್ರಮ.

ಅದರ ನಾಲಕ್ಕೇ ದಿನಕ್ಕೆ ಹಿರಿಗೌಡರು ಕಾಯಿಲೆಬಿದ್ದರು. ಆಗ ಗೆಳೆಯನ ರೂಮಿನಲ್ಲಿದ್ದ ಭಾಸ್ಕರನಿಗೆ ಸ್ವತಃ ಹೋಗಿ ಸುದ್ದಿ ಮುಟ್ಟಿಸಿದರು ರಾಧಾಕೃಷ್ಣಯ್ಯ.

"ಎಲ್ಲಾ ಜವಾಬ್ದಾರಿಗಳನ್ನು ಮುಗ್ಸಿಕೊಂಡು ಹೊರಟುನಿಂತಿದೆ ಹಿರಿ ಜೀವ. ಬಂದು ಅವ್ರ ಆಶೀರ್ವಾದ ಪಡ್ಕೋ" ದುಃಖದಿಂದ ಹೇಳಿದಾಗ ಮುಖ ಕೆಳಗೆ ಹಾಕಿ ನಿರಾಕರಿಸಿದ್ದ. "ನಂಗೆ ಈಗ ಬರೋಕ್ಕಾಗೋಲ್ಲ, ನಾನು ಬರೋದ್ರಿಂದ ಅವ್ರಿಗೆ ತಾನೇ ಏನು ಪ್ರಯೋಜನ?" ಅಂದೇ ಅವನ ಧಾಟಿಗೆ ಬೆರಗಾಗಿ ಅವನಲ್ಲಿನ ಇನ್ನೊಬ್ಬ ಭಾಸ್ಕರನನ್ನು ಗುರ್ತಿಸಿದ್ದರು.

"ಎಂಥ ಮಾತು! ಇದು ಪ್ರಯೋಜನದ ಪ್ರಶ್ನೆಯಲ್ಲ ಭಾಸ್ಕರ. ನಿನ್ಮೇಲೆ ಅವ್ರ ಉಪಕಾರದ ಋಣ ಎಷ್ಟಿದೆ ಗೊತ್ತಾ? ಸ್ವಂತ ಅಣ್ಣ ತಮ್ಮಂದಿರ ಮಕ್ಕಳಿಗೆ ಅಷ್ಟಿಷ್ಟು ಕೊಡಲಾರದ ಜನ ಇರೋ ಕಾಲದಲ್ಲಿ.... ನಿಂಗೆ ಅವ್ರು ಮಾಡಿದ್ದೆಷ್ಟು ಗೊತ್ತಾ?" ಸಂಕಟದಿಂದ ಅವರು ಮಾಡಿದನ್ನ ನೆನಪಿಸಿಕೊಂಡರು.

"ನೋಡೋಣ...." ಎಂದಿದ್ದ.

ಹಿರಿಗೌಡರು ಸತ್ತ ಹದಿನೈದು ದಿನದ ನಂತರ ಊರಿಗೆ ಬಂದಿದ್ದ. ಅವರ ಪ್ರಸ್ತಾಪವೇ ಎತ್ತಲಿಲ್ಲ.

"ಭಾಸ್ಕರ, ನೀನು ಬಂದು ಮುಖ ತೋರಿಸಬೇಕಿತ್ತು. ಸಾಯೋಕೆ ಹತ್ತು ನಿಮಿಷದ ಮೊದ್ಲು ಭಾಸ್ಕರ ಬಂದಾನಾಂತ ಕೇಳಿದ್ರು. ದೊಡ್ಡ ತಪ್ಪು ಮಾಡ್ದೇ ಕಣೋ" ತಾಯಿಯ ಮಾತುಗಳಿಗೆ ಅವನ ಪ್ರತಿಕ್ರಿಯೆ ಸೊನ್ನೆ.

ಇವೆಲ್ಲ ದೊಡ್ಡ ತಪ್ಪುಗಳೇ, ಕರುಳಿನ ಸಂಬಂಧ ಇದನ್ನೆಲ್ಲ ಮರೆಸುವಷ್ಟು ದೊಡ್ಡದಾಗಿತ್ತು.

ಬಹಳ ಸುಲಭವಾಗಿಯೇ ಕೆಲಸ ಸಿಕ್ಕಿತ್ತು. ಅದರ ಹಿಂದೆ ದೊಡ್ಡ ಜನರ ಕೈವಾಡವಿದೆಯೆಂದು ಅವರಿಗೆ ಅನ್ನಿಸಲೇ ಇಲ್ಲ. ಅವನ ಮೊದಲ ಪೋಸ್ಟಿಂಗ್ ಕೋರಾಪುಟ್‌ಗೆ.

ಒಂದು ಸಲ ದಿಢೀರೆಂದು ಇಳಿದ ಅವನು ತಾಯಿಯ ಬಳಿಯಲ್ಲಿ ತೋಡಿಕೊಂಡ.

"ಅಮ್ಮಾ, ನಂಗೆ ಅಲ್ಲಿ ಊಟ, ತಿಂಡಿಗೆ ಕಷ್ಟ ಒಂದು ದಿನ ಮಲಗಿದ್ರೆ.. ನೋಡೋರಿಲ್ಲ."

ಅರ್ಥ ಮಾಡಿಕೊಂಡ ಆಕೆ ನಕ್ಕುಬಿಟ್ಟರು.

"ನಾವು ಅದೇ ಯೋಚ್ನೆಯಲ್ಲಿ ಇದ್ದೀವಿ. ನಾಲ್ಕಾರು ಸಂಬಂಧಗಳು ಬಂದಿವೆ. ನೀನು ಹುಡ್ಗೀನ ನೋಡಿ ಒಪ್ಪಿಬಿಟ್ರೆ ಸಾಕು. ಜಾತಕಾನುಕುಲವೆಲ್ಲಾ ನೋಡಿಯಾಗಿದೆ."

ಸ್ವಲ್ಪ ಸಂಕೋಚಿಸಿದಂತೆ ಒಂದೆರಡು ನಿಮಿಷ ಮೌನವಹಿಸಿದ ನಂತರ "ಹುಡ್ಗೀನ ನೋಡಿಯಾಗಿದೆ. ದಿನ ಕೂಡ ನಿಶ್ಚಯವಾಗಿದೆ. ಅವ್ರೇ ನಂಗೆ ಕೆಲ್ಸ ಕೊಡ್ಸಿದ್ದು. ಭಿಲೈ ಉಕ್ಕಿನ ಕಾರ್ಖಾನೆಯಲ್ಲಿ ಡೆಪ್ಯುಟಿ ಜನರಲ್ ಮ್ಯಾನೇಜರ್ ಆಗಿದ್ದಾರೆ. ನಮ್ಮ ಖರ್ಚೇನು ಇಲ್ಲ" ಸ್ಪಷ್ಟವಾಗಿ ವಿವರಿಸಿದ. ಬರೀ ಅಕ್ಷತೆ ಕಾಳನ್ನು ಕೈಯಲ್ಲಿಟ್ಟು ಆಶೀರ್ವಾದ ಕೇಳಿದಂತಾಯಿತು.

ಆಕೆಯ ಮನ ಸಂಕಟದಿಂದ ಒದ್ದಾಡಿತು. "ಇದು ಸರಿಯಿಲ್ಲ ಕಣೋ, ಭಾಸ್ಕರ. ಅವ್ರು ನಿಂಗೆ ಕೆಲ್ಸ ಕೊಡಿಸಿದ್ದೇ ದೊಡ್ಡ ಉಪಕಾರವಲ್ಲ. ನಿನ್ನ ಈ ಸ್ಥಿತಿಗೆ ಊರಿನ ಜನರೆಷ್ಟು ಕಾರಣಾಂತ ಗೊತ್ತ? ನಿಮ್ಮಪ್ಪ ಏನಂದ್ಕೋತಾರೆ. ಎಲ್ಲಾ ನೀನೇ ನಿಷ್ಕರ್ಷೆ ಮಾಡ್ಕೊಂಡ್..... ಬಂದಿದ್ದೀಯಲ್ಲ" ಛೀಮಾರಿ ಹಾಕಿದರು.

ಇಂಥದನ್ನೆಲ್ಲ ಮೀರಿ ನಿಂತಿದ್ದ ಭಾಸ್ಕರ.

"ಇಂಥದನ್ನೆಲ್ಲ ಇಟ್ಕೊಂಡ್ರೆ ಜೀವ್ನದಲ್ಲಿ ಮೇಲಕ್ಕೆ ಬರೋದು ಕಷ್ಟ ಹೊಸ ಅಪಾಯಿಂಟ್‌ಮೆಂಟ್. ಶಾಸ್ತ್ರ, ಸಂಪ್ರದಾಯಾಂತ ನಾಲ್ಕಾರು ಸಲ ನಿಮ್ಮನ್ನೆಲ್ಲ ಕಟ್ಟಿಕೊಂಡು ತಿರ್ಗ್ಗಾಡೋಕ್ಕಾಗಲ್ಲ. ಒಳ್ಳೆ ಜನ, ಹುಡ್ಗೀ ಚೆನ್ನಾಗಿದ್ದಾಳೆ. ಡಿಗ್ರಿಯವರ್ಗ್ಗೂ ಕಲಿತವಳು. ಇನ್ನೇನು.... ಬೇಕು?" ತಾಯಿಗೆ ಸವಾಲೆಸೆದು ನಿಂತ.

ಇದು ನುಂಗಲಾರದ ತುತ್ತು. ಹಾಗೆಂದು ಮಗನನ್ನ ತೊರೆದುಕೊಳ್ಳುವುದು ಸಾಧ್ಯವೇ? ಅಷ್ಟೋ ಇಷ್ಟೋ ಹೊಂದಿಸಿಕೊಂಡು ಹೋದರು ಮದುವೆಯ ಮಂಟಪದಲ್ಲಿಯೇ ಭಾವೀ ಸೊಸೆಯನ್ನು ನೋಡಿದ್ದು. ಬಳಕುವ ಬಳ್ಳಿಯಂತೆ ಲಕ್ಷಣವಾಗಿದ್ದಳು. ಅದೊಂದೇ ಅವರಿಗೆ ಸಮಾಧಾನ, ಕಡೆಗೆ ಮಗನನ್ನು ಕೇಳಿಕೊಂಡರು.

"ಊರಲ್ಲಿ ಆರತಿ ಇಟ್ಕೊಂಡ್, ನಾಲ್ಕು ಜನಕ್ಕೆ ಊಟ ಹಾಕೋಣ. ನಿನ್ನ ಹೆಂಡ್ತಿನ ನೋಡೋಕೆ ಅವ್ರಿಗೆ ತುಂಬಾ ಕುತೂಹಲ ಕಣೋ...."

ಹೊಸ ಹುಮ್ಮಸ್ಸಿನಲ್ಲಿದ್ದ ಭಾಸ್ಕರ ಈ ಬೇಡಿಕೆಯನ್ನು ತಳ್ಳಿ ಹಾಕಿದ. "ಹನಿಮೂನ್‌ಗೆ ಕಾಶ್ಮೀರಕ್ಕೆ ಹೋಗ್ತಾ ಇದ್ದೀವಿ. ಅಲ್ಲಿಂದ ಬಂದ್ಮೇಲೆ ರಜ ಉಳಿದಿದ್ರೆ ಬರ್ತೀನಿ. ಈಗ ಆಗೋಲ್ಲ."

ಭವ್ಯವಾದ ಆಕೆಯ ಕನಸ್ಸಿನ ಸೌಧದ ಪಾಯವೇ ಅಲ್ಲಾಡಿದಂತಾಯಿತು. ಒಂದಷ್ಟು ಜನರೊಂದಿಗೆ ಸೋತ ಮುಖ ಹಾಕಿಕೊಂಡು ಊರಿಗೆ ಹಿಂದಿರುಗಿದ್ದರು. ಮುಲಾಜಿಲ್ಲದೆ ಊರವರ ಅಭಿಮಾನಕ್ಕೆ ತಣ್ಣೀರು ಎರಚಿಬಿಟ್ಟಿದ್ದ.

ಆಮೇಲೆ ಆರು ತಿಂಗಳ ನಂತರ ಬಂದಿದ್ದು ಒಬ್ಬನೇ. ವನಜಮ್ಮನಿಗೆ ನುಂಗಲಾರದ ತುತ್ತು.

"ಮದ್ವೆ ಆದ್ಮೇಲೆ ಮೊದಲ ಸಲ ಬರ್ತಾ ಇದ್ದೀಯಾ! ಜೊತೆಯಲ್ಲಿ ಬರ್ಬೇಕಿತ್ತು. ಸೊಸೆ ಅನ್ನಿಸಿಕೊಂಡವಳ ಜೊತೆ ನಾಲ್ಕು ಮಾತು ಆಡೋದಿರ್ಲಿ, ಸರಿಯಾಗಿ ನೋಡಲು ಕೂಡ ಇಲ್ಲ." ನೊಂದುಕೊಂಡರು.

ತಲೆ ಮೇಲೆತ್ತಿ ಉಸುರು ದಬ್ಬಿದ "ನಂಗೂ ಅದೇ ಉದ್ದೇಶ ಇತ್ತು. ನಂಗೆ ರಜ ಇಲ್ಲ. ಅವ್ಳು ಸ್ವಲ್ಪ ಸೂಕ್ಷ್ಮ. ಇಲ್ಲಿನ ವಾತಾವರಣಕ್ಕೆ ಹೇಗೆ ಪ್ರತಿಕ್ರಿಯಿಸುತ್ತಾಳೋಂತ ಸುಮ್ಮನಾದೆ. ಮುಂದಿನ ಸಲ ಕರ್ಕೊಂಡ್ಬರ್ತೀನಿ. ಇಲ್ಲಿಗೆ ಬರ್ದೇ ಮತ್ತೆಲ್ಲಿಗೆ ಹೋಗ್ತಾಳೆ" ಮಾತು ಹಾರಿಸಿಬಿಟ್ಟ.

"ಏನೋಪ್ಪ, ಕಲಿತ ಮಾತ್ರಕ್ಕೆ ಇಷ್ಟೊಂದು ಬದಲಾಗ್ಬಾರ್ದು. ವಿವೇಕ, ಒಳ್ಳೆಯತನವಿಲ್ಲ. ವಿದ್ಯೆ ಯಾತಕ್ಕೂ ಪ್ರಯೋಜನವಿಲ್ಲ." ತಮ್ಮ ಬೇಸರ, ಕಹಿಯನ್ನ ಕಕ್ಕದೇ ಬಿಡಲಿಲ್ಲ.

ಇದು ಅವನನ್ನ ರೇಗಿಸಿತು. "ಏನಮ್ಮ..... ನಿನ್ನ ಅರ್ಥ ನಾನೇನು ಕೆಟ್ಟು ಹೋಗಿದ್ದೀನಿ? ಜೀವನದಲ್ಲಿ ಸ್ವಲ್ಪ ಮೇಲೇರಬೇಕಾದ್ರೆ ಒಂದಿಷ್ಟು ಕಾಠಿಣ್ಯತೆ ಬೆಳಸ್ಕೋಬೇಕು. ನಿಮ್ಮ ಒಳ್ಳೆಯತನದಿಂದ್ಲೇ ಏನಾಯ್ತು?" ವ್ಯಂಗ್ಯವಾಡಿದ್ದ.

ರಾಧಾಕೃಷ್ಣಯ್ಯ ಮಗನ ಬಳಿಯಲ್ಲಿ ಮಾತಾಡಲು ಹೋಗಲಿಲ್ಲ.

ಒಬ್ಬರ ಕಿವಿಯಿಂದ ಮತ್ತೊಬ್ಬರಿಗೆ ವಿಷಯ ಮುಟ್ಟಿ ಮನೆಯ ಬಳಿಯಲ್ಲಿ ಅವನನ್ನು, ಅವನ ಮಡದಿಯನ್ನು ನೋಡಲು ಗುಂಪು ಸೇರಿದಾಗ ಸಿಡಿಮಿಡಿಗೊಂಡ.

"ದರ್ಟಿ ಫೆಲೋಸ್! ಸ್ವಲ್ಪವಾದ್ರೂ ಕಲ್ಚರ್ ಇಲ್ಲ. ಸುಮ್ನೇ ಬಂದು ಪ್ರಾಣ ತಿಂತಾರೆ" ಎಂದವನೇ ಮುಖ ಕೊಟ್ಟು ಕೂಡ ಮಾತಾಡಿಸದೇ ಒಳಗೆ ಹೋಗಿ ಕೂತುಬಿಟ್ಟ.

ದೊಡ್ಡ ವಿದ್ಯಾವಂತ, ಇಂಜಿನಿಯರ್ ಎನ್ನುವ ಹೆಮ್ಮೆ ರಾಧಾಕೃಷ್ಣಯ್ಯನವರ ಮನೆಯಿಂದ ಒಂದು ಮೆಟ್ಟಿಲು ಕೆಳಗಿಳಿಯಿತು.

ಒಳಗೆ ಬಂದು ಬಹಳ ಸಂಯಮದಿಂದ ಮಗನ ಮನವೊಲಿಸಲು ಪ್ರಯತ್ನಿಸಿದರು.

"ಜನ ನೊಂದ್ಕೋತಾರೆ. ಅವ್ರ ಕರುಣೆಯ ಕೂಸಾಗಿಯೇ ಬೆಳೆದಿದ್ದು ನೀನು. ನಿರ್ಮಲ ಮನಸ್ಸಿನವರು, ನಾಟಕೀಯವಾದ ಮಾತು, ರೀತಿ ಅವ್ರಿಗೆ ಗೊತ್ತಿಲ್ಲ. ಹೋಗಿ ಮಾತಾಡ್ಸು. ನೀನು ಯೋಚ್ಸೋ ರೀತಿಯ ಕಲ್ಚರ್ಸ್ ಅವ್ರಿಗೆ ಇದ್ದಿದ್ರೆ..... ಇಂದು ನೀನು ಈ ಸ್ಥಿತಿಯಲ್ಲಿ ಇರ್ತಾ ಇರ್ಲಿಲ್ಲ. ಅದೂ ಇದೂ ಮಾಡ್ಕೊಂಡ್ ಮೈಥಿಲಿಪುರದಲ್ಲೇ ಇರ್ತಾ ಇದ್ದೆ." ಕಡೆಗೆ ಬೇಸರದಿಂದ ರೇಗಿಯೂ ಬಿಟ್ಟಿದ್ದರು.

ತಂದೆಯ ಮಾತಿಗೆ ಬೆಲೆ ಕೊಟ್ಟವನಂತೆ ಹೊರಗೆ ಹೋಗಿದ್ದರು. ಅವನ ಮುಖದ ಗಂಟು ಸಡಿಲವಾಗಿರಲಿಲ್ಲ. ಬರೀ 'ಹಾ, ಹ್ಞೂ' ಎಂದು ಗತ್ತನ್ನು ಪ್ರದರ್ಶಿಸಿದ್ದ.

ಇದೆಲ್ಲ ಮರೆಯಲು ಅವರಿಂದ ಸಾಧ್ಯವಿರಲಿಲ್ಲ.

* * *

ಇವರು ಹೊರಡುವ ದಿನ ಹತ್ತಿರವಾಗುತ್ತಿದ್ದಂತೆ ಊರಿನ ಪ್ರತಿಯೊಬ್ಬರು ತಮ್ಮ ತಮ್ಮ ಕಾಣಿಕೆಯೆನ್ನುವಂತೆ ಹಣ್ಣು, ತರಕಾರಿ ಅದೂ ಇದೂಂತ ತಂದುಕೊಡತೊಡಗಿದರು. ಇದನ್ನೆಲ್ಲ ತಗೊಂಡು ಹೋಗಲು ಸಾಧ್ಯವೇ? ಅದಕ್ಕೆ ಸೊಸೆ, ಮಗ ಸಮ್ಮತಿಸಿಯಾರ?

"ಸೂರ್ಯ, ನೀನಾದ್ರೂ ಹೇಳು ಅವ್ರಿಗೆಲ್ಲಾ. ಇದನ್ನೆಲ್ಲ ತಗೊಂಡ್ಹೋಗೋಕೆ ಭಾಸ್ಕರ ಸಮ್ಮತಿಸುತ್ತಾನಾ?" ಅರ್ಧ ಮೂಟೆ ಕಾಳು ಹೊತ್ತು ತಂದ ಸೂರ್ಯನಿಗೆ ಹೇಳಿದಾಗ "ಅವನೇನು ತಗೊಂಡ್ಹೋಗೋದ್ಬೇಡ. ಬೇಕಾದ್ರೆ... ಒಂದು ಲಾರಿ ಮಾಡ್ಕೊಂಡ್ಬಂದು ಅಲ್ಲಿ ಇಳಿಸಿ ಬರ್ತೀನಿ" ಅವನದು ಅದೇ ಧೋರಣೆ.

ಅಷ್ಟರಲ್ಲಿ ಬಂದ ಮೇದರ ರಾಮಿ ದೊಡ್ಡ ಕುಕ್ಕೆಗಳ ಗೂಡೆಯನ್ನೇ ಇಳಿಸಿ 'ಉಸ್ಸೆಂದು' ಹೊರಗೆ ಕೂತಾಗ ವನಜಮ್ಮ ನೀರು ಮಜ್ಜಿಗೆ ಹಿಡಿದು ಬಂದರು.

"ಇದ್ನ ಕುಡಿದು ಸುಧಾರಸ್ಕೋ, ಎಲ್ಲಾ ಮಾರ್ಕೊಂಡ್ ಕಡೆಯಲ್ಲಿ ಬರ್ಬೇಕಿತ್ತು" ಅಕ್ಕರೆಯಿಂದ ಹೇಳಿದರು.

ತಲೆಯ ಮೇಲಿನ ಬಟ್ಟೆಯ ಸಿಂಬಿಯನ್ನ ತೆಗೆದು ತೊಡೆಯ ಮೇಲಿಟ್ಟುಕೊಂಡಳು. "ಇವೆಲ್ಲ ನಿಮ್ಗೇ ಅಂತ್ಲೇ ಹೆಣೆದು ತಂದಿದ್ದು ಕಣ್ರವ್ವಾ! ನೀವು ಹೊಂಟ್ಹೋದ್ಮೇಲೆ ಯಾರವ್ವ ಈ ಮೂಳಿಗೆ ಒಂದಿಷ್ಟು ವಿಶ್ವಾಸ ತೋರೋರು. ನಂಗೆ ಈ ಮನೆತವರು ಮನೆ ಆಗಿತ್ತು" ಮುಸಿ ಮುಸಿ ಅತ್ತಳು.

ಇದು ನಾಟಕೀಯವಲ್ಲ. ಯಾರನ್ನು ಮೆಚ್ಚಿಸುವ ಸಲುವಾಗಿ ಅಲ್ಲ. ವಿದ್ಯೆ ಕಲಿಯದ ಮುಗ್ಧ ಹೆಣ್ಣಿನ ಅಂತರಾಳದ ಪ್ರೀತಿ ಕಣ್ಣೀರಿನ ರೂಪದಲ್ಲಿ ಒಸರಲು ಹಿಜರಿಯಲಿಲ್ಲ.

ಇಂಥ ಮಾತುಗಳನ್ನು ಕೇಳಿ ಕೇಳಿ ವನಜಮ್ಮನಿಗೆ ತಮ್ಮ ಪ್ರಯಾಣವನ್ನೇ ರದ್ದು ಮಾಡಿಬಿಡಬೇಕೆನಿಸಿತ್ತು. ಆದರೆ ಮಗ, ಸೊಸೆ, ಮೊಮ್ಮಗನ ಮಮಕಾರ ತೊಡೆದುಹೋಗದಷ್ಟು ಬಿಗಿಯಾಗಿತ್ತು. ಕೆಲವು ರಾತ್ರಿಗಳು ಮಗನ ನೆನಪಲ್ಲಿ ನಿದ್ದೆ ಇಲ್ಲದೇ ಕಳೆದದ್ದುಂಟು.

"ಎಲ್ಲಿಗೆ ಹೋಗ್ತೀನಿ, ಬಿಡು! ಆಗಾಗ ಬಂದು ಹೋಗ್ತೀವಿ. ನಿಮ್ಮನ್ನೆಲ್ಲ ಬಿಟ್ಟು ಹೋಗೋಕೆ ನಮ್ಗೂ ಕಷ್ಟ ಕಣೆ, ರಾಮಿ" ಆಕೆಯ ಸ್ವರವೂ ಒದ್ದೆಯಾಯಿತು.

ಅತ್ತು ಸುಧಾರಿಸಿಕೊಂಡ ಮೇಲೆ ಮಜ್ಜಿಗೆ ಕುಡಿದು ಹತ್ತಿಗೆ, ಹೂವಿಗೆ, ತರಕಾರಿಗೆ ಅಂತ ಸಣ್ಣ ಪುಟ್ಟ ಬುಟ್ಟಿಗಳನ್ನು ಅವರ ಮುಂದೆ ತೆಗೆದಿಟ್ಟಾಗ ಆಕೆ ತಲೆಯ ಮೇಲೆ ಕೈಯೊತ್ತರು.

"ಇದೆಲ್ಲ ಯಾಕೆ? ನನ್ನ ಸೊಸೆ ನಾಜೋಕಿನ ಹೆಣ್ಣು. ಇದನ್ನೆಲ್ಲಾ ಎಲ್ಲಿ ಉಪಯೋಗಿಸ್ತಾಳೆ.? ಖಂಡಿತ ಬೇಡ. ಯಾರ್ಗಾದ್ರೂ ಮಾರ್ಕೋ..... ಇವೆಲ್ಲಾ ಮನ್ಯಾಗೆ ಬೇಡಾ! ಇಷ್ಟು ಚೆಂದವಾಗಿ ಹೆಣೆದದ್ದು ಅಲ್ಲಿ ಸಿಕ್ಕಕಿಲ್ಲ!" ಅವಳ ಪಟ್ಟಿಗೆ ಅವರೇನೋ ಸೋತರು. ಅದಕ್ಕೆ ಮಗ ಅವಕಾಶ ಕೊಡಬೇಕಷ್ಟೆ.

"ನೋಡ್ಬೇಕು...." ಒಳಗೆ ಹೋದರು.

ತಮ್ಮದೊಂದು ಹಳೆಯ ಸೀರೆ, ಒಂದತ್ತು ಸೇರು ರಾಗಿ, ಅಷ್ಟಿಷ್ಟು ಕಾಳನ್ನೆಲ್ಲ ತಂದು ಅವಳ ಮುಂದಿಟ್ಟರು.

"ಇದನ್ನೆಲ್ಲಾ ತಗೊಂಡ್ಹೋಗು, ನಾಲ್ಕು ದಿನ ಮಕ್ಕಳ ಊಟಕ್ಕೆ ಆಗುತ್ತೆ. ಬುಟ್ಟಿಗೋಸ್ಕರ ಕೊಟ್ಟಿದ್ದಲ್ಲ" ಮನವೊಲಿಸಿದರು.

ಮಾರನೆ ದಿನದ ಬೆಳಿಗ್ಗೆ ಮಗ, ಸೊಸೆ ಕಾರಿನಲ್ಲಿ ಬರುವವರಿದ್ದರು. ಇನ್ನೊಂದು ರಾತ್ರಿಯ ಋಣ ಮೈಥಿಲಿಪುರದಲ್ಲಿ. ತೆಂಗಿನಕಾಯಿ, ತರಕಾರಿ, ದವಸ ರಾಶಿಯಾಗಿ ಬಂದು ಬಿದ್ದಿತ್ತು ನಡುಮನೆಯಲ್ಲಿ.

ಅರ್ಧರಾತ್ರಿಯಾದರೂ ವನಜಮ್ಮನಿಗೆ ನಿದ್ದೆ ಬರಲಿಲ್ಲ. ಎದ್ದು ಕೂತರು. ಬೆಳದಿಂಗಳ ದಿನಗಳು ಗವಾಕ್ಷಿಯೊಳಗಿಂತ ಚಂದ್ರನ ಶೀತಲ ಬೆಳಕಿನ ಕಿರಣಗಳು ನಡುಮನೆಯಲ್ಲಿ ಬಿದ್ದು ಶೋಭಾಯಮಾನವಾಗಿತ್ತು.

"ನಿದ್ದೆ..... ಬಂದಿದ್ಯಾ?" ಕೇಳಿದರು.

ಸೂರನ್ನು ದಿಟ್ಟಿಸುತ್ತ ಮಲಗಿದ್ದ ರಾಧಾಕೃಷ್ಣಯ್ಯ ಎದ್ದು ಕೂತರು. "ಹೇಗೆ ಬರುತ್ತೆ? ಹೆತ್ತ ಮಗ ದೂರವಿದ್ದಾನಲ್ಲ ಅನ್ನೋ ಸಂಕಟ ಅನುಭವಿಸಿದ್ದಾಯ್ತು. ಇನ್ನ ಕಳೆದ ನೆನಪುಗಳನ್ನು ಮೆಲುಕುಹಾಕಿ ಜೀವನವನ್ನು ದೂಡಬೇಕು. ಹೇಗೆ ಬಿಟ್ಟು ಹೋಗೋದು ಈ ಮನೆಯನ್ನ? ನಮ್ಮ ಬದ್ಕೀನಲ್ಲಿ ಒಂದಾಗಿ ಹೋದ ಜಾಗ" ನೀಟಾಗಿ ಸಗಣಿಯಿಂದ ಸಾರಿಸಿದ ನೆಲವನ್ನು, ಮಗುವನ್ನು ಮುಟ್ಟಿ ನೋಡುವಂತೆ ತಡವಿ ನೋಡಿದರು. ಹೆಚ್ಚು ಆತ್ಮೀಯವೆನಿಸಿತು ಮನಕ್ಕೆ.

ನಡುಮನೆಯ ಮಧ್ಯದಲ್ಲಿ ಹಾಕಿದ್ದ ರಂಗೋಲಿಯಲ್ಲಿ ನೆಟ್ಟ ಅವರ ನೋಟವನ್ನು ಕೀಳಲಾಗಲಿಲ್ಲ ಅವರಿಂದ. ವನಜ ಕಾಲಿಟ್ಟ ಗಳಿಗೆಯಿಂದಲೇ ಕಲಾ ಚಮತ್ಕಾರದಿಂದ ಸಿಂಗರಿಸಿದ ದೇಗುಲ' ಅವರ ಮನ ಸಂವೇದನೆಗೆ ಒಳಗಾಯಿತು.

"ನೀನು ಭಾಸ್ಕರನಿಗೆ ಬಸುರಿಯಾದಾಗ ನಾನೇ ಒಮ್ಮೆ ಸಾರಿಸಿ ರಂಗೋಲಿ ಹಾಕಿದ್ದೆ, ನೆನಪಿದ್ಯಾ?" ಜ್ಞಾಪಿಸಿದರು. ಆಕೆಗೆ ನಗು ಉಕ್ಕಿ ಬಂತು "ಹೌದೌದು, ಕೃಷ್ಣಭಟ್ಟರ ಹೆಂಡ್ತಿ ಮತ್ತೆ ಸಾರಿಸಿ ರಂಗೋಲಿ ಹಾಕಿದ್ದರು. ಎಷ್ಟು ವಿಚಿತ್ರವಾಗಿ ಹಾಕಿದ್ರಿ ಗೊತ್ತಾ ರಂಗೋಲಿ? ಆನೆ ಸೊಂಡಿಲು, ಕುದುರೆ ಬಾಲ ಎಲ್ಲಾ ಇತ್ತು."

ರಾಧಾಕೃಷ್ಣಯ್ಯನವರು ಕೂಡ ನಕ್ಕರು. ಅಂದಿನ ರಂಗೋಲಿ ಇಂದಿಗೂ ಅವರ ಮನಃ ಪಲ್ಲಟದಿಂದ ಅಳಿಸಿ ಹೋಗಿರಲಿಲ್ಲ. ಇಪ್ಪತ್ತು ಚುಕ್ಕೆ, ಬಂದು ಒಂದು ಕಮ್ಮಿ ಮಾಡಿಕೊಂಡು ಹತ್ತು ಸಾಲು ಎಳೆದ ಗೆರೆಗಳನ್ನು ಮಾತ್ರ ನೆನಪಿಸಿಕೊಂಡರು.

ಎದ್ದವರು ಹಳೆಯ ಒಂದು ಸ್ಲೇಟು, ಸೀಮೆಸುಣ್ಣ ಹಿಡಿದು ಬಂದವರು ಅಂದಿನ ರಂಗೋಲಿಯನ್ನು ಅಳಿಸಿ ಅಳಿಸಿ ಬಿಡಿಸಿದರು. ಸರಿಹೋಯಿತು ಅನ್ನಿಸಿದರೂ ಮತ್ತೆ ತಪ್ಪಿಹೋಗುತ್ತಿತ್ತು.

ವನಜಮ್ಮ ಬಿದ್ದು ಬಿದ್ದು ನಕ್ಕರು. "ಅಂದಿನ ಆನೆ ಸೊಂಡಿಲು, ಕುದುರೆ ಬಾಲದ ಜೊತೆ ಇಂದು ಸುಂದರವಾದ ಜಿಂಕೆಯ ಆಕಾರವು ಇದೆ" ಸ್ಲೇಟು ಕಿತ್ತುಕೊಂಡರು.

"ಮತ್ತೆ ನೀನು ಬಿಡ್ಸು ನೋಡೋಣ" ಛಾಲೆಂಜ್ ಎಸೆದರು. "ನಂಗೆ ಅದೇನು ದೊಡ್ಡ ವಿಷ್ಯವಲ್ಲ" ಎಂದವರು ಸ್ಲೇಟನ್ನು ತೊಳೆದು ಬಂದವರು ಅಷ್ಟೆ ಚುಕ್ಕೆ, ಅಷ್ಟೆ ಸಾಲಿನಲ್ಲಿ ಒಂದು ಸುಂದರ ರಂಗೋಲಿ ಬಿಡಿಸಿ ಗಂಡನ ಮುಂದಿಟ್ಟರು.

"ಭೇಷ್ ವನಜ, ಈ ಸಲದ ಉಗಾದಿಗೆ ನಿಂಗೆ ರೇಷಿಮೆ ಸೀರೆ ಕೊಡ್ಸಿಬಿಡ್ತೀನಿ. ಅದ್ನ ಉಡ್ಸಿ ನಿನ್ನ ವಾಕ್ ಕರ್ಕೊಂಡ್ಹೋಗ್ತೀನಿ" ನಗೆ ಚಾಟಿಕೆ ಹಾರಿಸಿದರು.

ಮನೆಯಲ್ಲಿ ತುಂಬಿಕೊಂಡ ವಿಷಾದ ದಿಕ್ಕಾಪಾಲಾಗಿ ಚದುರಿಹೋಯಿತು. ನೆನಪುಗಳು ಹಸುರಿನ ಕಾರಂಜಿಗಳಾದವು.

ಬೆಳಕು ಹರಿದಿದ್ದು ಇಬ್ಬರ ಗಮನಕ್ಕೂ ಬರಲಿಲ್ಲ.

ಸೂರ್ಯನ ದನಿ ಕೇಳಿದ ಮೇಲೆಯೇ ಅವರು ವಾಸ್ತವಕ್ಕೆ ಮರಳಿದ್ದು.

"ಮೇಷ್ಟ್ರೆ...." ಮೂರು ಸಲ ಕೂಗಿದ ನಂತರವೇ ವನಜಮ್ಮ ಹೋಗಿ ಬಾಗಿಲು ತೆಗೆದಿದ್ದು. ನೊರೆ ಹಾಲಿನ ತಂಬಿಗೆ ಹಿಡಿದಿದ್ದ. "ಯಾಕೋ ಇಷ್ಟೊಂದು ತಂದೆ? ಪರಮೇಶಪ್ಪನ ಮನೆಯವ್ರು ಬೆಳಿಗ್ಗೆ ಹಾಲು ಕಳಿಸಿ ಕೊಡ್ತೀವೀಂತ ರಾತ್ರೀನೇ ಹೇಳಿ ಹೋಗಿದ್ರು. ಇಷ್ಟೆಲ್ಲ ಯಾರು ಕುಡೀಬೇಕು?" ಅದಕ್ಕೆ ಅವನಲ್ಲಿ ಉತ್ತರವಿಲ್ಲ.

ತಂಬಿಗೆ ಒಳಗಿಟ್ಟು ಕೇಳಿದ "ಭಾಸ್ಕರ, ಈಗಲಾದ್ರೂ ನಾಲ್ಕು ದಿನ ಇರ್ತಾನಾ? ಈಗ್ಲಾದ್ರೂ ಒಪ್ಪತ್ತು ಜೊತೆಯಲ್ಲಿ ಊಟ ಮಾಡೋಣಾಂತ!" ಆಕೆ ಹೇಗೆ ಹೇಳಿಯಾರು.

"ಏನೋಪ್ಪ, ನಂಗೊಂದೂ ಗೊತ್ತಿಲ್ಲ. ಬೆಳೆದ, ಕಲಿತ, ಮದ್ವೆಯಾದ ಭಾಸ್ಕರ ಈಗ ನಮ್ಮ ಮಾತು ಕೇಳ್ತಾನಾ? ಅವ್ನ ತಾಪತ್ರಯಗಳು ಎಷ್ಟೋ?" ಆಕೆ ಎಷ್ಟೇ ಸಹಜವಾಗಿ ಹೇಳಿದರೂ ಅರಿವಿಲ್ಲದೇ ನೋವಿನ ಛಾಯೆ ಸ್ವರದಲ್ಲಿ ಸೇರಿಹೋಗಿತ್ತು.

"ಸ್ನಾನ ಮುಗ್ಸಿಕೊಂಡು..... ಬಂದ್ಬಿಡ್ತೀನಿ. ಸರ್ಯಾಗಿ ಮುಖವಾದ್ರೂ ನೋಡ್ತೀನಿ" ಎಂದವ ನಡೆದುಬಿಟ್ಟ.

ಸೂರ್ಯ ಅರ್ಧ ದಾರಿಗೆ ಬರುವ ವೇಳೆಗೆ ಕಾರು ಬರುತ್ತಿದ್ದುದು ಕಾಣಿಸಿತು. ಎಲ್ಲಾ ಮರೆತು ಕುಣಿದುಬಿಡುವಷ್ಟು ಉದ್ವೇಗ.

ಪಕ್ಕದಲ್ಲಿ ನಿಂತು ಕೈಯಾಡಿಸಿದ. ಕಾರು ನಿಲ್ಲಲೇ ಇಲ್ಲ. ಕೆಂಪು ಧೂಳು ಅವನ ಮುಖಕ್ಕೆ ಎರಚಿತು ಅಷ್ಟೇ. ಆ ಧೂಳಿನಲ್ಲಿ ಚಿಕ್ಕಂದಿನ ಅವನ ಒಡನಾಡಿ ಭಾಸ್ಕರನ ರೂಪ ಕರಗತೊಡಗಿ ಅಲ್ಲಿ ದಟ್ಟವಾದ ಶೂನ್ಯ ಆವರಿಸಿತು.

ಬಂದ ಕಾರು ಊರವರಿಗೆಲ್ಲಾ ಸುದ್ದಿ ಮುಟ್ಟಿಸಿತು. ಮಕ್ಕಳು, ಹೆಂಗಸರು, ಮುದುಕರು ಎಲ್ಲರು ರಾಘುಮಾಸ್ಟರ್ ಮಗ ಸೊಸೆಯನ್ನು ನೋಡಲು ಬಂದರು.

ಬಾಗಿಲ ಬಳಿ ಇಳಿದ ವಾಣಿ ಮುಖ ಸಿಂಡರಿಸಿ ತನ್ನ ಕೈಯಲ್ಲಿ ಸಾಧ್ಯವಿಲ್ಲ ಎನ್ನುವಂತೆ ತಲೆಯಾಡಿಸಿ ಎದೆಯ ಮೇಲೆ ಕೈಯಿಟ್ಟುಕೊಂಡಳು.

"ಹ್ಯಾವ್ ಪೇಷನ್ಸ್, ಪೂರ್ ಬೆಗ್ಗರ್ಸ್, ಇಲ್ಲಿಂದ ಹೊರಟರೆ ಎಲ್ಲಾ ಮುಗ್ದೇಹೋಯ್ತು. ಮತ್ತೆ ತಿರ್ಗಿ ನೋಡೋದ್ಬೇಡ" ಭುಜದ ಮೇಲೆ ಕೈ ಹಾಕಿ ಕೆನ್ನೆಯ ಮೇಲೆ ಪಿಸುಗುಟ್ಟಿದ.

ನಡುಮನೆಯ ಮೇಲಿನ ಕುರ್ಚಿಗಳಲ್ಲಿ ಭಾಸ್ಕರ, ವಾಣಿ ಕೂತರು. "ಒಂದ್ಸಲ ನೋಡಿಬಿಡ್ಲೀ" ಜಿಗುಪ್ಸೆಯಿಂದ ತಂದೆಯ ಮುಖ ನೋಡಿದ. ರಾಧಾಕೃಷ್ಣಯ್ಯನ ಶಾಂತ ಕಣ್ಣುಗಳಲ್ಲೂ ಕೋಪ ಇಣುಕಿತು. "ಒಳ್ಗೆ ಹೋಗಿ, ಕೈಕಾಲು ತೊಳ್ದು ಸುಧಾರಿಸಿಕೊಳ್ಳಿ. ನಿಮ್ಮನ್ನ ನೋಡೋದ್ರಿಂದ ಅವ್ರಿಗೆ ಪುಣ್ಯವೂ ಇಲ್ಲ. ಪುರುಷಾರ್ಥವೂ ಇಲ್ಲ" ಅರ್ಥವಾಗುವಂತೆಯೇ ಹೇಳಿದರು.

ದಢಾರಣೆ ಎದ್ದು ಹೋದರು ವಾಣಿ, ಭಾಸ್ಕರ, ಇವರೊಂದಿಗಿನ ಬದುಕು ಹೇಗಪ್ಪ ಎಂದುಕೊಂಡರು. ಮೊಮ್ಮಗನ ನೆನಪಾದ ಕೂಡಲೇ ತಳ್ಳಿ ಹಾಕಿದರು.

ಸೂರ್ಯನ ಅಪ್ಪ, ಅಮ್ಮ ಬಂದರು.

"ಸೂರ್ಯ ಬರಲಿಲ್ವೇನು? ಭಾಸ್ಕರನ ಊಟಕ್ಕೆ ರಾತ್ರಿಗೆ ಬರಹೇಳೋಕೆ ದೊಡ್ಡ ಔತಣದ ಅಡ್ಗೆ ಮಾಡಿಸೋಕೆ ತಿಪ್ಪಯ್ಯ ಭಟ್ಟರನ್ನೆ ಕರೆಸಿದ್ದಾನೆ. ಅವ್ರ ಕೈನ ಕಾಯಿ ಹೋಳಿಗೆ ಭಾಸ್ಕರನಿಗೆ ಇಷ್ಟ ಅಲ್ವಾ" ಆಕೆ ಸಂಭ್ರಮದಿಂದ ಮಗನಿಗೆ ವಿಷಯ ಮುಟ್ಟಿಸಲು ಹೋದರು.

ರಾಧಾಕೃಷ್ಣಯ್ಯ ಹೊರಗೆ ಯಾರೊಂದಿಗೋ ಮಾತಾಡುತ್ತಿದ್ದರು. ಯಾರು ವಿದ್ಯಾವಂತರು, ಯಾರು ಅವಿದ್ಯಾವಂತರು ಎಂದು ನಿರ್ಣಯಿಸಲು ಅವರಿಂದಾಗಲಿಲ್ಲ.

ಅದನ್ನು ಸೂರ್ಯನ ಅಪ್ಪನ ಮುಂದೆ ಪ್ರಸ್ತಾಪಿಸಿಯೂ ಬಿಟ್ಟರು.

"ವಿದ್ಯಾವಂತನಲ್ಲಿರಬೇಕಾದ ಗುಣ ಲಕ್ಷಣಗಳೇನು?" ಅವರು ನಕ್ಕು ಬಿಟ್ಟರು. "ಅಷ್ಟೆಲ್ಲ ನಮಗೆಲ್ಲಿ ತಿಳಿದಿದೆ. ಜಲಜನಕ, ಆಮ್ಲಜನಕದ ಗುಣ ಲಕ್ಷಣಗಳೇನು ಅಂದರೆ ಅಷ್ಟಿಷ್ಟು ನೆನಪಿಸಿಕೊಂಡು ಹೇಳಬಹುದಷ್ಟೆ".

"ಭಾಸ್ಕರ ಸೂರ್ಯನ ಅಪ್ಪ, ಅಮ್ಮ ಬಂದಿದ್ದಾರೆ. ವಾಣಿನ ಕರ್ಕೊಂಡ್ಬಾ.... ಸ್ವಲ್ಪ ಹೊರ್ಗಡೆ" ಮೆಲ್ಲಗೆ ಹೇಳಿದರು.

ಅವನು ಏನಾದರೂ ಹೇಳುವ ಮುನ್ನವೇ ವಾಣಿ "ಸೋ ಸಾರಿ, ಆ ಜನರ ಕಣ್ಣಿಗೆ ಆಹಾರವಾಗೋಕೆ ನಂಗಿಷ್ಟವಿಲ್ಲ. ನಂಗೆ ರೆಸ್ಟ್ ಬೇಕು" ಅಲ್ಲಿದ್ದ ಹಳೆಯ ಮಂಚದ ಮೇಲಿನ ಹಾಸಿಗೆಯ ಮೇಲೆ ಉರುಳಿಕೊಂಡಳು.

ದೈನ್ಯವಾಗಿ ಮಗನ ಕಡೆ ನೋಡಿದರು ವನಜಮ್ಮ. "ಇದು ಚೆನ್ನಾಗಿರೋಲ್ಲ. ಎರಡು ನಿಮಿಷ ಬಂದು ಮುಖ ತೋರ್ಸಿ ಹೋಗ್ಲಿ" ಹೇಳಿದರು.

"ಅವ್ಳಿಗೆ ಇಷ್ಟ ಇಲ್ಲಾಂದ್ಮೇಲೆ ಮುಗ್ದುಹೋಯ್ತು. ನಂಗಂತು ಕರ್ಮ ತಪ್ಪಿದ್ದಲ್ಲ" ಎದ್ದು ಬಂದ. ಆಕೆ ಅಷ್ಟಕ್ಕೆ ಸಂತೃಪ್ತಿಪಟ್ಟುಕೊಳ್ಳಬೇಕಿತ್ತು.

ಬಂದವನು ಧಿಮಾಕಿನಿಂದ ಕುರ್ಚಿಯ ಮೇಲೆ ಕೂತು ಕಾಲಿನ ಮೇಲೆ ಕಾಲು ಹಾಕಿದ. ಆಕೆಯ ಕರುಣೆಯಲ್ಲಿ ಆಡಿ ಬೆಳೆದಿದ್ದ. ಏನಾದರೂ ಕರೆದ ತಿಂಡಿಯ ವಾಸನೆ ಬಂತೆಂದರೇ ಅವರ ಮನೆ ಬಿಟ್ಟು ಬರುತ್ತಿರಲಿಲ್ಲ. ಹಿಂದೆ ಮುಂದೆ 'ಅತ್ತೆ-ಅತ್ತೆ' ಎಂದು ತಿರುಗಿ ಕೈ ಚಾಚುತ್ತಿದ್ದ ಕ್ಷಣಗಳು ಮರೆತುಹೋಯಿತೇನೋ!

"ಹೇಗಿದ್ದೀಯಾ ಭಾಸ್ಕರ? ಇಷ್ಟೊಂದು ಅಪರೂಪವಾದರೇ ಹೇಗೆ?" ಆಕೆ ಪ್ರೀತಿಯಿಂದ ಕೇಳಿದರು. "ಚೆನ್ನಾಗಿದ್ದೀನಿ. ಬರೋಕೆ ಪುರಸತ್ತು ಇರ್ಬೇಕಲ್ಲ" ಒಂದು ರೀತಿಯ ಉದಾಸೀನ ಅವನ ಸ್ವರದಲ್ಲಿ ಇಣಕಿತು.

ಒಂದು ಕಾಲು ಮೇಲೆ ಕೂತ, ಅವನ ಇನ್ನೊಂದು ಕಾಲಿನ ಪಾದ ಕುಣಿಯುತ್ತಿತ್ತು. ಇಂಥ ಅವಿಧೇಯತೆ ವನಜಮ್ಮನ ಮನ ಒಪ್ಪದಿದ್ದರೂ ಆಕೆ ತುಟಿಯೆರಡು ಮಾಡಲಿಲ್ಲ. ಪ್ರತಿಯೊಬ್ಬತಾಯ್ತಂದೆಯರು ಮಕ್ಕಳ ಇಂಥ ತಪ್ಪುಗಳನ್ನು ಕ್ಷಮಿಸಿಬಿಡುವಷ್ಟು ದೊಡ್ಡವರಾಗಿಬಿಡುತ್ತಾರೆ! ಕ್ಲಿಷ್ಟ ಪ್ರಶ್ನೆಯೇ.

ಚಾಪೆಯ ಮೇಲೆ ಕೂತ ಆಕೆ "ನಿನ್ನ ಹೆಂಡತಿಯನ್ನ ಕರಿಯಪ್ಪ ನೋಡ್ಬೇಕು" ಎಂದರು, ಅಲಕ್ಷ್ಯದಿಂದ ಭಾಸ್ಕರ, "ತೀರಾ ಸುಸ್ತಾಗಿ ಮಲಗಿಬಿಟ್ಟಿದ್ದಾಳೆ, ಅತ್ತೆ. ಅವ್ಳು ತೀರಾ ದೊಡ್ಡವರ ಮನೆಯಲ್ಲಿ ಬೆಳ್ದ ಹೆಣ್ಣು ಅಪರಿಚಿತರ ಮಾತು ಇಷ್ಟವಾಗೋಲ್ಲ" ದಿಟ್ಟವಾಗಿ ನುಡಿದ. ಆಕೆ ಮೇಲೆ ಎದ್ದರು.

ವನಜಮ್ಮನ ಹಣೆಗೆ ಕುಂಕುಮ ಹಚ್ಚಿ "ರಾತ್ರಿ ಎಲ್ಲಾ ಅಲ್ಲಿಗೆ ಊಟಕ್ಕೆ ಬಂದ್ಬಿಡಿ". ನೀರಸ ಇಣಕಿತು ಆಕೆಯ ಧ್ವನಿಯಲ್ಲಿ. ವನಜಮ್ಮ ಮಾತಾಡಲಿಲ್ಲ.

ಸ್ವಲ್ಪ ಕೋಪ ಬಂದಿತ್ತು ಕೂಡ "ಭಾಸ್ಕರ, ರಾತ್ರಿ ನಿನ್ನ ಹೆಂಡ್ತಿ ಕರ್ಕೊಂಡ್ ಅಲ್ಲಿಗೆ ಊಟಕ್ಕೆ ಬಂದ್ಬಿಡು. ನನ್ತಂಗಿ ಮಗ ಎಂ.ಇ. ಮಾಡ್ಕೊಂಡ್ ಅಮೆರಿಕಾಕ್ಕೆ ಹೊರಡೋಕೆ ಮುನ್ನ ಒಂದು ಎಂಟು ದಿನ ಇದ್ದು ಹೋದ. ಅವ್ನು ಮದ್ವೆ ಆಗಿರೋದು ಕೇಂದ್ರದ ಮಂತ್ರಿಗಳ ಮಗಳನ್ನು." ಮಾತಿನಿಂದ ಇರಿದುಬಿಟ್ಟರು. ನೀನೆಷ್ಟು, ನಿನ್ನ ಹೆಂಡತಿಯೆಷ್ಟು? ಎಂದು ವ್ಯಂಗ್ಯದಿಂದ ಪ್ರಶ್ನಿಸಿಬಿಟ್ಟಿದ್ದರು.

ಆಕೆ ಈ ಮೈಥಿಲಿಪುರಕ್ಕೆ ಸೊಸೆಯಾಗಿ ಕಾಲಿಟ್ಟಾಗ ಹಳೆಯ ಇಂಟರ್‌ಮೀಡಿಯೇಟ್ ಮಾಡಿದ ಮೊದಲ ಓದಿದ ಹೆಣ್ಣು. ಆಗ ಅವರಪ್ಪ ಎಂ.ಎಲ್.ಎ. ಅಣ್ಣಂದಿರೆಲ್ಲಾ ದೊಡ್ಡ ದೊಡ್ಡ ವಿದ್ಯಾವಂತರು. ಬಂದಾಗ ಹಳ್ಳಿಯ ಜನರೊಂದಿಗೆ ಆತ್ಮೀಯವಾಗಿ ಬೆರೆತುಹೋಗುತ್ತಿದ್ದರು. ನೆನಪಿಸಿಕೊಂಡು ಮೇಷ್ಟ್ರ ಮನೆ ಹುಡುಕಿಕೊಂಡು ಬರುತ್ತಿದ್ದರು.

ಭಾಸ್ಕರನ ದುರಹಂಕಾರಕ್ಕೆ ಆಕೆಯ ಮೈ ಉರಿದುಹೋಗಿತ್ತು. ರಾಧಾಕೃಷ್ಣಯ್ಯ, ವನಜಮ್ಮನ ಮೇಲಿನ ಗೌರವದಿಂದ ಹಾಗೇ ಹೊರಟಿದ್ದರು. ಇಲ್ಲದಿದ್ದರೇ ಅವನ ಮುಖದ ನೀರು ಇಳಿಸಲು ಹಿಂಜರಿಯುತ್ತಿರಲಿಲ್ಲ.

ಉಪ್ಪಿನಕಾಯಿ ಜಾಡಿಗೆ ಬಟ್ಟೆ ಕಟ್ಟುತ್ತಿದ್ದ ತಾಯಿಗೆ ಬಂದು ಹೇಳಿದ. "ಈ ಊಟ ಉಪಚಾರಗಳು ಯಾವ್ದೂ ಬೇಡ, ಇಲ್ಲಿಂದ ಹೊರಟರೇ ಸಾಕು. ಇಂಥ ಹಳ್ಳಿ ಜನ ಸುಧಾರಿಸೋಕೆ ಇನ್ನ ನೂರ್‍ವರ್ಷವಾದ್ರೂ ಸಾಕಾಗೋಲ್ಲ" ಸಿಡುಕಿದ.

ಆಕೆಯ ಮುಖದ ಗೆಲುವು ಅಳಿಸಿ ಹೋಯಿತು. ಮಗನಿಗೆ ದೀರ್ಘವಾಗಿ ಪತ್ರ ಬರೆಸಿದ್ದರು. ಜೊತೆಯಲ್ಲಿ ಹೆಂಡತಿಯನ್ನು ಕರೆದುಕೊಂಡು ಬರುವುದು ಮಾತ್ರವಲ್ಲದೇ, ನಾಲ್ಕು ದಿನ ಇಲ್ಲಿ ಉಳಿಯುವಷ್ಟು ಪುರಸತ್ತು ಮಾಡಿಕೊಂಡು ಬರಬೇಕೆಂದು ಒತ್ತಾಯ ಮಾಡಿ ಕಾಗದ ಹಾಕಿಸಿದ್ದರು. ಒಂದು ಗಂಟೆಗಳು ಕೂಡ ಕಳೆದಿರಲಿಲ್ಲ. ಆಗಲೇ ಹೋಗುವ ಮಾತು.

ಮತ್ತೆ ಕೇಳಿದ "ಬೆಳಿಗ್ಗೆ ಎಷ್ಟೊತ್ತಿಗೆ ಹೊರಡೋದು? ನಂಗೆ ನಿಮಿಷ ಗಳಿಗೆಯೆಲ್ಲಾ ಲೆಕ್ಕವೇ" ಆಕೆ ಎದ್ದು ನಿಂತು ಮಗನ ಕಡೆ ನೇರವಾಗಿ ನೋಡಿದರು. "ನಿಂಗೆ ಪತ್ರ ತಲುಪಲಿಲ್ವಾ? ಎಲ್ಲರ ಮನೆಗೂ ಹೋಗಿ ಬರ್ಬೇಕು, ಊರ ಆಂಜನೇಯ ಸ್ವಾಮಿ ದೇವಸ್ಥಾನಕ್ಕೆ ಅಭಿಷೇಕಕ್ಕೆ ಕೊಡ್ಬೇಕು. ಇದೆಲ್ಲ ವಿವರವಾಗಿ ಬರೆಸಿದ್ದೇನಲ್ಲ" ಎಂದಾಗ ಮುಖ ಪಕ್ಕಕ್ಕೆ ತಿರುವಿಕೊಂಡ.

"ಬರೆಯೋಕೆ ಅಪ್ಪನು ಪುರಸತ್ತಾಗಿದ್ರೂ, ನಿಮ್ಗೂ ಕೆಲ್ಸ ಕಾರ್ಯಗಳು ಇರ್ಲಿಲ್ಲ. ನನ್ನ ಸ್ಥಿತಿ ಹಾಗಲ್ಲ. ನಿಮಿಷ ನಿಮಿಷವೂ ನಂಗೆ ಲೆಕ್ಕವೇ, ಹಾಳು....ಇಲ್ಲಿದ್ದು ಮಾಡೋದೇನಿದೆ? ನಾಳೆ ಸಂಜೆ ಒಳ್ಗೇ ಹೊರಟು ಬಿಡ್ಬೇಕು. ನಾವು ಯಾರ್ಮನೆಗೂ ಬರೋಲ್ಲ. ಇಷ್ಟ ಬಂದ ದೇವ್ರಿಗೆ ಅಭಿಷೇಕಕ್ಕೆ ಕೊಟ್ಟುಕೊಳ್ಳಿ. ನಮ್ಮನ್ನ ಮಾತ್ರ ಕರೀಬೇಡಿ. ನಾಳೆ ಸಂಜೆ ಒಳ್ಗೇ ಊರು ಬಿಡ್ಬೇಕು" ಎಚ್ಚರಿಸಿದಂತೆ ಹೇಳಿದಾಗ ಆಕೆ ದಂಗಾದರು. ಮುಂದಿನ ದಿನಗಳು ತಮ್ಮ ಪಾಲಿಗೆ ಒಳ್ಳೆಯವಲ್ಲ ಎನ್ನುವ ಅನುಮಾನ ಆಕೆಗೆ.

ಕೋಣೆಗೆ ಹೋದ ಭಾಸ್ಕರ ದಢಾರನೇ ಮುಚ್ಚಿದ. ಹಳೆಯ ಬಾಗಿಲು ಅಂಥ ಸದ್ದೇನು ಮಾಡದಿದ್ದರೂ ಕೆಟ್ಟ ಸ್ವರದಲ್ಲಿ ನರಳಿದಂತಾಯಿತು.

ಮುಂದಿನ ಕಠಿಣ ದಿನಗಳ ಅರಿವಾಯಿತು. ಕರುಳಿನ ಮಮಕಾರವಿಲ್ಲದಿದ್ದರೇ ಆ ಸ್ಥಳ ಬಿಟ್ಟು ಹೊರಡುತ್ತಿರಲಿಲ್ಲ. ಅದೊಂದೇ ಅವರನ್ನ ಬಾದಿಸುತ್ತಿದ್ದುದು. ಕಾರು, ಬಂಗ್ಲೆ, ಶ್ರೀಮಂತ ಜೀವನದ ಭ್ರಮೆಯಲ್ಲಿ ತೇಲುವಂಥ ಮನಸ್ಸೇನು ಅವರದಲ್ಲ.

ಸಂಜೆ ಮುಂದು ಸೂರ್ಯನೇ ಬಂದು ಅವನನ್ನ ಹೊರಡಿಸಿದಾಗ ಭಾಸ್ಕರನಿಗೆ ಬದಲು ಹೇಳಲಾಗಲಿಲ್ಲ. ಅವನ ಪ್ರೀತಿ, ಕರುಣೆ ತುಂಬು ಸ್ನೇಹದಲ್ಲಿ ಬೆಳೆದಿದ್ದ. ಆದರೆ ಇಂದು ಅವನ ಕಣ್ಣಾಗಿಗೆ ನಿಟ್ಟಿಸಲು ಕೂಡ ಹಿಂಜರಿಯುತ್ತಿದ್ದ.

ಮಲಗಿದ್ದ ವಾಣಿಗೆ ಬಂದು ಹೇಳಿದ. "ಇದು ಮಲಗೋ ಹೊತ್ತು. ನಮ್ಮ ಹಳ್ಳಿ ಗಾಳಿ ಕುಡೀತಾ ಒಂದು ತಿಂಗ್ಳು ಇದ್ದರೇ... ಒಂದಷ್ಟು ಪೌಂಡಾದ್ರೂ ಹೆಚ್ಚಾಗ್ತೀರಾ..!" ನಿರ್ಮಲ ಮನಸ್ಸಿನ ಬೇಡಿಕೆಯನ್ನು ಅರಗಿಸಿಕೊಳ್ಳಲು ಅವಳಿಗೆ ಕಷ್ಟವಾಯಿತು.

ಎರಡು ತೊವ್ವೆ, ಪಾಯಸ, ಎರಡು ಪಲ್ಯ ಕಾಯಿ, ಒಬ್ಬಟ್ಟಿನ ಅಡಿಗೆ, ಊಟಕ್ಕೆ ಬಂದವರು ಹತ್ತಾರು ಜನ. ಅವರೆಲ್ಲಾ ಭಾಸ್ಕರನ ಸ್ನೇಹಿತರೇ. ಆದರೆ ಇಂದಿನ ಬಿಗುಮಾನ ಅವರಲ್ಲಿ ಬೆರೆಯಲು ಬಿಡುತ್ತಿರಲಿಲ್ಲ. 'ಸೇಫ್' ಎಂದು ತಿಳಿದು ಹೆಂಡತಿಯ ಪಕ್ಕ ಇದ್ದುಬಿಟ್ಟ.

ಬಂದು ಕೂತ ಸೂರ್ಯ "ಮದ್ವೆ ಆಗಿ ವರ್ಷಗಳೇ ಉರುಳಿಹೋಗಿದೆ. ಇದೊಂದು ರೀತಿಯ ನಾಟ್ಕ ಬೇಡ. ಅವ್ರೆಲ್ಲಾ ನಿನ್ಜೊತೆ ಮಾತಾಡ್ಬೇಕೂಂತ ಇದ್ರೆ.... ನೀನು ಹೆಂಡ್ತಿ ಪಕ್ಕ ಸೇರಿಬಿಟ್ಟಿದ್ದೀಯ. ಗೆಟ್ ಅಪ್" ಎದ್ದು ಕೈ ಚಾಚಿದ. ಭಾಸ್ಕರನ ಮುಖ ಮುದುರಿತು.

ತುಟಿ ಕಚ್ಚಿದ ಸೂರ್ಯ "ಒಂದಿಷ್ಟು ಛೇಂಜ್ ಇರುತ್ತೆ. ಇಷ್ಟೊಂದು ಇರಬಾರ್ದು. ಇದು ಸೆಲ್ಫ್‌ಸ್ಯಾಡಿಸಂ, ನಿನ್ನನ್ನ ನೀನು ಹಿಂಸಿಸಿಕೋತಾ ಇದ್ದೀಯ. ಇದ್ಕೇ ಪಶ್ಚಾತಾಪ ಪಡ್ಬೇಕಾಗುತ್ತೆ" ಎಂದವನು ಹೊರಟು ಬಿಟ್ಟ.

ಊಟವೆಲ್ಲಾ ಮುಗಿದ ಮೇಲೆ ಒಂದು ಆಲ್ಬಮ್ ತಂದು ವಾಣಿಯ ಮಡಿಲಲ್ಲಿಟ್ಟ. "ಇದ್ರಲ್ಲಿ ನನ್ನ ವುಡ್‌ಬೀ ಫೋಟೋಗಳು ಇವೆ ನೋಡಿ. ಮದ್ವೆ ಆದ್ಮೇಲೆ ನಾನು ಇಲ್ಲೇ ಇರೋದ್ರಿಂದ ಅವ್ಳು ಇರ್ತಾಳೆ. ಇರಲೇಬೇಕು ಕೂಡ. ಬರೀ ಹೆಂಡತಿಗೆ ಗಂಡನಾದ್ರೆ

ಸಾಲ್ದು, ಅಪ್ಪ ಅಮ್ಮನಿಗೆ ಮಗನಾಗೋದ್ನ ಭಾಸ್ಕರ ಮರೆತಿದ್ದಾನೆ. ನೀವು ಸ್ವಲ್ಪ ಹೇಳಿ" ಕಟುವಾಗಿಯೇ ಅಂದ.

ಟೊರಾಂಟೋದಲ್ಲಿ ಕಲಿಯುತ್ತಿದ್ದ ಅವನ ಸೋದರಮಾವನ ಮಗಳ ಜೊತೆ ಸೂರ್ಯನ ಮದುವೆ ನಿಶ್ಚಯವಾಗಿತ್ತು. ಇಲ್ಲಿ ಉಳಿಯುವ ದಿನಗಳ ಬಗ್ಗೆ ಅವಳದು ಅತ್ಯಂತ ಸುಂದರ ಕನಸು 'ವಂಡರ್‌ಫುಲ್, ಫೆಂಟಾಸ್ಟಿಕ್, ಬ್ಯೂಟಿಫುಲ್' ಸರಿಯಾದ ಕನ್ನಡ ಪದಗಳು ತಿಳಿಯದಿದ್ದರಿಂದ ಆಂಗ್ಲ ಭಾಷೆಯಲ್ಲಿ ಉದ್ಗರಿಸುತ್ತಿದ್ದಳು.

ಯಾರು ನೋಡದಾಗ ಕುತೂಹಲದಿಂದ ಹಾಳೆಗಳನ್ನು ತಿರುವಿದಳು. ಅತ್ಯಂತ ಸುಂದರವಾಗಿದ್ದಳು. ಅಲ್ಲಿನ ಪಾಶ್ಚಿಮಾತ್ಯ ಡ್ರೆಸ್‌ಗಳಿಗಿಂತ ಸೀರೆ ಉಟ್ಟಿದ್ದ ಚಿತ್ರಗಳೇ ಹೆಚ್ಚು. ತಟ್ಟನೆ ಮುಚ್ಚಿಬಿಟ್ಟಳು.

ಹೊರಟಾಗ ಕೂಡ ಭಾಸ್ಕರ ಹೆಚ್ಚು ಮಾತಾಡಲಿಲ್ಲ. ಮಾತಿಗಾದರೂ ಸೂರ್ಯನನ್ನ ಕೂಡ ಒಮ್ಮೆ ಬರಹೇಳಲಿಲ್ಲ. ಹಿಂದಿನ ಜೀವನವನ್ನು ಪೂರ್ತಿ ಮರೆಯಬೇಕೆನ್ನುವುದು ಅವನ ಸಂಕಲ್ಪ.

ಇನ್ನೊಬ್ಬ ಮನದ ಕಹಿಯನ್ನ ಎಲ್ಲರ ಮುಂದೆ ಕಕ್ಕಿದ "ಭಾಸ್ಕರಣ್ಣ ಪೂರ್ತಿ ಬದಲಾಗಿದ್ದಾನೆ. ಈಗ ನಾವೇನು ಅಲ್ಲ. ಈಗಿನ ಅಂತಸ್ತು, ಸಿರಿ ಶಾಶ್ವತವೇನು ಅಲ್ಲಾಂತ ತಿಳಿಯೋದು ಒಳ್ಳೇದು" ಅವನ ಮಾತು ಸ್ವಲ್ಪ ಕಟುವಾಗಿ ಹೋಯಿತು.

"ಛಿ..." ಸೂರ್ಯ ಅವನನ್ನು ದೂರಕ್ಕೆ ಎಳೆದೊಯ್ದ.

'ದರ್ಟಿ ಬೆಗ್ಗರ್ಸ್' ಎಂದುಕೊಂಡ ಭಾಸ್ಕರ ಮನದಲ್ಲೆ "ಇನ್ನ ಹೊರಡೋಣ. ಬೆಳಿಗ್ಗೆ ಹೊರಟುಬಿಡ್ಬೇಕು" ಹೆಂಡತಿಯೊಂದಿಗೆ ಕಾರು ಹತ್ತಿಯೇ ಬಿಟ್ಟ.

"ನಾವು ನಡ್ದು ಬರ್ತೀವಿ, ನೀವು.... ನಡೀರಿ" ರಾಧಾಕೃಷ್ಣಯ್ಯ ಅವರನ್ನು ಕಳಿಸಿ ಸೂರ್ಯನತ್ತ ತಿರುಗಿದರು. "ಭಾಸ್ಕರನ ತಪ್ಪು ಕ್ಷಮ್ಸಿಬಿಡು. ಅವ್ನು, ನೀನು ನಮ್ಗೇ ಬೇರೆಯಲ್ಲ" ಅವನನ್ನು ಅಪ್ಪಿಕೊಂಡೇಬಿಟ್ಟರು.

ಎಲ್ಲರ ಹೃದಯಗಳು ಮೂಕವಾಗಿ ರೋಧಿಸುತ್ತಿದ್ದವು.

"ಮೇಷ್ಟ್ರೆ, ಊರು ಬಿಟ್ಟರೂ ನಮ್ಮನ್ನ ಮರೀಬೇಡಿ" ಸೂರ್ಯ ತುಂಬಿದ ಕಂಠದಿಂದ ಕೇಳಿಕೊಂಡರು. "ಪತ್ರ ಬರೀಬೇಕು. ಆಗಾಗ ಬರ್ಬೇಕು. ಆಸ್ತಿ, ಭೂಮಿ, ರಕ್ತ ಸಂಬಂಧಿಗಳು ಇಲ್ಲ ಅಂದ್ಕೋಬೇಡಿ. ನಾವು ಅದ್ಕಿಂತ ಹೆಚ್ಚು."

ಇಂಥ ಸ್ನೇಹ, ಆತ್ಮೀಯತೆಯನ್ನು ತಡೆದುಕೊಳ್ಳುವುದೇ ಅವರಿಗೆ ಕಷ್ಟವಾಯಿತು.

"ಸಂಜೆ ತಾನೇ ಹೊರಡೋದು!" ಸೂರ್ಯ ದೃಢಪಡಿಸಿಕೊಂಡ "ಹಲಸಿನ ಹಣ್ಣಂದ್ರೆ ಭಾಸ್ಕರನಿಗೆ ಪ್ರಾಣ. ಬೆಳಿಗ್ಗೆನೇ ತಂದ್ಕೊಡ್ತೀನಿ, ಅವನದು ಒಣ ಬಿಗುಮಾನ ಅಷ್ಟೆ. ನಿಮ್ಮಿಂದ ನಾಲ್ಕಾರು ವರ್ಷ ದೂರವಿದ್ದ ಫಲ ಅಷ್ಟೆ".

ಮನೆಯವರೆಗೂ ಬಂದು ಬೀಳ್ಕೊಟ್ಟು ಹೋದ.

ಮನೆಗೆ ಬಂದ ಕೂಡಲೇ ವಾಣಿ ಅಳುತ್ತ ದೊಡ್ಡ ರಾದ್ಧಾಂತ ಮಾಡಿಬಿಟ್ಟಳು. "ಎಂಥ ಅನಾಗರಿಕ ಜನ, ಸರ್ರ್ಯಾಗಿ ಮಾತಾಡೋಕೆ ಕೂಡ ಬರೋಲ್ಲ. ಇಂಥವರ ಸಹವಾಸದಲ್ಲಿ ಇದ್ದರಲ್ಲ" ಬಡಬಡಿಸಿದಳು.

"ಯಾರು ಬರೋಕೆ ಮೊದ್ಲೇ ಹೊರಟುಬಿಡ್ಬೇಕು" ಭಾಸ್ಕರ ಹೇಳಿದಾಗ ಇಷ್ಟೊತ್ತು ಮೌನವಹಿಸಿದ ರಾಧಾಕೃಷ್ಣಯ್ಯ "ಆಗೋಲ್ಲ, ಮಧ್ಯಾಹ್ನದ ಮೇಲೇನೇ ಹೊರಡೋದು. ನಿಮ್ಗೆ ಇಷ್ಟವಿಲ್ಲಾಂದ್ರೆ ಹೊರಟುಬಿಡಿ" ನಿರ್ದಾಕ್ಷಿಣ್ಯವಾಗಿತ್ತು ಅವರ ಸ್ವರ.

ತೆಪ್ಪಗೆ ಕೋಣೆಗೆ ಹೋದರು ಗಂಡ, ಹೆಂಡತಿ. "ಈ ಜನರನ್ನ ಅಪ್ಪ, ಅಮ್ಮ ಯಾಕೆ ಹಚ್ಚಿಕೊಂಡಿದ್ದಾರೋ ಗೊತ್ತಿಲ್ಲ. ಈ ಇವ್ರಿಂದ ನಮ್ಗೇನಾಗ್ಬೇಕಿದೆ? ತೀರಾ ಸಣ್ಣಗೆ ಹೆಂಡತಿಯ ಬಳಿಯಲ್ಲಿ ಗೊಣಗಿದ. ಸ್ವಲ್ಪ ಹೆದರಿದ ಕೂಡ.

ಬೆಳಿಗ್ಗೆ ಇವರುಗಳು ಏಳುವ ಮುನ್ನವೇ ಸೂರ್ಯ ಹಾಜರಾದ. ಒಲೆ ಹತ್ತಿಸುವ ಪ್ರಮೇಯವಿಲ್ಲ. ಯಾರದೋ ಮನೆಯ ತಿಂಡಿ ಬಂತು. ಮನೆ ಮನೆಗೂ ಕರೆದೊಯ್ದು ವನಜಮ್ಮನಿಗೆ ಮಡಿಲು ತುಂಬಿದರು. ಇಲ್ಲಿ ಜಾತಿ ಧರ್ಮದ ಹೆಸರಿನ ವೈಪರೀತ್ಯವಿರಲಿಲ್ಲ.

ಗೌಡರ ಮನೆಯ ಊಟ ಸಾಕಷ್ಟು ಜನಕ್ಕೆ. ಸೂರ್ಯ ಅವನ ಸ್ನೇಹಿತರೇ ನಿಂತಿದ್ದರು. ಅಡಿಗೆಗೆ. ಆಂಜನೇಯನ ಗುಡಿಯ ಅಭಿಷೇಕಕ್ಕೆ ಊರ ಜನರೆಲ್ಲಾ ನೆರೆದಂತಿದ್ದರು.

ಪಂಚೆಯನ್ನ ಮೇಲಕ್ಕೆತ್ತಿ ಕಟ್ಟಿ ಮನೆಗೆ ಬಂದ ಸೂರ್ಯ "ಅಭಿಷೇಕ ಮುಗ್ಯೋ ಹೊತ್ತಾಯ್ತು ಭಾಸ್ಕರ. ಇಬ್ರೂ ಬಂದು ಮಂಗಳಾರತಿನಾದ್ರೂ ತಗೊಳ್ಳಿ. ಹೈಸ್ಕೂಲ್ ಕೊನೆಯ ವರ್ಷದಲ್ಲಿ ಪಾಸಾಗ್ಲೀಂತ ಬಂದು ನೂರೆಂಟು ಪ್ರದಕ್ಷಿಣೆ ಹಾಕ್ತ ಇದ್ದೆ ಊರ ಮುಂದಿನ ಆಂಜನೇಯನಿಗೆ. ಅದೆಲ್ಲ ಅಲ್ಪಸ್ವಲ್ಪವಾದ್ರೂ ನೆನಪಿರ್ಲಿ....." ಮುಲಾಜಿಲ್ಲದೆ ಚುರುಕು ಮುಟ್ಟಿಸಿದ.

ಬರುವುದು ಅನಿವಾರ್ಯವಾಗಿತ್ತು. ಮೂವರು ಜೊತೆಯಲ್ಲೇ ಹೊರಟರು. ಎದುರಾದವರು ಸೂರ್ಯನಿಗೆ ಮಾತ್ರ ನಮಸ್ಕಾರ ಹೇಳುತ್ತಿದ್ದರು.

ಸ್ವತಂತ್ರಕ್ಕೆ ಮುಂಚಿನ ಹಳ್ಳಿಯ ಮುಗ್ಧ ಜನರಲ್ಲ. ಅವರುಗಳು ಯೋಚಿಸ ಬಲ್ಲವರಾಗಿದ್ದರು. ಮಂತ್ರಿಗಳ ಸ್ಥಾನದಲ್ಲಿದ್ದವರು ಬಂದ್ರೇನೆ ಲೆಕ್ಕಕ್ಕೆ ಇಡುತ್ತಿರಲಿಲ್ಲ. ಇವನ್ಯಾವ ಸೀಮೆಯ ಇಂಜಿನಿಯರ್?

ಅರ್ಚನೆ, ಪೂಜೆ, ಮಂಗಳಾರತಿ ಮುಗಿದ ಮೇಲೆ ಎಲ್ಲರು ಗೌಡರ ಮನೆಯ ಕಡೆ ನಡೆದರು. ಆದರೆ ವಾಣಿ ಒಪ್ಪಲಿಲ್ಲ.

"ಯಾರು ಬೇಕಾದ್ರೂ.... ಹೋಗ್ಲಿ. ನಾನಂತು ಬರೋಲ್ಲ" ಹೊರಟಾಗ ಸೂರ್ಯನೇ ಸೋತು "ಭಾಸ್ಕರ, ನೀನು ಹೋಗು. ಅಲ್ಲಿಗೆ ಊಟ ತಗೊಂಡ್ಬಂದು ಕೊಡ್ತೀನಿ. ಎಲ್ಲಾನು ಹೆಂಡ್ತಿನೇ ತುಂಬಿಕೊಡೋಕ್ಕಾಗೋಲ್ಲ" ನಿಟ್ಟುಸಿರು ದಬ್ಬಿ ಅವನ ಭುಜ ತಟ್ಟಿದ.

ಕ್ಯಾರಿಯರ್‌ನಲ್ಲಿ ತುಂಬಿಕೊಂಡು ಸೂರ್ಯನೇ ಹೊತ್ತು ತಂದು ಮಾಡಿದ ಅಡಿಗೆಯನ್ನ.

ತೊಳೆದ ಬಾಳೆ ಎಲೆ, ನೀರನ್ನು ತಂದಿಟ್ಟು "ಬಡ್ಸಿಕೊಂಡು ಊಟ ಮಾಡಿ, ಇಂದು ನಾನು ಮೇಷ್ಟ್ರ ಜೊತೆಯಲ್ಲಿ, ಅವ್ರ ಪಕ್ಕ, ಕೂತು ಊಟ ಮಾಡ್ಬೇಕು" ಹೊರಟವನ ಬೆನ್ನನ್ನೇ ದಿಟ್ಟಿಸಿದ.

"ತೀರಾ ಒರಟು. ತುಂಬ ಸಲಿಗೆ ಕೊಟ್ಟುಬಿಟ್ಟಿದ್ದೀರಾ! ಬಾಯಿ ಹಿಡಿತ ಇಲ್ಲ" ಕನಲಿದಳು ವಾಣಿ. "ಒಂದಿಷ್ಟು ಓದು ಬರಹ ಇದ್ದಿದ್ರೆ.... ಈ ರೀತಿ ಮೂವ್ ಮಾಡ್ತಾ ಇರ್ಲಿಲ್ಲ."

ಬಾಯಲ್ಲಿನ ಉಗುಳು ಕೂಡ ಕಹಿಯೆನಿಸಿತು ಭಾಸ್ಕರನಿಗೆ. "ಸೂರ್ಯ ಗ್ರಾಜುಯೇಟ್...." ತೀರಾ ಮೆಲ್ಲಗೆ ಉಸುರಿದ. ಅಚ್ಚರಿ ಮಿನುಗಿತು ವಾಣಿಯ ಕಣ್ಣುಗಳಲ್ಲಿ.

ಬಿಳಿ ಪಂಚೆ, ಮೇಲೊಂದು ಷರಟು, ಭುಜದ ಮೇಲೆ ಟವಲೊಂದು ಹಾಕಿಕೊಂಡು ತೀರಾ ಸರಳವಾಗಿ ಓಡಾಡುತ್ತಿದ್ದ ಸೂರ್ಯ ಗ್ರಾಜುಯೇಟ್ ಎಂದರೆ ಅವಳಿಗೆ ನಂಬಲಿಕ್ಕಾಗಲಿಲ್ಲ.

ಬೇಸರದಿಂದ ಎಲೆಗಳ ಮುಂದೆ ಕೂತರು ಪಟ್ಟಾಗಿ ಹೊಡೆದರು. ಊಟಕ್ಕೆ ಇಷ್ಟೊಂದು ರುಚಿ, ತಿಂದ ಮೇಲೆ ಇಂಥ ತೃಪ್ತಿ ಸಿಗುತ್ತದೆಯೆಂದು ಇಂದೇ ವಾಣಿಗೆ ಅನ್ನಿಸಿದ್ದು.

ಮೂರರ ಹೊತ್ತಿಗೆ ಸಾಕಷ್ಟು ಜನ ಬಂದರು. ರಾಧಾಕೃಷ್ಣಯ್ಯ ವನಜಮ್ಮನ ಹಿಂದೆ.

ಮುಂದೆ ಬಂದ ಮಾದ, ಚೆನ್ನ ಕಟ್ಟಿಟ್ಟ ಮೂಟೆಗಳನ್ನು ಹೊರಗೆ ತಂದು ಹಾಕಿದಾಗ ಸೂರ್ಯ ತಡೆದ.

"ಕಾರಲ್ಲಿ ಇವೆಲ್ಲಾ ಹಾಕಿಕೊಂಡು ಹೋಗೋಕೆ ಸಾಧ್ಯವಿಲ್ಲ. ನಾನು ಲಾರಿ ಮಾಡಿ ತಗೊಂಡ್ಹೋಗಿ ಹಾಕ್ಬರ್ತೀನಿ."

ಭಾಸ್ಕರ ಜಿಗುಪ್ಸೆಯಿಂದ ನೋಡಿದ "ಇವೆಲ್ಲ ತಗೊಂಡ್ಹೋಗೋಂತ ದಾರಿದ್ರ್ಯವೇನು ಬಂದಿಲ್ಲ. ಯಾರಿಗಾದ್ರೂ ಕೊಟ್ಟುಬಿಡಿ. ಸಿಕ್ಕಿದೆಲ್ಲ ತಗೊಂಡ್ಹೋಗಿ ಮನೇನ ತಿಪ್ಪೆ ಮಾಡೋಕೆ ನಂಗಿಷ್ಟವಿಲ್ಲ."

ಸುತ್ತಲಿದ್ದವರು ಸ್ಥಬ್ದರಾಗಿಬಿಟ್ಟರು. ಇಂಥ ಉದ್ಧಟತನದ ಮಾತುಗಳನ್ನು ಭಾಸ್ಕರ ಆಡುತ್ತಾನೆಂದು ಕಲ್ಪಿಸಿಕೊಳ್ಳುವುದಕ್ಕೆ ಕೂಡ ಅವರಿಗೆ ಸಾಧ್ಯವಾಗಿರಲಿಲ್ಲ. ಸೂರ್ಯನ ಎದೆ ರೋಷದಿಂದ ಕುದಿಯಿತು.

"ಭಾಸ್ಕರ ನಿಂಗೆ ಇವೆಲ್ಲ ಬಳುವಳಿಯಾಗಿ ಕೊಟ್ಟಿಲ್ಲ. ಇದು ಪ್ರೀತಿ, ವಿಶ್ವಾಸದಿಂದ ಮಾಸ್ಟರ್, ಅತ್ತೆಗೆ ಕೊಟ್ಟ ಕಾಣಿಕೆಗಳು. ಚಿನ್ನ, ಬೆಳ್ಳಿಯಷ್ಟು ಬೆಲೆ ಬಾಳದಿರಬಹುದು. ಆದರೆ ಇವಕ್ಕಂತು ನೀನು ಬೆಲೆ ಕಟ್ಟೋಕ್ಕಾಗೋಲ್ಲ" ಮಾತಾಡುತ್ತಲೇ ನಾಲ್ಕು ಹೆಜ್ಜೆ ಮುಂದೆ ಬಂದಿದ್ದ ಸೂರ್ಯ.

ಅವನತ್ತ ತಿರಸ್ಕಾರದಿಂದ ನೋಡಿದ ಭಾಸ್ಕರ "ಬಿಹೇವ್ ಲೈಕ್ ಎ ಸಿವಿಲೈಜ್ಡ್ ಮ್ಯಾನ್. ಇಂಥ ಒರಟುತನ ನಿನ್ನಪ್ರ ಕೆಲ್ಸ ಮಾಡೋ ಕೂಲಿಗಳ್ಹತ್ರ ತೋರ್ಸು" ಅಂದುಬಿಟ್ಟ.

ಪರಿಸ್ಥಿತಿ ವಿಕೋಪಕ್ಕೆ ಹೋಗುತ್ತದೆಯೆಂದು ಅರಿತ ಕೃಷ್ಣಭಟ್ಟರು, ಸಣ್ಣಗೌಡರು ಇಬ್ಬರನ್ನು ಸಮಾಧಾನಿಸಿ ವನಜಮ್ಮ, ರಾಧಾಕೃಷ್ಣಯ್ಯನವರನ್ನು ಕಾರಿಗೆ ಹತ್ತಿಸಿದರು.

ಸ್ಟೇರಿಂಗ್ ವೀಲ್ ಮುಂದೆ ಹತ್ತಿ ಕೂತ ಭಾಸ್ಕರನನ್ನ ಸೂರ್ಯ ಇಳಿಯುವಂತೆ ಹೇಳಿದ. "ಅಕ್ಕರೆಯಿಂದ ನೆರೆದ ಜನಕ್ಕೆ ಅವಮಾನ ಮಾಡ್ಬೇಡ. ಹೋಗೋವಾಗ ವಿಶ್ವಾಸದಿಂದ ಎರ್ಡು ಮಾತಾಡಿ ಹೋಗು. ಪ್ಲೀಸ್.... ಇದು ನನ್ನ ರಿಕ್ವೆಸ್ಟ್."

ಸ್ವಲ್ಪ ಸೂರ್ಯ ಮೆತ್ತಗಾಗಿದ್ದು ಅವನ ಅರಿವಿಗೆ ಬಂತೋ ಇಲ್ಲವೋ, ಮತ್ತಷ್ಟು ಗಟ್ಟಿಯಾದ ಭಾಸ್ಕರ.

"ನಿನ್ನಿಂದ ನಾನೇನು ಬುದ್ಧಿ ಹೇಳಿಸ್ಕೋಬೇಕಿಲ್ಲ. ನಂಗೆ ನಮ್ಮಪ್ಪ, ಅಮ್ಮ ಮಾತ್ರ ಬೇಕಿರೋದು" ಎಂದ ಕೂಡಲೇ ಸೂರ್ಯ ಹಲ್ಮುಡಿ ಕಚ್ಚಿ ಕೋಪದಿಂದ ಅವನ ರಟ್ಟೆ ಹಿಡಿದು ಹೊರಕ್ಕೆ ಎಳೆದ "ಬಾಯಿಗೆ ಬಂದಿದ್ದು ಮಾತಾಡ್ತೀಯಾ!" ಸಿಟ್ಟಿನಿಂದ ಕುದಿಯುತ್ತಿದ್ದ. ಅಲ್ಲಲ್ಲಿದ್ದ ಕೆಲವು ಯುವಕರೆಲ್ಲ ಅವನ ಸಪೋರ್ಟಿಗೆ ಎನ್ನುವಂತೆ ಸೂರ್ಯನ ಹಿಂದೆ ಬಂದು ನಿಂತರು.

ರಾಧಾಕೃಷ್ಣಯ್ಯನವರು ತುಟಿ ಬಿಚ್ಚಲಿಲ್ಲ. ಮಗನದು ಅಕ್ಷಮ್ಯ ಅಪರಾಧವೆಂದು ಅವರಿಗೆ ಗೊತ್ತು.

ಸೂರ್ಯನ ಅಪ್ಪ ಮಗನನ್ನ ಪಕ್ಕಕ್ಕೆಳೆದುಕೊಂಡರು. "ಭಾಸ್ಕರ ದುಡುಕಿ ಮಾತಾಡಿದ್ದಾನೇಂದ್ರೆ... ನೀನು ಅಷ್ಟು ಮುಂದುವರಿಯೋದಾ! ಅವ್ನು ನಮ್ಮ ಹುಡ್ಗ" ಸಮಾಧಾನಿಸಿದರು. ಅವನ ವಯಸ್ಸಿವರೇ ಆದ ಯುವಕರೆಲ್ಲಾ ತಲೆಗೊಂದು ಮಾತಾಡಿದರು.

ತೀರಾ ಆತ್ಮೀಯವಾಗಬಹುದಾದ ವಾತಾವರಣ ಸ್ವಲ್ಪ ಹದಗೆಟ್ಟಿತು. ಭಾಸ್ಕರ ಸಿಡಿಮಿಡಿಯಿಂದ ಪೇರಿಸಿಟ್ಟ ಕುಕ್ಕೆಗಳನ್ನು ಜಾಡಿಸಿ ಒದ್ದುಬಿಟ್ಟ. ಪೆಟ್ಟು ತಿಂದಂತೆ ರೋಧಿಸಿತು ರಾಮಿನ ಮನ.

ಕಿರಿಯ ಗೌಡರು ಮತ್ತಷ್ಟು ಸಂಯಮದಿಂದ ಭಾಸ್ಕರನ ಕೈ ಹಿಡಿದುಕೊಂಡು, "ಭಾಸ್ಕರ, ನಿಮ್ಮ ಸಂಸಾರನ ಹಳ್ಳಿ ಜನ ತುಂಬ ಹಚ್ಚಿಕೊಂಡುಬಿಟ್ಟಿದ್ರು. ಸೂರ್ಯ ನಿಂಗೆ ತೋರಿದ ಪ್ರೀತಿಯನ್ನು ನೀನೆಂದೂ ಮರೆಯಕೂಡದು ಕೂಡ. ಆಗಾಗ ಅಪ್ಪ, ಅಮ್ಮನ್ನ ಕರ್ಕೊಂಡ್ ಊರ್ಕಡೆ ಬರ್ತಾ ಇರು" ಬುದ್ಧಿ ಹೇಳಿದರು. ಆದರೆ ಅದನ್ನೆಲ್ಲ ಕೇಳುವಷ್ಟು ವಿವೇಕ ಅವನಲ್ಲಿ ಇರಲಿಲ್ಲ.

"ಇನ್ಯಾಕೆ ಬರ್ಬೇಕು? ಎಲ್ಲೇನು ನಮ್ಮ ತಾತ ಹುಗಿದಿಟ್ಟ ನಿಧಿ ಇದ್ಯಾ? ನಮ್ಮಪ್ಪ ಸಂಪಾದಿಸಿದ ಹತ್ತಾರು ಎಕರೆ ಜಮೀನು ಇದ್ಯಾ? ಇಲ್ಲ..... ನೆಂಟರಿಷ್ಟರ..." ಕೂಗಾಡಿದ ಭಾಸ್ಕರ.

ಈಗ ಗೌಡರು ಕೂಡ ತಾಳ್ಮೆ ಕಳೆದುಕೊಂಡುಬಿಟ್ಟರು.

"ಇನ್ನೊಂದಪ ಆ ಮಾತ್ನ ಅಂದೀರಾ, ಜೋಕೆ! ಕಂದಾಯ ಕಟ್ಟಿ ಅಷ್ಟಿಷ್ಟು ಜಮೀನಿಗೆ ಕೆಲವರು ವಾರಸುದಾರರಾದ್ರೆ.... ಇಡೀ ಊರೇ ರಾಧಮಾಸ್ಟರದು! ಇದೆಲ್ಲ ಅವರ

ಸ್ವಂತದ್ದೇ! ಇನ್ನ ನಿಮ್ಮ ಲೆಕ್ಕದಲ್ಲಿ ನಾವೇನು ಸ್ವಾಮಿ?" ಗಟ್ಟಿಸಿ ಕೇಳಿದಾಗ ಭಾಸ್ಕರನ ಮುಖ ಬಿಳಿಚಿಕೊಂಡಿತು. ಅವನ ಸ್ಥಿತಿ ಅಯೋಮಯ.

ಮುಖದ ಮೇಲೆ ಕರ್ಚಿಫ್ ಆಡಿಸುತ್ತಾ ಕಾರು ಹತ್ತಿದ ಭಾಸ್ಕರ.

ಧೂಳು ಎರಲಚುತ್ತಾ ಕಾರು ಹೊರಟಾಗ ನಿಂತ ಜನ ಇಡೀ ಊರೇ ಬರಿದಾದಂತೆ ವೇದನೆಪಟ್ಟರು. ಸೂರ್ಯ ಚಲನೆ ಇಲ್ಲದ ಗೊಂಬೆಯಂತೆ ನಿಂತಿದ್ದ. ತುಂಬಿದ ಕಣ್ಣಾಲಿಗಳಲ್ಲಿ ಎಲ್ಲ ಮಸುಕು ಮಸುಕಾಗಿ ಕಾಣುತ್ತಿತ್ತು.

ಗೌಡರು ಅವನ ಭುಜದ ಮೇಲೆ ಕೈಯಿಟ್ಟರು. "ಸಮಾಧಾನ ಮಾಡ್ಕೋ. ಆ ಒಳ್ಳೆ ಜನ ಇಂಥ ಮಗ, ಸೊಸೆ ಕೈಯಲ್ಲಿ ಹೇಗೆ ಜೀವ್ನ ಸಾಗಿಸ್ತಾರೋ. ಇಂಥ ಅವಿವೇಕಿನ ಮಾಡೋಕೆ ಅಷ್ಟೊಂದು ಹಣ ಸುರಿಸ್ಬೇಕಾಯ್ತು! ಏನು ಪ್ರಯೋಜನವಿಲ್ಲ" ಕೈಯಾಡಿಸಿ ಹೊರಟುಬಿಟ್ಟರು.

ಒಬ್ಬೊಬ್ಬರೇ ಕರಗಿ ಕಡೆಗೆ ಸೂರ್ಯ ಮಾತ್ರ ಉಳಿದ.

ಮುಚ್ಚಿದ ಬಾಗಿಲನ್ನ ತಳ್ಳಿಕೊಂಡು ಒಳಗೆ ಹೋದವನು ಬಿಕ್ಕಿ ಬಿಕ್ಕಿ ಅತ್ತ. ಮೂಟೆ ಕಟ್ಟಿದ ಸಾಮಾನು, ಸರಂಜಾಮು, ದವಸ ಧಾನ್ಯ, ತೆಂಗಿನ ಕಾಯಿಗಳೆಲ್ಲಾ ಹಾಗೇಯೇ ಉಳಿದಿತ್ತು. ಇದು ಭಾಸ್ಕರನಿಗೆ ಬೇಕಿರಲಿಲ್ಲ. ಅದನ್ನೇ ಮೃದುವಾಗಿ ಹೇಳಿದ್ದರೆ!

ಬಹಳ ಹೊತ್ತಿನ ನಂತರ ಬೀಗ ಹಾಕಿಕೊಂಡು ಗೌಡರ ಮನೆಯತ್ತ ಹೊರಟ.

* * *

ಕಾರಿನ ವೇಗ ಹೆಚ್ಚಿದಂತೆಲ್ಲಾ ವನಜಮ್ಮ ದುಃಖ ತಡೆದುಕೊಳ್ಳಲಾರದೆ ಹೋದರು. ಹೃದಯ ಕಿತ್ತು ಬಾಯಿಗೆ ಬಂದಂತಾಯಿತು. 'ಮ್......ಮ್.....' ವಯಸ್ಸು, ಸಂದರ್ಭ, ಸನ್ನೀವೇಶ ಮರೆತು ಬಿಕ್ಕಳಿಸಿದರು.

ಹೆಂಡತಿಯನ್ನ ತಮ್ಮೆದೆಗೆ ಒರಗಿಸಿಕೊಂಡರು ರಾಧಾಕೃಷ್ಣಯ್ಯ "ಸಮಾಧಾನ ಮಾಡ್ಕೋ ವನಜ. ಬೇಕೆನ್ನಿಸಿದಾಗ..... ಬಂದು ಹೋಗೋಣ" ಕಣ್ಣೀರು ತೊಡೆದರು. ಪಕ್ವಗೊಂಡ ಮನಗಳು, ಎರಡು ದೇಹ ಒಂದು ಜೀವ ಎನ್ನುವಂಥ ಸ್ಥಿತಿ ಅವರದು ಈಗ.

ಮುಂದೆ ಗಂಡನ ಜೊತೆ ಕೂತಿದ್ದ ವಾಣಿ ಕಿಸಕ್ಕನೆ ನಕ್ಕುಬಿಟ್ಟಳು "ವ್ಹಾ, ಓಲ್ಡ್ ಲವರ್ಸ್......" ಅರ್ಥವಿಲ್ಲದ ಬಾಯಿಗೆ ಬಂದಿದ್ದು ಹೇಳಿದಾಗ ಭಾಸ್ಕರ ಕಣ್ಣು ಕೆಂಪಗೆ ಮಾಡಿದ "ಷಟಪ್, ಕೀಪ್ ಕ್ವೈಟ್..." ಅವಳು ಅಂದಿದ್ದು ಅವನಿಗೆ ಸರಿಯೆನಿಸಲಿಲ್ಲ.

ಅವನ ಮನಸ್ಸು ಒಂದು ರೀತಿಯ ವಿಪ್ಲವಕ್ಕೆ ಒಳಗಾಗಿತ್ತು. ಮತ್ತೇನೋ ಹೇಳೋಕೆ ವಾಣಿ ಹೋದಾಗ ಹಲ್ಲುಗಳನ್ನು ಕಚ್ಚಿಡಿದು ಕಣ್ಣಲ್ಲಿಯೇ ಇರಿದ. "ಕೀಪ್ ಕ್ವೈಟ್.... ಅಂದರೆ ಮಾತಾಡ್ಬೇಡಾಂತ ಅರ್ಥವಾಯ್ತು"! ಬಾಯಿ ಮುಚ್ಚಿಸಿದ.

ಡಿಗ್ರಿ ಮಾಡಿದ ಹೆಣ್ಣೆಂದು ಔದಾರ್ಯ ಉರುಳಾಗಿ ಅವನ ಕೊರಳಿಗೆ ಬಿದ್ದಿದ್ದಳು. ಮದುವೆಯಾದ ಮೇಲೆಯೇ ಅವನಿಗೆ ಗೊತ್ತಾದದ್ದು, ಅವಳಿಗೆ ವಿಶೇಷ ಜ್ಞಾನವೇನು,

ಸಾಮಾನ್ಯ ಜ್ಞಾನವು ಕಡಿಮೆಯೆಂದು, ನೀಟಾಗಿ ಡ್ರೆಸ್ ಮಾಡುವುದು, ಸ್ಟೈಲ್ಲಾಗಿ ಮಾತಾಡುವುದೊಂದೇ ಅವಳಿಗೆ ಗೊತ್ತಿದ್ದದ್ದು. ತಾನೇ ಇಷ್ಟಪಟ್ಟು ಮದುವೆಯಾದುದ್ದರಿಂದ ಅವನು ಯಾರನ್ನು ದೂಷಿಸದೆ ತೆಪ್ಪಗಿದ್ದ.

ಕಾರು ಬಂಗ್ಲೆಯ ಬಳಿ ಬಂದಾಗ ವಾಚ್‌ಮೆನ್ ಬಂದು ಗೇಟು ತೆಗೆದು ಸೆಲ್ಯೂಟ್ ಹೊಡೆದ. ಅವರ ಒಡೆತನದ ಇಲ್ಲಿನ ಫ್ಯಾಕ್ಟರಿಗೆ ವಿಶೇಷ ಇಂಜಿನಿಯರಾಗಿ ವರ್ಗಾಯಿಸಿದ್ದರಿಂದ ಕಾರು, ಬಂಗ್ಲೆ, ಆಳುಕಾಳು, ಕೊಡುಗೆಯಾಗಿ ಬಂದಿತ್ತು.

ಮೊದಲು ಇಳಿದ ಭಾಸ್ಕರ ಹೆಮ್ಮೆಯಿಂದ ಎದೆಯುಬ್ಬಿಸಿ ಹಿಂದಿನ ಕಾರಿನ ಡೋರ್ ತೆಗೆದ "ಇಳೀರೀ, ಇದೇ ಬಂಗ್ಲೆ ನಮ್ದು" ಅವನ ಸ್ವರದಲ್ಲಿನ ಹೆಮ್ಮೆನು ಅವರು ಗುರ್ತಿಸಲಿಲ್ಲ.

ಇಳಿದ ರಾಧಾಕೃಷ್ಣಯ್ಯ ಹೆಚ್ಚು ಸಂಭ್ರಮಗೊಂಡು ವಿಸ್ಮಯದಿಂದ ಕಣ್ಣುಗಳನ್ನು ಅರಳಿಸಲಿಲ್ಲ. ಹೆಂಡತಿಯನ್ನು ಜೋಪಾನವಾಗಿ ಇಳಿಸಿಕೊಳ್ಳುವತ್ತ ಲಕ್ಷ್ಯ ಕೊಟ್ಟರು.

"ತಲೆ ತಾಕಿತು, ಸ್ವಲ್ಪ ಬಗ್ಗು.... ಈಗ ಇಳಿ" ಕೈ ಹಿಡಿದೇ ಇಳಿಸಿಕೊಂಡರು. ಆಕೆಯ ತೊಡೆಯ ಮೇಲಿದ್ದ ದೇವರ ಗಂಟನ್ನು ತಾವು ತೆಗೆದುಕೊಂಡರು. "ಸೆರಗು ಸಿಕ್ಕಿ ಹಾಕಿಕೊಂಡಿದೆ. ನೋಡು" ತಾವೇ ಮುಂದಾಗಿ ಬಿಡಿಸಿದರು.

ಇನ್ನೊಂದು ಅವರ ಬಟ್ಟೆ ಬರೆ ಇದ್ದ ಸೂಟ್‌ಕೇಸನ್ನ ಆಳು ಒಳಗೆ ತೆಗೆದುಕೊಂಡು ಹೋದ. ತಿಂಡಿಯ ಬುಟ್ಟಿಯನ್ನು ಮಾತ್ರ ಆಕೆಯೇ ತೆಗೆದುಕೊಂಡರು.

ದೇವರ ಗಂಟು ಬಿಟ್ಟರೇ ಒಂದು ತಿಂಡಿಯ ಬುಟ್ಟಿ, ಬಟ್ಟೆ-ಬರೆಯ ಸೂಟ್‌ಕೇಸನ್ನು ಮಾತ್ರ ತರಲು ಭಾಸ್ಕರ ಅವಕಾಶ ಮಾಡಿಕೊಟ್ಟಿದ್ದ, ಅದಕ್ಕಾಗಿ ಅವರು ಕೃತಜ್ಞರಾಗಿರಬೇಕೇನೋ!

"ನಡೀರಿ....." ಷರಟಿನ ಕಾಲರ್ ಸರಿ ಮಾಡಿಕೊಂಡ.

ತೀರಾ ನರಕದಲ್ಲಿದ್ದ ಅಪ್ಪ ಅಮ್ಮನನ್ನು ಸ್ವರ್ಗಕ್ಕೆ ಕರೆ ತಂದಿದ್ದೇನೆಯೆನ್ನುವ ಅಭಿಮಾನ ಅವನದು. ಅವನ ತುಲನೆಗೆ ವಿರುದ್ಧವಾದುದ್ದು ಅವರ ಮೌಲ್ಯಗಳು.

ಮುಖ ದುಮ್ಮಿಸಿಕೊಂಡೇ ಇದ್ದ ವಾಣಿ ಯಾರನ್ನೂ ಆಹ್ವಾನಿಸುವ ಗೊಡವೆಗೆ ಹೋಗದೆ ಒಳಗೆ ಹೋಗಿಬಿಟ್ಟಳು.

"ಇಲ್ಕೊಡಪ್ಪ...." ಅವರ ಕೈಯಲ್ಲಿನ ಗಂಟಿಗೆ ಕೈ ಚಾಚಿದ. ಮಗನ ಕಾಲುಗಳಲ್ಲಿನ ಷೂನತ್ತ ಅವರ ನೋಟ ಹರಿಯಿತು. "ಬೇಡ, ಬಿಡು....." ಎಂದಾಗ ಅವನ ಕೈ ಹಿಂದಕ್ಕೆ ಸರಿಯಿತು.

ಕ್ರಮವಾಗಿ, ಹೆಚ್ಚು ಶ್ರದ್ಧೆಯಿಂದ ತಂದೆ ಪೂಜೆ ಮಾಡುತ್ತಿದ್ದನ್ನ ನೆನಪಿಸಿಕೊಂಡ. ತಾನು ಸ್ನಾನ ಮಾಡಿ ತೀರ್ಥ, ಪ್ರಸಾದಕ್ಕಾಗಿ ಕಾದು ನಿಲ್ಲುತ್ತಿದ್ದ ದಿನಗಳು 'ಈಗ ನಡೆದಿದೆಯೇನೋ' ಅನ್ನಿಸಿತು ಅವನಿಗೆ.

"ಸರಿ ನಿಮ್ಮಿಷ್ಟ....ಒಳ್ಗಡೆ ಬನ್ನಿ" ಷೂ ಸದ್ದಿನೊಂದಿಗೆ ಒಳಗೆ ನಡೆದವನು ಮತ್ತೆ ಹೊರಗೆ ಬಂದ. "ಬನ್ನಿ...." ಮತ್ತೊಮ್ಮೆ ಹೇಳಿದ. ಒಂದು ರೀತಿಯ ಧನ್ಯತೆ ಅವನ ಮುಖದ ಮೇಲೆ.

ಒಳಗಡೆಯೇನೋ ಬಂದರು. ಅವರಿಗೆ ಸಂಭ್ರಮಕ್ಕಿಂತ ಗಾಬರಿಯೇ ಆಯಿತು. ಎಲ್ಲಿ ಕೂಡುವುದು? ಸುತ್ತಲೂ ಕಣ್ಣರಳಿಸಿದರು. ಇಂಥ ವಾತಾವರಣ ಅವರಿಗೆ ಹೊಸದೆ.

"ಕೂತ್ಕೊಂಡು.... ಸುಧಾರ್ಸಿಕೊಳ್ಳಿ...." ಎದುರು ಸೋಫಾ ಮೇಲೆ ಆಸೀನನಾದ. ಅವನ ಕಣ್ಣಿ ಸನ್ನೆ ಅರಿತ ಆಳು ಫ್ಯಾನ್ ಸ್ವಿಚ್ ಅದುಮಿ ಕೈ ಕಟ್ಟಿ ನಿಂತ. "ರೂಮೆಲ್ಲ ರೆಡಿಯಾಗಿದೆ ತಾನೇ?" ಕೇಳಿದ. ಅವನು 'ಆಗಿದೆ' ಯೆನ್ನುವಂತೆ ತಲೆಯಾಡಿಸಿದ.

ಭಾಸ್ಕರ ಎದ್ದು ತನ್ನ ರೂಮಿಗೆ ಹೋದ. ವಾಣಿ ಮುಖ ಮತ್ತಷ್ಟು ದಪ್ಪವಾಗಿತ್ತು.

"ನನ್ನ ಕಾರಿನಲ್ಲಿ ಇನ್‌ಸಲ್ಟ್ ಮಾಡ್ಬಿಟ್ರಿ" ಧುಮುಗುಟ್ಟಿದಳು. ಅವಳ ಸನಿಹಕ್ಕೆ ಹೋದವನು "ನೀನು ಆಡಿದ ಮಾತಿಗೆ ಶಭಾಷ್‌ಗಿರಿ ಕೊಡ್ಬೇಕಿತ್ತು. ......ಛೀ..." ಎಂದ ಜಿಗುಪ್ಸೆಗೊಂಡವನಂತೆ.

ಈ ಮಾತುಗಳೇನು ಹೊರಗೆ ಬರಲಿಲ್ಲ.

"ಮನೆ ತುಂಬ ದೊಡ್ಡದಾಗಿರೋ ಹಾಗಿದೆ" ಎಂದರು ವನಜಮ್ಮ. "ದೊಡ್ಡ ಇಂಜಿನಿಯರ್... ಮಗ..." ಸ್ವಲ್ಪ ಅಭಿಮಾನವು ತುಳುಕಿತು ರಾಧಾಕೃಷ್ಣಯ್ಯನವರ ಸ್ವರದಲ್ಲಿ.

ಅಲ್ಲಿ ಮೈಥಿಲಿಪುರದಲ್ಲಿ ಅವರ ಮನೆಯಲ್ಲಿದ್ದುದು ಎರಡೇ ಕುರ್ಚಿಗಳು. ಬಡಗಿ ರಾಮಯ್ಯ ನಯ ನಾಜೋಕು ಇಲ್ಲದಿದ್ದರೂ ಬಹಳ ಗಟ್ಟಿಮುಟ್ಟಾಗಿ ಮಾಡಿ ಕೊಟ್ಟಿದ್ದ. ಅದರ ಮೇಲೆ ಕೂತೇ ಭಾಸ್ಕರ ಓದಿದ್ದು. ಇನ್ನು ಹಳ್ಳಿ ಜನ ಬಂದರೂ ಕೆಳಗೆ ಕೂಡುತ್ತಿದ್ದರು. ಆಗಾಗ ಸೂರ್ಯನ ಅಪ್ಪನೋ, ಗೌಡರೋ ಬಂದರೆ ಮಾತ್ರ ಅದರಲ್ಲಿ ಕೂಡುತ್ತಿದ್ದರು.

ತಾವು ಹೊರಡೋದು ತಿಳಿದಾಗ ಬಡಗಿ ರಾಮಯ್ಯ ಬಂದು ಅಲ್ಲಲ್ಲಿ ತೋಪಡ ಆಡಿಸಿ, ಉಪ್ಪು ಕಾಗದದಲ್ಲಿ ಉಜ್ಜಿ ಪಾಲಿಷ್ ಮಾಡಿ ಕೊಟ್ಟು ಹೇಳಿದ್ದ. "ನಿಮ್ಮ ಮೊಮ್ಮಕ್ಕಳ ಕಾಲದವರೆಗೂ ಇರುತ್ತೆ. ಎಷ್ಟು ಆಡಿ ಕುಣಿದರೂ ಏನೂ ಆಗೋಲ್ಲ" ಅಭಿಮಾನದಿಂದ ಹೇಳಿಕೊಂಡಿದ್ದ.

ಮೊಮ್ಮಕ್ಕು ಇರಲೀ ಮಗನೇ ಮುಂದೆ ಕೂಡಲು ಅದರ ಮೇಲೆ ಸಮ್ಮತಿಸಲಿಲ್ಲ. ರಾಮಯ್ಯನ ಅಂಥ ಕನಸು ಹುಟ್ಟಿನೊಂದಿಗೇ ಸತ್ತು ಹೋಯಿತು.

ಇಲ್ಲಿ ಮಿರುಗುಟ್ಟುವ ಹೆಚ್ಚು ಬೆಲೆ ಬಾಳುವ ಮೆತ್ತನೆಯ ಸೋಫಾಗಳು, ಭ್ರಮೆಗೊಳಿಸುವ ಸುಂದರ ಚಿತ್ತಾರದ ಟೀಪಾಯಿಗಳು, ಹೂದಾನಿಯಲ್ಲಿ ಜೀವಂತವಲ್ಲದ ಪ್ಲಾಸ್ಟಿಕ್ ಹೂಗಳು. ಇವೆಲ್ಲಾ ಕೂಡ ಅವರ ಮನವನ್ನು ಅರಳಿಸಲು ಸಮರ್ಥವಾಗಲಿಲ್ಲ.

ಅವರುಗಳು ಅರಸಿ ಬಂದ ಆಶಾದೀಪವೇ ಬೇರೆ. ಕಣ್ಣುಗಳು ಮೊಮ್ಮಗನಿಗಾಗಿ ಹುಡುಕಾಡುತ್ತಿದ್ದವು.

ಬಟ್ಟೆ ಬದಲಾಯಿಸಿ ಬಂದ ಮಗನನ್ನು ಕೇಳಿದರು. "ಮಗು ಕಾಣೋದಿಲ್ವಲ್ಲ!" ಭಾಸ್ಕರ ಭಾರವಾದ ಉಸಿರೆಳೆದು ದಬ್ಬಿದ. "ನರ್ಸರಿಗೆ.... ಹೋಗಿದ್ದಾನೆ. ಸಂಜೆನೇ ಬರೋದು."

ವನಜಮ್ಮನಿಗೆ ಗಾಬರಿಯಾಯಿತು. ಪುಟ್ಟ ಮಗು. ಎಷ್ಟು ನಿಶ್ಚಿಂತೆಯಿಂದ ಕಳುಹಿಸಿಬಿಟ್ಟಿದ್ದಾರೆ. ಮೂರು ವರ್ಷದ ಪುಟ್ಟ ಕೃಷ್ಣ.

ಹೆಂಡತಿಯ ಕಣ್ಣುಗಳಲ್ಲಿ ಆತಂಕ ಓದಿಕೊಂಡ ರಾಧಾಕೃಷ್ಣಯ್ಯ ಒಂದು ತರಹ ನಕ್ಕರು. "ಈಗಿನ ವಿಧಾನ ಬೇರೆ ಕಣೆ. ಹಿಂದೆ ಮನೆ ಮೊದಲ ಶಾಲೆ, ತಾಯಿ ಪ್ರಥಮ ಗುರು ಆಗ್ತಾ ಇದ್ದಳು. ಈಗ ಮಗುವಿನ ಚಟುವಟಿಕೆಯ ಪ್ರಾರಂಭ ಹೊರ್ಗೆ. ಅಲ್ಲಿನಿಂದ್ಲೇ ಬದುಕಿನ ಪಾಠ ಷುರುವಾಗೋದು" ನಿರಾಶೆ ಅವರ ಸ್ವರದಲ್ಲಿ ದಟ್ಟವಾಗಿ ಇಣುಕಿತು.

ತಾಯಿ, ಮಗುವಿನ ಸಂಬಂಧ ಹೆಚ್ಚು ಪರಿಪೂರ್ಣವಗಿ, ಅನನ್ಯವಾಗಿರಬೇಕಾದರೇ, ಮಗುವಿನ ಮೊದಲ ಬೆಳವಣಿಗೆ ಹಂತ ಹೆಚ್ಚು ಶ್ರದ್ಧೆ, ಸಂಯಮದಿಂದ ಆಕೆಯೇ ರೂಪಿಸಬೇಕೆಂದು ಅವರ ಅಭಿಮತ. ಇಂದಿನ ಬದಲಾವಣೆಯ ದಿನಗಳಲ್ಲಿ ಅದು ಹೇಗೆ ಸಾಧ್ಯ.?

ಸೀರೆ ಬಿಚ್ಚಿ ತೆಳ್ಳನೆಯ ಮ್ಯಾಕ್ಸಿ ತೊಟ್ಟಿದ್ದ ವಾಣಿ ಬಂದು ಗಂಡನ ಪಕ್ಕದಲ್ಲಿ ಕೂತಳು. ಅವರತ್ತ ನೋಡದೆಯೇ ಮುಖದ ಮುಂದೆ ಆಂಗ್ಲ ಭಾಷೆಯ ಪತ್ರಿಕೆ ಹಿಡಿದಳು. ವನಜಮ್ಮನಿಗೆ ಮತ್ತಷ್ಟು ಸಂಕೋಚದಿಂದ ಮುದುರುವಂತಾಯಿತು.

ಗ್ಲಾಸ್‌ಗಳಲ್ಲಿ ಕಿತ್ತಲೆ ಹಣ್ಣಿನ ರಸ ಬಂತು.

"ಈಗೇನು.......ಬೇಡ" ಎಂದರು ರಾಧಾಕೃಷ್ಣಯ್ಯ, ಅದನ್ನೇ ಅನುಸರಿಸಿದರು ವನಜಮ್ಮ. "ಒಂದಿಷ್ಟು ಬಚ್ಚಲ ಮನೆ ತೋರ್‍ಸಿಬಿಟ್ಟರೆ.... ಸಾಕು" ದೇವರನ್ನೊತ್ತು ತಂದ ಗಂಟು ಇನ್ನು ಅವರ ಕೈಯಲ್ಲಿಯೇ ಇತ್ತು.

ವಾರೆಗಣ್ಣಿನಿಂದ ಭಾಸ್ಕರ ವಾಣಿಯತ್ತ ನೋಡಿದ. ಕೈಯಲ್ಲಿ ಪತ್ರಿಕೆ ಹಿಡಿದು ಹಣ್ಣಿನ ರಸ ಕುಡಿಯುವಲ್ಲಿ ಮಗ್ನಳಾಗಿದ್ದಳು.

ಕೈಯಲ್ಲಿದ್ದ ಗ್ಲಾಸ್‌ನ ಟೀಪಾಯಿ ಮೇಲಿಟ್ಟು ತಾನೇ ಎದ್ದ "ಬನ್ನಿ...." ಅಲ್ಲೇ ಪಕ್ಕದಲ್ಲಿದ್ದ ರೂಮಿಗೆ ಕರೆದೊಯ್ದ.

ಮಂಚ, ಸೋಫಾ, ಬೀರು ಎಲ್ಲಾ ಇದ್ದ ಅಚ್ಚುಕಟ್ಟಾದ ಗಾಳಿ, ಬೆಳಕು ಬರುವ ದೊಡ್ಡ ಕೋಣೆಯೇ.

"ಈ ಕೋಣೆ ನಿಮ್ಮ ಉಪಯೋಗಕ್ಕೆ, ಆಳು ಕಾಳು ಇದ್ದಾರೆ ಸ್ವಚ್ಛ ಮಾಡೋಕೆ ನಿಮ್ಗೇನು ಕೆಲ್ಸವಿಲ್ಲ. ಆರಾಮಾಗಿ ಇರ್ಬಹುದು, ಹೇಗಿದೆ?" ಕೇಳಿದ.

"ಚೆನ್ನಾಗಿದೆ......" ರಾಧಾಕೃಷ್ಣಯ್ಯ ಹೇಳಿದರು.

ಕೆಲವು ಗಂಟೆ ಮುಂದೆ ನಡೆದ ಕಹಿ ಪ್ರಕರಣವನ್ನ ಅವರು ಮರೆತಿರಲಿಲ್ಲ. ಭಾಸ್ಕರ ಸ್ವಲ್ಪ ಸ್ನೇಹವಾಗಿ ವರ್ತಿಸಿದ್ದರೆ.... ನೋವೊಂದು ಅವರೆದೆಯಲ್ಲಿ ಹುದುಗಿಹೋಯಿತು. ಅದು ಎಂದೆಂದಿಗೂ ಅಲ್ಲಿ ಶಾಶ್ವತ!

ಆ ಕೋಣೆಗೆ ಸೇರಿಕೊಂಡಂತೆ ಬಾತ್ ರೂಮು ಇತ್ತು. ಅಡಗೆಯ ಮನೆಯ ಪಕ್ಕದ್ದೇ ದೇವರ ಕೋಣೆ. ಭಾಸ್ಕರ ಬೆಳಿಗ್ಗೆ ಒಮ್ಮೆ ಅಟೆಂಡೆನ್ಸ್ ಕೊಡುವಂತೆ ಹೋಗಿ ಬರುತ್ತಿದ್ದ. ಇನ್ನ ವಾಣಿಗೆ ಇಂಟರೆಸ್ಟಿಲ್ಲ. ಅಡಿಗೆಯ ಭಟ್ಟರೇ ಹಳೇ ಹೂ ತೆಗೆದು ದೇವರ ದೀಪ ಹಚ್ಚುತ್ತಿದ್ದುದ್ದು.

ದೊಡ್ಡ ಮಂದಾಸನದಲ್ಲಿ ಇದ್ದಿದ್ದೆಲ್ಲಾ ಬೆಳ್ಳಿಯ ವಿಗ್ರಹಗಳೆ. ತಾವು ತಂದ ಪಂಚಲೋಹದ ಹಿತ್ತಾಳೆಯ ವಿಗ್ರಹಗಳನ್ನ ಜೋಡಿಸುವುದರ ಜೊತೆಗೆ ಸಾಲಿಗ್ರಾಮಕ್ಕೆ ಒಂದು ಜಾಗ ಮಾಡಿಟ್ಟು ದೇವರ ಮನೆಯ ಜವಾಬ್ದಾರಿಯನ್ನ ದಂಪತಿಗಳು ಹೊತ್ತುಕೊಂಡರು.

ಅಂದು ವೀಕ್ಲಿ ಹಾಲಿಡೆ. ಭಾಸ್ಕರ ಮನೆಯಲ್ಲೇ ಇದ್ದ. ಪೂಜೆ ಮಾಡಿ ತಂದೆ ಕೊಟ್ಟ ತೀರ್ಥ, ಪ್ರಸಾದ ಸ್ವೀಕರಿಸಿದ ಕೂಡ. ಎಂದಿಗಿಂತ ಹೆಚ್ಚು ಸಂತೋಷವಾಗಿಯೂ ಇದ್ದ.

ಟೊಮೆಟೋ ಸಾಸ್ ಪ್ಲೇಟಿಗೆ ಸುರಿದುಕೊಳ್ಳುತ್ತಿದ್ದ ವಾಣಿ ಮೈಥಿಲಿಪುರದ ಜನರನ್ನ ನೆನಪಿಸಿಕೊಂಡಳು. "ಅಬ್ಬಬ್ಬ..... ಅದೇನು ಜನ! ಸ್ವಲ್ಪ ಕೂಡ ಶಿಸ್ತಿಲ್ಲ, ಬರೀ ಅನಾಗರಿಕ ವರ್ತನೆ, ನಮ್ಮ ಡ್ಯಾಡಿ ಮುಂದೆ ಸೂರ್ಯನ ತರಹ ಯಾರಾದ್ರೂ ಬಡಬಡಿಸಿದ್ರೆ... ಕೈಕಾಲು ಮುರ್ಸೀ ಬಿಡ್ತಾ ಇದ್ರು" ಎಂದಳು ವ್ಯಂಗ್ಯವಾಗಿ.

ಬಾಯಲ್ಲಿಟ್ಟುಕೊಂಡ ಪೂರಿ ಒಳಕ್ಕೆ ಹೋಗಲಾರೆನೆಂದು ಹೇಳಿದಂತಾಯಿತು ವನಜಮ್ಮನಿಗೆ. ಬಹಳ ಕಷ್ಟಪಟ್ಟು ನುಂಗಿ ನೀರು ಕುಡಿದರು.

ಮುಗುಳ್ನಗುತ್ತ ಭಾಸ್ಕರ ಏನೋ ಇಂಗ್ಲೀಷ್‌ನಲ್ಲಿ ಹೇಳಿದ. ವಾಣಿ ಜೋರಾಗಿ ನಕ್ಕಳು. ಆ ನಗು ಬಂದು ಅವರಿಗೆ ಅಪ್ಪಳಿಸಿದಂತಾಯಿತು. ಎದುರಿಗೆ ಕೂತ ಕರುಳ ಕುಡಿ ಕೂಡ ಪರಕೀಯನಾಗಿ ಕಂಡ. ಇಡೀ ಸ್ವತಂತ್ರ 'ಒತ್ತೆ' ಇಟ್ಟಂತೆ ಕಸಿವಿಸಿಗೊಂಡರು.

ಹಾಕಿಸಿಕೊಂಡ ಎರಡೆರಡು ಪೂರಿಯನ್ನೇ ಪ್ರಯಾಸವಾಗಿ ತಿಂದವರು ಮೇಲೆದ್ದರು.

"ಕಾಫೀ ಕೂಡ ಬೇಡ. ಎಣ್ಣೆ ಪದಾರ್ಥ ತಿಂದಿರೋದು, ಮಧ್ಯಾಹ್ನದ ಊಟ ಕೂಡ ಬೇಡ" ಭಟ್ಟರಿಗೆ ರಾಧಾಕೃಷ್ಣಯ್ಯ ಹೇಳಿದರು.

ಅವರು ಕೋಣೆ ತಲುಪುವವರೆಗೂ ವಾಣಿಯ ನಗು ಕೇಳಿಸುತ್ತಿತ್ತು. ವಾಣಿಗೆ ತಾವೇನು ಅಲ್ಲವೇ? ಅವಳಾಗಿ ಬಾಯಿ ತುಂಬ ಮಾತಾಡಿಸುತ್ತಲೇ ಇರಲಿಲ್ಲ. ಇವರ ಬಳಿ ಆಡಲು ಮಾತುಗಳು ಇಲ್ಲವೋ! ಅಥವಾ ಅವಳ ಅರ್ಹತೆಗೆ ಇವರುಗಳು ಸರಿಹೊಂದುವುದಿಲ್ಲವೋ! ಅಂತು ಅವಳಾಗಿ ಮಾತಾಡಿಸುತ್ತಿರಲಿಲ್ಲ. ಇವರಾಗಿ ಮಾತಾಡಿಸಲು ಹೋದರೆ ಎದ್ದು ಹೋಗುತ್ತಿದ್ದಳು, ಇಲ್ಲ ಮುಖದ ಮುಂದೆ ಪೇಪರ್ ಹಿಡಿಯುತ್ತಿದ್ದಳು. ಒಟ್ಟಿನಲ್ಲಿ ಬೆಸೆಯದ ಸಂಬಂಧ.

ಇನ್ನ ಪುಟ್ಟ ಕೃಷ್ಣ ಇವರಿಗೆ ಹೊಂದಿಕೊಳ್ಳಲು ಸಮಯವೇ ಇರಲಿಲ್ಲ. ಬೆಳಿಗ್ಗೆ ಎದ್ದ ಕೂಡಲೇ ಅವನನ್ನು ನೋಡಿಕೊಳ್ಳುವ ಶ್ಯಾಮಿಲಿ ವಾಕ್‌ಗೆಂದು ಪಾರ್ಕಿಗೆ ಕರೆದೊಯ್ಯುತ್ತಿದ್ದಳು. ಅಲ್ಲಿ ಅವನ ವ್ಯಾಯಾಮ ಒಂದು ಗಂಟೆಯವರೆಗೆ, ಆಮೇಲೆ ಕರೆತಂದು ಸ್ನಾನ ಮಾಡಿಸಿ ನರ್ಸರಿಯ ವ್ಯಾನ್‌ನಲ್ಲಿ ಒಯ್ದು ಕೂಡಿಸುತ್ತಿದ್ದಳು. ಸಂಜೆ ಅವನಿಗೊಂದು ಪ್ರತ್ಯೇಕ ಟ್ಯೂಷನ್ ಮಾಸ್ಟರ್. ಅದು ಮುಗಿಯುವ ವೇಳೆಗೆ ನಿದ್ದೆ. ಕೆಲವೊಮ್ಮೆ ಊಟವಿಲ್ಲದೇ ಮಲಗಿಬಿಡುತ್ತಿದ್ದ.

ಸಂಜೆ ರಾಧಾಕೃಷ್ಣಯ್ಯನವರು ಹೊರಗೆ ಹೋದರು. ವನಜಮ್ಮನಿಗಂತು ವೇಳೆ ದೂಡುವುದೇ ಕಷ್ಟ. ಮೊದಲಿನ ಚುರುಕುತನವಿಲ್ಲದೇ ಮೈಯಲ್ಲಿ ಆಲಸ್ಯ ತಲಲೆದೋರಿತ್ತು. ಸದಾ ಕೋಣೆಯಲ್ಲಿ ಕೂರುವುದೆಂದರೆ ಕಷ್ಟ.

ಅಪರೂಪಕ್ಕೆ ಹೊರಗೆ ಬಂದು ನಿಂತರು. ಎದುರು ಮನೆ ಸ್ಪಷ್ಟವಾಗಿ ಕಾಣುತ್ತಿತ್ತು. ದೊಡ್ಡ ಕಾಂಪೌಂಡ್, ಸಾಕಷ್ಟು ಹೂಗಿಡಗಳನ್ನು ಬೆಳೆಸಿದ್ದರು. ಆ ಮನೆಯ ಜನರನ್ನ ಮಾತ್ರ ನೋಡಿರಲಿಲ್ಲ. ಇಂದು ಬೇಸರದಿಂದ ಮೆಟ್ಟಿಲುಗಳ ಮೇಲೆ ಕೂತರು.

ವಾಣಿ ಸಿಡಿಲೆರಗಿದಂತೆ ಧಾವಿಸಿದಳು.

"ಅಯ್ಯಯ್ಯೋ... ಇಲ್ಯಾಕೆ ಕೂತ್ಕೊಂಡ್ರಿ? ಯಾರಾದ್ರೂ ನೋಡಿದ್ರೆ ಏನಂದ್ಕೋತಾರೆ? ಇದೇನು ಮೈಥಿಲಿಪುರ ಅಲ್ಲ. ಅಲ್ಲಿರೋ ಛೇರ್ ಮೇಲೆ ಹೋಗಿ ಕೂತ್ಕೊಳ್ಳಿ."

ಸೊಸೆ ಹೇಳಿದ ರೀತಿಗೆ ಭಯಗೊಂಡರು. ಇದೇನು ಅಂಥ ಅನಾಹುತ ಆಕೆಗೆ ಅರ್ಥವಾಗಲಿಲ್ಲ. ಛೇರ್‌ನತ್ತ ಹೋಗದೆ ತಮ್ಮ ಕೋಣೆಗೆ ಹೋಗಿಬಿಟ್ಟರು. ಅಲ್ಲಿ ಕಾಲು ನೀಡಿಕೊಂಡು ಅರಾಮಾಗಿ ನೆಲದ ಮೇಲೆ ಕೂತರು.

ಈಗ ಬೆಳಿಗ್ಗೆ ಎದ್ದು ನೀರೊಲೆಗೆ ಉರಿ ಹಾಗಬೇಕೆಂಬ ದಾವಂತವಿರಲಿಲ್ಲ. ನೀರು ಸೇದಿ ಹಂಡೆ ತುಂಬುವ ಕೆಲಸವಿಲ್ಲ. ಮಸಿ, ಬೆಂಕಿಯ ಸುಳಿವಿಲ್ಲದ ಬಚ್ಚಲ ಮನೆ ಸ್ವಿಚ್ ಹಾಕಿದರೆ ಕಾಯುವ ನೀರು, ನಲ್ಲಿ ತಿರುವಿದ ಕೂಡಲೇ ಪ್ರವಾಹಿಸುವ ಜಲ–ಈ ವಿಪರೀತ ಅನುಕೂಲಕ್ಕೆ ಅವರು ಒಗ್ಗಿಕೊಳ್ಳಲಾರದೆ ತಡಬಡಿಸುತ್ತಿದ್ದರು.

ಅಲ್ಲಿ ಆರಾಮಾಗಿ ದಿನಗಳು ಕಳೆದುಹೋಗುತ್ತಿದ್ದವು. ಇಲ್ಲಿ ಗಂಟೆಗಳು ಕಳೆಯುವುದು ಪ್ರಯಾಸವೇ. ಬೆಳಿಗ್ಗೆ ಸಂಜೆ ರಾಧಾಕೃಷ್ಣಯ್ಯನವರು ಹೊರಗೆ ಹೋಗುತ್ತಿದ್ದರು. ಅಲ್ಲಿ ಅವರಿವರನ್ನ ಅಷ್ಟಿಷ್ಟು ಪರಿಚಯ ಮಾಡಿಕೊಂಡಿದ್ದರು. ಇನ್ನ ಉಳಿದ ಜೀವನ ಊಟ, ತಿಂಡಿ, ಮಾತುಗಳಿಂದಲೇ ಕಳೆದುಹೋಗಬೇಕಾ? ಯಾರಿಗೂ ತಮ್ಮಿಂದ ಉಪಯೋಗವಿಲ್ಲವೇ ಎಂದು ಯೋಚಿಸುವಂತಾಗಿತ್ತು ಅವರಿಗೆ.

ಹೆಂಡತಿ ತೀರಾ ಮಂಕಾಗಿರುವುದನ್ನು ಕಂಡು ರಾಧಾಕೃಷ್ಣಯ್ಯನವರು ವ್ಯಾಕುಲ ಚಿತ್ತರಾದರು. "ವನಜ, ಯಾಕೋ ಇಲ್ಲಿ ನೀನು ಒಗ್ಗಿಕೊಳ್ಳಲಿಲ್ಲ. ಬಂದು ತಪ್ಪು ಮಾಡಿದೆವೇನೋ" ಗಂಡನ ಮಾತನ್ನ ಆಕೆ ನಿರಾಕರಿಸಿದರು.

"ಅದೆಲ್ಲಾ ಏನಿಲ್ಲ. ಕೆಲಸವಿಲ್ಲ ಹೊತ್ತು ಹೋಗದು ಅಷ್ಟೆ. ಇಲ್ಲಿ ನಮ್ಗೆ ಏನು ಕಡ್ಮೆಯಾಗಿದೆ."

ರಾಧಾಕೃಷ್ಣಯ್ಯನ ತುಟಿಯಂಚಿನಲ್ಲಿ ನೋವಿನ ನಗು ಮಿನುಗಿ ಮಾಯವಾಯಿತು. ಅಲ್ಲಿಗಿಂತ ಇಲ್ಲಿ ಭರ್ಜರಿಯಾದ ಊಟ, ತಿಂಡಿ, ಮಲಗಲು ಮೆತ್ತನೆಯ ಹಾಸಿಗೆ, ಗಾಳಿ, ಬೆಳಕು ಬರುವಂಥ ಕೋಣೆ. – ಇಷ್ಟಿದ್ದರು ಏನೋ ಕೊರತೆ.

ಅದೂ ಇದೂ ಕೇಳುವ ಮೈಥಿಲಿಪುರದ ಜನರಿಲ್ಲ. ರೇಗಾಟ, ಕೂಗಾಟ, ಹಾರಾಟದಿಂದ ಬಂದು ಹೋಗುತ್ತಿದ್ದ ಸೂರ್ಯನಿಲ್ಲ. "ಹೊಟ್ಟೆ.... ಹಸಿವು..." ಬಾಳೆ ಎಲೆ ಹೊತ್ತು ಬರುವ ಚೆನ್ನನಿಲ್ಲ.. ಅಲ್ಲಿನ ಗಾಳಿ, ನೀರು ಪ್ರತಿಯೊಂದರಲ್ಲೂ ಅತ್ಮೀಯತೆ ಇತ್ತು. ಇಲ್ಲಿ ಅದೊಂದೇ ಕೊರತೆ ಎಲ್ಲಾ ತೃಣವಾಗಿಸಿಬಿಟ್ಟಿತ್ತು.

ಬಹಳ ಹೊತ್ತು ನಿದ್ದೆ ಬರದೇ ಇಬ್ಬರು ಒದ್ದಾಡಿದರು.

ಒಂದು ಹೊತ್ತಿನಲ್ಲಿ ಎದ್ದು ಕೂತ ರಾಧಾಕೃಷ್ಣಯ್ಯ "ವಾಣಿಗೆ ಒಂದ್ಮಾತು ಹೇಳು. ಶ್ಯಾಮ್ಲಿ ಬದ್ಲು ನಾವು ಕೃಷ್ಣನನ್ನ ನೋಡಿಕೊಳ್ಳೋಣ, ನಮ್ಗೂ ಹೊತ್ತು ಹೋಗುತ್ತೆ" ಸೂಚಿಸಿದರು.

"ಕೇಳ್ತಾಳೆ ಅನ್ನೋ ನಂಬ್ಕೇ ಇಲ್ಲ. ಸುಮ್ನೇ ಹೇಳಿ ಯಾಕೆ ನಾವು ಮುಜುಗರ ಪಟ್ಕೋಬೇಕು. ದಿನ ಕಳೆದಂತೆ ಇದೇ ಒಗ್ಗಿಕೊಂಡುಬಿಡುತ್ತೆ" ವನಜಮ್ಮ ಮಗ್ಗಲು ಬದಲಾಯಿಸಿ ಕಣ್ಣು ಮುಚ್ಚಿಕೊಂಡರು.

"ಹೋಗ್ಲಿ, ಬೆಳಿಗ್ಗೆ ಸಂಜೆ ನಂಜೊತೆ ಬಂದುಬಿಡು. ಅಡ್ಡಾಡಿಕೊಂಡು ಬರೋವಾಗ ಒಂದಿಷ್ಟು ನಮ್ಮಂಥ ಜನರ ಪರಿಚಯವಾಗುತ್ತೆ. ಕಷ್ಟ, ಸುಖ ಹೇಳೋದರ ಜೊತೆ ನಮ್ಮಂಥವ್ರಿಂದ ಏನಾದ್ರೂ ಮಾಡೋಕೆ ಸಾಧ್ಯವಾ ಅನ್ನೋದ್ನ ತಿಳ್ದುಕೊಳ್ಳೋಣ" ಹೇಳಿದಾಗ ಆಕೆ ಪ್ರತಿಕ್ರಯಿಸಲು ಹೋಗಲಿಲ್ಲ.

ಹೆಂಡತಿಗೆ ನಿದ್ದೆ ಬಂದಿದೆಯೆಂದು ತಿಳಿದ ಮೇಲೆ ಹೊದಿಕೆ ಸರಿ ಮಾಡಿ ಮುಂಗುರುಳನ್ನ ಪಕ್ಕಕ್ಕೆ ಸರಿಸುವಾಗ ಅಕಸ್ಮಾತ್ ನೋಡಿಬಿಟ್ಟಳು ಕಿಟಕಿಯಲ್ಲಿ. ಜಗತ್ತಿನ ಎಂಟನೇ ಅದ್ಭುತ ಅವಳ ಪಾಲಿಗೆ.

ಈ ವಯಸ್ಸಿನಲ್ಲೂ ಪ್ರೀತಿ ಉಳಿದಿರುತ್ತ? ಅದು ಸಹಜವಾದರೆ, ಅದರ ಹಿಂದೆ ಅಡಗಿರುವ ರಹಸ್ಯವೇನು? ನುಂಗಿದ ನಿದ್ದೆಯ ಮಾತ್ರೆಗಳು ಕೂಡ ಅವಳ ಮೇಲೆ ಪರಿಣಾಮ ಬೀರಲಿಲ್ಲ.

* * *

ಈಚೆಗೆ ವನಜಮ್ಮ ಸೂಕ್ಷ್ಮವಾಗಿ ಗಮನಿಸುತ್ತಿದ್ದರು. ಆಲಸ್ಯದಿಂದ ಸದಾ ವಾಣಿ ಮಲಗಿಯೇ ಇರುತ್ತಿದ್ದಳು. ಮಗುವನ್ನು ಕೂಡ ಹತ್ತಿರಕ್ಕೆ ಕರೆಯುತ್ತಿರಲಿಲ್ಲ. ಆಗಾಗ ಒಮ್ಮೊಮ್ಮೆ ಗಂಡ, ಹೆಂಡತಿ ಬಿರುಸಿನಿಂದ ಜಗಳವಾಡುತ್ತಿದ್ದರು.

ಸಂಜೆ ಕ್ಲಬ್‌ಗೆ ಹೋಗುವಾಗ ಮಾತ್ರ ಸ್ವಲ್ಪ ನೋಡುವಂತಿರುತ್ತಿದ್ದಳು. ಮಿಕ್ಕ ಸಂದರ್ಭಗಳಲ್ಲಿ ಒಂದು ಮ್ಯಾಕ್ಸಿ ತೊಟ್ಟು ಯಾವುದಾದರೂ ಪುಸ್ತಕವನ್ನೋ ಪತ್ರಿಕೆಯನ್ನೋ ಹಿಡಿದು ಮಲಗಿರುತ್ತಿದ್ದಳು.

ಆಗಾಗ ಡಾಕ್ಟರ್ ಕೂಡ ಬಂದು ಹೋಗುತ್ತಿದ್ದರು. ಭಾಸ್ಕರನನ್ನು ಕೇಳಿದಾಗ ಉದಾಸೀನ ಮಾಡಿದ. "ಅವಳಿಗೆ ಏನಾಗಿದೆ? ಡಾಕ್ಟರ್‌ಗಳು ಹೇಗೆ ತಮ್ಮ ಖರ್ಚುಗಳನ್ನು ಮ್ಯಾನೇಜ್ ಮಾಡ್ಕೋಬೇಕು" ಹಾಸ್ಯಕ್ಕೆ ಹಾಗೆ ಅಂದಿರಬೇಕೆಂದುಕೊಂಡರು.

ಒಂದಿಷ್ಟು ತಲೆ ಬಿಸಿಯಾದರೆ ಸೂರ್ಯ ಬಂದು ಇವರ ಮನೆಯಲ್ಲಿ ಮಲಗಿಬಿಡುತ್ತಿದ್ದ. "ತುಂಬ ತಲೆನೋವು ಅತ್ತೆ, ಒಂದಿಷ್ಟು ಕಷಾಯ ಮಾಡ್ಕೊಡಿ" ಅವನು ವಿದ್ಯಾವಂತನೇ. ಅವನಿಗೂ, ಭಾಸ್ಕರನಿಗೂ ಅಜಗಜಾಂತರ ವ್ಯತ್ಯಾಸ.

ಯಾವುದೇ ವಿಷಯ ತಾಯಿ ತಂದೆಯರಿಗೆ ಹೇಳಲು ಕೇಳಲು ಮಾತಾಡಿಸಲು ಅವನಿಗೆ ಪುರಸತ್ತು ಇಲ್ಲ. ಅದು ಅಗತ್ಯ ಅನ್ನಿಸಿರಲು ಕೂಡ ಇಲ್ಲ.

ಎಲ್ಲೋ ಹೋದ ರಾಧಾಕೃಷ್ಣಯ್ಯ ಇನ್ನೂ ಬಂದಿರಲಿಲ್ಲ. ವಾಣಿಯ ಕೋಣೆಯೊಳಗೆ ಇಣುಕಿದ ವನಜಮ್ಮ "ವಾಣಿ, ಒಂದು ಗಳಿಗೆ ಬರ್ತೀಯಾಮ್ಮ" ಕರೆದರು.

ಕೈಯಲ್ಲಿನ ಮ್ಯಾಗಜೀನ್‌ನ ಪಕ್ಕಕ್ಕೆ ಹಾಕಿದಳು. ಅವಳಿಗೇನೋ ಅಲಕ್ಷ್ಯ ಮಾಡಬೇಕೆನಿಸಲಿಲ್ಲ. ಏಳಲಾರದಂತ ಬಳಲಿಕೆ ಪ್ರಯಾಸದಿಂದ ಎದ್ದವಳೇ ಹೊರಗೆ ಬಂದು ಸೋಫಾ ಮೇಲೆ ಕೂತಳು. ಹಣೆ, ಕೈ ಎಲ್ಲಾ ಖಾಲಿ ಖಾಲಿ, ಕೊರಳಲ್ಲಿ ಮಾತ್ರ ಎರಡೆಳೆಯ ಕರೀಮಣಿ ಸರವಿತ್ತು. ಬಿಚ್ಚುಗೂದಲು ಬೆನ್ನಿನ ಜೊತೆ ಕೆನ್ನೆ ಭುಜದ ಮೇಲೆ ಹರಡಿಕೊಂಡಿತ್ತು. ಕಣ್ಣುಗಳಲ್ಲಿ ಪೇಲವತೆ.

ತುಂಬಾ ಕರುಣೆಯಿಂದ ನೋಡಿದರು. ಆಕೆ ಭಾಸ್ಕರನ ಹೆಂಡತಿ. ತಮ್ಮ ಮನೆಯ ನಂದಾದೀಪ ಹಚ್ಚಲು ಬಂದ ಹೆಣ್ಣು.

"ಮೈಯಲ್ಲಿ ಆರಾಮವಿಲ್ವಾ! ಡಾಕ್ಟ್ರು, ಬಂದು ಹೋಗ್ತಾ ಇದ್ದರಲ್ಲಾ!" ಪ್ರಶ್ನಿಸಿದಾಗ ವಾಣಿಯ ಮುಖದ ಮೇಲೆ ಬೇಸರವೊಡೆಯಿತು. ಇಂತದೆಲ್ಲ ಹೇಳೋಕೆ, ಕೇಳೋಕೆ ಅವಳಿಗೆ ಇಷ್ಟವಿಲ್ಲ "ಎಂಥದ್ದೋ ಗೊತ್ತಾಗೋಲ್ಲ" ಎಂದಳು.

ವನಜಮ್ಮನ ದನಿ ತೊಡರಿತು. ಇಲ್ಲಿನ ಕಷ್ಟ-ಸುಖದಲ್ಲಿ ಪಾಲಿಲ್ಲ ಅಂದ ಮೇಲೆ ತಾವು ಯಾಕೆ ಇಲ್ಲಿರಬೇಕು? ಇದು ಮಗನ ಮನೆ, ತಮ್ಮ ಮನೆಯೆಂದೇ ಬಂದಿದ್ದು. ಇಲ್ಲಿ ಸಿಗುತ್ತಿರುವುದು ಅತಿಥಿಗಳ ಮರ್ಯಾದೆ ಮಾತ್ರ.

'ತಾವೇ ಇನ್ನಷ್ಟು ಹೊಂದಿಕೊಳ್ಳೋಣ' ರಾಧಾಕೃಷ್ಣಯ್ಯ ಹೇಳಿದ ಮಾತು ನೆನಪಾಯಿತು. ಮತ್ತಷ್ಟು ಮೃದುವಾದರು.

"ಡಾಕ್ಟ್ರು ಏನ್ಹೇಳ್ತಾರೆ?" ಕಕ್ಕುಲತೆಯಿಂದ ಕೇಳಿದಾಗ ವಾಣಿ ಗೊಂದಲದಲ್ಲಿ ಬಿದ್ದಳು. "ಏನೇನೋ ಹೇಳ್ತಾರೆ. ಅವೆಲ್ಲ ನಿಮ್ಗೆ ಅರ್ಥವಾಗೋಲ್ಲ. ಮಾತ್ರೆ, ಇಂಜಕ್ಷನ್, ಟಾನಿಕ್ ಎಲ್ಲಾ ಆಯ್ತು. ಹಾಳಾದ ಮೈಗೆ ಶಕ್ತಿಯೇ ಬರಲ್ಲೊಲ್ಲದು" ಸಿಡಿಮಿಡಿಗುಟ್ಟಿದಳು.

ಮನೆಯಲ್ಲಿ ಹಾಲು, ತುಪ್ಪ, ಹಣ್ಣಿನ ಬಳಕೆ ಹೇರಳವಾಗಿತ್ತು. ಯಾವುದಕ್ಕೂ ತಾಪತ್ರಯಪಟ್ಟುಕೊಳ್ಳುವಂತಿರಲಿಲ್ಲ. ದಣಿಯುವಂತೆ ಕೆಲಸವೂ ಇರಲಿಲ್ಲ. ಭಾಸ್ಕರನ ಅದೃಷ್ಟ ಒಳ್ಳೇದಿತ್ತು. ಬೇಗನೇ ಕೆಲಸ ಸಿಕ್ಕಿತ್ತು. ನಾಲ್ಕು ಐದು ವರ್ಷಗಳಲ್ಲಿಯೇ ಮೇಲಕ್ಕೆ ಬಂದಿದ್ದ. ಸಾಕಷ್ಟು ಸರ್ವಿಸ್ ಆದವರೂ ಕೂಡ ಇಂದಿಗೂ ಅವನ ಕೈ ಕೆಳಗೆ ಕೆಲಸ ಮಾಡುತ್ತಿದ್ದರು.

"ಒಂದಷ್ಟು ದಿನ ತವರುಮನೆಗಾದ್ರೂ ಹೋಗ್ಬಾ," ಆಕೆ ಹಾಗೆ ಅಂದ ಕೂಡಲೇ ಮೇಲೆದ್ದಳು. 'ಆಗ್ಳೇ ಅತ್ತೆತನ ತೋರಿಸೋಕೆ ಷುರುಮಾಡಿಬಿಟ್ರಲ್ಲ' ಎನ್ನುವ ಭಾವವಿತ್ತು ಅವಳ ಕಣ್ಣುಗಳಲ್ಲಿ.

ಅಷ್ಟರಲ್ಲಿ ಓಡಿ ಬಂದ ಕೃಷ್ಣ. ಅವನನ್ನ ಎದುರುಗೊಳ್ಳಲು ಶ್ಯಾಮ್ಲಿ ಇರಲಿಲ್ಲ.

"ಒಳ್ಗಡೆ..... ಹೋಗು" ಕೂತಲಿಂದಲೇ ವಾಣಿ ಹೇಳಿದಳು "ಶ್ಯಾಮ್ಲಿ...." ಎನ್ನುತ್ತ ಅಲ್ಲಿಯೇ ಕೂತುಬಿಟ್ಟ. ವಾಣಿ ಕೋಪದಿಂದ ರೇಗಿದಳು. "ಇವತ್ತು ಅವ್ಳು ಇಲ್ಲ. ನಾರಾಯಣ ಇದ್ದಾನೆ" ಅವನು ಮೇಲೇಳಲಿಲ್ಲ.

ಮಗನ ತದ್ರೂಪಾದ ಕೃಷ್ಣನ ಮೇಲೆ ವನಜಮ್ಮನ ಪ್ರೀತಿ ಉಕ್ಕಿ ಹರಿಯಿತು. ಇಂದಿನವರೆಗೂ ಒಮ್ಮೆಯಾದರೂ ಅವನನ್ನು ಅಪ್ಪಿ ಮುದ್ದಾಡುವ ಭಾಗ್ಯ ಅವರದ್ದಾಗಿರಲಿಲ್ಲ.

"ಬಾ.....ಪುಟ್ಟ ಕೃಷ್ಣ" ಕೈ ಚಾಚಿದರು.

"ನಾರಾಯಣ...." ಮನೆ ಕಿತ್ತು ಹೋಗುವಂತೆ ಕೂಗಿದಳು ವಾಣಿ. ಅವನು ಬೇಸರದಿಂದಲೇ ಬಂದು ನಿಂತ. "ಇವ್ನಿಗೆ ಬಟ್ಟೆ ಬದಲಾಯ್ಸಿ, ಕೈ ಕಾಲು ತೊಳೆಸಿ ಹಾಲು ಕೊಡು. ಇವತ್ತು ಶ್ಯಾಮ್ಲಿ ಬಂದಿಲ್ಲ" ಹೇಳಿದಳು.

ಅವನಿಗೆ ಬೆಳಗಿನಿಂದ ತಲೆ ನೋವು. ಎರಡು ಸಲ ಪೇಟೆಗೆ ಕೂಡ ಹೋಗಿ ಬಂದಿದ್ದ. ಈಗ ಇದು ಎಕ್ಸ್‌ಟ್ರಾ ಕೆಲಸ.

"ಬಾ......" ಅವನ ಬಳಿಗೆ ಹೋದ.

"ಬರೋಲ್ಲ...... ಬರೋಲ್ಲ..." ಕೈಕಾಲು ಜಾಡಿಸುತ್ತ ಅಳಲು ಷುರು ಮಾಡಿಬಿಟ್ಟ. ನಾರಾಯಣ ಮಾತುಗಳಿಗೆ ಅವನು ಜಪ್ಪಯ್ಯ ಅನ್ನಲಿಲ್ಲ. "ಶ್ಯಾಮ್ಲೀ..... ಶ್ಯಾಮ್ಲೀ" ಎಂದೇ ಅಳುತ್ತಿದ್ದ. ವಾಣಿ ಹೋಗಿ ಸುಧಾರಿಸುವಂತೆ ಕಾಣದಿದ್ದಾಗ ವನಜಮ್ಮ ಧೈರ್ಯ ಮಾಡಿ ಅವನ ಹತ್ತಿರಕ್ಕೆ ಹೋದರು.

ಮೊದ ಮೊದಲು ವಿರೋಧಿಸಿದರೂ ಕಡೆಗೆ ಅಳು ನಿಲ್ಲಿಸಿ ಅವರ ಚಾಚಿದ ಕೈಗಳೊಳಗೆ ಹೋದ. ವನಜಮ್ಮ ಅವನನ್ನ ರಮಿಸುತ್ತ ಎತ್ತಿಕೊಂಡು ಹೋಗಿ ಕೈಕಾಲು ತೊಳಸಿ ನಾರಾಯಣ ಕೊಟ್ಟ ಬಟ್ಟೆಗಳನ್ನು ತೊಡಿಸಿ ಸೊಂಟಕ್ಕೇರಿಸಿಕೊಂಡು ಹೊರಗೆ ಬಂದರು.

ಏನಾದರೂ ಹೇಳಲು ವಾಣಿ ಹೊರಗೆ ಇರಲಿಲ್ಲ. ನಾರಾಯಣನಿಗೆ ಅವನನ್ನು ಸುಧಾರಿಸುವ ಕೆಲಸ ತಪ್ಪಿದ್ದು ಸಂತೋಷವಾಗಿತ್ತು.

ಅವನನ್ನು ಎತ್ತಿಕೊಂಡೇ ಕಾಂಪೌಂಡೆಲ್ಲ ಸುತ್ತಿದರು. ದೊಡ್ಡ ನಿಧಿ ಸಿಕ್ಕಂತಾಗಿತ್ತು ಅವರಿಗೆ. ತಮಗೆ ತಿಳಿದಂತೆ ಹೂ ಎಲೆಯ ಬಗ್ಗೆಯೆಲ್ಲ ಹೇಳಿದರು. ಅವನು ಕೇಳಿದ ಹೂ ಕಿತ್ತುಕೊಟ್ಟರು.

ಅವರ ತುಂಬು ಪ್ರೀತಿಗೆ ಕೃಷ್ಣ ಬೇಗ ವಶವಾಗಿಬಿಟ್ಟ. ತನ್ನದೇ ಭಾಷೆಯಲ್ಲಿ ಏನೇನೋ ಹೇಳಿದ.

ಬಂದ ರಾಧಾಕೃಷ್ಣಯ್ಯನವರ ಮುಂದೆ ಮೊಮ್ಮಗನನ್ನು ಹಿಡಿದರು. "ನಮ್ಮ ಭಾಸ್ಕರನಷ್ಟೇ ಚೂಟಿ....." ತುಂಬಾ ಸಂತೋಷ; ಅಕ್ಕರೆ ಬೆರೆತ ದನಿ.

ರಾಧಾಕೃಷ್ಣಯ್ಯನವರು ಮೊಮ್ಮಗನನ್ನು ಪುಸಲಾಯಿಸಿ ಎತ್ತಿಕೊಂಡರು. "ಪುಟ್ಟ ಕೃಷ್ಣ... ಗೋಪಾಲ ಕೃಷ್ಣ" ಕೃಷ್ಣನನ್ನ ಎದೆಗೊತ್ತಿಕೊಂಡರು. ಅವರ್ಣನೀಯವಾದ ಅನುಭವ. ಹೆಚ್ಚು ಉತ್ಸಾಹಗೊಂಡರು.

ಇಂದು ಬಂದ ಭಾಸ್ಕರ ಒಂದೇ ಸಮ ಕೂಗಾಡತೊಡಗಿದ್ದ. ಆಳುಕಾಳುಗಳ ಜೊತೆ ಇಂದು ಮಡದಿಗೂ ಬೈಗಳು. ಇದು ಸ್ವಲ್ಪ ಹೆಚ್ಚೆಂದುಕೊಂಡರೂ ಅವನು ಸಮಾಧಾನವಾಗಿರುತ್ತಿದ್ದುದೇ ಕಡಿಮೆ.

ರಾತ್ರಿ ಊಟದ ನಂತರ ವರಾಂಡದಲ್ಲಿ ಕೂತು ಪೇಪರ್ ನೋಡುತ್ತಿದ್ದ ಮಗನ ಎದುರು ಬಂದು ಕೂತರು.

"ಭಾಸ್ಕರ......" ಮುಖದ ಮುಂದಿನಿಂದ ಪೇಪರ್ ಪಕ್ಕಕ್ಕೆ ತೆಗೆಯದೇನೆ "ಏನಪ್ಪ...." ಎಂದ. ರಾಧಾಕೃಷ್ಣಯ್ಯನವರು ಮೇಲಕ್ಕೆದ್ದರು. "ಒಂದತ್ತು ನಿಮಿಷ ಮಾತಾಡೋದಿದೆ. ನೀನು ಪುರಸತ್ತು ಆದಾಗ್ಹೇಳು... ಬರ್ತೀನಿ."

ಅವನಿಗೆ ಏನನ್ನಿಸಿತೋ, ಪೇಪರ್ ಮಡಚಿ ಪಕ್ಕಕ್ಕಿಟ್ಟು ಇನ್ನಷ್ಟು ಸೋಫಾ ಬೆನ್ನಿಗೆ ಒರಗಿದ.

"ಒಂದ್ನಾಲ್ಕು ದಿನ ಎಲ್ಲಾ ಮರ್ತು ವಾಣಿನ ಕರ್ಕೊಂಡ್ ಎಲ್ಲಾದ್ರೂ.... ಹೋಗ್ಬಾ. ಇದೇ ತರಹದ ಉದ್ವೇಗದ ಜೀವನವೇಂದ್ರೆ ಆರೋಗ್ಯ ಕೆಡುತ್ತೆ. ಸ್ವಲ್ಪ...ಯೋಚ್ಸು" ಎಂದರು.

ಭಾಸ್ಕರನ ತುಟಿಗಳ ಮೇಲೆ ನಗು ಇಣುಕಿತು. "ಇದು ದುಡಿಯೋ ಕಾಲ. ನಾವಿಬ್ರೂ ಬೇರೆ ಬೇರೆಯೇನು ಇಲ್ವಲ್ಲ. ಒಂದೇ ಕಡೆ ಇದ್ದೀವಿ. ಇನ್ನ ಹೊರ್ಗೆ ಸುತ್ತಾಡಿ ಮಾಡೋದೇನಿದೆ? ತಲೆ ಕೆಟ್ಟು ಹೋಗುತ್ತಷ್ಟೆ" ಬೇಸರದಿಂದ ನುಡಿದ.

"ವಾಣಿನ ನೋಡಿದ್ಯಾ?" ಕೇಳಿದರು.

ಭಾಸ್ಕರ ಸ್ವಲ್ಪ ಜೋರಾಗಿಯೇ ನಕ್ಕ "ಸದಾ ಎದುರಿನಲ್ಲಿರೋಳ್ನ ನೋಡ್ದೇ ಇರೋಕೆ ಆಗುತ್ತಾ! ಬೇಡ ಅನ್ನಿಸಿದ್ರೂ.... ತಾಳಿ ಕಟ್ಟಿದ್ಮೇಲೆ ಈ ದೇಶದಲ್ಲಿ ತಪ್ಪಿಸಿಕೊಳ್ಳೋದು ಸುಲಭವಲ್ಲ."

ಮಗನ ಮಾತಿಗೆ ವಿಸ್ಮಿತರಾದರು. ಅವರ ನಡುವೆ ಅಪಾರವಾದ ಪ್ರೇಮ, ಅನ್ಯೋನ್ಯತೆ ಇದೆಯೆಂದು ತಿಳಿದಿದ್ದರು ಈ ಗಳಿಗೆಯವರೆಗೂ.

“ಏನು ಮಾತಾಡ್ತೀಯಾ, ಭಾಸ್ಕರ. ಆ ಹುಡ್ಗೀ ಕಿವಿಗೆ ಬಿದ್ದರೆ ಎಷ್ಟೊಂದು ನೊಂದ್ಕೋತಾಳೆ. ಆರೋಗ್ಯ ಸರಿಯಿಲ್ಲ. ಸದಾ ಮಲಗಿರುತ್ತಾಳೆ. ನೀನು ಆಕೆ ಕಡೆ ಸ್ವಲ್ಪ ಗಮನ ಹರಿಸು.” ಬುದ್ಧಿ ಹೇಳಿದರು. ಅವನು ಏನೋ ಗೊಣಗಿಕೊಂಡು ಪೇಪರ್ ಎತ್ತಿಕೊಂಡಾಗ ಅವರು ಎದ್ದು ಹೋದರು.

ಆಮೇಲೆ ಬಂದ ಯಾರೊಂದಿಗೋ ಕೂಗಾಡುತ್ತಿದ್ದ ಭಾಸ್ಕರ. ರೇಗಾಟ ಬೈಗಳೇ ಅವನ ಮಾತಿನ ರೀತಿ ಎನ್ನುವಷ್ಟು ಬದಲಾಗಿಹೋಗಿದ್ದ. ನಗು, ಸುಖ, ಶಾಂತಿ ಇಲ್ಲದ ಮನೆ.

“ಏನಾಗಿದೆ.... ಇವ್ನಿಗೆ? ನಮ್ಮ ಭಾಸ್ಕರ ಮೊದ್ಲು ಹೀಗೆ ಇರ್ಲಿಲ್ಲ ಎಷ್ಟು ವಿಶ್ವಾಸ, ಎಂಥ ಅಂತಃಕರಣ ಓದುವ ದಿನಗಳಲ್ಲಿ. ಊರಿಗೆ ಬಂದ ಕೂಡ್ಲೇ ಸೂರ್ಯನನ್ನು ಹುಡ್ಕಿಕೊಂಡು ಓಡ್ತಾ ಇದ್ದ. ಈಗ ಎದುರಿಗಿರೋ ಅಪ್ಪ, ಅಮ್ಮನ ಜೊತೆನೇ ಅವ್ನಿಗೆ ಮಾತು ಬೇಡ” ಗಂಡನ ಮುಂದೆ ಹೇಳಿಕೊಂಡು ಆಕೆ ಸಂಕಟಪಟ್ಟರು.

“ಇವ್ನಿಗೆ ಸಮಾಧಾನ ಅನ್ನೋದೇ ಇಲ್ಲ! ಕೆಲವು ರೇಗಾಟ, ಕೂಗಾಟಕ್ಕೆ ಕಾರಣವೇ ಇರೋಲ್ಲ. ಇದ್ರಲ್ಲಿ ವಾಣಿದು ಕೂಡ ತಪ್ಪಿದೆ.” ವಿವೇಚಿಸಿಯೇ ಅವರು ಈ ಮಾತನ್ನು ಆಡಿದ್ದು.

ಸದಾ ಮಂಚದ ಮೇಲಿರುತ್ತಿದ್ದ ವಾಣಿ ಡ್ರೆಸ್ ಮಾಡುವುದಿರಲಿ ಹಣೆಗೆ ಕೂಡ ಹಚ್ಚದೇ ಒಂದು ಮ್ಯಾಕ್ಸಿ ತೊಟ್ಟಿರುತ್ತಿದ್ದಳು. ಬದುಕಿದ್ದ ತಾಯಿ ಮಗು, ತಂದೆಯ ಮಧ್ಯೆ ಬೆಳಸದಿದ್ದುದರೇನೋ, ಕೃಷ್ಣ ಅಪ್ಪನನ್ನು ಹುಡುಕಿಕೊಂಡು ಹೋಗುತ್ತಿರಲಿಲ್ಲ. ಭಾಸ್ಕರ ಮಗನಿಗಾಗಿ ಕಾತರಿಸುತ್ತಿರಲಿಲ್ಲ. ಮೂವರು ಒಂದೆಡೆ ಸೇರು ಕ್ಷಣಗಳೇ ಅಪರೂಪ.

ಮತ್ತೆ ನಾಲ್ಕು ದಿನ ಶ್ಯಾಮ್ಲಿ ಬರದಿದ್ದಾಗ ಕೃಷ್ಣ ಪೂರ್ತಿ ಅಜ್ಜಿ, ತಾತನಿಗೆ ಹೊಂದಿಕೊಂಡುಬಿಟ್ಟ. ಓಡಿ ಬಂದು ಅವರ ಮಡಿಲು ಸೇರುತ್ತಿದ್ದ. ಸ್ನಾನದಿಂದ ಮೊದಲುಗೊಂಡು ಊಟ, ಮಲಗೋದು ಎಲ್ಲಕ್ಕೂ ಅವನಿಗೆ ಅಜ್ಜಿ, ತಾತ ಬೇಕಾಯಿತು.

ಶ್ಯಾಮ್ಲಿಯ ಜೊತೆ ಬೇರೆ ರೂಮಿನಲ್ಲಿ ಮಲಗುತ್ತಿದ್ದ ಕೃಷ್ಣ ಈಗ ಅಜ್ಜಿ, ತಾತನ ಕೋಣೆ ಸೇರಿಬಿಟ್ಟ.

ಮಾರನೆಯ ದಿನದ ರಾದ್ಧಾಂತದಿಂದಲೇ ಸತ್ಯ ಸಂಗತಿ ರಾಧಾಕೃಷ್ಣಯ್ಯನವರಿಗೆ ತಿಳಿದಿದ್ದು. ಫ್ಯಾಕ್ಟರಿಗೆ ಹೊಸದಾಗಿ ಅಪಾಯಿಂಟ್‌ಮೆಂಟ್ ಮಾಡಿಕೊಂಡ ಕೆಲಸಗಾರರಿಂದ ಸಾಕಷ್ಟು ಹಣ ಪಡೆದಿದ್ದ. ಅದರಿಂದಲೇ ಇಂದಿರಾನಗರದಲ್ಲಿ ಒಂದು ಮನೆ ಕೊಂಡಿದ್ದ. ಇನ್ನೆರಡು ಸೈಟುಗಳು ತವರು ಮನೆಯ ಬಳುವಳಿಯೆಂದೇ ಹೆಂಡತಿಯ ಹೆಸರಿನಲ್ಲಿತ್ತು. ಶ್ರೀಮಂತ ಅಟಾಟೋಪಗಳಿಗೆ ಅನೈತಿಕವಾಗಿ ಹರಿದು ಬರುವ ಹಣವೇ ಕಾರಣವೆಂದು ಅವರಿಗೆ ಗೊತ್ತಾಯಿತು.

ಕೃಷ್ಣ ಮನೆಗೆ ಬರುವ ಸಮಯವಾದುದ್ದರಿಂದ ರಾಧಾಕೃಷ್ಣಯ್ಯನವರು ಹೊರಗೆ ಬಂದರು. ಭಾಸ್ಕರ ಮನೆಯಲ್ಲೇ ಇದ್ದ. ಅವನ ಪಾಲು ಸ್ವಲ್ಪ ಬೇರೆಯವರ ಕೈ ಸೇರಿಹೋಗಿತ್ತು. ಅದನ್ನು ಹೇಗೆ ಸೈರಿಸಿಯಾನು? ಒಂದೇ ಸಮನೆ ಕುದಿಯುತ್ತಿದ್ದ.

ಬಹಳ ಖುಷಿಯಿಂದ ಬಂದ ಕೃಷ್ಣ ಓಡಿ ಹೋಗಿ ತಂದೆಯ ಮಡಿಲಲ್ಲಿ ಮುಖವಿಟ್ಟ. ಭಾಸ್ಕರನ ಮುಖದಲ್ಲಿ ಕಠೋರತೆ ಮಿನುಗಿತು. "ನಾರಾಯಣ, ಇವನನ್ನ ಕರ್ಕೊಂಡ್ಹೋಗು" ಸಿಡುಕಿದ, ಮಗನನ್ನ ದೂರ ಸರಿಸಿದ.

ಅಷ್ಟು ದೂರ ಹಿಂದಕ್ಕೆ ಸರಿದ ಮಗು ಪೆಚ್ಚಾಯಿತು. ಅವನ ಚುರುಕು ಕಣ್ಣುಗಳು ಭಯಗ್ರಸ್ತವಾದವು. ಒಂದು ರೀತಿಯ ಮುಗ್ಧತೆ ಮಾಯವಾಯಿತು.

"ಕೃಷ್ಣ....." ಅವನನ್ನು ಎತ್ತಿಕೊಂಡು ಒಳಗಡೆ ಅಜ್ಜಿ ಇದೆ. ರೂಮಿನಲ್ಲಿ ಅಮ್ಮ ಇದೆ. ನಾವಿಬ್ರೂ ಹೊರ್ಗಡೆ ಹೋಗೋಣ" ಕೆನ್ನೆ ಸವರಿದಾಗ ಅವರಿಗೆ ಅವಚಿಕೊಂಡು ಅಳತೊಡಗಿದ.

ಒಳಗೆ ಅವನನ್ನು ಕರೆದೊಯ್ದ ರಾಧಾಕೃಷ್ಣಯ್ಯನವರು ವನಜಮ್ಮನ ವಶಕ್ಕೆ ಒಪ್ಪಿಸಿ "ಇವ್ನಿಗೆ ಬಟ್ಟೆ ಬದಲಾಯ್ಸಿ ಹಾಲು ಕುಡ್ಸು" ಬಿಟ್ಟು ಬಂದರು.

ಈ ಕ್ಷಣದಲ್ಲಿ ತಂದೆಯಾಗಿ ಅವನಿಗೆ ಎರಡು ಮಾತುಗಳನ್ನು ಹೇಳಬೇಕೆನಿಸಿತು. ಬಂದಾಗ ಭಾಸ್ಕರ ಇರಲಿಲ್ಲ. ಬಟ್ಟೆ ತೊಟ್ಟು ಕ್ಲಬ್‌ಗೆ ಹೊರಟಿದ್ದ.

ಅವರನ್ನ ನೋಡಿದವನು "ಬೇಕಾದ್ರೆ ಡ್ರಾಪ್ ಮಾಡ್ತೀನಿ. ಎಲ್ಲಿಗಾದ್ರೂ..... ಹೋಗ್ತೀರಾ?" ಕೇಳಿದ. ಬೇಡವೆನ್ನುವಂತೆ ತಲೆಯಾಡಿಸಿದರು. "ಕೃಷ್ಣನ್ನ ಕರ್ಕೊಂಡ್ ಹೋಗಿ ಸುತ್ತಾಡ್ಸಿಕೊಂಡ್ಬರ್ತೀನಿ. ಅವ್ನ ಜೊತೆ ನಂಗೂ ವ್ಯಾಯಾಮ, ನೀನು... ಹೋಗ್ಬಾ" ಎಂದರು.

ಕಾರು ಗೇಟು ದಾಟಿ ಮರೆಯಾಯಿತು. ಅವರು ಇಂದಿಗೂ ಹೆಚ್ಚಲ್ಲದಿದ್ದರೂ ಕನ್ನಡಕವಿಲ್ಲದೇ ಓದಬಲ್ಲವರಾಗಿದ್ದರು. ಆದರೆ ಭಾಸ್ಕರ ಚೆಕ್ಕಿಗೆ ಸಹಿ ಹಾಕಬೇಕಾದರೂ ಕನ್ನಡಕಕ್ಕಾಗಿ ಕೂಗಾಡುತ್ತಿದ್ದ. ಯಾಕೆ? ಈ ಪ್ರಶ್ನೆಗೆ ಹೆಚ್ಚು ಸರಳವಾಗಿ ಉತ್ತರ ಹೇಳಬಹುದಾದರೂ ಭಾಸ್ಕರ ಒಪ್ಪಲಾರ.

ಆಮೇಲೆ ವಾಣಿ ಸಿದ್ಧವಾಗಿ ಹೊರಗೆ ಬಂದಳು. ಮೊದಲೇ ಟ್ಯಾಕ್ಸಿ ಸ್ಟಾಂಡ್‌ಗೆ ಫೋನ್ ಮಾಡಿರಬೇಕು. ಇವಳು ಬಂದ ಐದು ನಿಮಿಷದಲ್ಲಿಯೇ ಟ್ಯಾಕ್ಸಿ ಬಂತು.

ಅಜ್ಜಿಯ ಮಡಿಲಲ್ಲಿಂದ ಕೃಷ್ಣ ಇಳಿದು ಓಡಿ ತಾಯಿಯ ನೆರಿಗೆಗಳನ್ನು ಹಿಡಿದ "ನಾನು ಬರ್ತೀನಿ....." ಅವಳು ಮುಖ ಕಿವಿಚಿ ಕೂಗಿದಳು. "ನಾರಾಯಣ.... ಇವನನ್ನ ಕರ್ಕೊ...."

ನಾರಾಯಣನೇನೋ ಬಂದ. ಅವನಂತು ನೆರಿಗೆಗಳನ್ನು ಬಿಡಲಿಲ್ಲ. ಕಡೆಗೆ ರಾಧಾಕೃಷ್ಣಯ್ಯ ಬಂದು ಪುಸಲಾಯಿಸಿ ಎತ್ತಿಕೊಂಡರು. ಸೊಸೆಗೊಂದು ಮಾತು ಹೇಳಿದರು.

"ಮಗುವಿನ ಆಸೆ ಸಹಜ. ಜೊತೆಯಲ್ಲಿ ಕರ್ಕೊಂಡ್ಹೋಗು."

ಟ್ಯಾಕ್ಸಿಯೇರಿದ ವಾಣಿ "ನಾನು ಹೋಗ್ತಾ ಇರೋದು ದೇವಸ್ಥಾನಕ್ಕಲ್ಲ, ಕ್ಲಬ್‌ಗೆ. ಅಲ್ಲೆಲ್ಲಾ ಮಕ್ಕಳನ್ನಾಡಿಸುತ್ತ ಕೂಡೋಲ್ಲ" ಚಾಟಿಯೇಟಿನಂತಿತ್ತು. ಅವಳ ಮಾತು.

ಟ್ಯಾಕ್ಸಿ ರಭಸದಿಂದ ಮುಂದಕ್ಕೆ ಹೊರಟಿತು. ಡಾಬರ್ ರಸ್ತೆಯಾದುದ್ದರಿಂದ ಕೆಂಪು ಧೂಳು ಏಳಲಿಲ್ಲ. ಆದರೆ ಎದ್ದ ಕಸದ ಧೂಳು ಹೆಚ್ಚು ಕಲುಷಿತವಾಗಿತ್ತು.

ಇಂದೇಕೋ ಕೃಷ್ಣ ಅಳುತ್ತಲೇ ಇದ್ದ.

"ನಾವು.... ಹೋಗೋಣ" ಅವನನ್ನ ಸಮಾಧಾನಿಸುವ ವೇಳೆಗೆ ಸಾಕಾದರು.

ವನಜಮ್ಮ, ಅವರು ಅವನನ್ನ ಕರೆದುಕೊಂಡು ದೇವಸ್ಥಾನಕ್ಕೆ ಹೋದರು. ಇದು ಅವನ ಟ್ಯೂಷನ್ ಹೊತ್ತು. ಅತ್ತ ಗಮನ ಕೊಡಲಿಲ್ಲ ರಾಧಾಕೃಷ್ಣಯ್ಯ ಆಡುವ ಮಗುವಿನೊಂದಿಗೆ ಆಡಿದರು.

ಇವರುಗಳು ನಡೆದು ಮನೆ ತಲುಪುವ ವೇಳೆಗೆ ಟ್ಯೂಷನ್ ಮಿಸ್ ಕಾಯುತ್ತಿದ್ದಳು. ಆಗ ತಾನೇ ಬಂದಿದ್ದ ವಾಣಿ ಶತಪತ ಹಾಕುತ್ತಿದ್ದಳು.

ತಾತನ ಸೊಂಟದಿಂದ ಇಳಿದ ಅವನನ್ನು ಒರಟಾಗಿ ಎಳೆದು ರೇಗಿದಳು. "ಡಿಸಿಪ್ಲಿನ್ ಬೇಡಾ! ಈಗ ಟ್ಯೂಷನ್ ಹೊತ್ತು. ನಿನ್ನ ಮಿಸ್ ಬಂದು ಕಾಯ್ತ ಇದ್ದಾಳೆ ಅನ್ನೋ ಪ್ರಜ್ಞೆ ಬೇಡ್ವಾ!" ಅವನ ಕೆನ್ನೆಗೊಂದು ಬಿದ್ದೇ ಬಿತ್ತು.

ರಾಧಾಕೃಷ್ಣಯ್ಯ, ವನಜಮ್ಮ ತಲೆ ತಗ್ಗಿಸಿಕೊಂಡು ತಮ್ಮ ಕೋಣೆಗೆ ಹೋದರು. ಕೃಷ್ಣನ ಅಳುವು ಬಹಳ ಹೊತ್ತಿನವರೆಗೂ ಕೇಳಿಸುತ್ತಿತ್ತು.

ರಾತ್ರಿ ಊಟ ಬೇಡವೆಂದ ರಾಧಾಕೃಷ್ಣಯ್ಯನವರನ್ನು ಹುಡುಕಿಕೊಂಡು ಭಾಸ್ಕರ ಅವರ ಕೋಣೆಗೆ ಬಂದ.

"ಯಾಕೆ, ಊಟ ಬೇಡಾಂದರಂತೆ. ನೀವು ಬೇಡಾಂದರೆ ಅಮ್ಮ ಉಪವಾಸ ಮಾಡ್ಬಿಡ್ತಾರೆ" ಎಂದ ನಿಷ್ಠೂರದ ದನಿಯಲ್ಲಿ.

ಅಪ್ಪ, ಅಮ್ಮಂದಿರ ಹೊಟ್ಟೆಯಲ್ಲಿ ತಣ್ಣನೆಯ ಹಾಲನ್ನು ಹೊಯ್ದಂತಾಯಿತು. ಇದನ್ನೇ ಪ್ರತಿಯೊಬ್ಬ ತಂದೆ, ತಾಯಿ ಮಕ್ಕಳಿಂದ ನಿರೀಕ್ಷಿಸೋದು.

"ಕೂತ್ಕೋ ಬಾ.... ಭಾಸ್ಕರ" ಓದುತ್ತಿದ್ದ ಪರಮಹಂಸರ ಜೀವನ ಚರಿತ್ರೆಯನ್ನು ತೆಗೆದಿಟ್ಟು ಮಗನನ್ನು ಹತ್ತಿರ ಕೂಡಿಸಿಕೊಂಡರು. ಕಳೆದುಕೊಂಡ ನಿಧಿ ಆ ಕ್ಷಣ ವನಜಮ್ಮನಿಗೆ ಸಿಕ್ಕಂತಾಯಿತು. "ತುಂಬ ಇಳಿದು ಹೋಗಿದ್ದೀಯೋ ಭಾಸ್ಕರ" ಮಗನ ಹಣೆ, ಕೆನ್ನೆ ಮುಟ್ಟಿ ಮುಟ್ಟಿ ನೋಡಿದರು. ತಾಯಿಯ ಮಮತೆಯ ಅಂತಃಕರಣದ ತಂಪು... ಅವನಿಗೂ ಕೂಡ ಹಾಯೆನಿಸಿತು.

"ಎಂಥದ್ದು ಇಲ್ಲ. ಇಲ್ಲೇನು ತೊಂದರೆ ಇಲ್ಲ ತಾನೇ?" ವಿಚಾರಿಸಿದ ಅವನ ಪ್ರಶ್ನೆಗೆ ಇಬ್ಬರೂ ಉತ್ತರಿಸಲಿಲ್ಲ.

ರಾಧಾಕೃಷ್ಣಯ್ಯ ಮಗನ ಕೈ ಹಿಡಿದುಕೊಂಡು ಹೇಳಿದರು. "ಇಲ್ಲಿ ಯಾವ್ದೂ ಸರಿ ಇಲ್ಲ ಕಣೋ, ಮನೆ ದೊಡ್ಡದಿರಬಹ್ದು, ಮನಸ್ಸುಗಳು ಸರಿಯಿಲ್ಲ. ಹಣ ಇರ್ಬಹ್ದು, ಅದ್ರ ಉಪಯೋಗ ಸರ್‍ಯಾಗಿ ಆಗ್ತಾ ಇಲ್ಲ. ಸದಾ ನಗನಗಬೇಕಾದ ಗೃಹಲಕ್ಷ್ಮಿ ಸಪ್ಪೆ ಮುಖ ಹಾಕ್ಕೊಂಡ್... ಹಾಸಿಗೆಯಲ್ಲಿ ಇರ್ತಾಳೆ. ಇನ್ನು ಇರೋ ಒಂದ್ಮಗುನ ನೋಡೋರಿಲ್ಲ."

ಭಾಸ್ಕರನ ಮುಖ ಸ್ವಲ್ಪ ಮೃದುವಾದರೂ ವಿಷಾದ ಇಣುಕಿತು. "ಅವೆಲ್ಲಾ ಯೋಚ್ಸೋಕೆ ನಂಗೆ ಪುರಸತ್ತಿಲ್ಲ. ವಾಣಿಗೆ ತಾನೇ ಏನು ಕಮ್ಮಿ ಆಗಿದೆ. ಅವ್ಳ ಡಾಕ್ಟರ್ ಬಿಲ್ ಎಷ್ಟು ಬರುತ್ತೆ ಗೊತ್ತಾ? ಇನ್ನ ಕೃಷ್ಣನ್ನ ನೋಡಿಕೊಳ್ಳೋಕೆ ಶ್ಯಾಮ್ಲಿಗೆ ಸಂಬಳ, ಅವನನ್ನು ಕರೆದೊಯ್ಯಲು ಬರೋ ವ್ಯಾನಿಗೆ ಹಣ. ಇನ್ನ ನರ್ಸರಿ ಫೀಜು, ಟ್ಯೂಷನ್ ಫೀಜು ಎಷ್ಟು ಗೊತ್ತಾ? ಈ ಹಣದಲ್ಲಿ ಮೈಥಿಲಿಪುರದಲ್ಲಿ ಹತ್ತು ಸಂಸಾರದವ್ರು ಜೀವನ ನಿರ್ವಹಣೆ ಮಾಡ್ತಾರೆ" ಅವನದೇ ರೀತಿಯಲ್ಲಿ ಹೇಳಿಕೊಂಡ.

ತಲೆ ಕೊಡವಿದರು ರಾಧಾಕೃಷ್ಣಯ್ಯ.

"ಇದಿಷ್ಟರಿಂದ ನಿನ್ನ ಜವಾಬ್ದಾರಿ ಮುಗ್ದುಹೋಗುತ್ತಾ? ಪ್ರೀತಿ, ಪ್ರೇಮ, ಸಂತೃಪ್ತ ಬಾಳ್ವೆ ಬೇಡ್ವಾ. ಮನುಷ್ಯ ಎಷ್ಟು ವರ್ಷ ಬದುಕಿದ್ದ ಅನ್ನೋಕ್ಕಿಂತ ಎಷ್ಟು ಸಂತೃಪ್ತನಾಗಿ ಎಷ್ಟು ಸಮಾಜಕ್ಕೆ ಬೇಕಾದ ಹಾಗೆ ಬದ್ಕಿದ ಅನ್ನೋದು ಮುಖ್ಯ. ಸದಾ ಮುಖ ಗಂಟು ಹಾಕ್ಕೊಂಡ್ ಸಿಡಿಮಿಡಿ ಅಂದರೇನು? ಆಫೀಸ್ ಬಿಟ್ಟಾಗ ಅಲ್ಲಿನ ವಿಷ್ಯ ಮರ್ರುಬಿಡು. ವಾಣಿಗೆ ಪ್ರೀತಿಯ ಗಂಡನಾಗಿ, ಕೃಷ್ಣನಿಗೆ ವಾತ್ಸಲ್ಯದ ತಂದೆಯಾಗಿ ಮನೆಯಲ್ಲಿ ನಗುನಗ್ತಾ ಇರು. ನಿಮ್ಮಿಬ್ಬರ ಪ್ರೀತಿಯ ಆಸರೆಯಲ್ಲಿ ಬೆಳೆಯಬೇಕಾದ ಮಗುವನ್ನು ಶ್ಯಾಮ್ಲಿ, ನಾರಾಯಣ ಆಸರೆಗೆ ತಳ್ಳಿದರೆ ಅರ್ಥವೇನು? ಇಲ್ಲಿ ಜೀವನದ ಅರ್ಥವೇ ಸತ್ತುಹೋಗುತ್ತೆ."

ತಂದೆಯ ಮಾತುಗಳಿಗೆ ಭಾಸ್ಕರ ನಕ್ಕುಬಿಟ್ಟ.

"ನೀವಿನ್ನ ಮೈಥಿಲಿಪುರದಲ್ಲೇ ಇದ್ದೀರಾ, ಇಲ್ಲಿನ ಟೆನ್‌ಷನ್ ಬಗ್ಗೆ ನಿಮ್ಗೆ ಗೊತ್ತಿಲ್ಲ. ಇಲ್ಲಿ ನಯವಂಚಕರು, ಬದ್ಮಾಷ್ ಜನಗಳೇ ತುಂಬಿಕೊಂಡಿದ್ದಾರೆ. ಸ್ವಲ್ಪ ಎಚ್ಚರ ತಪ್ಪಿದರೇ ಪಾತಾಳಕ್ಕೆ ತುಳಿದುಬಿಡುತ್ತಾರೆ. ಇದೆಲ್ಲ ನಿಮ್ಗೆ ಬೇಡ. ಆರಾಮಾಗಿ ಇರೀ" ಎಂದವ ಬಂದ ಕೆಲಸ ಮರೆತು ಹೊರಟುಬಿಟ್ಟ.

ರಾಧಾಕೃಷ್ಣಯ್ಯ ತಲೆಯ ಮೇಲೆ ಕೈಯೊತ್ತು ಕೂತುಬಿಟ್ಟರು. ಎಷ್ಟು ಎಚ್ಚರದಿಂದ ಅವನನ್ನ ಬೆಳೆಸಿದ್ದರು. ಇವನಿಗೆ ಹಿಡಿದ ಭೂತ ಯಾವುದು? ಅದರಿಂದ ಇವನು ಬಿಡುಗಡೆ ಹೊಂದಲು ಸಾಧ್ಯವಿಲ್ಲವೇ?

"ಅವ್ನು ಹಿಂದಿರುಗಿ ಬರಲಾರದಷ್ಟು ದೂರ ಹೋಗ್ಬಿಟ್ಟಿದ್ದಾನೆ ವನಜ. ಅವನಲ್ಲಿಯೇ ಒಂದು ರೀತಿಯ ಆಂದೋಳನ, ಭ್ರಮೆಯಲ್ಲಿ ಬಿದ್ದು ಒದ್ದಾಡುತ್ತಿದ್ದಾನೆ. ಇದು ಆತ್ಮನಾಶದ ಹಾದಿ. ಎಲ್ಲಿಗೆ ಹೋಗಿ ತಲುಪುತ್ತಾನೋ" ಮರುಗಿದರು ಮಗನ ಬಗೆಗೆ. ಬಹುಶಃ ಅವರು ತಂದೆಯಾಗಿ ಮಾಡುಬಹುದಾದದ್ದು ಇಷ್ಟೇ.

ಆದರೆ ಯಾವ ಕಾರಣಕ್ಕೊ ಹೊರಗೆ ಭಾಸ್ಕರ ಕೂಗಾಡುತ್ತಿದ್ದುದನ್ನು ಕೇಳಿ ಗಂಡ, ಹೆಂಡತಿ ಆತಂಕದಿಂದ ಧಾವಿಸಿದರು. ಟೇಬಲ್ಲು ಮೇಲಿನ ಪಾತ್ರೆ, ತಟ್ಟೆ, ಲೋಟಗಳೆಲ್ಲಾ ನೆಲದ ಮೇಲೆ ಚೆಲ್ಲಾಪಿಲ್ಲಿಯಾಗಿತ್ತು.

"ಹೊರ್ಗಿನ ಹಾಳಾದ ತಲೆ ಬಿಸಿ ಮನೆಗ್ಬಂದ್ರೂ ಕಮ್ಮಿ ಆಗೋಲ್ಲ. ಎಲ್ಲಾ ಹಾಳಾಗಿಹೋಗಿ. ನಾನೇ ಎಲ್ಲಕ್ಕೂ ಬೆಂಕಿ ಹಚ್ಚಿಬಿಡ್ತೀನಿ."

ಯಜಮಾನನ ಹಾರಾಟಕ್ಕೆ ಕೆಲಸದವರೆಲ್ಲ ಬಂದು ನಿಂತರು ತಮಾಷೆ ನೋಡುತ್ತಾ.

ರಾಧಾಕೃಷ್ಣಯ್ಯ ಅವರನ್ನು ಹೋಗುವಂತೆ ಸನ್ನೆ ಮಾಡಿ, ಭಾಸ್ಕರನ ಭುಜದ ಮೇಲೆ ಕೈ ಹಾಕಿ "ಹೋಗಿ, ಆರಾಮಾಗಿ ಮಲಕ್ಕೋ.... ಈ ಉದ್ವೇಗ ಒಳ್ಳೇದಲ್ಲ" ಕೋಣೆಯವರೆಗೂ ನಡೆಸಿಕೊಂಡು ಹೋದರು.

ವಾಣಿ ನಿಶ್ಚಿಂತೆಯಿಂದ ಕಿಟಕಿಯ ಬಳಿಯಲ್ಲಿ ನಿಂತು ಹೊರಗೆ ನೋಡುತ್ತಿದ್ದಳು.

"ವಾಣಿ...." ಹೊರಗೆ ಕರೆದು ದೈನ್ಯದಿಂದ ಕೇಳಿಕೊಂಡರು. "ಭಾಸ್ಕರ ಹೋಗ್ತಾ ಇರೋ ದಾರಿ ಸರಿಯಾದುದ್ದಲ್ಲ. ಅವನನ್ನ ತಿದ್ದಬೇಕಾದವ್ಳು ನೀನು...." ಅವಳು ಪೂರ್ತಿ ಕೇಳಿಸಿಕೊಳ್ಳದೆಯೇ ಹೋಗಿ ಕೋಣೆಯ ಬಾಗಿಲು ಹಾಕಿಕೊಂಡಳು.

ಭಾಸ್ಕರ ಎರಡು ನಿದ್ದೆಯ ಮಾತ್ರೆ ನುಂಗಿ ನೀರು ಕುಡಿದು ಮಲಗಿಕೊಂಡ. ನಿದ್ದೆ ಬಂದರೂ ಒಂದು ಹೊತ್ತಿನಲ್ಲಿ ಎಚ್ಚರವಾಗಿಬಿಟ್ಟಿತು. ಎದೆಯ ಮಧ್ಯ ಭಾಗದ ನೋವು ಭುಜ ಕೈಗೆ ವ್ಯಾಪಿಸಿದಾಗ ಸಣ್ಣಗೆ ನರಳಿ ಕಣ್ಮುಚ್ಚಿದ. ನಿಧಾನವಾಗಿ ನೋವೇನೋ ಕಡಿಮೆಯಾಯಿತು. ಆದರೆ ಅವನಲ್ಲಿ ಅನುಮಾನವುಂಟಾಯಿತು. "ಇದು ಮೈಲ್ಡ್ ಸ್ಟ್ರೋಕ್ ಇರಬಹುದೇನೋ"

ಬೆಳಿಗ್ಗೆ ಏಳುವಾಗ ತುಂಬಾ ಸುಸ್ತಾಗಿದ್ದ. ಬಾತ್ ರೂಮಿಗೆ ಹೋಗಿ ಬಂದವನು ಮತ್ತೆ ಮಲಗಿಬಿಟ್ಟ. ಎರಡು ದಿನ ಎಲ್ಲಾ ಮರೆತು ಮನೆಯಲ್ಲಿ ಉಳಲಿಯಲು ನಿಶ್ಚಯಿಸಿದ.

ಒಂದೆರಡು ಗಂಟೆ ಆರಾಮಾಗಿ ರೆಸ್ಟ್ ತೆಗೆದುಕೊಂಡ ಮೇಲೆ ಎದ್ದು ಸ್ನಾನ ಮಾಡಿ ಡಾಕ್ಟರನ್ನು ನೋಡಲು ಹೊರಟ.

ಎದುರಾದ ತಂದೆಯನ್ನು ಕೂಡ ಮಾತಾಡಿಸಿ ಅಪರೂಪದ ಕ್ಷಮೆಯಾಚಿಸಿದ "ಏನೇನೋ ಮಾತಾಡ್ಬಿಟ್ಟೆ, ಕ್ಷಮ್ಸಿಬಿಡಿ. ನಿಮ್ಮ ಮಗ ಮೈಥಿಲಿಪುರದ ಮೊದ್ದು ಕೂಸಲ್ಲ. ಬಹಳ ತಿಳುವಳಿಕೆಯುಳ್ಳವ. ಯಾವ್ದೇ ಪ್ರಾಬ್ಲಮ್ ಬಂದ್ರೂ ಸಾಲ್ವ್ ಮಾಡ್ಕೋತಾನೆ. ನೀವೇನು ಚಿಂತೆ ಹಚ್ಕೋಬೇಡಿ."

ಮಗನ ಮಾತುಗಳಿಗೆ ಮೌನವಾಗಿ ತಲೆದೂಗಿದರೂ ತೀರಾ ಬಳಲಿದಂತೆ ಕಾಣುತ್ತಿದ್ದ ಅವನ ಮುಖ ನೋಡಿ ಆತಂಕಗೊಂಡರು.

"ಭಾಸ್ಕರ, ಒಂದಷ್ಟು ದಿನ ರಜ ಹಾಕಿ ವಾಣಿ, ಮಗುನು ಕರ್ಕೊಂಡ್ ಎಲ್ಲಾದ್ರೂ ಹೋಗ್ಬಾ, ಕೆಲ್ಸದ ಒತ್ತಡ ನಿನ್ನ ಕುಗ್ಗಿಸಿದೆ" ಹೇಳಿದರು.

"ಷೂರ್, ಖಂಡಿತ ಹೋಗ್ತೀನಿ. ನೀವುಗಳು ಸುಮ್ನೇ ತಲೆ ಕೆಡಿಸ್ಕೋಬೇಡಿ" ಕಾರು ಹತ್ತಿದ.

ಕಾರು, ಶ್ರೀಮಂತಿಕೆ ಇಲ್ಲದ ದಿನಗಳಲ್ಲಿನ ಭಾಸ್ಕರನನ್ನು ನೆನಪಿಸಿಕೊಂಡರು. ಅಂಥ ದಿನಗಳು ಮತ್ತೆ ಅವನ ಪಾಲಿಗೆ ಬರಬಹುದೆ, ಎನ್ನುವ ಸಂಶಯ ಅವರನ್ನು ಬಾಧಿಸಿತು.

ಡಾಕ್ಟರ್ ಷಾಪ್‌ಗೆ ಹೋಗಿ ಬಂದ ಭಾಸ್ಕರ ತೀರಾ ಚಿಂತಿತನಾಗಿದ್ದ. ಬ್ರೇಕ್‌ಫಾಸ್ಟ್‌ಗೆ ಬಂದಾಗ ತೀರಾ ಸುಸ್ತಾಗಿ ಕಂಡ.

"ನಾರಾಯಣ......" ತಿಂಡಿ ತಂದ ಅವನ ಮುಖ ನೋಡಿದವನು "ಮೊದ್ಲು ಹೋಗಿ ಬಟ್ಟೆ ಬದಲಾಯಿಸ್ಕೊಂಡ್ಬಾ. ನಿನ್ನ ಬಟ್ಟೆ ನೋಡಿದ್ರೆ.... ತಿಂಡಿಯೇನು ಊಟ ಕೂಡ ಸೇರೋಲ್ಲ. ನೀನ್ಹೋಗಿ ಭಟ್ಟರನ್ನ ಕಳ್ಸು" ದನಿಯೇರಿಸದೆ ಮೆತ್ತಗೆ ನುಡಿದ.

ಇಂದು ನಾರಾಯಣನಿಗೆ ತಬ್ಬಿಬ್ಬಾಯಿತು. ಕಕ್ಕಾಬಿಕ್ಕಿಯಾಗಿ ಒಳಗೆ ಹೋಗಿಬಿಟ್ಟ.

ತಿಂದಿದ್ದು ಬಹಳ ಕಡಿಮೆಯಾದರು, ವಾಣಿಯೊಂದಿಗೆ ನಾಲ್ಕಾರು ಮಾತುಗಳನ್ನು ಆಡಿದ. ಅತೃಪ್ತಿಯ ಕ್ಷಣಗಳ ಆ ಸ್ವಲ್ಪ ಹೊತ್ತಾದರೂ ಎಲ್ಲೋ ಮರೆಯಾದಂತಿತ್ತು.

ಮಡದಿಯ ಆರೋಗ್ಯದ ಬಗ್ಗೆ ವಿಚಾರಿಸಿದ ಕೂಡ. ತೀರಾ ಅನಿಮಿಕ್. ಇದು ಯಾರಾದರೂ ಆಶ್ಚರ್ಯಪಡುವಂಥ ವಿಷಯವೇ. ಡಾಕ್ಟರಿಗೂ ಅರ್ಥವಾಗದಷ್ಟು ಪ್ರೋಟೀನ್, ವಿಟಮಿನ್, ಇಂಜಕ್ಷನ್, ಟಾನಿಕ್ ಪೌಷ್ಠಿಕಾಂಶ ಭರಿತ ತರಕಾರಿ, ಹಾಲು, ಹಣ್ಣು ಇಷ್ಟೆಲ್ಲ ಆಗುತ್ತಲೇ ಇತ್ತು.

ಇಂದು ಮಡದಿಯನ್ನು ನೋಡಿ ಭಾಸ್ಕರ ಅಪರೂಪಕ್ಕೆ ನಕ್ಕ. "ಒಳ್ಳೆ ಜಿರಲೆ ತರಹ ಆಗಿಬ್ಟಿದ್ದೀಯಾ. ಹೀಗೆ ಸವೆದುಕೊಂಡು ಹೋದರೆ ನಾನೇ ಗುರುತು ಹಿಡಿಯಲಾರ ದಂತಾಗಿಬಿಡ್ತೀನಿ. ಏನಾಗಿದೆ ನಿಂಗೆ" ತೆಳುವಾದ ಬೇಸರವು ಇಣಕಿತು ಅವನಲ್ಲಿ. ಸೂಕ್ಷ್ಮವಾಗಿ ಗಮನಿಸಿದವರಿಗೆ ಮಾತ್ರ ಗೊತ್ತಾಗುತ್ತಿತ್ತು.

ಇಂಥ ಸಹಾನುಭೂತಿ ಇಷ್ಟವಾಯಿತೋ, ಹಾಸ್ಯ ಇಷ್ಟವಾಯಿತೋ, ಲಜ್ಜೇ ಒಯ್ಯಾರ ಬೆರೆತ ಅಪರೂಪದ ಭಾವವೊಂದು ಅವಳ ಕಣ್ಣಲ್ಲಿ ಇಣಕಿ ಕೆನ್ನೆಯ ಮೇಲೆ ಹರಿದಾಡಿ ತುಟಿಯಂಚಿನಲ್ಲಿ ಲೀನವಾಯಿತು.

ಸ್ವಲ್ಪ ಖುಷಿಯಿಂದಲೇ ಕೋಣೆಗೆ ಹೋದರು. ಸಂಜೆಯವರೆಗೂ ಭಾಸ್ಕರ ಮಲಗಿಯೇ ಇದ್ದಾಗ ವನಜಮ್ಮನಿಗೆ ಗಾಬರಿಯಾಯಿತು. ಎರಡು ಸಲ ಕೋಣೆಯವರೆಗೂ ಹೋದರೂ ಕೂಗಲು ಸಂಕೋಚ. ಸೊಸೆ ಒಳಗಡೆಯೇ ಇದ್ದಳು.

ಕಡೆಗೆ ತಡೆಯಲಾರದೆ ಬಾಗಿಲನ್ನು ಮೃದುವಾಗಿ ತಟ್ಟಿದರು. ಹತ್ತು ನಿಮಿಷದ ನಂತರ ಸಿಡುಕು ಮೊರೆಯೊತ್ತ ವಾಣಿ ತೆಗೆದ ಬಾಗಿಲಿನಿಂದ ಸಿಡುಕಿದಳು. "ಯಾಕೆ ಡಿಸ್ಟರ್ಬ್.... ಮಾಡಿದ್ದು" ಅಂದವಳು ಅತ್ತೆಯನ್ನು ನೋಡಿ "ನೀವಾ.... ನಾರಾಯಣ ಅಂದ್ಕೊಂಡಿದ್ದೆ..." ಬಾಗಿಲ ಹಿಡಿಯ ಮೇಲೆಯೇ ಅವಳ ಕೈ ಇತ್ತು.

"ಭಾಸ್ಕರ ಹುಷಾರಾಗಿದ್ದಾನ?" ಮೆಲ್ಲಗೆ ಕೇಳಿದರು.

"ಇದ್ದಾರೆ..." ಚುಟುಕು ಉತ್ತರ.

ಇನ್ನು ಅಲ್ಲಿ ನಿಲ್ಲುವುದು ಆಕೆಗೆ ಬೇಡವೆನಿಸಿತು. ಹಿಂದೆಯೇ ಭಾಸ್ಕರ ಕೂಗಿದ "ಬಾಮ್ಮ....ಒಳ್ಗಡೆ... ನಿನ್ನ ಮಗನನ್ನ ನೋಡೋಕೆ ಸೊಸೆಯ ಪರ್ಮಿಷನ್ ಬೇಕಾ?" ಅವಳ ಕೈ ಸರಿಯಿತು, ಹೊರಗೆ ಹೋದಳು.

ಇದು ಯಾವುದನ್ನು ವನಜಮ್ಮ ಗಮನಿಸಲಿಲ್ಲ. ಆಕೆಗೆ ಮಗನ್ನನು ನೋಡುವುದು ಮುಖ್ಯವಾಗಿತ್ತು.

ಬಹಳ ಸುಸ್ತಾದಂತೆ ಕಾಣುತ್ತಿದ್ದ ಭಾಸ್ಕರ ತಾಯಿಯ ಕೈ ಹಿಡಿದುಕೊಂಡ "ಕೂತ್ಕೋಮ್ಮ... ಅಪ್ಪ ಎಲ್ಲಿ ಹೋದ್ರು? ಎಲ್ಲರಿಗೂ ಸಂತೃಪ್ತಿಯ ಬದ್ಕು ಸಿಕ್ಕೋಲ್ಲ" ಒಂದು ತರಹ ಮುಖ ಮಾಡಿಕೊಂಡು ಹೇಳಿದ ಆಕೆಯ ಕಣ್ಣಂಚು ಒದ್ದೆಯಾಯಿತು. ಮಾತನಾಡಲಾಗಲಿಲ್ಲ.

ಅವನಲ್ಲಿಯೇ ಒಂದು ರೀತಿಯ ದ್ವಂದ್ವ ಮನದ ಎರಡು ಮುಖದ ಧೋರಣೆಯಿಂದ ಬಳಲುತ್ತಿದ್ದ.

"ಇಲ್ಲೇನು ತೊಂದರೆ ಇಲ್ವಾ?" ಕೇಳಿದ.

"ಎಂಥದ್ದೋ ತೊಂದರೆ? ನಮ್ಮ ಮನೆಯಲ್ಲಿ ನಮ್ಗೆ ಎಂಥದ್ದು" ಮಗನ ಹಣೆಯನ್ನು ಸವರಿದರು. ಅಷ್ಟರಲ್ಲಿ ಒಳಗೆ ಬಂದ ವಾಣಿ "ಭಟ್ಟರು ಯಾಕೋ ಕರೀತಾರೆ, ನೋಡಿ" ಮುಲಾಜಿಲ್ಲದೆ ಆಕೆಯನ್ನು ಹೊರಗೆ ಕಳಿಸಿದಳು.

ಮಧ್ಯಾಹ್ನವೇ ಶ್ಯಾಮ್ಲಿ ಬಂದಳು. ಅದರಿಂದ ವನಜಮ್ಮನಿಗೆ ಸ್ವಲ್ಪ ಬೇಸರವೇ ಆಯಿತು.

ಸಂಜೆ ಬಂದ ಕೃಷ್ಣ ಶ್ಯಾಮ್ಲಿ ಬಳಿ ಹೋಗಲು ವಿರೋಧ ವ್ಯಕ್ತಪಡಿಸಿದ. "ನೀನು ನಂಗೆ ಬೇಡವೇ ಬೇಡ... ಬರೋಲ್ಲ.. ಬರೋಲ್ಲ" ಅವಳಿಂದ ಕಸಿದುಕೊಂಡು ಬಂದು ತಾತನ ಬಗಲು ಸೇರಿಬಿಟ್ಟ.

ಆ ಮನೆಯಲ್ಲಿ ಕೃಷ್ಣನನ್ನು ನೋಡಿಕೊಳ್ಳುವುದಷ್ಟೇ ಕೆಲಸವಾಗಿತ್ತು. ಊಟ, ತಿಂಡಿಯ ಜೊತೆ ಇರಲು ಕೋಣೆ, ಆಕರ್ಷಕವಾದ ಸಂಬಳ. ತನ್ನ ಅನ್ನಕ್ಕೆ ಎಲ್ಲಿ ಕಲ್ಲು ಬೀಳುತ್ತೋ ಅಂದುಕೊಂಡಳು.

ವಾಣಿಯ ಬಳಿಗೆ ಫಿರ್ಯಾದು ಒಯ್ದುಬಿಟ್ಟಳು. ಗೊಣಗಾಟ, ಹಾರಾಟವಿದ್ದರೂ ಅದೇನೆಂದು ಸ್ಪಷ್ಟವಾಗುವಂತಿರಲಿಲ್ಲ. ಹಾಗೆಲ್ಲ ಕೇಳಬೇಕೆಂಬ ಆಸಕ್ತಿ ವನಜಮ್ಮನಿಗೆ ಇಲ್ಲವಾದ್ದರಿಂದ ಅದು ಕೋಣೆಯ ನಡುವೆಯೇ ಹುದುಗಿಹೋಯಿತು.

"ತೀರಾ.....ಬೋರ್...." ವಾಣಿ ಅವನೆದೆಯ ಮೇಲೆ ತಲೆ ಇಟ್ಟಾಗ ಭಾಸ್ಕರ ತಳ್ಳಿಬಿಡಲಿಲ್ಲ. ಡಾಕ್ಟರ್ ಎಚ್ಚರಿಸಿದಾಗ ಬದುಕಿನ ಬಗೆಗೆ ವಿರಕ್ತಿ ಮೂಡಿದಂತಾಗಿತ್ತು. "ಹೋಗೋಣ... ಬೇಗ ರೆಡಿಯಾಗು."

ಇಬ್ಬರು ಡ್ರೆಸ್ ಮಾಡಿಕೊಂಡು ಬಂದಾಗ ಕೃಷ್ಣ ತಾತನ ತೊಡೆಯ ಮೇಲೆ ಕೂತಿದ್ದ. ಅವನ ಕಣ್ಣಲ್ಲಿ ಮಿಂಚು ಸುಳಿಯಿತು, ನೋಡಿದ ಅಷ್ಟೆ.

ಹತ್ತಿರಕ್ಕೆ ಬಂದ ಭಾಸ್ಕರ ಕೆನ್ನೆ ಸವರಿದ "ಬರ್ತೀಯಾ ಹೋಗೋಣ" ಎಂದ ಕೂಡಲೆ ತಾತನ ತೊಡೆಯಿಂದ ಜಾರಿದ.

ಸೆರಗು ಸರಿ ಮಾಡಿಕೊಳ್ಳುತ್ತಿದ್ದ ವಾಣಿ "ಸದ್ಯ, ಅವನೇನು ಬೇಡ. ಅಪರೂಪಕ್ಕೆ ಇಂದು ಜೊತೆಯಾಗಿ ಹೋಗ್ತಾ ಇದ್ದೀವಿ. ದಾರಿಯುದ್ದಕ್ಕೂ ಅವನ ರಾಮಾಯಣ. ಈಚೆಗೆ ಅವನಲ್ಲಿ ಶಿಸ್ತೇ ಇಲ್ಲ. ಹಟ, ಅಳು ಜಾಸ್ತಿ ಆಗಿದೆ" ಅಸಹನೆ ಕಕ್ಕಿದಳು.

ಶ್ಯಾಮ್ಲಿ ಹೇಳಿದ ವಿಷಯ ಭಾಸ್ಕರನ ಮುಂದೆ ಪಂಚಾಯಿತಿ ಆಗಿತ್ತು. ತಾನೇ ಒಂದು ಮಾತು ಹೇಳುವುದು ಅವನಿಗೆ ಸರಿಯೆನಿಸಿತು.

"ಅಪ್ಪ, ತುಂಬ ಮುದ್ದು ಮಾಡಿದ್ರೆ ಮಕ್ಳು ಕೆಟ್ಟುಹೋಗ್ತಾರೆ. ಹೆಚ್ಚು ಶಿಸ್ತಾಗಿ ಬೆಳೆಸ್ಬೇಕು. ಅವ್ನು ನಡೆಯೋ ಹಂಗೆ ಆಗಿದ್ದಾನೆ. ಅವ್ನ ಎತ್ತಿಕೊಳ್ಳೋದು, ತೊಡೆಯ ಮೇಲೆ ಕೂಡಿಸಿಕೊಳ್ಳೋದು ಕೆಟ್ಟದ್ದು" ದಾರ್ಶನಿಕನಂತೆ ನುಡಿದಾಗ ರಾಧಾಕೃಷ್ಣಯ್ಯ ನಕ್ಕುಬಿಟ್ಟರು. ಎಷ್ಟು ಬಾಲಿಶವಾದಂಥ ಭಾವನೆಗಳು.

ಕೃಷ್ಣನನ್ನು ಹತ್ತಿರಕ್ಕೆ ಕರೆದುಕೊಂಡು "ನಿನ್ನನ್ನ ಇನ್ನಷ್ಟು ವಿಪರೀತವಾಗಿಯೇ ಸಾಕಿದ್ವಿ. ನೀನು ಬಿ.ಇ. ಓದೋವಾಗ್ಲೂ..... ಊರಿಗೆ ಬಂದರೆ ಸೂರ್ಯ ನೀನು ಜೊತೆಯಲ್ಲಿ ಕೂತು ಕೈ ತುತ್ತು ಹಾಕಿಸಿಕೊಂಡಿದ್ದುಂಟು.ಆಗ ಶುದ್ಧ ಚಿನ್ನವಾಗಿದ್ದೆ ತೀರಾ ಅಷ್ಟು ಹಚ್ಚಿಕೊಂಡು ಬೆಳೆಸಿದ್ದರಿಂದ ನಮ್ಮನ್ನ ನೆನಪಿನಲ್ಲಿ ಇಟ್ಕೊಂಡೆ. ಮುಂದೆ...... ನಿನ್ಮಗ..." ಅವರ ಕೈ ಮೊಮ್ಮಗನ ಕೆನ್ನೆ ಸವರುತ್ತಿತ್ತು.

"ಹೋಗೋಣ......" ವಾಣಿ ಹೇಳಿದಳು.

ಕಾರಿನವರೆಗೂ ಹೋದ ಭಾಸ್ಕರ ಟಾಟಾ....ಮಾಡು ಎಂದ. ಇಂದು ಕೈ ಬೀಸಿದ ಅಷ್ಟೆ. ಬರುವೆನೆಂದು ಹಟವೇನು ಮಾಡಲಿಲ್ಲ.

ಆಮೇಲೆ ಕೃಷ್ಣ ಇಡೀ ಕಾಂಪೌಂಡೆಲ್ಲ ಓಡಿಯಾಡಿದ. ತನ್ನದೇ ಭಾಷೆಯಲ್ಲಿ, ವಯಸ್ಸಿನ ಮಿತಿಯಲ್ಲಿ ಮುದ್ದು ಮುದ್ದಾಗಿ ಏನೇನೋ ಹೇಳಿದ.

"ಯಾಕೋ ವಾಣಿಗೆ ಮಗುನೇ ಬೇಡ" ವನಜಮ್ಮ ನೊಂದುಕೊಂಡರು. "ಏನೇನು ಅರ್ಥವಾಗ್ದ ಹೆಣ್ಣು. ತಟ್ಟೆಯ ಮುಂದೆ ಕೂತರೇ ಸರಿಯಾಗಿ ಊಟ ಮಾಡಳು. ಹಣ್ಣಿನ ರಸ, ನಿಂಬೆ ರಸ, ಅದೂ ಇದೂ ತರಿಸಿಕೊಂಡು ಕೋಣೆಯಲ್ಲಿ ಕುಡೀತಾ ಇರ್ತಾಳೆ. ಭಾಸ್ಕರನಾದ್ರೂ ಸ್ವಲ್ಪ ಹೇಳ್ಬೇಕು."

ಮೌನವಾಗಿ ಹೆಂಡತಿಯ ಮಾತುಗಳನ್ನು ಕೇಳುತ್ತಿದ್ದ ರಾಧಾಕೃಷ್ಣಯ್ಯನವರ ಕೆನ್ನೆಗೆ ರಬ್ಬರ್ ಬಾಲ್ ಬಂದು ಮೃದುವಾಗಿ ಬಡಿಯಿತು. ಅವರ ಮುಖದ ಮೇಲೆ ಹರ್ಷದ ತರಂಗಗಳು ಎದ್ದವು. 'ಎಲಾ....ಪೋರಾ... ತಾತನಿಗೆ ಎಸೀತೀಯಾ' ಅವನನ್ನು ಹಿಡಿಯಲು ಓಡಿದರು. ಇಡೀ ಕಾಂಪೌಂಡೆಲ್ಲ ಒಂದು ರೌಂಡ್ ಹಾಕಿಸಿದ.

ದಂಪತಿಗಳಿಗೆ ವೇಳೆ ಸರಿದಿದ್ದೇ ಗೊತ್ತಾಗಲಿಲ್ಲ.

ಹತ್ತಿರದ ದೇವಸ್ಥಾನಕ್ಕೆ ಕರೆದೊಯ್ದರು. ಪ್ರದಕ್ಷಿಣೆ, ನಮಸ್ಕಾರ ಮಾಡುವುದನ್ನು ರಾಧಾಕೃಷ್ಣಯ್ಯ ಹೇಳಿಕೊಟ್ಟರು. ಮಂಗಳಾರತಿ, ತೀರ್ಥ, ಎಲ್ಲಾ ಅವನಿಗೆ ಹೊಸದೇ. ಶ್ಯಾಮ್ಲೀ ಕರೆದೊಯ್ಯುತ್ತಿದ್ದುದು ಬರೀ ಪಾರ್ಕಿಗೆ ಮಾತ್ರ. ಇದೆಲ್ಲ ಹೊಸ ಹೊಸದಾಗಿ ಕಂಡಿತು.

ಹಣೆಗೆ ಹಚ್ಚಿದ ಕುಂಕುಮದ ಪ್ರಸಾದದಲ್ಲಿ ಮೊದಲೇ ಮುದ್ದಾಗಿದ್ದ ಕೃಷ್ಣ ಇನ್ನಷ್ಟು ಲಕ್ಷಣವಾಗಿ ಕಂಡ.

"ಮನೆಗೆ..... ಹೋಗೋಣ?" ವನಜಮ್ಮ ಎದ್ದಾಗ ಕೃಷ್ಣ "ಬೇಡ......" ತಲೆ ಅಡ್ಡಡ್ಡ ಆಡಿಸಿದ. ದೇವರ ಬಗೆಗೆ ಅವನದು ವಿಪರೀತ ಪ್ರಶ್ನೆಗಳು.

ಮಗ, ಸೊಸೆ ಬಂದಾಗ ತೀರಾ ಹೊತ್ತಾಗಿತ್ತು. ಕೆಳಗೆ ಕೂತಿದ್ದ ವನಜಮ್ಮನ ತೊಡೆಯ ಮೇಲೆ ಕೃಷ್ಣ ಮಲಗಿ ನಿದ್ರಿಸಿಬಿಟ್ಟಿದ್ದ. ರಾಧಾಕೃಷ್ಣಯ್ಯನವರು ಭಗವದ್ಗೀತೆಯ ಕೆಲವು ಶ್ಲೋಕಗಳನ್ನು ಓದಿ ಅರ್ಥ ವಿವರಿಸುತ್ತಿದ್ದರು.

"ಶ್ಯಾಮ್ಲಿ...." ವಾಣಿ ಅರಚಿದಳು.

ಬಂದ ಶ್ಯಾಮ್ಲಿ ಮಂಕಾಗಿ ನಿಂತಳು. ಅವಳು ಆಗಲೇ ಒಂದು ನಿದ್ದೆ ಮುಗಿಸಿದಂತಿತ್ತು. ಅವಳ ಕಣ್ಣು ರೆಪ್ಪೆಗಳು.

"ಮಗು ಯಾಕೆ ಇಲ್ಲಿ ಮಲಗಿದೆ?" ಕೃಷ್ಣನತ್ತ ಬೆಟ್ಟು ತೋರಿಸಿದಳು ವಾಣಿ. ಅವಳು ತಲೆ ಕೆರೆದುಕೊಳ್ಳುತ್ತ ಮುಖ ಸಣ್ಣದು ಮಾಡಿದಳು. "ಅವ್ನು ಈಗ ನನ್ಮಾತು ಕೇಳೋಲ್ಲ. ಎಲ್ಲಕ್ಕೂ ಅಜ್ಜಿ ಬೇಕು ಅಂತಾನೆ" ಅವಳ ವರದಿಗೆ ಬೆಂಕಿಯಾದಳು ವಾಣಿ.

"ಸರ್ರ್ಯಾಗಿ ನೋಡಿಕೊಳ್ಳದಿದ್ರೆ...... ನಿನ್ನ ಕೆಲ್ಸದಿಂದ ಹೊರ್ಗೆ ಹಾಕ್ತೀನಿ. ಎತ್ತಿಕೊಂಡ್ಹೋಗಿ ... ಅವನ್ನ ರೂಮಿನಲ್ಲಿ ಮಲಗ್ಸು" ಕಟ್ಟಪ್ಪಣೆಯಂತಿತ್ತು ಅವಳ ಮಾತುಗಳು.

ತಮ್ಮ ಶ್ಲೋಕ ಪಠಣವನ್ನ ನಿಲ್ಲಿಸಿ ರಾಧಾಕೃಷ್ಣಯ್ಯನವರು, ಮುಂದಿನ ಸಂಬಂಧಗಳು ಹೇಗಿರುತ್ತವೆ? ಪ್ರತಿಯೊಬ್ಬರ ನೋವು, ನಲಿವು, ವೇದನೆಗಳು, ಅವರವರದೇ ಪ್ರೀತಿ, ಪ್ರೇಮ, ಸಂವೇದನೆ ಸತ್ತುಹೋಗುತ್ತೆ. ಆಗ ಒಂದು ನಿರ್ಲಿಪ್ತ ಜನಾಂಗದ ಸೃಷ್ಟಿಯಾಗುತ್ತೆ- ಅದರ ವಿಚಾರಣೆ ಎತ್ತೆತ್ತಲೋ ಹರಿಯತೊಡಗಿತು.

ಶ್ಯಾಮ್ಲೀ ಕೃಷ್ಣನನ್ನ ಎತ್ತಿಕೊಳ್ಳುವ ವೇಳೆಗೆ ಅವನಿಗೆ ಎಚ್ಚರವಾಗಿ ಕೈಕಾಲು ಬಡಿದು ಅಳತೊಡಗಿದ. ತಾಯಿ ಪೇಲವವಾದರೂ ಕೃಷ್ಣ ದಷ್ಟಪುಷ್ಟವಾಗಿದ್ದ. ಅವನ ಹಾರಾಟ ತಡೆಯಲಾರದೆ ಹೋದಳು.

"ನಿನ್ನ ಕೆಲ್ಸ ನೋಡ್ಕೋ ಹೋಗು. ನಾನು ಎತ್ತಿಕೊಂಡ್ಹೋಗಿ ಮಲಗಿಸ್ತೀನಿ" ಅವನನ್ನ ಭುಜದ ಮೇಲೇರಿಸಿಕೊಂಡು ತಟ್ಟತೊಡಗಿದರು. "ನೀವು ಊಟ ಮಾಡ್ಹೋಗಿ..." ಆಕೆ ನಿಂತೇ ಇದ್ದ ಮಗ ಸೊಸೆಗೆ ಹೇಳಿದರು.

ಕೃಷ್ಣನಿಗೆ ನಿದ್ದೆ ಬಂದ ಮೇಲೆಯೇ ವನಜಮ್ಮ ಅವನನ್ನ ಎತ್ತಿಕೊಂಡು ಹೋಗಿ ಮಂಚದ ಮೇಲೆ ಮಲಗಿಸಿ ಬಂದಿದ್ದು. ಐಸ್‌ಕ್ರೀಮ್ ತಿನ್ನುತ್ತಿದ್ದ ವಾಣಿ ದಂಗಾದಳು. ವಯಸ್ಸಿಗೆ ಮೀರಿ ಬೆಳೆದಿದ್ದ ಅವನನ್ನು ಎತ್ತಲು ಅವಳಿಂದ ಸಾಧ್ಯವಿರಲಿಲ್ಲ. ವನಜಮ್ಮ ಆರಾಮಾಗಿ ಎತ್ತಿಕೊಂಡು ಹೋಗುತ್ತಿದ್ದರು.

ಬಟ್ಟೆ ಬದಲಾಯಿಸಿ ಭಾಸ್ಕರ ಹೊರಗೆ ಬಂದ. ರಾಧಾಕೃಷ್ಣಯ್ಯನವರಿನ್ನು ಭಗವದ್ಗೀತೆ ಓದುವುದರಲ್ಲೇ ಮಗ್ನರಾಗಿದ್ದರು. ಅದನ್ನು ಅವರೆಷ್ಟು ಸಲ ಓದಿದ್ದರೋ ಖಂಡಿತ ಅವರು ಕೂಡ ಲೆಕ್ಕವಿಟ್ಟಿರಲಾರರು.

"ಊಟ ಆಯ್ತಾ, ಅಪ್ಪ?" ಕೇಳಿದ ಬೆತ್ತದ ಛೇರ್ ಮೇಲೆ ಕೂಡುತ್ತ ಶ್ಲೋಕ ಮುಗಿಸಿ ಕಣ್ಣಿಗೊತ್ತಿಕೊಂಡ ಅವರು "ಒಟ್ಟಿಗೆ ಮಾಡೋಣ ಅಂದ್ಕೊಂಡ್ವಿ, ವೇಳೆ ಜಾಸ್ತಿ ಆಯ್ತು. ಹಾಲು ಕುಡಿದ್ರೆ..... ಸಾಕು. ನೀನು ಊಟ ಮಾಡಲಿಲ್ವಾ!" ಮೇಲೆದ್ದರು.

ಭಾಸ್ಕರ ಮುಖ ಮೇಲಕ್ಕೆತ್ತಿ ನಿಡಿದಾದ ಉಸಿರು ದಬ್ಬಿದ.

"ಹೆಂಡ್ತಿನ ಜೊತೆಯಲ್ಲಿ ಕಟ್ಟಿಕೊಂಡು ಹೋದ್ಮೇಲೆ ಜೇಬು ತುಂಬಾ ನೋಟಿನ ಕಂತೆಗಳು, ಹೋಟಲ್‌ನಲ್ಲಿ ಡಿನ್ನರ್ ಇಲ್ಲದಿದ್ದರಾಗುತ್ತಾ. ಈಗಿನ ಮದ್ವೆಯ ಉದ್ದೇಶಗಳೆಲ್ಲ ಅಷ್ಟೆ.." ತೋಚಿದ್ದನ್ನು ಆಡಿ ಮುಗಿಸಿಬಿಟ್ಟ.

ತುಟಿ ತೆರೆಯದೇ ರಾಧಾಕೃಷ್ಣಯ್ಯನವರು ಹಾಲ್‌ಗೆ ಬಂದಾಗ ವಾಣಿ ಐಸ್‌ಕ್ರೀಮ್ ತಿನ್ನುತ್ತಿದ್ದಳು. ದಿನದ ಎಲ್ಲಾ ಹೊತ್ತಿನಲ್ಲೂ ಅವಳಿಗೆ ಐಸ್‌ಕ್ರೀಮ್ ಇರಲೇಬೇಕು.

"ನೀವುಗಳು ಊಟ ಮಾಡಿ. ನಮ್ದು ಹೊರ್ಗಡೆ ಊಟ ಆಯ್ತು" ಒಂದು ಮಾತು ಹೇಳಿದಳು. ನಿಂತ ರಾಧಾಕೃಷ್ಣಯ್ಯ "ಈ ವಯಸ್ಸಿನಲ್ಲಿ ಹೊತ್ತು ಮೀರಿ ಊಟ ಮಾಡಿದ್ರೆ ಅರಗೋಲ್ಲ. ಒಂದಿಷ್ಟು ಹಾಲು ಕುಡೀತೀನಿ" ಎಂದು ಮೊಮ್ಮಗನ ಕೋಣೆಗೆ ಹೋದರು.

ಮಂಚದ ಮೇಲೆ ಕೃಷ್ಣ ಮಲಗಿದ್ದ. ಕೆಳಗಡೆ ಶ್ಯಾಮ್ಲಿ ಹಾಸಿಗೆ ಬಿಡಿಸಿಕೊಂಡಿದ್ದಳು. ಮೊಮ್ಮಗನ ಪಕ್ಕ ಕೂತು ತಲೆ, ಹಣೆ ಸವರಿ ಎಚ್ಚರವಾಗದಂತೆ ಅವನಿಗೆ ಮುತ್ತಿಟ್ಟರು.

ಒಳಗೆ ಬಂದ ಶ್ಯಾಮ್ಲೀ ಮೂತಿ ತಿರುಗಿಸಿದಳು. "ಇವತ್ತು ಅಮ್ಮಾವ್ರು ಬೈಯ್ದಿದ್ದು ಕೇಳಿಸಿಕೊಂಡರಲ್ಲ, ನಾಳೆಯಿಂದ ಕೃಷ್ಣನನ್ನ ಹತ್ತಿರಕ್ಕೆ ಸೇರಿಸ್ಬೇಡಿ" ಎಚ್ಚರಿಕೆಯಂತಿತ್ತು ಅವಳ ಮಾತುಗಳು. ತಪ್ಪು ಪೂರ್ತಿ ಅವಳದಲ್ಲವೆಂದು ಮೌನವಾಗಿ ಹೊರಗೆ ಬಂದರು.

ಮಲಗಿಕೊಂಡೆ ವಾಣಿ ಇಂದು ಆಲೋಚಿಸಿದಳು. ವನಜಮ್ಮ ಈಗಲೂ ಕೈಲಾಗದವರೇನು ಅಲ್ಲ. ಏನೇ ಮಾಡಿದರು ಬೇಸರವಿಲ್ಲ. ಎಲ್ಲಾ ಅಚ್ಚುಕಟ್ಟು. ಅಷ್ಟು ಬಲಿಷ್ಟವಾದ ಕೃಷ್ಣನನ್ನು ಗಂಟೆಗಟ್ಟಲೆ ತೊಡೆಯ ಮೇಲೆ ಮಲಗಿಸಿಕೊಳ್ಳುತ್ತಿದ್ದರು. ಜೋಮಿಡದ ಕಾಲನ್ನು ಎಳೆದು ಹಾಕುತ್ತಲೆ ಅವನನ್ನ ಎತ್ತಿಕೊಂಡು ಹೋಗುತ್ತಿದ್ದರು.

ಭಾಸ್ಕರ ತಾಯಿಗಾಗಿ ಬೆಲೆಬಾಳುವ ನಾಲ್ಕು ಸೀರೆಗಳನ್ನು ತಂದು ಹಾಕಿದ್ದ. ಇಂದಿಗೂ ಅವನ್ನು ಉಟ್ಟಿರಲಿಲ್ಲ.

"ನಾಲ್ಕು ನನಗೆ ಯಾಕೆ? ಬೇಕಿದ್ದು ಎರ್ಡು ಆರಿಸ್ಕೋ" ಸೊಸೆಗೆ ಹೇಳಿದ್ದರು.

ಇಲ್ಲಿ ಅವಳ ಕಲ್ಪನೆಯೇ ತಿರುವು ಮುರುವಾಗಿತ್ತು. ಜೋಪಡಿಯಂಥ ಮನೆಯಲ್ಲಿದ್ದವರು, ಈ ಬಂಗ್ಲೆ ನೋಡಿದ ಕೂಡಲೇ ದಂಗಾಗಿಬಿಡುತ್ತಾರೆಂದುಕೊಂಡಿದ್ದಳು. ಅಂಥದ್ದೇನು ಆಗಲಿಲ್ಲ. ಬರೀ ಅನ್ನ, ಸಾರಿನಲ್ಲಿ ಕತೆ ಹಾಕಿಕೊಂಡಿದ್ದ ಇಲ್ಲಿನ ರುಚಿಗೆ ಮೂರು ಮೂರು ಹೊತ್ತು ತಿಂದರೂ ಎನ್ನುವ ಅವಳ ಕಲ್ಪನೆಯನ್ನು ಸುಳ್ಳು ಮಾಡಿದರು. ಅಷ್ಟೇ ಊಟ, ಸಿಕ್ಕಿದೆಲ್ಲ ಹಾಕಿಸಿಕೊಂಡು ತಿನ್ನುತ್ತಿರಲಿಲ್ಲ. ಬದುಕಿನ ಬಗ್ಗೆ ಅವರು ಇಟ್ಟುಕೊಂಡ ನಿಷ್ಟೆ ಆಶ್ಚರ್ಯವೆನಿಸಿತು.

ಪಕ್ಕಕ್ಕೆ ತಿರುಗಿದಳು. ಕಣ್ಮುಚ್ಚಿಕೊಂಡಿದ್ದ ಭಾಸ್ಕರ ಎಚ್ಚರವಾಗಿದ್ದರೂ ಮಾತನಾಡಲಿಚ್ಛಿಸದೇ ರೆಪ್ಪೆಗಳನ್ನು ಮತ್ತಷ್ಟು ಭದ್ರಪಡಿಸಿದ.

"ನಿಮ್ಮಮ್ಮ......" ಬಾಯಿ ತೆಗೆದಾಗ ಕೈಯಿಂದ ಮುಚ್ಚಿದ "ಡೋಂಟ್‌ಟಾಕ್ ರಬ್ಬಿಷ್, ನಮ್ಮಮ್ಮನ ಬಗ್ಗೆ ನಿಂಗೇನು ಗೊತ್ತು? ಸುಮ್ನೇ ಮಲಕ್ಕೋ. ನಂಗೂ ನಿಶ್ಚಿಂತೆಯಿಂದ ನಿದ್ದೆ ಮಾಡೋಕೆ ಬಿಡು" ಸ್ವಲ್ಪ ಒರಟಾದ.

ಸ್ವಲ್ಪ ಎಚ್ಚರದಿಂದ, ಸೂಕ್ಷ್ಮವಾಗಿ ಗಮನಿಸಿದ್ದರೇ ಅವನ ಹಿಂದಿನ ಬದುಕನ್ನು ಸ್ವಲ್ಪ ಅಭ್ಯಾಸಿಸಿದ್ದರೆ ಅವನಲ್ಲಿನ ಆಂದೋಳನ, ದ್ವಿಮುಖ ವ್ಯಕ್ತಿತ್ವ ಪ್ರತಿಯೊಂದಕ್ಕೂ ಕಾರಣ ಸಿಗುತ್ತಿತ್ತು. ಆದರೆ ವಾಣಿ ಅಷ್ಟು ಬುದ್ಧಿವಂತಳಲ್ಲ; ಕೆಲವು ವಿಷಯಗಳು ಅವಳಿಗೆ ಹೊಳೆಯುತ್ತಲೇ ಇರಲಿಲ್ಲ.

ನಿಶ್ಚಿಂತೆಯಿಂದ ಬಹಳ ಬೇಗ ನಿದ್ರಿಸಿಬಿಟ್ಟಳು ವಾಣಿ.

* * *

ಅಷ್ಟಿಷ್ಟು ಹೊಂದಿಕೊಂಡಿದ್ದರು ರಾಧಾಕೃಷ್ಣಯ್ಯ, ವನಜಮ್ಮ, ಹೆಂಡತಿ ಬಡಿಸಿದನ್ನೇ ಊಟ ಮಾಡಿದ್ದ ಅವರು ಈಗ ಭಟ್ಟರ ಕೈನ ಊಟಕ್ಕೆ ಒಗ್ಗಿಕೊಳ್ಳಬೇಕಿತ್ತು. ಯಥೇಚ್ಚವಾದ ತರಕಾರಿ, ತುಂಬಾ ಹಾಲು ಮೊಸರಿದ್ದರು ಎಂತಹುದೋ ಕೊರತೆ ಅವರಿಗೆ. ಏನಾದರೂ ಅಂದು ಅಥವಾ ತಮ್ಮ ಅತೃಪ್ತಿ ವ್ಯಕ್ತಪಡಿಸಿ ಮಗನಿಗೆ ಬೇಸರ ಮಾಡಲು ಅವರಿಗಿಷ್ಟವಿಲ್ಲ.

ಅಂದು ಆಫೀಸ್‌ಗೆ ಹೋದ ಭಾಸ್ಕರ ಅರ್ಧಗಂಟೆಯಲ್ಲಿಯೇ ಹಿಂದಿರುಗಿ ಬಿಟ್ಟ.

ಬಾಲ್ಕನಿಯ ಬೆತ್ತದ ಛೇರ್ ಮೇಲೆ ಕೂತ ರಾಧಾಕೃಷ್ಣಯ್ಯನವರು ಪೇಪರ್ ನೋಡುತ್ತಿದ್ದರು. ಮುಖದಲ್ಲಿ ಯಥೇಚ್ಛವಾದ ಸಂತೃಪ್ತಭಾವ–ಅಭಿಮಾನದಿಂದ ಅವನೆದೆ ಉಬ್ಬಿತು. ಇದಕ್ಕೆಲ್ಲ ತಾನೇ ಕಾರವೆನ್ನುವ 'ಅಹಂ' ಅವನಲ್ಲಿ ತಲೆಯೆತ್ತಿತ್ತು.

"ಅಮ್ಮ..... ಎಲ್ಲಿ?" ಕೇಳಿದ.

ಪೇಪರ್‌ನಿಂದ ಮುಖ ಮೇಲೆತ್ತಿದವರು "ಇವತ್ತು ಶುಕ್ರವಾರ, ಒಂದರ್ಧ ಗಂಟೆ ಹೆಚ್ಚಿಗೆ ದೇವರ ಮನೆಯಲ್ಲಿ ಇರ್ತಾಳೆ. ಯಾಕೆ ಹಿಂದಕ್ಕೆ ಬಂದೆ?" ಕೇಳಿದರು.

ಅವನಿಗೆ ಹೇಳಲೇ ಬೇಕೆಂದೇನು ಇರಲಿಲ್ಲ. "ಫ್ಯಾಮಿಲಿ ಡಾಕ್ಟ್ರು ಫೋನ್ ಮಾಡಿದ್ರು, ವಾಣಿನ ಜೊತೆಯಲ್ಲಿ ಕರ್ಕೊಂಡ್ಹೋಗ್ತೀನಿ." ಒಳಗೆಲ್ಲ ಹೊರಟ.

ಅವರಿಗೆ ಗಾಬರಿಯೇ ಆಯಿತು. ಒಂದೇ ಮನೆಯಲ್ಲಿ ಇದ್ದರೂ ತಮಗೆ ತಿಳಿಯಬೇಡವೇ?

ಗಂಡ, ಹೆಂಡತಿ ಮಾತಿನ ಜಗಳದಲ್ಲಿಯೇ ಕಾರು ಹತ್ತಿದರು. ಹೇಳಿ ಹೋಗುವ ಅಭ್ಯಾಸ ಅವರಿಗೇನು ಇರಲಿಲ್ಲ.

ಪೂಜಾಗೃಹದಿಂದ ಹೊರಗೆ ಬಂದ ಮೇಲೆ ಹೆಂಡತಿಯೊಂದಿಗೆ ಪ್ರಸ್ತಾಪಿಸಿದರು. "ವಾಣಿಗೆ.... ಏನಾಗಿದೆ? ಭಾಸ್ಕರ ನರ್ಸಿಂಗ್ ಹೋಂಗೆ ಕರ್ಕೊಂಡ್ಹೋದ" ಎಂದಾಗ ಆಕೆ ಮೌನವಹಿಸಿಬಿಟ್ಟರು. ಪರಕೀಯತೆ ಅವರನ್ನು ಬಿಟ್ಟುಹೋಗಿರಲಿಲ್ಲ. ಅದಕ್ಕೆ ಮಗ, ಸೊಸೆ ಅವಕಾಶ ಕೊಡಲು ಕೂಡರು.

ಅಷ್ಟರಲ್ಲಿ ಹೊರಗೆ ಬಂದ ಭಟ್ಟರು "ಫಸ್ಟ್‌ಕ್ಲಾಸ್ ಬಾಳೆಯೆಲೆ ತಂದು ಹಾಸಿದ್ದೀನಿ. ಇಂದಾದ್ರೂ ಸಂತೃಪ್ತವಾಗಿ ಊಟ ಮಾಡ್ಬನ್ನಿ" ಹೊಟ್ಟೆ ಸವರಿಕೊಳ್ಳುತ್ತ ಬಂದ ಕರೆಯಲು.

"ಭಾಸ್ಕರ, ವಾಣಿ ಹೊರ್ಗಡೆ ಹೋಗಿದ್ದಾರೆ, ಬಂದುಬಿಡ್ಲಿ" ಎಂದರು ರಾಧಾಕೃಷ್ಣಯ್ಯ.

ಅವರ ಕಣ್ಮುಂದೆ ಒಂದು ಚಿತ್ರ ಸುಳಿಯಿತು.

ಮೈಥಿಲಿಪುರದಲ್ಲಿ ಬಾಳೆಯೆಲೆಗೇನು ಬರವಿಲ್ಲ. ಇಂಥವರು ಎಂದೇನು ಅಲ್ಲ. ಯಾರಾದರೂ ನಾಲ್ಕು ಎಲೆ ಹಿಡಿದು ಬಂದು ಕೊಡುತ್ತಿದ್ದರು. 'ರಾಧುಮೇಷ್ಟರ್ ಮನೆಗೆ' ಎಂದು ಯಾವ ತೋಟದಲ್ಲಿ ಕೇಳಿದರೂ ಇಲ್ಲವೆನ್ನುತ್ತಿರಲಿಲ್ಲ. ಅವರಿಗೆ ಅದ್ರಲ್ಲೇ ಮಾಡಿ ಅಭ್ಯಾಸ. ಆದರೂ ಚೆನ್ನ, ಮಾದ ಮುತ್ತುಗದೆಲೆಯ ಕಾಲದಲ್ಲಿ ತಾವೇ ಕೊಯ್ದು ತಂದು ಸರಗಳಂತೆ ಹೊಲಿದು ಅಂಗಳದಲ್ಲಿ ಹರವುತ್ತಿದ್ದರು. ಒಣಗಿದ ಮೇಲೆ ಪಿಂಡಿಗಳನ್ನು ಕಟ್ಟಿ ಮಾಡಿನ ಮೇಲಿಡುತ್ತಿದ್ದರು. ಆದ್ದರಿಂದ ಸದಾ ಅವರ ಮನೆಯಲ್ಲಿ ಬಳಕೆಯಾಗುತ್ತಿದ್ದುದು ಊಟ, ತಿಂಡಿಗೆ ಎಲೆಯೇ. ತಟ್ಟೆ ಉಪಯೋಗಿಸಿಯೇ ಅವರಿಗೆ ಅಭ್ಯಾಸವಿಲ್ಲ.

ಇವರು ಊರು ಬಿಡೋ ವಿಷ್ಯ ನಿರ್ಧಾರವಾದ ಮೇಲೆ ಸೂರ್ಯ ಹೆಚ್ಚಿದ ನಾಲ್ಕು ಪಿಂಡಿ ಊಟದೆಲೆಗಳನ್ನು ತೆಗೆದಿಟ್ಟ. "ಅಲ್ಲೆಲ್ಲ ಊಟ, ತಿಂಡಿಗೆ ಉಪಯೋಗಿಸೋದು ತಟ್ಟೆಗಳೇ. ನಾವುಗಳು ಬಂದಾಗಲೆಲ್ಲ ಬಾಳೆಯೆಲೆ ತಂದು ಹಾಕ್ತೀವಿ. ಕೈಗಾವಲಿಗೆ ಇದಿಷ್ಟು ಇರಲೀ" ಅದು ಅತ್ಯಂತ ಮುಖ್ಯವಾದದ್ದು ಎನ್ನುವಂತೆ ತೆಗೆದಿಟ್ಟಿದ್ದ.

ಅದನ್ನ ಭಾಸ್ಕರ ವಿರೋಧಿಸಿದ. "ಎಲೆಗಳ್ನ ಇಲ್ಲಿಂದ ಯಾರು ತಗೊಂಡ್ ಹೋಗ್ತಾರೆ. ಅಂಥ ದರಿದ್ರ ತಾನೇ ಏನಿದೆ? ಇಂಥ ಕಸವೆಲ್ಲ ಬೇಡ" ನಿರ್ದಾಕ್ಷಿಣ್ಯವಾಗಿತ್ತು ಅವನ ನುಡಿಗಳು.

ವನಜಮ್ಮ ಮಗನ ಮನವೊಲಿಸಲು ನೋಡಿದರು. "ನಮ್ಗೆ ತಟ್ಟೆಯಲ್ಲಿ ಊಟ ಮಾಡಿಯೇ ಅಭ್ಯಾಸವಿಲ್ಲ. ಸದ್ಯಕ್ಕೆ ಎಷ್ಟು ಬೇಕೋ ಅಷ್ಟನ್ನ ತಗೋಳೋಣ, ಮಿಕ್ಕಿದ್ದು ಸೂರ್ಯ ಬಂದಾಗ ತರ್ತಾನೆ" ತಾಯಿ ಮಾತಿಗೆ ತಲೆ ಅಡ್ಡಡ್ಡ ಆಡಿಸಿಬಿಟ್ಟಿದ್ದ. "ಏನ್ನೂ ಕೂಡದು. ಅಲ್ಲಿಗೆ ಬಂದ್ಮೇಲೆ ಅದೇ ಅಭ್ಯಾಸ ಆಗುತ್ತೆ. ಈಗ ಸುಮ್ನೇ ನನ್ನ ತಲೆ ಬಿಸಿ ಮಾಡ್ಬೇಡ."

ಅದರ ಪ್ರಸ್ತಾಪವೆತ್ತದೇ ಸುಮ್ಮನಾಗಿಬಿಟ್ಟರು.

ಮೊದಲ ಸಲ ತಟ್ಟೆಯ ಮುಂದೆ ಕೂತಾಗ ರಾಧಾಕೃಷ್ಣಯ್ಯನವರ ಮನ ಮುಷ್ಕರ ಹೂಡಿತು. ಕೈಹಿಡಿದೇ ಹಿಂದೆಗೆಯಿತು. "ನಂಗ್ಯಾಕೋ ತಟ್ಟೆಯಲ್ಲಿ ಊಟ ಮಾಡ್ಬೇಕೂಂದ್ರೆ ಮುಜುಗರ ಕಣೋ. ಇದು ಶಾಸ್ತ್ರ ಸಂಪ್ರದಾಯದ ಮಾತಲ್ಲ. ಮನಸ್ಸಿನ ವಿಷ್ಯ" ಸಂಕೋಚ ಬಿಟ್ಟು ಧಾರಾಳವಾಗಿ ಮಗನ ಮುಂದೆ ತೋಡಿಕೊಂಡಿದ್ದರು. ಅವರನ ಪ್ರತಿಕ್ರಿಯೆ ಮಾತ್ರ ಖಾರವಾಗಿತ್ತು.

"ಅದೊಂದು ರೀತಿಯ ಕರ್ಮ! ಇಲ್ಲಿ ಅಂಥದ್ದೇನು ಇಲ್ಲ. ಅಭ್ಯಾಸವಾದ್ರೆ.... ಸರಿಹೋಗುತ್ತೆ. ಕೆಲವನ್ನ ಮೈಥಿಲಿಪುರಕ್ಕೆ ಬಿಡೋದು ಸರಿ. ಅಲ್ಲಿನ ಪರಿಸ್ಥಿತಿಗೂ ಇಲ್ಲಿನದಕ್ಕೂ ಬಹಳ ವ್ಯತ್ಯಾಸವಿದೆ" ಅಲ್ಲಿನ ಬದುಕನ್ನ ಹೀಯಾಳಿಸಿಬಿಟ್ಟ. ಅನ್ನದ ಮುಂದೆ ಕೂತ ಅವರು ಇನ್ನೊಂದು ಮಾತಾಡಲಿಲ್ಲ. ಅವರ ಸಾತ್ವಿಕ ಸ್ವಭಾವ ಅದನ್ನು ವಿರೋಧಿಸಿರಬೇಕು.

ಆಮೇಲೆಂದೂ ಅವರು ಬಾಳೆಯೆಲೆಯ ಸುದ್ದಿ ಎತ್ತಲಿಲ್ಲ. ತಟ್ಟೆಯ ಹೊಳಪನ್ನು ಕಂಡಾಗಲೆಲ್ಲ ಸೂರ್ಯ ಶೇಖರಿಸಿಟ್ಟ ಹೊಲಿದ ಎಲೆಯ ಪಿಂಡಿಗಳ ನೆನಪಾಗುತ್ತಿತ್ತು.

ಅದರ ಮರುದಿನದ ಪ್ರಕರಣವಂತೂ ಅವರನ್ನು ಅಲ್ಲಾಡಿಸಿಬಿಟ್ಟಿತು. ಅನ್ನದ ಮುಂದೆ ಕೂತಾಗ ತುಂಬು ಶ್ರದ್ಧೆಯಿಂದ ಗಾಯಿತ್ರಿಯನ್ನ ಧ್ಯಾನಿಸಿ ಬಡಿಸಿದನ್ನ ಕೊಂಕು ನುಡಿಯದೇ ತಿಂದು ಏಳುತ್ತಿದ್ದುದು ಅವರ ಅಭ್ಯಾಸ ಈಗ ಅದು ಅವರಿಗೆ ಸಾಧ್ಯವಾಗುತ್ತಿರಲಿಲ್ಲ.

ಮತ್ತೆ ಬಂದ ಭಟ್ಟರು "ಬನ್ನಿ ಸ್ವಾಮಿ... ಈಗಿನವರಿಗೇನು ಗೊತ್ತು ಎಲೆಯ ಊಟದ ಗತ್ತು. ಅದು ಆರೋಗ್ಯಕ್ಕೂ ಒಳ್ಳೇದು" ಮತ್ತೆ ಬಂದು ಕರೆದೊಯ್ದರು.

ಎಲೆಯ ಮೇಲೆ ಬಡಿಸಿದ್ದ ಪಲ್ಯ, ಉಪ್ಪಿನಕಾಯಿ, ಉಪ್ಪು, ತೊವ್ವೆ ನೋಡಿದಾಗ ಅವರ ಮನ ಹರ್ಷಿಸಿದರೂ ಮರುಕ್ಷಣ ಮುದುಡಿತು.

ಅದೊಂದು ದಿನ ಭಾಸ್ಕರ ಊಟದ ಹೊತ್ತಿಗೆ ಬಂದಿದ್ದ. ಜೊತೆಯಲ್ಲಿಯೇ ಊಟಕ್ಕೆ ಕೂತರು. ಎರಡು ಪಲ್ಯ. ಒಂದು ಕೋಸಂಬರಿ ಇದ್ದುದರಿಂದ ಅವರಿಗೆ ಹೆಚ್ಚೆನಿಸಿತು. ಬೇಡವೆಂದರು.

ಭಾಸ್ಕರ ಸಿಡಿಮಿಡಿಗುಟ್ಟಿದ "ಯಾಕಪ್ಪ, ಪಲ್ಯ ಹಾಕಿಸಿಕೊಳ್ಳಲೇ ಇಲ್ಲ" ಹುಳಿಯಲ್ಲಿ ಅನ್ನ ಕಲೆಸುತ್ತಿದ್ದ ರಾಧಾಕೃಷ್ಣಯ್ಯ, "ಇನ್ಮೇಲೆ ಇಷ್ಟು ಸಾಕು ಅನ್ನಿಸುತ್ತೆ. ಅಲ್ಲಾದ್ರೆ.... ಸಾಕಷ್ಟು ಓಡಾಟ ಇರ್ತಾ ಇತ್ತು. ಅದೂ ಇದೂ ಹಚ್ಚಿಕೊಂಡೇ ಇರ್ತಾ ಇದ್ದೆ. ಲಕ್ಷಣವಾಗಿ ಪಾವಕ್ಕಿ ಅನ್ನ ಹೊಡೆದರೆ ಸಂಜೆಯ ವೇಳೆಗೆ ಹಸಿವಾಗ್ತ ಇತ್ತು. ಇಲ್ಲಿ ಕೂತ ಕಡೆ ಅರಗೋಲ್ಲ. ಮಾಲೀ ಕೆಲ್ಸ ಇನ್ಮೇಲೆ ನಾನೇ ಮಾಡ್ತೀನಿ, ತಿಂದಿದ್ದು ಅರಗುತ್ತೆ. ಆರೋಗ್ಯಾನು ಚೆನ್ನಾಗಿರುತ್ತೆ." ಹಾಸ್ಯವಾಗಿ ಹೇಳಿದ್ದು ಅವನ ಮೈ ಮೇಲೆ ಮುಳ್ಳುಗಳನ್ನು ಎಬ್ಬಿಸಿತು.

"ಛೇ, ನಾನು ಸುಖವಾಗಿರ್ಲಿಂತ ನಿಮ್ಮನ್ನ ಕರ್ಕೊಂಡ್ಬಂದಿದ್ದು. ಅದೆಲ್ಲ ಮಾಡೋ ಹಣೆಬರಹ ನಿಮಗ್ಯಾಕೆ? ಸಾವಿರಾರು ಸಂಪಾದ್ನೆ ಮಾಡೋ ಮಗ ಇದ್ದಾನೆ. ತುಪ್ಪದಲ್ಲಿ ಕೈತೊಳ್ದು ಅರಾಮಾಗಿರಿ."

ಆ ಮಾತುಗಳು ತಟ್ಟೆಯಲ್ಲಿನ ಅನ್ನವನ್ನು ಅವರ ಮುಖಕ್ಕೆ ಎಸೆದಂತಾಯಿತು. ಪ್ರೀತಿಯ ಹಿಂದಿನ ಅಹಂಕಾರ ಅವರನ್ನ ಹೆಚ್ಚು ನೋಯಿಸಿತು. ಏನಾಗಿದೆ ಇವನಿಗೆ? ನಮ್ಮ ಮೇಲಿನ ಕರುಣೆಯಿಂದ ಇಲ್ಲಿಗೆ ನಮ್ಮನ್ನ ಕರೆ ತಂದಿದ್ದಾನ? ಅಥವಾ ಸಾಲ ತೀರಿಸಲು ಇಂತಹ ಒತ್ತಡವೇರುತ್ತಿದ್ದಾನ? ಅವರಲ್ಲಿನ ಭ್ರಮೆಯೇ ಕಲಸು ಮೇಲೋಗರವಾಯಿತು ಅಂದಿನಿಂದ.

ಇಂದಿಗೂ ಅನ್ನದ ಮುಂದೆ ಕೂತಾಗ ಅವೆರಡು ಪ್ರಕರಣಗಳು ನೆನಪಾಗಿ ಸಂತೃಪ್ತವಾಗಿ ಊಟ ಮಾಡಲೇ ಬಿಡುತ್ತಿರಲಿಲ್ಲ. ಎಷ್ಟೇ ಪ್ರಯತ್ನಪಟ್ಟರೂ ಅವನ್ನ ಮಸ್ತಿಷ್ಕದಿಂದ ದೂರ ದಬ್ಬಲು ಆಗಿರಲಿಲ್ಲ.

"ಸಾಕು ಭಟ್ಟರೇ, ಮತ್ತೇನು ಬಡಿಸ್ಬೇಡಿ" ಎಂದರು.

ತಿನ್ನುವ ಅನ್ನವನ್ನ ಅವರೆಂದೂ ಚೆಲ್ಲರು. ಬೆಳೆಯುವ ರೈತನ ಕಷ್ಟದ ಜೊತೆ, ಹಸಿವಿನ ನರಳಾಟವನ್ನು ಕೂಡ ಅವರು ಬಲ್ಲರು.

ಕೋಣೆಗೆ ಹೋದವರೇ ಆರಾಮಾಗಿ ಮಲಗಿಬಿಟ್ಟರು. ಸಗಣಿಯಿಂದ ಸಾರಿಸಿದ ಮಣ್ಣಿನ ನೆಲದ ಮೇಲೆ ನಿಶ್ಚಿಂತೆಯಿಂದ ನಿದ್ರಿಸುತ್ತಿದ್ದರು. ಈಗ ಮಂಚ, ಅದರ ಮೇಲೆ ಫೋಮ್ ಬೆಡ್, ಮಂಚವನ್ನು ಆವರಿಸಿರುವ ಸೊಳ್ಳೆಯ ಪರದೆ, ಮೇಲೆ ತಿರುಗುವ ಫ್ಯಾನ್–ಇಷ್ಟು ಸೌಲಭ್ಯಗಳು ಕೂಡ ಅವರಿಗೆ ಸುಖ ನಿದ್ದೆ ಕೊಡಲು ಸಮರ್ಥವಾಗಲಿಲ್ಲ. ಅಂದರೇ ಇವಕ್ಕೆಲ್ಲ ಏನು ಬೆಲೆ?

ಸಂಜೆನೇ ವಾಣಿ, ಭಾಸ್ಕರ ಬಂದಿದ್ದು. ಅವರಿಗೆ ಕಾತರವಿದ್ದರೂ ಕೇಳಲು ಹೋಗಲಿಲ್ಲ. ಆದರೆ ರಾತ್ರಿ ಸೊಸೆಯನ್ನ ಕೇಳಿದರು ವನಜಮ್ಮ.

"ಡಾಕ್ಟ್ರು ಏನ್ಹೇಳಿದ್ರು?" ಅವಳು ಮೊದಲು ಸುಮ್ಮನೇ ಕೂತಿದ್ದವಳು "ನಿಮ್ಮ ಮಗನನ್ನೇ ಕೇಳಿಕೊಳ್ಳಿ" ಐದು ನಿಮಿಷದ ನಂತರ ಹೇಳಿ ಹೊರಗೆ ಹೋದಳು.

ಎದುರಾದವಳನ್ನ ಭಾಸ್ಕರ ಕೈಹಿಡಿದು ನಿಲ್ಲಿಸಿದ. "ಕೇಳಿದ್ದು ನಮ್ಮಮ್ಮ, ನಿನ್ನ ಉತ್ತರ ಈ ರೀತಿಯಾಗಿರಬಾರ್ದು. ಅವ್ರ ಅವಮಾನವನ್ನು ನಾನೆಂದೂ ಸಹಿಸೋಲ್ಲ" ಕೈಯನ್ನು

ಒರಟಾಗಿ ದೂಡಿದ. ಕಣ್ಣರಳಿಸಿದಳು. ಅರ್ಥವಾಗದ ಕೆಲವು ಗುಣಗಳು ಭಾಸ್ಕರನಲ್ಲಿ ಇದೆಯೆನಿಸಿತು ಅವಳಿಗೆ.

ಕಾದಿದ್ದ ಶ್ಯಾಮ್ಲಿಗೆ ಕೈಯಲ್ಲಿದ್ದ ಬ್ಯಾಗ್‌ನಿಂದ ಹೊಡೆದ ಕೃಷ್ಣ ಅಜ್ಜಿಯನ್ನು ಹುಡುಕಿಕೊಂಡು ಕೋಣೆಗೆ ಬಂದ. ಸೊಸೆಯ ಮಾತಿಗೆ ಮಂಕಾಗಿದ್ದ ಆಕೆ ಕೃಷ್ಣನನ್ನು ಅಪ್ಪಿಕೊಂಡು ಕಣ್ಣೀರು ಸುರಿಸಿಬಿಟ್ಟಳು.

"ಹೋಗೋಣ.... ನಡೀ" ಆಕೆಯನ್ನು ಎಳೆದಾಡಿದ.

ಹೊರಗೆ ಅವನನ್ನು ಕರೆದುಕೊಂಡು ಬರುವ ವೇಳೆಗೆ ಟ್ಯೂಷನ್ ಮಿಸ್ ಬಂದಿದ್ದಳು. ಅಜ್ಜಿಯ ನೆರಿಗೆಗಳಲ್ಲಿ ಬಚ್ಚಿಟ್ಟುಕೊಂಡ. "ಬೇಡ, ನಾನು ಬರೋಲ್ಲ" ಆಕೆಯ ಕಾಲುಗಳನ್ನು ತಬ್ಬಿಕೊಂಡುಬಿಟ್ಟ.

ಇಂದು ಭಾಸ್ಕರ ಕೂಡ ಮನೆಯಲ್ಲೇ ಇದ್ದುದರಿಂದ ಅವನಿಗೆ ಏಟುಗಳು ಬೀಳಲಿಲ್ಲ. ಅವನು ಕೂಡ ಬಂದು ರಮಿಸಿ ನೋಡಿದ. ಕಡೆಗೆ ಸಫಲರಾದದ್ದು ರಾಧಾಕೃಷ್ಣಯ್ಯನವರೇ.

ತಾವು ಅಲ್ಲೇ ಎದುರಿನಲ್ಲಿ ಕೂತರು. ಆಂಗ್ಲ ಭಾಷೆಯ ಜೊತೆ ಅದೇ ಭಾಷೆಯ ದೊಡ್ಡ ದೊಡ್ಡ ಕವಿಗಳ ಪೊಯೆಟ್ಸ್ ಹೇಳಿಕೊಡುತ್ತಿದ್ದಳು ಆಕೆ.

ಗಳಿಗೆಗೊಮ್ಮೆ ಇವರ ಕಡೆ ನೋಡುತ್ತಿದ್ದ. ಮಿಸ್ ಎದ್ದಾಗ ಓಡಿ ಬಂದು ಅವರ ತೋಳಲ್ಲಿ ಹುದುಗಿದ. "ದೇವಸ್ಥಾನಕ್ಕೆ ಹೋಗೋಣ..." ಸ್ಪಷ್ಟ ಉಚ್ಚಾರಣೆಯ ಅವನ ಮಾತುಗಳು ಗಂಟೆಗಳು ಮೊಳಗಿದಂತಿದ್ದವು. ಬಹು ಆಕರ್ಷಣೀಯ ಸ್ಥಳ ಅವನ ಪಾಲಿಗೆ.

ಬಂದ ವಾಣಿ "ಓದ್ಕೋ ನಡೀ..." ಎಂದಳು. ಅವನು ಅಡ್ಡಡ್ಡ ತಲೆಯಾಡಿಸಿದ "ನೀನ್ಹೋಗು... ನೀನ್ಹೋಗು....." ಅಳಲೇ ಶುರು ಮಾಡಿಬಿಟ್ಟ. ಇಂದು ಅಪರೂಪಕ್ಕೆ ಭಾಸ್ಕರ ಬಂದು ಕರೆದ. "ನಿನ್ನ ಕಾರಲ್ಲಿ ಕರ್ಕೊಂಡ್ಹೋಗ್ತೀನಿ... ಬಾ" ಅವನು ಮಿಸುಕಡಲಿಲ್ಲ. "ನಿಂಗೆ ಪ್ಲೇನ್, ಟ್ರೈನ್... ಕೊಡುಸ್ತೀನಿ" ಆಸೆ ಹುಟ್ಟಿಸಿದ. ಅವನು ಅಲ್ಲಾಡಲಿಲ್ಲ.

ಅವನ ಆಟದ ಸಾಮಾನುಗಳಿಗೆ ಸಾವಿರಾರು ಚೆಲ್ಲಿದ್ದ. ಕಂಡಿದ್ದೆಲ್ಲ ತಂದು ಹಾಕಿದ್ದ. ಅವನ ಕೋಣೆಯಲ್ಲೆಲ್ಲ ಅದೇ ತುಂಬಿಕೊಂಡಿದ್ದವು.

ಇದು ಯಾರು ಬೇಕಾದರೂ ಮಾಡಬಹುದಾದ ಕೆಲಸ. ಆದರೆ..... ತಂದೆಯಾಗಿ ಅವನನ್ನು ಪ್ರೀತಿಸಿದ್ದು, ಓಲೈಸಿದ್ದು ಇಲ್ಲ.

"ಹೋಗೋಣ....ತಾತ" ಅವರ ಕೊರಳನ್ನು ತಬ್ಬಿಕೊಂಡ "ಹೋಗೋಣ... ಹೋಗೋಣ... ಅಜ್ಜಿನ ಕರೀ" ಎಂದ ಕೂಡಲೇ ಚಿಗರೆಯ ಮರಿಯಂತೆ ಓಡಿ ವನಜಮ್ಮನನ್ನು ಕೈಹಿಡಿದು ಎಳೆದು ತಂದ.

ಅಲ್ಲೆಲ್ಲ ಬುಟ್ಟಿಗಳು ಹಿಡಿದು ಬರುವುದು ಕೃಷ್ಣನ ಗಮನಕ್ಕೆ ಬಂದಿರಬೇಕು. ಅಡಿಗೆಯ ಮನೆಯಲ್ಲಿದ್ದ ಬುಟ್ಟಿಗೆ ತೆಂಗಿನಕಾಯಿ ಹಾಕಿಕೊಂಡು, ಡೈನಿಂಗ್ ಟೇಬಲ್ ಮೇಲೆ ಪ್ಲೇಟ್‌ನಲ್ಲಿ ಪೇರಿಸಿಟ್ಟ ಹಣ್ಣು ಅದಕ್ಕೆ ಹಾಕಿ ತಂದು ಅಜ್ಜಿಯ ಮುಂದಿಟ್ಟ.

ಭಾಸ್ಕರ, ವಾಣಿ ಕೂಡ ಬೆಕ್ಕಸ ಬೆರಗಾದರು. ವಾಣಿಗೆ ದೇವಸ್ಥಾನಕ್ಕೆ ಹೋಗಲು ಇಂಟೆರೆಸ್ಟಿಲ್ಲ. ಭಾಸ್ಕರನಿಗೆ ಪುರಸತ್ತಿಲ್ಲ. ಇನ್ನು ಶ್ಯಾಮ್ಲಿ ಅವನನ್ನು ಕರೆದೊಯ್ಯುತ್ತಿದ್ದುದು ಪಾರ್ಕ್‌ಗೆ ಮಾತ್ರ.

"ನಡೀ... ಹೋಗೋಣ" ಅವರ ತಾತನ ಕೈ ಹಿಡಿದುಕೊಂಡ "ನಡೀ.... ಅಜ್ಜಿ" ಅವನೇ ಬುಟ್ಟಿ ಎತ್ತಿಕೊಂಡಾಗ ವನಜಮ್ಮ ಈಸಿಕೊಂಡರು.

ಸೋತ ಭಾಸ್ಕರ "ವಾಚ್‌ಮನ್‌ಗೆ ಡ್ರೈವಿಂಗ್ ಬರುತ್ತೆ. ಕಾರಿನಲ್ಲೇ ಹೋಗಿ" ಹೇಳಿದ.

"ಹತ್ತಿರದಲ್ಲೇ ದೇವಸ್ಥಾನ ಇರೋದು. ಕಾರು ಯಾಕೆ? ನಡದೇ ಹೋಗ್ತೀವಿ" ರಾಧಾಕೃಷ್ಣಯ್ಯನವರು ನಿರಾಕರಿಸಿದರು.

ಕಾರಿನ ಮಗ್ಗಲಿನಲ್ಲಿಯೇ ಹಾದು ಹೋದ ಮೂವರನ್ನ ಭಾಸ್ಕರ ತದೇಕಚಿತ್ತನಾಗಿ ನೋಡಿದ. ಆ ಕ್ಷಣ ಅವನ ಮನದಲ್ಲಿ ಅಪಾರವಾದ ಶಾಂತತೆ ಇತ್ತು. ಇದು ತಾತ್ಕಾಲಿಕ ಸ್ಥಿತಿಯೇನೋ ತಾನಾಗಿ ನಿರ್ಮಿತವಾದ ಕಂದಕದಲ್ಲಿ ಅವನು ಬಂಧಿ.

ಮತ್ತೆ ನಾಲ್ಕು ದಿನ ಡಾಕ್ಟರರ ಸಲಹೆಯಂತೆ ರಜ ಹಾಕಿದ್ದ. ವಾಣಿಯ ಕಿರಿಕಿರಿಗಿಂತ ತಾಯ್ತಂದೆಯರ ಸನ್ನಿಹ ಬಹಳ ಇಷ್ಟವಾಗಿತ್ತು. ಸ್ವಲ್ಪ ಧಾರಾಳವಾಗಿಯು ಅವರೊಂದಿಗೆ ಮಾತಾಡುತ್ತಿದ್ದ.

ಊಟದ ನಂತರ ಅವನು ಹಾಲ್‌ನಲ್ಲಿನ ಸೋಫಾ ಮೇಲೆ ಕೂತ. ವಾಣಿ ಊಟವನ್ನು ಕೋಣೆಗೆ ತರಿಸಿಕೊಂಡಿದ್ದಳು. ಎರಡು ಪೂರಿ, ಒಂದು ಕಪ್ ತಿಳಿಸಾರು ಮಾತ್ರ ಅವಳ ಮಧ್ಯಾಹ್ನದ ಊಟ.

ವನಜಮ್ಮ ಚಿಗುರು ವಿಳೆದೆಲೆ, ಅಡಿಕೆಪುಡಿ, ಸುಣ್ಣವನ್ನು ತಟ್ಟೆಯಲ್ಲಿ ಇಟ್ಟುಕೊಂಡು ರಾಧಾಕೃಷ್ಣಯ್ಯನವರು ಕುಳಿತಿದ್ದ ವರಾಂಡಾಗೆ ಹೋದಾಗ ಅವನೆದೆ 'ಛಳಕ್' ಎಂದಿತು. ಅವನ ಬದುಕಿನಲ್ಲಿ ಇಂಥ ನವಿರಾದ ಕ್ಷಣ ಬಂದಿತ್ತಾ, ಮುಂದೆ ಬರಬಹುದಾ ಎನ್ನುವುದರ ಬಗ್ಗೆ ತಲೆ ಕೆಡಿಸಿಕೊಳ್ಳಬೇಕಿತ್ತು.

ಆ ದೃಶ್ಯ ಅವನಿಗೆ ಹಿತವಾಗಿತ್ತು. ನೋಡುತ್ತ ಕೂತ. ಹದವಾಗಿ ಸುಣ್ಣ ಹಚ್ಚಿ ಮಡಚಿ ಗಂಡನ ಕೈಗೆ ಅಡಿಕೆಲೆ ಪಟ್ಟಿ ಕೊಡುತ್ತಿದ್ದ ವನಜಮ್ಮನ ಕಣ್ಣುಗಳಲ್ಲಿ ಆಗ ತಾನೇ ಮದುಮಗಳಾಗಿ ಪ್ರವೇಶಿದ ಲಾಲಿತ್ಯವಿತ್ತು. ಕೆನ್ನೆಯ ಕೆಂಪಿನ್ನು ಮಾಸಿಲ್ಲವೆನಿಸಿತು. ನರೆತ ಕೂದಲು ಕರೀ ಕೂದಲೊಡನೆ ಬೆರೆತು ಒಂದು ರೀತಿಯ ಪಕ್ವತೆಯನ್ನು ತುಂಬಿತ್ತು. ಮುಖದ ಮೇಲಿನ ಗೆರೆಗಳಿಗೆ ಈಗಲೂ ಬಹಳ ಲಕ್ಷಣವಾಗಿ ಕಂಡರು ವನಜಮ್ಮ.

ರಾಧಾಕೃಷ್ಣಯ್ಯ ಅಡಿಕೆಲೆ ಅಗಿಯುತ್ತ "ನಂಗೆ ಸಾಕು, ನೀನು ಎರಡೆಲೆ ಹಾಕ್ಕೋ, ನಾನು ಮಡಚಿ ಕೊಡ್ಲಾ" ಕೇಳಿದ ಸ್ವರದಲ್ಲಿ ಜೇನಿತ್ತು. ಮುಖದಲ್ಲಿ ಮಾರ್ದವತೆ ಇತ್ತು. ಪ್ರೀತಿ, ಪ್ರೇಮಕ್ಕೆ ವಯಸ್ಸಿನ ಅಂತರವಿರದೆನಿಸಿತು ಭಾಸ್ಕರನಿಗೆ.

'ಸುಮ್ಮನಿರಿ....' ಕಣ್ಣಲ್ಲಿಯೇ ಗಂಡನಿಗೆ ಹೇಳಿದ ವನಜಮ್ಮನ ಕೆನ್ನೆಗಳು ಉಬ್ಬಿ ನಾಚಿಕೆ ಮುಖದ ಮೇಲೆ ಪಸರಿಸಿದಾಗ ಮತ್ತಷ್ಟು ಚೆಂದಾಗಿ ಕಾಣಿಸಿದಳು ತಾಯಿ ಭಾಸ್ಕರನ ಕಣ್ಣುಗಳಿಗೆ.

ಕಣ್ಣು ಮುಚ್ಚಿಕೊಂಡ ಭಾಸ್ಕರ, ನೆನಪಿನಿಂದ ಸವಿಯಾದ ಕ್ಷಣಗಳನ್ನು ಪ್ರಯಾಸದಿಂದ ಹೆಕ್ಕಿ ಹೆಕ್ಕಿ ತೆಗೆದ. ಅವು ಕೂಡ ಅರ್ಥಪೂರ್ಣವೆನಿಸಲಿಲ್ಲ. ಬದಲಾದ ಭಾವನೆಗಳು, ವಿಚಾರಗಳು ಹೊಸ ಜಗತ್ತನ್ನು ಸೃಷ್ಟಿಸಿದಂತಿತ್ತು.

ವಾಣಿ ಬಂದು ಕೂತ ರಭಸಕ್ಕೆ ಕಣ್ತೆರೆದ. ಸ್ವಪ್ನಭಂಗವಾದಂತಿತ್ತು. ಕೆಂಗಣ್ಣು ಬಿಟ್ಟ. ಆದರೆ ಅವಳಿಗೆ ಅರಿವಾಗಲಿಲ್ಲ. ರಾಧಾಕೃಷ್ಣಯ್ಯ ವನಜಮ್ಮನನ್ನು ನೋಡಿದವಳು ಕಿಸಕ್ಕೆಂದು ನಕ್ಕಳು "ವಯಸ್ಸಾದ್ರೂ ರೋಮ್ಯಾನ್ಸ್..." ಅವಳು ಪೂರ್ತಿ ಮಾಡುವ ಮುನ್ನವೇ ಮುಂದಿದ್ದ ಪೇಪರ್‌ನಿಂದ ಪಟ್ಟನೆ ಒಂದು ಏಟು ಕೊಟ್ಟ. "ಇದರ ಅರ್ಥ ಏನು ಗೊತ್ತಾ? ತೆಪ್ಪಗೆ ಕೂತ್ಕೋ ಅಂತ" ಎಂದ ಕೂಡಲೇ ಅವಳು ಎದ್ದು ಹೋಗಿಬಿಟ್ಟಳು.

"ಭಾಸ್ಕರ, ನಿಂಗೆ ಇಷ್ಟೆಲ್ಲ ಇರ್ಬಹ್ದು. ಆದರೆ ನೀನು ಸುಖವಾಗಿದ್ದೀಯಾಂತ ಅನ್ನಿಸೋಲ್ಲ. ಹಸನಾದ ಬದ್ಕು ಬೇಕು, ಮಗು. ಹಣ, ಅಂತಸ್ತು, ಕಾರು, ಬಂಗ್ಲೆಯ ಬಗ್ಗೆ ಮಾತ್ರ ಚಿಂತಿಸ್ಬೇಡ." ತಂದೆಯ ಬುದ್ಧಿವಾದ ನೆನಪಾಯಿತು. ಆದರೂ ಅವನ ಮೇಲೆ ಅಷ್ಟು ತೀವ್ರವಾದ ಪರಿಣಾಮ ಬೀರಲಿಲ್ಲ.

ಕಾಲುಗಳನ್ನೆತ್ತಿ ಟೀಪಾಯಿ ಮೇಲೆ ಹಾಕಿ ಆರಾಮಾಗಿ ಕಣ್ಮುಚ್ಚಿದ. ಅಡಿಕೆಲೆ ತಟ್ಟೆ ಹಿಡಿದು ಬಂದ ವನಜಮ್ಮ ಹತ್ತಿರಕ್ಕೆ ಬಂದರು. ಆಕೆಗೆ ಅನುಮಾನ. ಸದಾ ಕೆಲಸದ ತುಡಿತದಲ್ಲಿರೋ ಮಗ ರಜ ಹಾಕಿ ಮನೆಯಲ್ಲಿ ಯಾಕಿದ್ದಾನೆಂದು?

ಹಣೆಯ ಮೇಲಿನ ಕೂದಲನ್ನು ಹಿಂದಕ್ಕೆ ತಳ್ಳಿ "ಭಾಸ್ಕರ, ಯಾಕೋ ನಂಗೆ ನಿನ್ನ ಆರೋಗ್ಯ ಸರಿಯಿಲ್ಲಾಂತ ಅನ್ನಿಸುತ್ತೆ. ನಮ್ಮಿಂದ ನೀವಿಬ್ರೂ ಏನೋ ಮುಚ್ಚಿಟ್ಟಾ... ಇದ್ದೀರಾ" ಒತ್ತಿ ಬಂದ ವೇದನೆಯನ್ನು ತಡೆಯಲಾರದೆ ಅಂದರು.

ಕಾಲನ್ನ ಹಿಂದಕ್ಕೆಳೆದುಕೊಂಡು ಸರಿಯಾಗಿ ಕೂತ. "ಏನಿಲ್ಲ, ಸುಮ್ನೇ ರಜ ಹಾಕಿರೋದು. ನಾಳೆಯಿಂದ ಹೋಗ್ಬೇಕು" ಎಂದವನು ಯಾಕೋ ತಾಯಿಯ ನೋಟವನ್ನೆದುರಿಸಲಾರದೆ ಕೋಣೆಗೆ ಹೋದ.

ಕೈಯಲ್ಲಿನ ವೀಕ್ಲಿಯನ್ನು ಪಕ್ಕಕ್ಕೆಸೆದ ವಾಣಿ "ಯಾಕೋ ನಂಗೆ ಮಗು ಬಗ್ಗೆ ಚಿಂತೆಯಾಗಿದೆ. ನಾವು ಇಷ್ಟು ದಿನ ಕಷ್ಟಪಟ್ಟಿದೆಲ್ಲ ನಿರರ್ಥಕ" ಮಲಗಿದ್ದವನು ಸಣ್ಣಗೆ ನಕ್ಕ ಅವಳ ಬಾಯಿಗೆ

"ಏನು ಅಂಥ ಕಷ್ಟಪಟ್ಟಿರೋದು? ಒಂಬತ್ತು ತಿಂಗ್ಳು ಹೊತ್ತಿದ್ದೀಯಾ, ನೋವು ಕೂಡ ಅನುಭವಿಸೋಕೆ ಆಗೋಲ್ಲಾಂತ ಸಿಸೇರಿಯನ್ ಮಾಡಿ ಮಗುವನ್ನು ತೆಗೆದಾಯ್ತು. ಇನ್ನ ಆಮೇಲಿನ ಉಸಾಬರಿ ನಿಂದಲ್ಲ. ಹಾಲು ಕುಡಿಸೋಲ್ಲ..... ಅಂದ್ಬಿಟ್ಟೆ. ಅದೆಲ್ಲ ಹಾಳಾಗ್ಲೀ. ಈಗೇನು ಅಂಥ ಪ್ರಾಬ್ಲಮ್?" ಕಡೆಯಲ್ಲಿ ಅಸಹನೆ ಮಿನುಗಿತು.

"ನಿಮ್ಮಪ್ಪ, ಅಮ್ಮ ಅವನನ್ನ ತುಂಬ ಹಚ್ಚಿಕೊಂಡಿದ್ದಾರೆ. ಪ್ರತಿಯೊಂದಕ್ಕೂ ಅವ್ರನ್ನೇ ಕೇಳ್ತಾನೆ. ಮೊದಲಿನ ಹಾಗಲ್ಲ ಬರೀ ಅಳು, ಹಟ ಅವ್ನು ಈ ರೀತಿ ಬೆಳೆದ್ರೆ... ಏನಾಗ್ಬಹುದ್ದು?" ಎಂದಾಗ "ಏನು ಆಗೋಲ್ಲ ಸದ್ಯಕ್ಕೆ ಸುಮ್ನೇ ಮಲಕ್ಕೋ" ರೇಗಿಬಿಟ್ಟ.

ಭಾಸ್ಕರ ಎಷ್ಟುಮಟ್ಟಿನ ಪ್ರೀತಿ ತೋರಿ ಅವಳ ಬೇಡಿಕೆಗಳನ್ನು ಪೂರೈಸುತ್ತಾನೋ, ಅಷ್ಟೇ ಬೇಗ ಅವಳ ಮುಖ ಮುರಿದುಬಿಡುತ್ತಿದ್ದ. ಬೇರೆ ಹೆಣ್ಣುಗಳ ಪ್ರತಿಕ್ರಿಯೆ ಹೇಗಿರುತ್ತಿತ್ತೋ ವಾಣಿ ಇದನ್ನ ಹಚ್ಚಿಕೊಳ್ಳಲು ಹೋಗುತ್ತಿರಲಿಲ್ಲ.

ಇಂದು ವಾಣಿ ಎದ್ದು ಹೋದಳು.

"ಪ್ಲೀಸ್, ನೀವು ಸುಮ್ನೇ ಅವನನ್ನ ಮುದ್ದು ಮಾಡ್ಬೇಡಿ ಹಾಳಾಗ್ತಾನೆ. ಪ್ರತಿಯೊಂದಕ್ಕೂ ಬೇರೆಯವರ ನೆರವನ್ನ ಬಯಸ್ತಾನೆ. ಮಕ್ಕಳನ್ನು ಬೆಳೆಸೋದು ಬೇರೆಯ ದೇಶದಿಂದ ನಾವು ಕಲೀಬೇಕು. ಕೃಷ್ಣನನ್ನ ಫ್ಯಾಮ್ಲಿಯ ಹದ್ದುಬಸ್ತಿಗೆ ಬಿಟ್ಟುಬಿಡಿ. ಹೇಗೆ ಅವನನ್ನ ತಯಾರು ಮಾಡ್ಬೇಕೂಂತ ಮೂರು ತಿಂಗ್ಳು ಟ್ರೈನಿಂಗ್ ಬೇರೆ ಕೊಡ್ಸಿದ್ದೀನಿ" ಅವಳ ಸ್ವರದಲ್ಲಿ ಅಧಿಕಾರವಿಲ್ಲದಿದ್ದರೂ ನಯಗಾರಿಕೆಯೇನು ಇರಲಿಲ್ಲ.

ವನಜಮ್ಮನ ಮುಖದಲ್ಲಿ ವಿಷಾದ ಮಿನುಗಿತು. "ನಾನು ನಿನ್ನಷ್ಟು ಓದಿಲ್ಲದಿರಬಹುದ್ದು. ಮಗುನ ಹೇಗೆ ಬೆಳೆಸ್ಬೇಕೂಂತ ಗೊತ್ತಿಲ್ವಾ! ಮನೆಯಲ್ಲಿ ನೀನಿದ್ದು ಕೂಡ ಅವನನ್ನ ನೋಡಿಕೊಳ್ಳೋಕೆ ಫ್ಯಾಮ್ಲಿ ಯಾಕೆ. ಈಗ ಮಕ್ಳಿಗೆ ಪ್ರೀತಿಯ ಪಾಠ ಹೇಳ್ಬೇಕು. ಆಗ ಅವ್ರು ಸುತ್ತಮುತ್ತಲ ಜನ, ವಸ್ತು, ಮರ ಗಿಡಾನ ಕೂಡ ಪ್ರೀತಿ ಮಾಡೋದು ಕಲೀತಾರೆ. ನಿನ್ನ ಕೈಯಲ್ಲಾಗೋಲ್ಲಾಂದ್ರೆ ಅವನನ್ನ ನಾವು ನೋಡ್ಕೋತೀವಿ. ನಮ್ಮ ವಂಶಕ್ಕೆ ಅದೊಂದೇ ದೀಪ" ವನಜಮ್ಮ ಧೈರ್ಯದಿಂದಲೇ ಇಷ್ಟನ್ನು ಹೇಳಿದರು.

ತಕ್ಷಣಕ್ಕೆ ವಾಣಿಗೆ ಏನು ಹೇಳಬೇಕೋ ತಿಳಿಯಲಿಲ್ಲ. ಕೆಲವೊಮ್ಮೆ ಅವಳ ಇಡೀ ತಲೆ ಖಾಲಿಯಾಗಿಬಿಡುತ್ತಿತ್ತು. ಅಲ್ಲಿ ಪರಚಾಡಿದರೂ ಏನೂ ಇರುತ್ತಿರಲಿಲ್ಲ.

"ನಂಗೆ ಹೇಳೋಕೆ ತೋಚ್ತಾ ಇಲ್ಲ. ನಿಮ್ಗೆ ಹೇಗೆ ತಿಳಿಸಿ ಹೇಳೋದು" ಪೇಚಾಡಿಕೊಂಡು ಹೊರಟುಬಿಟ್ಟಳು.

ಮರುದಿನ ಭಾಸ್ಕರ ಆಫೀಸ್‌ಗೆ ಹೊರಡುವ ತಯಾರಿ ನಡೆಸಿದಾಗ ರಾಧಾಕೃಷ್ಣಯ್ಯ ಮಗನಿಗೆ ಹೇಳಿದರು. "ಇವತ್ತು ದೇವಸ್ಥಾನದಲ್ಲಿ ಅಭಿಷೇಕಕ್ಕೆ ಹೇಳ್ಬಂದಿದ್ದೀನಿ. ಒಂದು ಹೆಜ್ಜೆ ಹೋಗ್ಬರೋಣ್ವಾ? ಹೋಗೋಣ..."

ಅಷ್ಟರಲ್ಲಿ ಫೋನ್ ಸದ್ದಾಯಿತು. ರಿಸೀವರ್ ಎತ್ತಿದ ಕೂಡಲೇ ಅವನ ಮುಖದ ಬಣ್ಣವೇ ಬದಲಾಯಿತು. ಏನೋ ಮಾತಾಡಿ ಇಟ್ಟವನು, ಮತ್ತೊಂದು ಕಡೆಗೆ ರಿಂಗ್ ಮಾಡಿದವನು ರೇಗಾಡಿಬಿಟ್ಟ.

ಈಗ ಹೇಳಿ ಪ್ರಯೋಜನವಿಲ್ಲವೆಂದು ರಾಧಕೃಷ್ಣಯ್ಯನವರು ಸುಮ್ಮನಾದರು. ಕಡೆಗೆ ಕಾರು ಹತ್ತಲು ಹೋದ ಭಾಸ್ಕರ ಹಿಂದಕ್ಕೆ ಬಂದು "ನಂಗೆ ಬರೋಕ್ಕಾಗೋಲ್ಲಪ್ಪ, ವಾಣಿನ ಕರ್ಕೊಂಡ್ಹೋಗಿ...." ಮಗನ ಮಾತಿಗೆ ತಲೆದೂಗಿದರು ಅಷ್ಟೆ, ಸೊಸೆ ಬರುವ ನಂಬಿಕೆ ಅವರಿಗೆ ಇರಲಿಲ್ಲ.

ಸೀಳಿಕೊಂಡು ಹೋದ ಕಾರು ಇಂದು ಎರಚಿದ್ದು ಕೂಡ ಕಸದ ಧೂಳೇ. ಅದು ಹಳ್ಳಿಯ ಕೆಂಧೂಳಿಗಿಂತ ಅಪಾಯ. ಈ ಧೂಳಿನಲ್ಲಿರುವಷ್ಟು ಕ್ರಿಮಿಕೀಟಗಳು ಅದರಲ್ಲಿ ಇರಲಾರವು!

ಇವರುಗಳು ಹೊರಟು ನಿಂತಾಗ ಸೊಸೆಯನ್ನು ವಿಚಾರಿಸಿದರು. "ಭಾಸ್ಕರ ನಿನ್ನ ಕರ್ಕೊಂಡ್ಹೋಗೂಂತ ಅಂದಿದ್ದಾನೆ." ಅವರಿಬ್ಬರ ಮಧ್ಯೆ ತಯಾರಾಗಿ ನಿಂತಿದ್ದ ಮಗನನ್ನ ನೋಡಿ ಅವಳಿಗೆ ರೇಗಿತು. ರಾಧಾಕೃಷ್ಣಯ್ಯನವರ ಮಾತು ಕೇಳದಂತೆ ಕೂಗಿದಳು "ಶ್ಯಾಮ್ಲೀ...."

"ಅವ್ಳು ಪಕ್ಕದ ಮನೆಗೆ ಹೋಗಿದ್ದಾಳೆ. ಗಣಪತಿ ಗುಡಿಯಲ್ಲಿ ಅಭಿಷೇಕಕ್ಕೆ ಹೇಳಿದೆ. ಕೃಷ್ಣನ್ನ ನಮ್ಮ ಜೊತೆ ಕರ್ಕೊಂಡ್ ಹೋಗ್ತೀವಿ. ನೀನು ಬಂದರೆ ಚೆನ್ನ....." ವನಜಮ್ಮ ಹೇಳಿದರು.

"ನಂಗೆ ಆಗೋಲ್ಲ. ಲೇಡಿಸ್ ಕ್ಲಬ್ ಫ್ರೆಂಡ್ಸ್ ಮನೆಗೆ ಬರ್ತಾ ಇದ್ದಾರೆ. ಅಂಥ ಸಂದರ್ಭದಲ್ಲಿ ನಾನು ಮನೆಯಲ್ಲಿ ಇಲ್ದೇ ಇರೋದು ಸರಿಯಲ್ಲ. ಇವನನ್ನ ಯಾಕೆ ಮನೆಯಲ್ಲಿ ಇರ್ಸಿಕೊಂಡು ಈಗ್ನಿಂದ ದೇವರು ದಿಂಡರು ಅನ್ನೋ ವಿಚಾರ ಮಕ್ಕಳ ತಲೆಯಲ್ಲಿ ತುಂಬಬಾರ್ದು"

ಅವಳ ಅರೆ ತಿಳಿವಳಿಕೆಗೆ ಅನುಗುಣವಾಗಿ ಹೇಳಲು ಸಾಧ್ಯವಿಲ್ಲವೆಂದು ಅವರಿಗೆ ಗೊತ್ತಿತ್ತು.

"ಭಾಸ್ಕರನಿಗೆ.....ಹೇಳಿದ್ದೀನಿ" ಎಂದ ರಾಧಾಕೃಷ್ಣಯ್ಯ ಮೊಮ್ಮಗನ ಕೈ ಹಿಡಿದು ಹೊರಟೇಬಿಟ್ಟರು. ಬುಟ್ಟಿ ಹಿಡಿದ ವನಜಮ್ಮ ಗಂಡನ ಹಿಂದೆ ಹೊರಟವರು ನಿಂತು, "ಕೃಷ್ಣನ ಬಗ್ಗೆ ಗಾಬರಿ ಬೇಡ" ಹೇಳಿದರು.

ಅವರು ಕಣ್ಣು ಮರೆಯಾಗುವವರೆಗೂ ಇವಳ ನೋಟ ಅವರ ಬೆನ್ನಟ್ಟಿಯೇ ಇತ್ತು.

ಕಾರು ಅಂದ್ರೆ ಬಾಯಿ ಬಿಟ್ಟುಕೊಂಡು ಇರುತ್ತಾರೆಂದು ತಿಳಿದಿದ್ದಳು. ಅಂದು ಮೈಥಿಲಿಪುರದಿಂದ ಬಂದ ದಿನ ಕಾರಿನಿಂದ ಇಳಿದ ದಂಪತಿಗಳು ಇಂದಿನವರೆಗೂ ಹತ್ತಿರಲಿಲ್ಲ. ಅಂಥ ಆಸೆ, ಆಕಾಂಕ್ಷೆಗಳು ಅವರಿಗಿಲ್ಲವೆಂದು ವಾಣಿಗೆ ಅರ್ಥವಾಗಿತ್ತು.

* * *

ತಾತನ ಬಳಿಯಲ್ಲಿ ಒಂದೆರಡು ಸಂಸ್ಕೃತ ಶ್ಲೋಕಗಳನ್ನು ಕಲಿತ ಕೃಷ್ಣ, ಸ್ನಾನ ಮುಗಿಸಿದ ಕೂಡಲೇ ದೇವರ ಮನೆಗೆ ಓಡುತ್ತಿದ್ದ. ಕೈ ಮುಗಿದು ನಿಂತವನು ಆ ಶ್ಲೋಕಗಳನ್ನ ಹೇಳಿ ದೇವರ ಪ್ರಸಾದವೆನ್ನುವಂತೆ ಒಂದಿಷ್ಟು ಕಂಕುಮವನ್ನ ಹಣೆಗಿರಿಸಿಕೊಂಡು ಬರುತ್ತಿದ್ದ.

ಇಂದು ತಾಯಿಯ ಕೋಣೆಗೆ ಬಂದ ಕೃಷ್ಣ "ಮಾತೃದೇವೋ ಭವ...." ಎಂದ. ಬೆಳಿಗ್ಗೆ ಎದ್ದಾಗ ಷುರುವಾದ ತಲೆ ನೋವು ವಾಣಿಗಿನ್ನ ಕಮ್ಮಿ ಆಗಿರಲಿಲ್ಲ. "ಏನೋ ನಿನ್ನ ಅವತಾರ...." ಹಲ್ಮುಡಿ ಕಚ್ಚಿ ಗದರಿಕೊಂಡಳು. ಅವನು ಹಿಂದಕ್ಕೆ ಓಡಿಬಿಟ್ಟ.

ಇಂದು ತಾವೇ ಹೋಗಿ ಕಾದು ಅವನನ್ನ ನರ್ಸರಿ ವ್ಯಾನ್ ಹತ್ತಿಸಿ ಬಂದಿದ್ದರು ರಾಧಾಕೃಷ್ಣಯ್ಯ. ಆಮೇಲೆ ಮನೆ ಪೂರ್ತಿ ನಿಶ್ಯಬ್ದವಾಗಿ ಬಿಡುತ್ತಿತ್ತು.

"ವಾಣಿನ ಬೆಳಗ್ನಿಂದ ನೋಡ್ಲಿಲ್ಲ, ವನಜ. ಎದ್ದಿದ್ದಾಳೋ ಇಲ್ಲವೋ" ಅನುಮಾನ ವ್ಯಕ್ತಪಡಿಸಿದರು. ವನಜಮ್ಮನಿಗೂ ಹಾಗೆ ಅನ್ನಿಸಿತು. ಆದರೇನು ಪ್ರಯೋಜನವಿಲ್ಲ. "ಏನು ಹೇಳೋಲ್ಲ. ಕೇಳೋಕೆ ಹೋದ್ರೆ ಮುಜುಗರ ಪಟ್ಕೋತಾಳೆ. ನಾವು ಸ್ವಂತದವ್ರು ಅನ್ನಿಸೇ ಇಲ್ಲ ಅವ್ಳಿಗೇ" ಆಕೆಯ ಕಣ್ಣಾಲಿಗಳು ತುಂಬಿದವು.

"ಅತ್ತೆ, ಕಣ್ಣಲ್ಲಿ ಕಸ ಬಿದ್ದಿದೆ ನೋಡು". ಈ ಕೈ ಉಳುಕಿತು. ಅಯೋಡೆಕ್ಸ್ ಜೊತೆ ಮಂತ್ರವು ಆಯ್ತು. ಇನ್ನು ನೋವು ಕಮ್ಮಿ ಆಗಿಲ್ಲ" ಪ್ರತಿಯೊಂದನ್ನು ಅವರಿಗೆ ಹೇಳೋಕೆ ಬರುತ್ತಿದ್ದರು.

ಇನ್ನು ಅಲ್ಲಿಯ ಜನ ಪ್ರತಿಯೊಂದಕ್ಕೂ ಒಂದಲ್ಲ ಒಂದು ಕಾರಣಕ್ಕೆ ಬರುತ್ತಿದ್ದರು. ತಮ್ಮ ಕಷ್ಟ ಸುಖಗಳನ್ನ ಹೇಳಿಕೊಂಡು ಸಲಹೆ ಪಡೆದು ಎಲ್ಲರು 'ರಾಧು ಮಾಸ್ಟರ್' ಮನೆಯವರಿಗೆ ಸ್ವಂತದವರೇ ಆಗಿದ್ದರು.

ಇಲ್ಲಿ ತೀರಾ ಸಂಬಂಧಿಕರು ಕೂಡ ದೂರ ನಿಂತಿದ್ದರು. ಈ ಜೀವನಕ್ಕಿಂತ ಅವರಿಗೆ ಆ ಬದುಕೇ ಚೆನ್ನವೆನಿಸಿತು.

"ನೋಡು.... ಒಂದ್ಸಲ" ಮತ್ತೆ ಹೇಳಿದರು ಹೆಂಡತಿಗೆ.

ಇಂದು ಮುಚ್ಚಿದ ಬಾಗಿಲನ್ನು ತಳ್ಳಿಕೊಂಡು ಒಳಗೆ ಹೋದರು. ವಾಣಿ ತಲೆ ಹಿಡಿದುಕೊಂಡು ನರಳುತ್ತಿದ್ದಳು.

"ತಲೆನೋವಾ......ವಾಣಿ?" ಹಣೆಯ ಮೇಲೆ ಕೈಯಿಟ್ಟು ಒತ್ತಿದವರು "ಒಂದಿಷ್ಟು ಅಮೃತಾಂಜನ ಹಚ್ತೇನಿ, ಕಡ್ಮೇ ಆಗುತ್ತೆ" ಎಂದ ಕೂಡಲೇ ಗಾಬರಿಯಿಂದ ಎದ್ದು ಕೂತಳು. "ನಂಗೆ ಅದು ಅಲರ್ಜಿ, ಆಗೋಲ್ಲ. ಈಗ ತಾನೇ ಮಾತ್ರೆ ತಗೊಂಡೆ, ಕಡಿಮೆ ಆಗುತ್ತೆ. ಅಕಸ್ಮಾತ್ ಆಗ್ಲಿಲ್ಲಾಂದ್ರೆ ಡಾಕ್ಟರ್ ಹತ್ರ ಹೋಗ್ಬರ್ತೀನಿ" ತಲೆ ಹಿಡಿದುಕೊಂಡು ಗೋಡೆಗೊರಗಿ ಕೂತಳು.

"ಸದಾ ಮಂಕಾಗಿ ಇರ್ತೀಯಲ್ಲ. ಏನು ತೊಂದರೆ ವಾಣಿ? ನಮ್ಹತ್ರ ಹೇಳೋಕೆ ಸಂಕೋಚವೇನು? ಮಾತ್ರೆ ನುಂಗಿ ಕರುಳೆಲ್ಲ ಬೆಂದು ಹೋಗುತ್ತೆ." ಅಲ್ಲೇ ಕೂತರು.

ಅವಳಿಗೆ ಏನನ್ನಿಸಿತೋ ಬಿಕ್ಕಿ ಬಿಕ್ಕಿ ಅತ್ತಳು. ಆಕೆ ಗಾಬರಿಯಾಗಿಬಿಟ್ಟರು.

"ಭಾಸ್ಕರ ಸರಿಯಾಗಿ ನೋಡಿಕೊಳ್ಳೋಲ್ಲವಾ? ಈಚೆಗೆ ಕಣಮ್ಮ ಈ ರೀತಿಯ ಹಾರಾಟ, ಸಿಡುಕು, ಮೊದ್ಲು ತುಂಬ ಸೌಮ್ಯವಾಗಿದ್ದ" ಮಗನ ಬಗ್ಗೆ ಹೇಳಿಕೊಂಡರು.

ವಾಣಿಯೇನು ಹೇಳಲಿಲ್ಲ. ಅದರಲ್ಲಿ ಅವಳದೇನು ತಪ್ಪಿರಲಿಲ್ಲ. ಹೇಳಿಕೊಳ್ಳಬೇಕೆಂದರೂ ಏನು ಇರುತ್ತಿರಲಿಲ್ಲ. ಗಂಡನ ಸಿಡುಕು, ಹಾರಾಟದ ಬಗೆಗೆ ತಲೆ ಕೆಡಿಸಿಕೊಂಡವಳೇ ಅಲ್ಲ.

"ವಾಣಿ...." ಮತ್ತೆ ಕರೆದಾಗ "ಲೀವ್ ಮಿ ಅಲೋನ್" ಎಂದಳು ಮುಖ ಮುಚ್ಚಿಕೊಂಡೇ. ಅವರಿಗೆ ಅರ್ಥವಾಗಲಿಲ್ಲ. "ನನ್ನ ಸುಮ್ನೇ ಬಿಟ್ಟುಬಿಡಿ...." ಎಂದಾಗಲೇ ಅವರು ಹೊರಗೆ ಬಂದಿದ್ದು.

"ಏನಿಲ್ಲ, ಒಂದಿಷ್ಟು ತಲೆನೋವಷ್ಟೆ" ಗಂಡನಿಗೆ ಹೇಳಿದರು.

ಗಂಡ, ಹೆಂಡತಿ ಅಡಿಗೆ ಮನೆಗೆ ಹೋದರು. ಭಟ್ಟರಿಗೆ ಒಂದಿಷ್ಟು ಸಹಾಯ ಮಾಡಿದರು.

ವಾಣಿಯ ತಲೆಯ ನೋವಿಗೆ ಕಾರಣವಿತ್ತು. ಬೀರು ಲಾಕರ್‌ನಲ್ಲಿ ಹಣವಿತ್ತು. ಇಂದಿರಾನಗರದಲ್ಲಿ ಕೊಡಿದ್ದ ಸೈಟನ್ನು ಕಟ್ಟಿಸಿಬಿಡಬೇಕೆಂದು ಅವನ ಅಭಿಪ್ರಾಯ. ಇವಳ ಬೇಡಿಕೆ ಒಂದೂವರೆ ಲಕ್ಷದಷ್ಟು ಬೆಲೆ ಬಾಳುವ ವಜ್ರದ ನೆಕ್ಲೆಸ್. ಅದು ಅವನಿಗೆ ಸಮ್ಮತವಿಲ್ಲ. ಗಂಡ ಹೆಂಡತಿಯರ ಮಧ್ಯೆ ಇದೊಂದು ಪುಟ್ಟ ಜಗಳ.

ಆಫೀಸ್‌ಗೆ ಹೋದ ಭಾಸ್ಕರ ಲಂಚ್ ಬ್ರೇಕ್‌ನಲ್ಲಿ ಮನೆಗೆ ಹಿಂದಿರುಗಿದ. ಅಂದು ಡಾಕ್ಟರ್ ಬಳಿ ಹೋಗಿ ಬಂದಿದ್ದ. ಒಂದು ರೀತಿಯ ವಿರಕ್ತಿಯ ಮೂಡ್. ಇಂಥ ತಾತ್ಕಾಲಿಕ ಬದಲವಣೆ ಅವನಲ್ಲಿ ಆಗಾಗ ಉಂಟಾಗುತ್ತಿತ್ತು.

ಬಂದವನೇ ವಾಣಿಯ ತಲೆ ಮುಟ್ಟಿ ನೋಡಿದ "ಸೇಠ್‌ಗೆ ಫೋನ್ ಮಾಡಿದ್ದೀನಿ. ನಿನ್ನ ವಜ್ರದ ನೆಕ್ಲೆಸ್ ಸಂಜೆ ಬರುತ್ತೆ. ಈಗಲಾದ್ರೂ ಎದ್ದು ಒಂದಿಷ್ಟು ಡ್ರೆಸ್ ಮಾಡ್ಕೊಂಡ್ ಮನೆಯಲ್ಲಿ ಓಡಾಡು, ಯಾವ ಸೈಟು ಮನೆಯಿಂದ ಏನಾಗ್ಬೇಕಿದೆ? ಮನುಷ್ಯನ ಬುದ್ಧಿಗೆ ಯಾವ್ದೇ ಭದ್ರತೆ ಇಲ್ಲ. ಇದಕ್ಕಾಗಿ ಇಂಥ ಹೋರಾಟ...." ಭಾರವಾದ ದನಿಯಲ್ಲಿ ಹೇಳಿದ.

ಇಂದು ಅವನ ಆಫೀಸಿನ ಪಿ.ಎ. ಚಾರ್ಮುಡಿ ಸೀಟಿನಲ್ಲಿಯೇ ಕುಸಿದು ಮರಣ ಅಪ್ಪಿದ್ದರು. ಅದು ಅವನ ಪಾಲಿಗೆ ಒಂದು ಎಚ್ಚರಿಕೆಯ ಗಂಟೆ ಆಗಿತ್ತು.

"ನಿಮ್ಮ ಹೃದಯ ಸ್ವಲ್ಪ ದುರ್ಬಲವಾಗಿದೆ, ಮಿಸ್ಟರ್ ಭಾಸ್ಕರ್. ಬಿ.ಪಿ.ನ ಹತೋಟಿಯಲ್ಲಿ ಇಟ್ಕೋಬೇಕು. ಹಿತವಾದ ವ್ಯಾಯಾಮದ ಜೊತೆ ಉದ್ಯೋಗ ಬೇಡ" ಡಾಕ್ಟರರ ಹೇಳಿಕೆ.

ಅದನ್ನ ವಾಣಿಗೋ, ತಾಯಿತಂದೆಯರಿಗೋ ಹೇಳಿದ್ದರೆ ಅವನೆದೆಯ ಭಾರ ಸ್ವಲ್ಪ ಕಮ್ಮಿಯಾಗುತ್ತಿತ್ತು. ಅದು ಅವನಿಗೆ ಇಷ್ಟವಿಲ್ಲ.

ಚಂಗನೆ ಹಾರಿ ಹೋದ ವಾಣಿ ಡ್ರೆಸ್ ಮಾಡಿಕೊಂಡು ಬಂದು ಅವನ ಮುಂದೆ ನಿಂತಳು. ತುಂಬ ಸಣ್ಣ ಅನ್ನುವುದನ್ನು ಬಿಟ್ಟರೆ ಅವಳು ಚೆಲುವೆಯೇ.

"ಹೇಗಿದೆ ತಲೆ ನೋವು?" ಸಣ್ಣಗೆ ನಕ್ಕ.

"ಸ್ವಲ್ಪ ಕಡಿಮೆ ಇದೆ. ಬೆಳಗ್ನಿಂದ ನಾಲ್ಕು ನೋವಾಲಿಜನ್ ನುಂಗಿದ್ದೀನಿ, ಯಾವಾಗ ತಂದು ಕೊಡ್ತಾರೆ, ನೆಕ್‌ಲೆಸ್?" ಅವನ ಭುಜದ ಮೇಲೆ ಕೆನ್ನೆಯೂರಿದಳು.

ಕೆನ್ನೆಯನ್ನ ಸವರಿದ "ಆರರ ನಂತರ ಕಳ್ಸಿಕೊಡ್ತೀನಿ ಅಂದರು. ಸದಾ ಕೊರಳಿನಲ್ಲೇ ಇರ್ಬೇಕು. ಲಾಕರ್‌ನಲ್ಲಿಡೋದು ಬೇಡ" ಹೇಳಿದಾಗ ಜೋರಾಗಿ ನಕ್ಕಳು.

ಅವಳಿಗೆ ಒಡವೆ ಮಾಡಿಸಿಕೊಳ್ಳುವುದರಲ್ಲಿ ಆಸಕ್ತಿ ಇತ್ತೇ ವಿನಃ ತೊಡುವುದರಲ್ಲಿರಲಿಲ್ಲ. ನೂರಾರು ಸೀರೆಗಳು ಹ್ಯಾಂಗರ್‌ನಲ್ಲಿ ತೂಗಿಬಿದ್ದಿದ್ದರೂ, ಅವಳು ದಿನ ಪೂರ್ತಿ ಇರುತ್ತಿದ್ದುದ್ದು ಮ್ಯಾಕ್ಸಿಯಲ್ಲಿಯೇ.

"ಅಷ್ಟೊಂದು ದುಬಾರಿ ಒಡ್ವೇ, ಸದಾ ಹಾಕಿಕೊಳ್ಳೋದು" ಕಣ್ಣುಗಳನ್ನು ತಿರುಗಿಸಿದಳು. "ಓಕೆ, ನಿನ್ನಿಷ್ಟ..." ಅವನಿಗೆ ಒತ್ತಾಯ ಕೂಡ ಬೇಡವೆನಿಸಿತು.

ಕೆಲವು ಪಾರ್ಟ್‌ಗಳನ್ನ ಫ್ಯಾಕ್ಟರಿಗೆ ಕೊಂಡಿದ್ದರಿಂದ ಲಕ್ಷಗಳಷ್ಟು ಕಮೀಷನ್ ಬಂದಿತ್ತು ಅವನಿಗೆ. ಹಣ ಸೇರಿದಷ್ಟು ಅದರ ಅಗತ್ಯ ಹೆಚ್ಚುತ್ತಿತ್ತೇ ವಿನಃ ಕಡಿಮೆಯಾಗುತ್ತಿರಲಿಲ್ಲ.

ವಾಣಿ ಹೊರಗೆ ಕಾದು ಕೂತೇಬಿಟ್ಟಳು. ರಾಧಾಕೃಷ್ಣಯ್ಯನವರಿಗೂ ಆಶ್ಚರ್ಯ. ಹೇಗೋ ಗೆಲುವಾಗಿದ್ದಾಳಲ್ಲ ಎಂದು ಸಂತೋಷಪಟ್ಟುಕೊಂಡರು.

ಸೇಠ್ ಸೇಲ್ಸ್‌ಮ್ಯಾನ್ ಬಂದಾಗ ಏಳಕ್ಕೆ ಎರಡು ನಿಮಿಷವಿತ್ತು. ಅಷ್ಟರೊಳಗೆ ವಾಣಿ ಎರಡು ಸಲ ಫೋನ್ ಮಾಡಿದ್ದಳು. "ಎಲ್ಲಿಗೋ ಹೊರಟಿದ್ದೀವಿ. ಬೇಗ ಕಳ್ಸಿಕೊಡಿ" ಭಾಸ್ಕರ ಹಣೆಯುಜ್ಜಿದ. "ತೆಗೆದುಕೊಳ್ಳೋದೂಂತ ಆದ್ಮೇಲೆ....ಮತ್ಯಾಕೆ ಅವಸರ? ಬರ್ತಾನೆ ಬಿಡು ಎಂದಿದ್ದ ಉದಾಸೀನವಾಗಿ.

ಸಾಕಷ್ಟು ಒಡವೆಗಳು ಇದ್ದವು. ಅವನ್ನೆಲ್ಲ ನೋಡಲು ಕೂಡ ಅವನಿಗೆ ಪುರಸತ್ತಿಲ್ಲ. ಕೆಲವನ್ನ ಅವಳು ತರಿಸಿಯೂ ಕೂಡ ಇರಲಿಲ್ಲ.

ಮೊಮ್ಮಗನ ಸಂಭ್ರದಲ್ಲಿದ್ದ ಅವರು ಇತ್ತ ತಲೆ ಹಾಕಲೇ ಇಲ್ಲ. ಆದರೆ ಭಾಸ್ಕರನಲ್ಲಿನ 'ಅಹಂ' ಅವರನ್ನ ಕರೆಸುವಂತೆ ಮಾಡಿತು ಕೋಣೆಗೆ.

"ಅಮ್ಮ, ಇದ್ನ ನೋಡು" ತಾಯಿಯ ಮುಂದೆ ಹಿಡಿದ. ಆಕೆ ಬಾಕ್ಸ್ ಕೈಗೆ ತಗೊಂಡು ಸಂತೋಷದಿಂದಲೇ ನೋಡಿದರು. "ತುಂಬಾ ಚೆನ್ನಾಗಿದೆ. ವಾಣಿ ಉದ್ದನೆಯ ಕೊರಳಿಗೆ ಚೆನ್ನಾಗೂ ಇರುತ್ತೆ" ಮೆಚ್ಚಿಗೆ ವ್ಯಕ್ತಪಡಿಸಿದರು. ಆಗ ಕೊಳೆ ಹಿಡಿದ ತಾಯಿಯ ಕಿವಿಗಳಲ್ಲಿನ ಕೆಂಪಿನ ಓಲೆ ಅವನ ಗಮನಕ್ಕೆ ಬಂದಿದ್ದು. "ಅಮ್ಮ, ನಿಂಗೆ ಒಂದು ಜೊತೆ ವಜ್ರದೋಲೆ ಮಾಡ್ಸಿ ಕೊಡ್ತೀನಿ" ಎಂದುಬಿಟ್ಟ. ತಕ್ಷಣ ವಾಣಿಯ ಕಣ್ಣುಗಳಲ್ಲಿ ಗಲಿಬಿಲಿ ಮೂಡಿತು. ಅದನ್ನ ಅಷ್ಟೇ ಬೇಗ ಆಕೆ ನಿವಾರಿಸಿಬಿಟ್ಟರು. "ಖಂಡಿತ ಬೇಡ. ಈ ಬೆಂಡೋಲೆ ತೆಗೆಯೋದೇ ಇಲ್ಲ. ಮತ್ಯಾಕೆ ನಂಗೆ ವಜ್ರದೋಲೆ. ಅಂದು, ಇಂದು ಇಲ್ಲದ ಆಸೆಗಳು ಈಗ ಚಿನ್ನದ ವ್ಯಾಮೋಹದಲ್ಲಿ ಬೀಳೋ ಹಾಗೆ ಮಾಡ್ಬೇಡ."

ರಾಧಾಕೃಷ್ಣಯ್ಯನವರು ಮೆಚ್ಚಿಗೆಯಿಂದ ತಲೆದೂಗಿದರು. ಹಣ, ಚಿನ್ನದಂಥ ವಿಷಯಗಳ ವ್ಯವಹಾರವೇ ಬರಲಿಲ್ಲ ಅವರ ಬಾಳಿನಾಟದಲ್ಲಿ. ಬರುವ ದವಸ, ಧಾನ್ಯ ಊಟಕ್ಕಾಗುತ್ತಿತ್ತು. ಸೌದೆ, ತರಕಾರಿಗೆ ಪರದಾಟವಿರಲಿಲ್ಲ. ಪಾಠಕ್ಕಾಗಿ ಅವರವರಿಗೆ ತೋಚಿದಷ್ಟು ಹಣ ಕೊಡುತ್ತಿದ್ದರು. ಅದೂ ಇದೂ ಕೇಳಿದಾಗ, ಪಂಚಾಂಗ ಹಿಡಿದಾಗ ದಕ್ಷಿಣೆಯೆಂದು

ತಾಂಬೂಲದಲ್ಲಿ ಅವರಿಗಿಷ್ಟವಿದ್ದಷ್ಟು ಕೊಡುತ್ತಿದ್ದರು. ಅದಷ್ಟು ಸಾಕಾಗಿತ್ತು ಅವರಿಗೆ. ಹೆಚ್ಚು ಗಳಿಸಲೂ ಇಲ್ಲ, ಉಳಿಸಲೂ ಇಲ್ಲ. ಅದಕ್ಕೆ ಈಗ ಅವರದು ನಿಶ್ಚಿಂತೆಯ ಜೀವನ.

ಭಾಸ್ಕರ ತಂದೆಯ ಕೈಗೆ ಕೊಟ್ಟ ನೆಕ್ಲೇಸ್ ಬಾಕ್ಸನ್ನ "ಒಂದೂವರೆ ಲಕ್ಷ ಅಪ್ಪ" ಅಂದ. ಅವರು ನೋಟವೆತ್ತಿ ಅವನತ್ತ ಹರಿಸಿದಾಗ ಕಸಿವಿಸಿಗೊಂಡ. ಮನದಲ್ಲಿ ತಪ್ಪು ಮಾಡಿದ ಅಪರಾದ ಪ್ರಜ್ಞೆ, ಸುಮ್ಮನೆ ಹೊರಟುಬಿಟ್ಟ ಕೋಣೆಗೆ.

"ತುಂಬಾ ಚೆನ್ನಾಗಿದೆ ಮಗು. ಭಾಸ್ಕರನ ಕೈಯಲ್ಲಿ ಹಾಕ್ಸಿಕೊಂಡು ದೇವರಿಗೆ ನಮಸ್ಕಾರ ಮಾಡು" ಎಂದರು ಸೊಸೆಯ ಕೈಗೆ ಕೊಡುತ್ತ. ಊಟದವರೆಗೂ ಕೊರಳಲ್ಲಿ ಹಾಕಿಕೊಂಡಿದ್ದ ವಾಣಿ ನಂತರ ತೆಗೆದಿಟ್ಟಳು. ಒಂದಿಷ್ಟು ಖುಷಿಯಿಂದಲೂ ಕೂಡ ಮಾತಾಡಿದಳು.

ಹನ್ನೊಂದು, ಹನ್ನೆರಡು ಹೊಡೆದರೂ ಭಾಸ್ಕರನಿಗೆ ನಿದ್ದೆ ಬರಲಿಲ್ಲ. ಇವನು ಪಕ್ಕಕ್ಕೆ ಹೊರಳಿದಾಗ ವಾಣಿ ಎದ್ದು ಕೂತಳು "ನಿದ್ದೇನೆ ಬರೋಲ್ಲ" ಮಂಚದ ಪಕ್ಕದ ಡ್ರೆಸ್ಸಿಂಗ್ ಟೇಬಲ್ಲು ಡ್ರಾಯರ್‌ನಲ್ಲಿದ್ದ ಸೀಸೆಯಿಂದ ಮುರು ಮಾತ್ರೆಗಳನ್ನು ಅಂಗೈಗೆ ಸುರುವಿಕೊಂಡು ನುಂಗಿ ನೀರು ಕುಡಿದಳು.

ಎದ್ದ ಭಾಸ್ಕರ ಹಾಲ್‌ಗೆ ಹೋದ. ಕತ್ತಲೆಯ ನಡುವಿನ ನೀರವತೆ ಯಾಕೋ ಹೆಚ್ಚು ಪ್ರಿಯವೆನಿಸಿತು. ಸೋಫಾ ಮೇಲೆ ಕೂತು ಕಣ್ಣು ಮುಚ್ಚಿದ. ತಂದೆಯ ಗೊರಕೆಯ ಸದ್ದು ಕೇಳಿಬರುತ್ತಿತ್ತು. ಕ್ಷಣ ಅಸೂಯೆಯಿಂದ ಕಂಗಾಲಾದ.

ತೆರೆದೇ ಇದ್ದ ಕೋಣೆಯ ಬಾಗಿಲಿನಿಂದ ಅವರನ್ನು ನೋಡಿದ. ಅರಾಮಾಗಿ ನಿದ್ರಿಸುತ್ತಿದ್ದರು. ರಾಗದ್ವೇಷದಿಂದ ಮುಕ್ತವಾದ ಸೌಮ್ಯ ಮುಖದಲ್ಲಿ ಶಾಂತತೆ ಇದೆ. ಉದ್ವೇಗವಿಲ್ಲದ ಎದೆಯ ಏರಿಳಿತ.

ಇಂಥ ನಿದ್ದೆ ತನಗೆ ಸಾಧ್ಯವೇ? ಪ್ರತಿದಿನ ಗುಳಿಗೆ ನುಂಗಿಯೇ ನಿದ್ರಿಸಬೇಕು. ಒಮ್ಮೊಮ್ಮೆ ಇಂಜಕ್ಷನ್ ತಗೊಂಡ್ ನಿದ್ರಿಸುತ್ತಿದ್ದ. ಬರೀ ಪ್ರಮೋಷನ್, ನೋಟಿನ ಕಂತೆ. ಶ್ರೀಮಂತಿಕೆಯ ಜೀವನವನ್ನ ಕೈಗೆಟುಕಿಸುವುದರಲ್ಲಿ ತನ್ನ ನಿದ್ದೆಯನ್ನ, ಮನಸ್ಸಿನ ಸಮತೋಲನವನ್ನ ಬಲಿಕೊಟ್ಟುಬಿಟ್ಟಿದ್ದ.

ಕಿಟಕಿಯ ಬಳಿ ಹೋಗಿ ನಿಂತವನು ಡ್ರಾಯರ್‌ನಲ್ಲಿದ್ದ ಸಿಗರೇಟ್ ಕೇಸನ್ನು ತೆಗೆದು ಒಂದು ಎಳೆದು ತುಟಿಗಳ ಮಧ್ಯೆ ಇಟ್ಟುಕೊಂಡು ಲೈಟರ್‌ನಿಂದ ಹತ್ತಿಸಿ ಒಂದು 'ದಂ' ಎಳೆದವನು ತಕ್ಷಣ ಆರಿಸಿದ. ಇದರ ವಾಸನೆ ಅಪ್ಪ, ಅಮ್ಮನ ಕೋಣೆಯವರೆಗೂ ತಲುಪಿದರೆ ಅವರನ್ನೆದುರಿಸುವಂಥ ಧೈರ್ಯವಿಲ್ಲ ಅವನಿಗೆ. ಅಪರೂಪಕ್ಕೆ ಮನೆಯಲ್ಲಿಯೇ ಒಂದೊಂದು ಪೆಗ್ ಹಾಕುತ್ತಿದ್ದ. ಅವರು ಇಲ್ಲಿಗೆ ಬಂದ ಮೇಲೆ ಪೂರ್ತಿ ಬಂದ್. ಅದನ್ನು ನೆನಪಿಸಿಕೊಳ್ಳಲು ಕೂಡ ಹೆದರುತ್ತಿದ್ದ.

ಮೂರು ನಿದ್ದೆಯ ಗುಳಿಗೆಗಳನ್ನು ನುಂಗಿ ಹಾಸಿಗೆಗೆ ಬಂದ. ಚೇಸ್ ಕಾದಂಬರಿ ಬೋರಲಾಗಿ ದಿಂಬಿನ ಮೇಲಿತ್ತು. ಎತ್ತಿ ಪಕ್ಕಕ್ಕಿಟ್ಟು ಮಲಗಿದ.

ಬೆಳಗಿನ ಜಾವದಲ್ಲಿ ಕೃಷ್ಣನ ಅಳು ಷುರುವಾಗಿತ್ತು. ಅವನನ್ನು ತಟ್ಟಿ ಎಬ್ಬಿಸಿದಂತಾಯಿತು. ಗಾಬರಿಯಿಂದಲೇ ಹೊರಗೆ ಬಂದ. ಅವನ ನಂತರವೇ ವಾಣಿ ಬಂದಿದ್ದು.

ಶ್ಯಾಮ್ಲಿ, ನಾರಾಯಣ, ಭಟ್ಟರು ಅವನ ಸುತ್ತ ಸೇರಿಬಿಟ್ಟಿದ್ದರು. ನೆಲಕ್ಕೆ ಕಾಲು ಬಡಿಯುತ್ತ ಅಳುತ್ತಿದ್ದ. ಇವರನ್ನು ನೋಡಿದರೂ ಅಳು ನಿಲ್ಲಿಸಲಿಲ್ಲ, ಇವರತ್ತ ಬರಲೂ ಇಲ್ಲ.

"ಯಾಕೆ....?" ಶ್ಯಾಮ್ಲಿಯ ಕಡೆ ನೋಡಿದ.

ಅಜ್ಜಿ, ತಾತನ ಬಳಿ ಮಗ ಮಲಗುವುದನ್ನು ವಾಣಿ ನಿಷೇಧಿಸಿದ್ದಳು. "ನಿಮಗ್ಯಾಕೆ ತೊಂದರೆ? ಒಂಟಿಯಾಗಿ ಮಲಗೋದು ಅವ್ನಿಗೆ ಅಭ್ಯಾಸವಾಗ್ಬೇಕು. ಈಗ್ನಿಂದ ಸರ್ಯಾಗಿ ಬೆಳ್ಸದಿದ್ದರೆ ಮಕ್ಳು ಪುಕ್ಕಲು ಆಗ್ಬಿಡ್ತಾರೆ. ಶ್ಯಾಮ್ಲಿ ಅಲ್ಲೇ ಮಲಗೋದ್ರಿಂದ ನೋಡ್ಕೋತಾಳೆ" ಸೊಸೆಯ ಮಾತಿಗೆ ಅವರುಗಳು ಸುಮ್ಮನಾಗಬೇಕಿತ್ತು.

ಇಡೀ ರಾತ್ರಿಯೆಲ್ಲಾ ಶ್ಯಾಮ್ಲೀನ ಗೋಳಾಡಿಸಿಬಿಟ್ಟಿದ್ದ. ಅವಳ ಜಾಣ್ಮೆಯೆಲ್ಲ ಖರ್ಚಾಗಿ ಹೋಗಿತ್ತು.

"ಗೊತ್ತಿಲ್ಲ....." ತಲೆಯಾಡಿಸಿದಳು.

ಮಗನ ಬಳಿಗೆ ಹೋದ ಭಾಸ್ಕರ ಬೆರಳಿನಿಂದ ಕಣ್ಣೀರು ತೊಡೆದು "ಯಾಕೆ....ಅಳೋದು?" ಕೇಳಿದ. ಅವನ ಅಳುವೇ ಉತ್ತರವಾಯಿತು. "ಹೊರ್ಗಡೆ ಕರ್ಕೊಂಡ್ಹೋಗು" ಶ್ಯಾಮ್ಲಿಗೆ ಹೇಳಿದ ಈ ರಾಗ ಕೇಳಲು ಅವನಿಂದ ಸಾಧ್ಯವಿಲ್ಲ.

ಅವಳಿಗೆ ಎತ್ತಿಕೊಳ್ಳಲು ಸಾಧ್ಯವಿಲ್ಲವೆನ್ನುವಂತೆ ಕಾಲುಗಳನ್ನು ಬಡಿಯುತ್ತಿದ್ದ. ಉಸಿರು ಕಟ್ಟಿ ಕಟ್ಟಿ ಅಳುತ್ತಿದ್ದ. ದಿಢೀರನೆ ಹೋದ ವಾಣಿ ತಾಳ್ಮೆ ಕಳೆದುಕೊಂಡು ರಪರಪನೆ ಬಾರಿಸಿಬಿಟ್ಟಳು. . ನೆಲದ ಮೇಲೆ ಉರುಳಾಡುತ್ತ ರಚ್ಚೆ ಹಿಡಿದ. ಇದೇನು ಹೊಸದಲ್ಲ. ಆದರೆ ವನಜಮ್ಮ, ರಾಧಾಕೃಷ್ಣಯ್ಯ ಇಲ್ಲಿಗೆ ಬಂದ ಮೇಲೆ ಪೂರ್ತಿ ನಿಂತುಹೋಗಿತ್ತು.

ಸುಮ್ಮನೆ ಎಲ್ಲರು ನಿಂತಿದ್ದರು. ಭಾಸ್ಕರನಿಗೆ ತಲೆ ಚಿಟ್ಟು ಹಿಡಿದಂತಾಯಿತು. "ನಿಮಗೆಲ್ಲ ಸಂಬಳ ದಂಡ. ಒಂದ್ಮಗು ಸುಧಾರಿಸೋಕು ಲಾಯಕ್ಕಾಗಿಲ್ಲ" ರೇಗಿದ. ಭಟ್ಟರು ಅಡಿಗೆ ಮನೆಯತ್ತ ನಡೆದರು 'ಹೆತ್ತ ತಾಯಿಗೆ ಮಗುನ ಸುಧಾರಿಸಲಿಕ್ಕೆ ಬರದು.' ಗೊಣಗಿದ್ದು ನಾರಾಯಣನಿಗೆ ಕೇಳಿಸಿತು.

ಈಚೆಗೆ ತೀರಾ ಬೆಳಿಗ್ಗೆಯೇ ವನಜಮ್ಮ, ರಾಧಾಕೃಷ್ಣಯ್ಯ ಹೊರಟರೆ ನಾಲ್ಕಾರು ಕಿಲೋಮೀಟರ್ ವಾಕ್ ಮಾಡಿಕೊಂಡು ಮನೆಗೆ ಬರುತ್ತಿದ್ದರು. ಈ ಹಗರಣ ನಡೆಯುವಾಗಲೂ ಅವರು ಮನೆಯಲ್ಲಿ ಇರಲಿಲ್ಲ.

ಸಾಧ್ಯವಾಗದು ಅನ್ನಿಸಿದಾಗ ಭಾಸ್ಕರ ಕೃಷ್ಣನನ್ನು ಎಳೆದೊಯ್ದು ರೂಮಿನಲ್ಲಿ ಹಾಕಿ ಬಾಗಿಲು ಮುಂದಕ್ಕೆಳೆದುಕೊಂಡು ಬಂದ. ಅವನ ಅಳು ಕೇಳಿಸುತ್ತಲೇ ಇತ್ತು.

ನಾರಾಯಣ ಹೆದರಿಕೆಯ ನೋಟ ಬೀರಿದ "ಅಮ್ಮಾವರೇ, ಅತ್ತು ಮಗು ಉಸಿರು ನಿಂತುಹೋಗುತ್ತೆ" ಎಂದಾಗ ಭಾಸ್ಕರನ ಕಣ್ಣುಗಳ ಮುಂದೆ ಪೂರ್ತಿ ಕತ್ತಲು ಕವಿದುಕೊಂಡು ನಿಶ್ಚೇಷ್ಟಿತನಾದ.

ಬಂದ ರಾಧಾಕೃಷ್ಣಯ್ಯ ಕೋಣೆಗೆ ಓಡಿ ಮೊಮ್ಮಗನನ್ನು ಎತ್ತಿಕೊಂಡರು. ಅತ್ತು ಅತ್ತು ಸುಸ್ತಾಗಿ ಬಿಕ್ಕಳಿಸುತ್ತಿದ್ದ. ಕೋಪವೇ ಅಪರೂಪವೆನ್ನುವ ಜನ ಅವರು.

"ಅಷ್ಟೊಂದು ಅಳ್ತಾ ಇದ್ರು.... ಕಿವಿಗೆ ಹತ್ತಿ ಇಟ್ಕೊಂಡ್ ಕೂತಿದ್ದೀಯಲ್ಲ. ಕೆಲ್ಸದವರ ಪಾಡು ಬಿಡಿ. ನಿಮ್ಮಿಬ್ಬರಿಗೆ ಏನಾಗಿದೆ" ಹೊರಗೆತ್ತಿಕೊಂಡು ಹೋದರು.

ಕಾಂಪೌಂಡ್‌ನಲ್ಲೆಲ್ಲಾ ಓಡಾಡಿಸಿ ಕೋಣೆಗೆ ಕರೆ ತಂದು ತಮ್ಮ ಹಾಸಿಗೆಯ ಮೇಲೆ ಮಲಗಿಸಿದರು. ಪೂರ್ತಿ ಬಿಕ್ಕಳಿಕೆ ನಿಂತಿತ್ತು. ಕೆಂಪತ್ತಿದ ಕೆನ್ನೆಗಳು ಊದಿಕೊಂಡಿದ್ದವು.

"ನಮ್ಮ ಪುಟ್ಟ ಕೃಷ್ಣ, ಗೋಪಾಲ ಕೃಷ್ಣ" ರಮಿಸುತ್ತ ಸ್ವಲ್ಪ ಸ್ವಲ್ಪವೇ ಹಾಲು ಕುಡಿಸಿ ಮಲಗಿಸಿದರು. ಬಂದ ಶ್ಯಾಮ್ಲಿ "ವ್ಯಾನ್ ಬರೋ ಹೊತ್ತಾಯ್ತು" ಎಂದಳು.

"ಬರಲೀ.... ಹೋಗು" ರಾಧಾಕೃಷ್ಣಯ್ಯ ರೇಗಿದರು.

ಅಲ್ಲೇ ನಿಂತಿದ್ದಳು ಶ್ಯಾಮ್ಲಿ "ಅಮ್ಮಾವ್ರು ಬೈತಾರೆ..." ಉಗುಳು ನುಂಗಿದಳು. ರಾಧಾಕೃಷ್ಣಯ್ಯನವರು "ಸ್ವಲ್ಪ ನಡೀ ನೀನು ಆಚೆ. ಮಗು ಸ್ವಲ್ಪ ಸುಧಾರಿಸಿಕೊಳ್ಳಿ, ಇವತ್ತೊಂದು ದಿನ ಹೋಗದಿದ್ರೆ ಚಿಂತಿಲ್ಲ. ನಿಮ್ಮ ಅಮ್ಮಾವ್ರಿಗೆ ನಾನೇ ಹೇಳ್ತೀನಿ ನಡೀ" ಮಾತುಗಳಿಂದಲೇ ಅವಳನ್ನು ಹೊರದಬ್ಬಿದರು.

ಹತ್ತು ನಿಮಿಷ ಬಿಟ್ಟು ಹೊರಗೆ ಬಂದಾಗ ಹಾಲ್ ನಿರ್ಜನವಾಗಿತ್ತು. ಮಗನ ಕೋಣೆಯ ಬಳಿ ಹೋದರು. ಸೊಸೆ ಅಳುತ್ತಿದ್ದಳು.

"ಯಾಕಮ್ಮ ಅಳು? ಶಿಸ್ತಿನ ನೆಪದಲ್ಲಿ ಹಸು ಮಗುನಾ ಯಾಕೆ ಕಾಡ್ತೀಯಾ! ನಿನ್ನ ಅಕ್ಕರೆಯಲ್ಲಿ, ಸನಿಹದಲ್ಲಿ ಅವ್ನು ಬೆಳೀಬೇಕು. ಇದು ಯಾವ ಪುಸ್ತಕದಲ್ಲೂ ಓದಿ ತಿಳಿಬೇಕಿಲ್ಲ. ಪ್ರಕೃತಿ ಕೊಡೋ ಶಿಕ್ಷಣ, ಹೊಡೆಯೋದು ತೀರಾ ಅನಾಗರಿಕ ಅಂತ ಎಲ್ಲ ವೈಜ್ಞಾನಿಕ ತಜ್ಞರು ಹೇಳ್ತಾರಲ್ಲ; ಅದು ನಿಂಗೆ ಗೊತ್ತಿಲ್ವಾ!" ಮೊದಲ ಸಲ ಸೊಸೆಗೆ ಛೀಮಾರಿ ಹಾಕಿದರು.

ಆ ಇಡೀ ದಿನ ಅವನು ಅಜ್ಜಿಯ ಬಗಲು ಬಿಟ್ಟು ಅಲ್ಲಾಡಲಿಲ್ಲ. ಮರುದಿನ ಬೆಳಿಗ್ಗೆ ತಾವೇ ಸ್ನಾನ ಮಾಡಿಸಿ ಅವನನ್ನು ನರ್ಸರಿ ಶಾಲೆಗೆ ಕರೆದೊಯ್ಯಲು ನಿರ್ಧರಿಸಿದರು.

"ಶ್ಯಾಮ್ಲೀ, ಕೃಷ್ಣನ ಸ್ಕೂಲು ಎಲ್ಲಿ?" ಕೇಳಿದರು.

"ಗೊತ್ತಿಲ್ಲ, ನಾನು ವ್ಯಾನ್‌ವರ್ಗ್ಗೂ ಮಾತ್ರ ಕರ್ಕೊಂಡ್ಹೋಗಿ ಬಿಡೋದು. ನಾರಾಯಣನಿಗೆ ಗೊತ್ತು" ಅವರ ಮುಂದಿನಿಂದ ಹೋಗಿಬಿಟ್ಟಳು.

ತರಕಾರಿ ತರಲು ಹೊರಟ ನಾರಾಯಣನನ್ನು ಪ್ರಶ್ನಿಸಿದರು. "ಇಲ್ಲಿಂದ ಎಷ್ಟು ದೂರ ಆಗುತ್ತೆ? ಅಲ್ಲಿ ವ್ಯಾನ್‌ನಿಂದ ಯಾರಾದ್ರೂ ಇಳಿಸ್ಕೋತಾರ? ಸುತ್ತಮುತ್ತ ಬಾವಿ ಅಂಥದೇನು ಇಲ್ವಾ?"

ಹೆಚ್ಚಿದ್ದ ತರಕಾರಿಯನ್ನು ಭಟ್ಟರಿಗೆ ಕೊಟ್ಟು "ವ್ಯಾನ್‌ನಲ್ಲಿ ಹೋಗೋದ್ರಿಂದ ಅಂಥ ದೂರವೇನು ಇಲ್ಲ. ಅಲ್ಲೆಲ್ಲ ನೋಡ್ಕೋತಾರೆ. ಎಷ್ಟು ಫೀಜು ತಗೋತಾರೆ ಗೊತ್ತ? ಅಷ್ಟನ್ನು ಮಾಡದಿದ್ರೆ....ಹೇಗೆ?" ಕೊತ್ತಂಬರಿ, ಕರಿಬೇವು ತರಲು ಹೊರಟ.

ಅವನದು ಎರಡು ದೊಡ್ಡ ಕೆಲಸಗಳು. ತರಕಾರಿ ಹೆಚ್ಚಿದ್ದು ಭಟ್ಟರಿಗೆ ಕೊಡೋದು, ಮತ್ತೆ ಮನೆಗೆ ಬೇಕಾದ ತರಕಾರಿ, ಹಣ್ಣು, ಸಾಮಾನು ತರುವುದು. ಇದಕ್ಕೆ ಇಡೀ ದಿನವನ್ನೇ ವಿನಿಯೋಗಿಸಿಬಿಡುತ್ತಿದ್ದ.

ಬಾತ್‌ರೂಂನಿಂದ ದೇವರ ಮನೆ ಕಡೆ ಹೊರಟ ಭಾಸ್ಕರ ನಿಂತು ಮಗ ನನ್ನ ನೋಡಿದ. ಕೆನ್ನೆಗಳ ಕೆಂಪು, ಊತ ಎರಡೂ ಕಮ್ಮಿ ಆಗಿರಲಿಲ್ಲ. "ವ್ಯಾನ್ ಬರೋ ಹೊತ್ತು ಆಯಿತಲ್ಲ. ಶ್ಯಾಮ್ಲಿ ಎಲ್ಲಿ ಹೋದ್ಲು" ಎಂದ. ದೊಡ್ಡ ಕರ್ತವ್ಯಪರ ಎಂದುಕೊಂಡು" ರಾಧಾಕೃಷ್ಣಯ್ಯ.

ಮಾತಾಡದೇ ಅವನ ಕೈಹಿಡಿದುಕೊಂಡು ಹೊರಗೆ ಬಂದರು.

'ಇದೇನು ಬುದ್ಧಿ ಕಲ್ತಾ ಭಾಸ್ಕರ.' ಇವ್ನ ಮನಸ್ಸು, ಹೃದಯ ಎಲ್ಲಾ ಸತ್ತು ಮಿದುಳು ಮಾತ್ರ ಇದ್ಯಾ? ಇವ್ನು ದೊಡ್ಡ ಮೇಧಾವಿ ಆಗ್ತಾನೇಂತ ಹಿರಿಗೌಡರು ಒಳ್ಳೆ ಕೆಲ್ಸಕ್ಕೇಂತ ತೆಗೆದಿಟ್ಟ ಹಣ ಇವ್ನ ಓದಿಗೆ ಕೊಟ್ಟರಲ್ಲ, ಇವ್ನು ಆಗಿದ್ದೇನು? ಇವ್ನ ವಿದ್ಯೆಯಿಂದ ಸಮಾಜ, ದೇಶಕ್ಕೆ ಎಷ್ಟು ಉಪಯೋಗ? ಹೆತ್ತ ಮಗುನೇ ಸಂಬಂಧವಿಲ್ಲವೆನ್ನುವಂತೆ ನಡ್ಸಿಕೊಳ್ಳುವ ಇವನು ಹೊರಗೆ ಹೇಗೆ ನಡೆದುಕೊಳ್ಳಬಲ್ಲ. ಇವನಿಂದ ಏನು ನಿರೀಕ್ಷಿಸಬಹುದು? ಇಂಥ ಚಿಂತೆಯಿಂದ ಅವರ ಮಿದುಳು ಸದ್ದು ಮಾಡುವ ಕಾರ್ಖಾನೆ ಆಯಿತು.

ವ್ಯಾನ್ ಹಾರನ್ ಸದ್ದು ಕೇಳಿ ಮೊಮ್ಮಗನನ್ನು ಎತ್ತಿಕೊಂಡು ಕಾಂಪೌಂಡ್‌ನಿಂದ ಹೊರಗೆ ಬಂದರು. ಬಸ್ ಕಿಟಕಿಗಳಲ್ಲಿ ಮುಖವಿಟ್ಟ ಮಕ್ಕಳ ಹಾಲುಗೆನ್ನೆಗಳ ಮೇಲಿನ ಮುಗ್ಧತೆ ಸ್ವಲ್ಪ ಕೂಡ ಕಮ್ಮಿಯಾಗಿರಲಿಲ್ಲ. ದೊಡ್ಡಿಯಲ್ಲಿ ಕೂಡುವ ದನಗಳ ನೆನಪಾಯಿತು ಅವರಿಗಷ್ಟೆ.

ಯಾಂತ್ರಿಕವಾಗಿ ಅವನನ್ನು ಬಸ್ಸು ಹತ್ತಿಸಿದರು. 'ಮನೆಯೇ ಮೊದಲ ಪಾಠಶಾಲೆ, ಮಾತೇ ಮೊದಲ ಗುರು' ಇಂಥದ್ದು ಇಂದಿನ ಬದಲಾವಣೆಯ ಬದುಕಿಗೆ ಹೊಂದಿಕೊಳ್ಳದೆನಿಸಿತು.

ಕೃಷ್ಣ ಕಿಟಕಿಯಲ್ಲಿ ಕೈ ತೂರಿಸಿ ಟಾಟಾ ಮಾಡಿದಾಗ ಸೋತ ಕಾಲುಗಳನ್ನು ಮನೆಯತ್ತ ಎಳೆದು ಹಾಕಿದರು. ಇಷ್ಟು ಪುಟ್ಟ ಮಗುವನ್ನು ಶಾಲೆಗೆ ಹಾಕುವುದಕ್ಕೆ ಅವರದು ವಿರೋಧವೇ. ನರ್ಸರಿ, ಎಲ್.ಕೆ.ಜಿ., ಯು.ಕೆ.ಜಿ. ಆಮೇಲೆ ಫಸ್ಟ್ ಸ್ಟಾಂಡರ್ಡ್ ಇದೆಲ್ಲ ಅವರಿಗೆ ಗೊತ್ತಿಲ್ಲ.

ಹೊರಗಡೆಯೇ ಕೂತುಬಿಟ್ಟರು. ಇಷ್ಟು ಶ್ರೀಮಂತವಾದ ಗಿಡ, ಬಳ್ಳಿಗಳು ಕೂಡ ಅವರಿಗೆ ಇಷ್ಟವಾಗಲಿಲ್ಲ ಸಿಡುಕು, ಸಪ್ಪೆ, ದೈನ್ಯ ಮುಖದ ನಡುವೆ ಕೃಷ್ಣನೊಬ್ಬನದೇ ಚೈತನ್ಯವದನ ಎಂದುಕೊಂಡರು.

"ಯಾಕೆ ಹೊರ್ಗಡೆ ಕೂತುಬಿಟ್ರಿ" ವನಜಮ್ಮ ಕೇಳಿದರು.

ಹೆಂಡತಿಯ ಕಡೆ ನೋಟ ಹರಿಸಿದವರು ಹಸನ್ಮುಖರಾದರು. "ಕೃಷ್ಣನ್ನ ವ್ಯಾನ್ ಹತ್ತಿಸ್ದೇ, ತೀರಾ ಬೇಜಾರಾಯ್ತು. ಮುಂದಿನ ಸಮಯ ತೀರಾ ಕೆಲ್ಸಕ್ಕೆ ಬಾರದ್ದು, ತಿನ್ನೋಕೆ ಮಾತ್ರ ಸೀಮಿತ ಅಂದ್ಕೊಂಡ್ರೆ ತೀರಾ ನೋವಾಗುತ್ತೆ ವನಜ. ಬರೀ ಸಮಯ ಈ ತರಹ ಪೋಲು ಆಗ್ಬಾರ್ದು" ತೀರಾ ನಿರುತ್ಸಾಹಗೊಂಡರು.

ವನಜಮ್ಮನ ಮುಖ ಕೂಡ ಮಂಕಾಯಿತು. ಅಲ್ಲಿ ಅವರುಗಳ ಸಮಯ ಪ್ರಯೋಜನಕಾರಿಯಾಗಿತ್ತು. ಯಾರೇ ಬಾಣಂತಿಯರೆಂದರೆ ಲೇಹ್ಯ ಮಾಡಿಕೊಡುತ್ತಿದ್ದರು. ಯಾರೇ ಬಸುರಿಯಾಗಲಿ ಉಪ್ಪಿನಕಾಯಿ, ಹುಣಸೇ ತೊಕ್ಕು ವನಜಮ್ಮನ ಮನೆಯಿಂದಲೇ ಹೋಗಬೇಕು. ವಯಸ್ಸಿಗೆ ಬಂದ ಹೆಣ್ಣು ಮಕ್ಕಳಿಗೆ ಹಾಡು ಹಸೆ ಹೇಳಿಕೊಡುತ್ತಿದ್ದರು. ಹೆರಿಗೆ ಕಷ್ಟವಾದ ಹೆಣ್ಣು ಮಕ್ಕಳ ಪಕ್ಕ ಇದ್ದು ತಾಯಿಯಂತೆ ನೋಡಿಕೊಳ್ಳುತ್ತಿದ್ದರು.

ಮೇಲೆದ್ದ ರಾಧಾಕೃಷ್ಣಯ್ಯ, ಹೆಂಡತಿಯ ಪಕ್ಕ ನಿಂತರು.

"ಮೈಥಿಲಿಪುರ ನೆನಪಾಗ್ತ ಇದೆ. ಎಷ್ಟು ಚೇತೋಹಾರಿ ದಿನಗಳು, ಅಲ್ಲಿನ ಬದುಕಿನಲ್ಲಿ ಸಾಮರಸ್ಯವಿತ್ತು, ಜೀವಂತಿಕೆ ಇತ್ತು, ಒಬ್ಬರ ಮುಖ ಒಬ್ಬರು ನೋಡಲು ಇಷ್ಟಪಡದ ಇಲ್ಲಿನ ಜೀವನವೇ ಇಷ್ಟವಾಗ್ತ ಇಲ್ಲ. ಬಂಜರು ನೆಲದಲ್ಲಿ ಬೀಜ ಹಿಡಿದು, ನಿಂತಂತಾಗಿದೆ" ಮನ ಬಿಚ್ಚಿ ಹೇಳಿಕೊಂಡರು.

ಆಕೆಯ ಮುಖದ ಗೆಲುವು ಪೂರ್ತಿ ಹಿಂಗಿ ಹೋಯಿತು. ಅಷ್ಟೊಂದು ತಳಮಳಿಸುತ್ತಿದ್ದ ಸೂರ್ಯ ಬಂದು ನೋಡೋದೇನು ಒಂದು ಪತ್ರ ಹಾಕಿರಲಿಲ್ಲ. ಹೊರಟ ಗಳಿಗೆಯಲ್ಲಿನ ರಾದ್ಧಾಂತ ಇಷ್ಟು ವರ್ಷಗಳ ಬಂಧನವನ್ನು ತುಂಡರಿಸಿಬಿಟ್ಟಿತೇ?

"ಸೂರ್ಯನಿಗೆ ಒಂದು ಪತ್ರ ಹಾಕಿ ನೋಡ್ಬೇಕೂಂತ ಅನ್ನಿಸಿದೆ. ಹಾಗೇ ತೆಂಗಿನ ಮರ ಹತ್ತಬೇಡಾಂತ ಬರೀರಿ. ಯಾರೋ ಜೋಗಿ ಅದ್ರಲ್ಲಿ ಅವ್ನಿಗೆ ಗಂಡಾಂತರ ಇದೇಂತ ಹೇಳಿದ್ದನಂತೆ. ಅವನಮ್ಮ ಆಗಾಗ ಕಣ್ಣೀರು ಹಾಕೋರು. ನಮ್ಮ ಕೃಷ್ಣನಿಗಿಂತ ಒಂದು ಪಾಲು ಹೆಚ್ಚಿನ ತುಂಟತನವೇ. ಅವನಿದ್ರೆ ಹೊತ್ತು ಹೋಗೋದೇ ಗೊತ್ತಾಗೋಲ್ಲ" ಅವನ ನೆನಪಿನಲ್ಲಿ ಅವರ ಮನದ ತುಂಬ ಬಣ್ಣ ಬಣ್ಣದ ರಂಗೋಲಿ ಬಿಡಿಸಿದಂತಾಯಿತು.

"ನಂಗೂ ನೋಡ್ಬೇಕು ಅನ್ನಿಸಿದೆ. ಒಂದು ಸಲ ಹೋಗ್ಬರೋಣಾಂತ ಮನಸ್ಸು. ಭಾಸ್ಕರ ಏನನ್ನುತ್ತಾನೋ, ಅಷ್ಟು ಅವಮಾನ ಮಾಡಿ ಬಂದಿದ್ದಾನೆ. ಅವ್ರಿಗೆ ಹೇಗೆ ಮುಖ ತೋರಿಸೋದು ಎನ್ನುವ ಸಂಕೋಚ" ತಳಮಳ ತೋಡಿಕೊಂಡರು.

"ಮೊದ್ಲು ಒಂದು ಪತ್ರ ಹಾಕಿ. ಓಡಿ ಬರ್ತಾನೆ. ಆಮೇಲೆ ನಾವುಗಳು ಹೋಗ್ಬರೋಣ. ಭಾಸ್ಕರ ಸಮಾಧಾನವಾಗಿರೋ ಹೊತ್ತು ನೋಡಿ ಹೇಳೋಣ" ಎಂದರು ವನಜಮ್ಮ.

ಬಾಗಿಲಿಗೆ ಬಂದ ವಾಣಿ, ಭಾಸ್ಕರ ಕೈ ಹಿಡಿದು ಜಗ್ಗಿ ಕಣ್ಣಲ್ಲಿಯೇ ತೋರಿಸಿದಳು. "ಎಂಥ ಜೋಡಿ ನೋಡಿ! ಯಾವ ಪ್ರೇಮಿಗಳಿಗೂ ಕಮ್ಮಿ ಇಲ್ಲ! ಒಂದು ಕ್ಷಣ ಒಬ್ಬರನ್ನೊಬ್ರು ಬಿಟ್ಟಿರೋಲ್ಲ" ವ್ಯಂಗ್ಯದಿಂದ ಹೇಳಿದಾಗ ಅವನ ಮುಖದಲ್ಲಿ ಧನ್ಯತೆ ಕಳೆ ಇಣಕಿತು.

ಕ್ಷಣ ಹಾಗೆಯೇ ನಿಂತವನು ಚುರುಕು ಮುಟ್ಟಿಸಿದ. "ಅವ್ರು ಪುಣ್ಯವಂತ್ರು. ಈಗ್ಲೇ ನಮ್ಮಿಬ್ಬರಿಗೆ ಒಬ್ಬರ ಮುಖ ಒಬ್ಬರು ನೋಡಲಿಷ್ಟವಿಲ್ಲ. ಇನ್ನ ಆ ವಯಸ್ಸಿನಲ್ಲಿ.... ಇಂಪಾಸಿಬಲ್. ಎಲ್ಲಾದ್ರೂ ದೂರದ ವೃದ್ಧಾಶ್ರಮ ಸೇರಿಬಿಡ್ತೀನಿ. ಈಗ್ಲೇ ಸದಾ ಮಲಗಿರುವ, ಏನೂ ಕೈಯಲ್ಲಾಗದ ಮುದ್ಕಿ ನೀನು. ಆಗಿನ ಸ್ಥಿತಿಯಂತು ಹೇಳೋದೇ ಬೇಡ."

ಎರಡು ತಟ್ಟಿ ಹೇಳಿದಂತಿತ್ತು ಅವಳಿಗೆ. ಇಂದು ಅವನ ಮಾತುಗಳು ಮನದೊಳಕ್ಕೆ ನೇರವಾಗಿ ಇಳಿದವು. ಎಂದಿನಂತೆ ತಳ್ಳಿಹಾಕಲು ಅವಳಿಂದಾಗಲಿಲ್ಲ. ಆದರೆ ಸರಿಯಗಿ ಅರ್ಥೈಯಿಸಿಕೊಳ್ಳುವುದರಲ್ಲಿಯೇ ತೊಡಕು.

ಡೈನಿಂಗ್ ಹಾಲ್‌ನತ್ತ ಹೊರಟ ಭಾಸ್ಕರ. ಭಟ್ಟರಿಂದ ವಿಷಯ ತಿಳಿದಾಗ ಅವನ ಹುಬ್ಬೇರಿತು 'ಬೆಳಗಿನ ಉಪಹಾರ ಇನ್ಮೇಲೆ ಬೇಡ. ಮಧ್ಯಾಹ್ನದ ಊಟ ಸಾಕು' ರಾಧಾಕೃಷ್ಣಯ್ಯ ಹೇಳಿದ್ದನ್ನು ಭಟ್ಟರು ತಿಳಿಸಿದರು. ಹಿಂದೆಯೇ ನಾರಾಯಣನನ್ನು ಅಟ್ಟಿದರು.

ನಾರಾಯಣನ ಹಿಂದೆಯೇ ಅವರಿಬ್ಬರು ಬಂದರು. ಮುಂದೆ ಹೊಗೆಯಾಡುವ ಇಡ್ಲಿಗಳನ್ನ ಭಾಸ್ಕರ ಮುಟ್ಟಿರಲಿಲ್ಲ. ತಾನೇ ಎರಡು ತಟ್ಟೆಗಳನ್ನ ಛೇರ್‌ಗಳ ಮುಂದೆ ಹಾಕಿ ಅವರನ್ನು ಬಲವಂತದಿಂದ ಕೂಡಿಸಿದ.

"ಎಷ್ಟು ಸೇರುತ್ತೋ ಅಷ್ಟು ತಿನ್ನಿ, ಬೇಡಾಂದ್ರೆ...." ಮುಂದೆ ಹೇಳಲಿಲ್ಲ. ಭಾಸ್ಕರ ಇಡ್ಲಿ ಮುರಿಯುವ ವೇಳೆಗೆ ವಾಣಿ ಬಂದು ಕೂತು ಒಂದು ಇಡ್ಲಿ, ಬೆಣ್ಣೆ ಮಾತ್ರ ಹಾಕಿಸಿಕೊಂಡಳು. "ಅಮ್ಮ, ಒಂದು ವಡೆ..." ಭಟ್ಟರು ಬಿಸಿ ಬಿಸಿ ಉದ್ದಿನ ವಡೆಗಳನ್ನು ಹಿಡಿದು ಬಂದರು. "ಬೇಡಾ..." ಕೈ ಅಡ್ಡ ಹಿಡಿದಳು. "ಕೊಲಾಸ್ಟ್ರಾಲ್‌ರಹಿತ ಎಣ್ಣೆಯಲ್ಲಿಯೇ ಕರೆದಿರೋದು, ನೀವು ಸದಾ ಬೇಡ ಅನ್ನೋದ್ರಿಂದ ಒಂದು ದಿನಕ್ಕೂ ನನ್ನ ಅಡ್ಗೆಯ ಪೂರ್ತಿ ರುಚಿ ನೋಡಿದಂಗಾಗಿಲ್ಲ. ಒಂದು ವಡೆ, ಒಂದಿಷ್ಟು ಸಾಂಬಾರ್...." ಅವಳು ಬೇಡವೆಂದು ತಲೆಯಾಡಿಸಿಬಿಟ್ಟಳು.

ಭಟ್ಟರು ಮುಖ ಸಪ್ಪಗೆ ಮಾಡಿಕೊಂಡು ಹೋದರು.

ಮಗನ ಮಾತನ್ನ ಮನ್ನಿಸಿ ತಿಂಡಿ ತಿಂದರು. ತಿಂಡಿಗಿಂತ ಅವನ ಮಾತು, ಬಲವಂತ ರುಚಿಸಿತು. ಆದರೆ ಕಡೆಯಲ್ಲಿ ಭಟ್ಟರಿಗೆ ಆದೇಶಿದ ನಂತರ ಅವರಿಗೆ ಹೇಳಿದ್ದು ಮಾತ್ರ ವೇದನೆಯನ್ನುಂಟು ಮಾಡಿತು.

"ಭಟ್ಟರೇ, ಏನು ಅಡ್ಗೇ ಮಾಡೂಂತಾರೋ ಅದ್ನ ಮಾಡಿ. ತುಪ್ಪ, ತರಕಾರಿ ಒಂದು ಕಮ್ಮಿ ಆಗ್ಬಾರ್ದು."

ಮಾತು ಮುಗಿಸಿ ವರಾಂಡಕ್ಕೆ ಬಂದವನು "ಮೈಥಿಲಿಪುರದ ಜೀವನ ಎಷ್ಟು ಅಸಹನೀಯವಾಗಿತ್ತು. ಈಗ ನೆನಸ್ಕೊಂಡ್ರೆ.... ಭಯವಾಗುತ್ತೆ. ಇಲ್ಲಿ ಯಾವುದಕ್ಕೂ ಏನು ತೊಂದರೆ ಇಲ್ಲ. ಆರಾಮಾಗಿ ಬೇಕಾದ್ದು ಮಾಡ್ಸಿಕೊಂಡು ತಿನ್ನಿ."

ತಿಂದ ಇಡ್ಲಿ, ವಡೆ ಬಾಯಿಗೆ ಬಂದಂತಾಯಿತು ಅವರಿಗೆ. ಮಗನ ದುಡಿಮೆ ಬಗ್ಗೆ ಅಭಿಮಾನವಿರಬಹುದು. ಹಿಂದಿನ ಗೌರವಯುತ ಜೀವನವನ್ನು ತಿರಸ್ಕಾರದಿಂದ ಕಾಣುವುದು ಅವರಿಗೆ ಇಷ್ಟವಾಗದು.

ಇಂದು ವಾಣಿ, ಕೂಡ ಗಂಡನ ಜೊತೆ ಹೊರಟಳು. ಯಾಕೆ, ಏನೆಂದು ಹೇಳದಿದ್ದರೂ ಫೋನ್‌ನಲ್ಲಿ ಈಗ ಬರುತ್ತೇನೆಂದು ತಿಳಿಸಿದ್ದು ವನಜಮ್ಮ ಕೇಳಿದ್ದರು. ಶ್ರೀಮಂತ ಗೆಳತಿಯರು ಆಗಾಗ ಬಂದು ಹೋಗುತ್ತಿದ್ದರು. ಓದಿದ ಸೂಕ್ಷ್ಮ ಜನ.

ಮನೆ 'ಬಿಕೋ' ಎಂದಿತು. ಹೊರಗೆ ಬಂದರು. ನಾರಾಯಣ ಬ್ಯಾಗ್ ಹಿಡಿದು ಹೊರಟಾಗ ಕರೆದರು.

"ಕೃಷ್ಣ ಬರೋದು ಸಂಜೆಗೆ, ಅಷ್ಟಿಗೆ ಅದ್ವರ್ಗೂ ಹಸಿವಾಗೋಲ್ಲ?" ಅವರ ಪ್ರಶ್ನೆಯಿಂದ ನಗು ಬಂದರೂ ನಗಲಿಲ್ಲ. "ಅಲ್ಲೇ ಎಲ್ಲಾ ಏರ್ಪಾಟು ಮಾಡಿದ್ದಾರೆ. ತಿಂಗಳಿಗೆ ಇಷ್ಟು ದುಡ್ಡು ಕೊಡಬೇಕಷ್ಟೆ. ಅಲ್ಲೇನು ಬೇಯಿಸೋಲ್ಲ. ಹೋಟೆಲ್‌ನಿಂದ ತರ್ಸಿ ಕೊಡ್ತಾರೆ" ಎಂದಾಗ ವನಜಮ್ಮನಿಗೆ 'ಚುಳ್' ಎನಿಸಿತು. ಹೋಟಲ್‌ನ ತಿಂಡಿ ಮಗುವಿಗೆ ಸೇರೀತಾ? ತಿನ್ನಿಸೋ ವಯಸ್ಸು ಅವರ ಪ್ರಕಾರ.

ನಾರಾಯಣ ಹೋದ ಮೇಲೆ ಸಂಕಟದಿಂದ ಒದ್ದಾಡಿ ಹೋದರು ಇಬ್ಬರು. ರಜದಲ್ಲಿ ಬಂದಾಗ ಭಾಸ್ಕರ ಎರಡು ದಿನಕ್ಕಾಗುವ ರೊಟ್ಟಿ, ಉಂಡೆಗಳ ಜೊತೆ ಆ ಪುಡಿ ಈ ಪುಡಿಯೆಂದು ಒಯ್ಯುತ್ತಿದ್ದ.

"ಬೆಳೆಯೋ ಮಗುವಿಗೆ ಮಧ್ಯಾಹ್ನ ಹೋಟಲ್ ಊಟನಾ! ಅಡ್ಗೇ ಮಾಡೋಕೆ ಭಟ್ಟರು ಇದ್ದಾರೆ. ಒಯ್ದು ಕೊಡೋಕೆ ನಾರಾಯಣ, ಶ್ಯಾಮ್ಲಿ ಇದ್ದಾರೆ. ಆದ್ರೂ ಇದೆಂಥ ಪಾಡು!" ಹೆಚ್ಚು ಕಸಿವಿಸಿಗೊಂಡರು.

ರಾಧಾಕೃಷ್ಣಯ್ಯನವರು ಸುಮ್ಮನೆ ಕೂಡಲಿಲ್ಲ. ಊಟದ ಡಬ್ಬಿ ಹಿಡಿದು ಶಾಲೆಯ ವಿಳಾಸ ಜೇಬಿಗೆ ಸೇರಿಸಿ ಹೊರಟೇಬಿಟ್ಟರು. ಬಸ್ ಸ್ಟ್ಯಾಪ್‌ನಿಂದ ಫರ್ಲಾಂಗ್ ದೂರವಿತ್ತು ಕೈಯಲ್ಲಿನ ಕೊಡೆ ಬಿಚ್ಚಿದರು.

ದೊಡ್ಡ ಕಾಂಪೌಂಡ್ ಹೊಕ್ಕಾಗ ಕೊಡೆ ಮಡಚಿದರು. ಸಿಕ್ಕವರೆಲ್ಲ ಅವರ ಕನ್ನಡಕ್ಕೆ ಪ್ರತ್ಯುತ್ತರ ನೀಡದಾಗ ಅವರಿಗೆ ನಿಜವಾಗಿಯೂ ಭಯವಾಯಿತು. ತಾನೇನು ಕಡಲು ದಾಟಿ ಇಂಗ್ಲೀಷ್ ದೀಪ ಸೇರಿಬಿಟ್ಟಿದ್ದೇನೇನೋ ಎಂದು ಹೆದರಿದರು.

ಎದುರು ಸಿಕ್ಕಾಕೆಯನ್ನು ನಿಲ್ಲಿಸಿ ಕೇಳಿದರು.

"ಇಲ್ಲಿ ಯಾರ್ಗೂ ಕನ್ನಡ ಬರೋಲ್ವಾ!" ಆಕೆ ನಿಟ್ಟುಸಿರು ದಬ್ಬಿದರು. "ಎಲ್ಲಾ ಬರುತ್ತೆ ಮಾತಾಡೋಹಂಗಿಲ್ಲ. ಇದು ಇಂಗ್ಲೀಷ್ ಕಾನ್ವೆಂಟ್. ಆ ಭಾಷೆಯಲ್ಲಿಯೇ ಇಲ್ಲಿ ಮಕ್ಕಳಿಗೆ ಶಿಕ್ಷಣ ನೀಡೋದು. ಏನ್ಮಾಡೋಣ ಸಂಬಳ ಕೊಡೋರು ಹೇಳಿದಂಗೆ ಕೇಳಬೇಕಲ್ಲ" ಎಂದವಳು ವಿಚಾರಿಸಿದಳು. ಕೃಷ್ಣನ ಬಗ್ಗೆ ಹೇಳಿದಾಗ ತಲೆ ಆಡಿಸಿದಳು.

"ನರ್ಸರಿಯಲ್ಲಿ ಕೃಷ್ಣ ಅನ್ನೋ ಮಗುವೇ ಇಲ್ವಲ್ಲ. ನೀವು ಹುಡುಕೋದು ಬೇರೆ ಶಾಲೆ ಇರ್ಬಹ್ದು".

ಮರದ ಕೆಳಗೆ ನಿಂತ ವ್ಯಾನ್‌ನತ್ತ ನೋಡಿ ದೃಢಪಡಿಸಿಕೊಂಡರು. ಅಷ್ಟಿಷ್ಟು ಇಂಗ್ಲೀಷ್‌ನ ಅವರು ತಿಳಿದವರಾಗಿದ್ದರು.

"ಇದೇ...... ಶಾಲೆ" ಒತ್ತಿ ಹೇಳಿದರು.

ಆಕೆ ಒಂದು ಮಾರ್ಗ ಸೂಚಿಸಿದಳು. "ಇನ್ನ ಹತ್ತು ನಿಮಿಷಕ್ಕೆ ಲಂಚ್ ಬ್ರೇಕ್. ಎಲ್ಲಾ ಹೊರ್ಗಡೆ ಬರ್ತಾರೆ. ಆಗ ನಿಮ್ಮ ಕೃಷ್ಣನನ್ನು ಹುಡ್ಕಿಕೊಳ್ಳಿ" ಅದು ಅವರಿಗೆ ಸರಿಯೆನಿಸಿತು ಕೂಡ.

ಮರದ ಕೆಳಗಿನ ಕಲ್ಲು ಬಂಡೆಯ ಮೇಲೆ ಕೂತರು. ಅವರ ಹಾಗೇ ಕೆಲವರು ಬಂದು ಕಾಯತೊಡಗಿದರು. ಆ ಇಡೀ ಆವರಣಕ್ಕೆ ಹೊಂದಿಕೊಂಡಂತೆ ಒಂದೇ ಸಂಸ್ಥೆಯ ನರ್ಸರಿ, ಪ್ರೈಮರಿ, ಮಿಡಲ್ ಸ್ಕೂಲುವರೆಗೂ ಇತ್ತು. ಇದೊಂದು ಹೆಸರಾಂತ ಸಂಸ್ಥೆ. ಇಲ್ಲಿ ದಾಖಲಾಗುವ ಮಕ್ಕಳ ತಾಯ್ತಂದೆಯರ ಇಂಟರ್ವ್ಯೂ ಮೊದಲು ನಡೆಯುತ್ತಿತ್ತು.

ಬೆಲ್ ಆದ ಕೂಡಲೇ ಹುಡುಗರೆಲ್ಲ ಗುಂಪು ಗುಂಪಾಗಿ ಬಂದರು. ಅವರಲ್ಲಿ ಕೃಷ್ಣನನ್ನು ಹುಡುಕುವುದು ಸ್ವಲ್ಪ ಕಷ್ಟವೇ ಆಯಿತು. ಒಂದೇ ರೀತಿಯ ಯೂನಿಫಾರಂ.

ಕಡೆಗೇನೋ ಹಿಡಿದರು. "ಕೃಷ್ಣ....ಕೃಷ್ಣ" ಎಂದರೆ ಅವನು ತಿರುಗಿ ಕೂಡ ನೋಡಲಿಲ್ಲ. ಇದು ಅವರಿಗೆ ಆಶ್ಚರ್ಯದ ಸಂಗತಿ. ಹತ್ತಿರಕ್ಕೆ ಹೋಗಿ ಹಿಡಿದಾಗ ಅವನ ಕಣ್ಣುಗಳಲ್ಲಿ ಕೋಟಿ ನಕ್ಷತ್ರಗಳ ಬೆಳಕು "ತಾತ...." ಅವರ ಕೊರಳಿಗೆ ಜೋತುಬಿದ್ದ.

"ಊಟ...... ತಂದಿದ್ದೀನಿ ಬಾ" ನಲ್ಲಿಯ ಬಳಿಗೆ ಕರೆದೊಯ್ದಾಗ ಒಬ್ಬ ಮಿಸ್ ಬಂದು ಕರೆದೊಯ್ದಳು. "ನೀವು ಯಾರು? ಇಲ್ಲೇ ಅವನಿಗೆ ತಿಂಡಿ ತರ್ಸಿಕೊಡುವ ಏರ್ಪಾಟಾಗಿದೆ. ನೀವು ತಂದ ಊಟ ಅವನು ಮಾಡೋ ಹಾಗಿಲ್ಲ" ಎಂದರು. ರಾಧಾಕೃಷ್ಣಯ್ಯನವರಿಗೆ ಗಲಿಬಿಲಿಯಾದರೂ ಇಂಥ ಒಂದು ಏರ್ಪಾಟು ಸರಿಯೇ ಅಂದುಕೊಂಡರು.

ಆಮೇಲೆ ಭಾಸ್ಕರನ ಫ್ಯಾಕ್ಟರಿಯ ಆಫೀಸ್‌ಗೆ ಫೋನ್ ಮಾಡಿ ನಂತರ ಅವನು ತಿಳಿಸಿದ ಮೇಲೆ ಒಪ್ಪಿಗೆ ನೀಡಿದರು.

ನಲ್ಲಿಯಲ್ಲಿ ತಾವೇ ಕೈ ತೊಳೆಸಿ ಕೃಷ್ಣನಿಗೆ ಊಟ ಮಾಡಿಸುತ್ತಿದ್ದಾಗ ಅವನಿಗಿಂತ ಸ್ವಲ್ಪ ದೊಡ್ಡ ಹುಡುಗ ಓಡಿ ಬಂದ "ಅಭಿನಾಶ್...." ಅಂತ. ಆಮೇಲೆ ಅರ್ಥವಾಯಿತು ಅವರಿಗೆ.

ಕೃಷ್ಣನೆಂದು ಅವನಿಗೆ ಹೆಸರಿಟ್ಟಿದ್ದರೂ ಶಾಲೆಯಲ್ಲಿ ಅಭಿನಾಶ್ ಎಂದೇ ಅವನ ಹೆಸರು ನಮೂದಿತವಾಗಿದ್ದು. ಹೆಸರು ಹಳೆಯದೆನಿಸಿ ಈ ರೀತಿಯ ಮಾರ್ಪಾಟೇನೋ.

ಎಂದಿಗೂ, ಯಾವ ಆಕರ್ಷಣೆ ಕಳೆದುಕೊಳ್ಳದ ಹೆಸರು ಕೃಷ್ಣನದು. ಇವರಿಗೆ ಯಾಕೆ ಈ ಯೋಚನೆ ಬಂತು?

ಕೈ ತೊಳೆಸಿ ಕೃಷ್ಣ ಎಳೆದೊಯ್ದ ಕಡೆ ಹೋದರು. ಜಾರುಬಂಡೆ, ತೂಗುಯ್ಯಾಲೆ, ಮಕ್ಕಳು ಆಡುವಂಥ ವಿವಿಧ ಸಾಧನಗಳು, ಪುಟ್ಟ ಸೈಕಲ್‌ಗಳು, ಗಾಲಿಗಳು, ಕೆಲವು ಅವರು ನೋಡಿರದಂಥವು ಪುಟ್ಟ ಮಕ್ಕಳ ಆಟದ ಸಾಮಾನುಗಳಾಗಿದ್ದವು.

ಬರುವಾಗ ಬಸ್ಸಿಗೆ ಕಾಯದೇ ನಡೆದೇ ಬಂದರು. ಅಂದು ಹೆಚ್ಚು ತೃಪ್ತಿಯೆನಿಸಿತು. ಹಳ್ಳಿಯ ಶಾಲೆ ವ್ಯವಸ್ಥೆ, ಇಲ್ಲಿನ ಬದಲಾದ ರೀತಿ–ನೀತಿಗಳನ್ನು ವನಜಮ್ಮನಿಗೆ ಹೇಳಿದರು.

ಅದು ದಿನದ ರೂಢಿಯಾಯಿತು. ಭಾಸ್ಕರ ಬೀಡ ತಿಂದ. ವಾಣಿ ಗೊಣಗಿದಳು. ಅದರಿಂದ ಯಾವ ಪ್ರಯೋಜನವು ಆಗಲಿಲ್ಲ. ಶ್ಯಾಮ್ಲೀಗೆ ಕೃಷ್ಣನ ಎಲ್ಲಾ ಕೆಲಸಗಳು ತಪ್ಪಿದವು.

ಟ್ಯೂಷನ್ ನಂತರ ಅವನಿಗೆ ದೇವರ ಶ್ಲೋಕಗಳನ್ನು ಹೇಳಿಕೊಡುತ್ತಿದ್ದರು. ಅವನಿಗೆ ಅರ್ಥವಾಗುವ ಹಾಗೆ ರಾಮಾಯಣ, ಮಹಾಭಾರತದಲ್ಲಿನ ಒಳ್ಳೆಯ ಪ್ರಸಂಗಗಳನ್ನು ಆರಿಸಿಕೊಳ್ಳುತ್ತಿದ್ದರು. ಹೆಚ್ಚು ಇಂಗ್ಲೀಷ್‌ನಲ್ಲಿಯೇ ಮಾತಾಡುತ್ತಿದ್ದ ಕೃಷ್ಣ ಈಗ ಕನ್ನಡದಲ್ಲೂ ಮುದ್ದು ಮುದ್ದಾಗಿ ಮಾತಾಡುತ್ತಿದ್ದ.

ಒಂದು ಅದೃಶ್ಯ ಬಂಧನ ಅವರನ್ನು ಆವರಿಸಿತ್ತು.

* * *

ಅಂದು ಭಾನುವಾರವಾದ್ದರಿಂದ ಭಾಸ್ಕರ ಸಂಜೆ ಯಾರಿಗೋ ಕಾಯುತ್ತ ಹೊರಗೆ ಬೆತ್ತದ ಛೇರ್ ಮೇಲೆ ಕೂತಿದ್ದ. ಚೆಂಡು ಎಸೆದಾಡುತ್ತಿದ್ದ ಕೃಷ್ಣ.

"ಅಭಿನಾಶ್.... ಪಾಟು ಒಡೆಯುತ್ತೆ, ಆ ಕಡೆ ಹೋಗು" ಭಾಸ್ಕರ ಹೇಳಿದಾಗ ಅಲ್ಲೇ ಇದ್ದ ರಾಧಾಕೃಷ್ಣಯ್ಯನವರು ಮಗನ ಬಳಿಗೆ ಬಂದು "ಯಾಕೋ, ಭಾಸ್ಕರ ಹೆಸರು ಬದಲಾಯಿಸಿದ್ದೀಯಾ?" ಕೇಳಿದಾಗ ಹಗುರವಾಗಿ ನಕ್ಕುಬಿಟ್ಟ. ಅದು ಹೇಳುವಂಥ ವಿಷಯವೆಂದು ಇಂದಿನವರೆಗೂ ಅನ್ನಿಸಿಯೇ ಇರಲಿಲ್ಲ.

ಅವನು ಒಳ್ಳೆಯ ಮೂಡ್‌ನಲ್ಲಿಯೇ ಇದ್ದುದ್ದರಿಂದ ನೇರವಾಗಿ ಉತ್ತರಿಸಿದ. "ತೀರಾ ಓಲ್ಡ್ ಹೆಸರಾಯ್ತು. ಅದ್ನ ಯಾರು ಇಷ್ಟಪಡೋಲ್ಲ. ಅಭಿನಾಶ್ ಅನ್ನೋ ಹೆಸರು ಹುಡುಕೋಕೆ ನಾವೆಷ್ಟು ಕಷ್ಟಪಟ್ಟೆದ್ದೀವಿ ಗೊತ್ತೆ. ಆ ಹೆಸರು ಸೂಚಿಸಿದ ವಾಣಿ ಫ್ರೆಂಡ್‌ಗೆ ಐದು ನೂರು ರೂಪಾಯಿ ಬಹುಮಾನ. ಎಲ್ಲಾ ಸ್ವೀಟ್ ಹೆಸರು ಅಂತಾರೆ."

ಇದು ಅವರಿಗೆ ಹೆಚ್ಚು ವಿಪರೀತವೆನಿಸಿದರೂ ದೂರಲು ಹೋಗಲಿಲ್ಲ. ಮಗನ ಹೆಸರು ಇಡುವ ಹಕ್ಕು ತಾಯ್ತಂದೆಯರದು. ತಾತನಿಗೆ ಕೊಟ್ಟ ಛಾನ್ಸ್ ಮನೆಗೆ ಮಾತ್ರ ಮೀಸಲು.

"ನಿಮಗೆ ಬೇಜಾರಾಯ್ತಾ" ಕೇಳಿದ ಭಾಸ್ಕರ.

"ಏನಿಲ್ಲ ಬಿಡು, ನಿಮ್ಗೇ ಅಭಿನಾಶ್ ಅನ್ನೋ ಹೆಸರು ಇಷ್ಟವಾದ್ರೆ.... ಸರಿ. ಅವನು ಮೆಜಾರಿಟಿಗೆ ಬಂದ್ಮೇಲೆ ಇದು ಇಷ್ಟವಾಗ್ಲಿಲ್ಲಾಂದ್ರೆ...... ಬದಲಾಯ್ಸಿಕೋತಾನೆ." ನಿಷ್ಠೂರವೆನಿಸಿದರೂ ಅವರು ಹೇಳಿದ್ದು ಸತ್ಯವನ್ನೇ. ಅದೇನು ಅಪರೂಪದ ಪ್ರಕರಣಗಳಲ್ಲ ಭಾಸ್ಕರನಿಗೆ ಏನೋ ಗಂಟಲಲ್ಲಿ ಸಿಕ್ಕಿಕೊಂಡಂತಾಯಿತು. ಅವನು ಅಷ್ಟು ದೂರದವರೆಗೂ ಯೋಚಿಸಿರಲಿಲ್ಲ.

ಇಂದು ಮಗನ ಬಗೆಗೆ ಸ್ವಲ್ಪ ಚಿಂತಿಸುವಂತಾಯಿತು ಭಾಸ್ಕರನಿಗೆ. ಬೆಳೆದಂತೆ ಕೃಷ್ಣ ಯಾವ ರೂಪು ತಳೆಯಬಹುದು?

ಬಂದ ವಾಣಿ ಯೋಚನೆಯನ್ನು ತುಂಡರಿಸಿದಳು. "ನಿಮ್ಮ ಫ್ರೆಂಡ್ ಅಂತು ಬರ್ಲಿಲ್ಲ. ನಾವಾದ್ರೂ ಷಾಪಿಂಗ್ ಹೋಗ್ಬರೋಣ" ಹ್ಯಾಂಡ್‌ಬ್ಯಾಗ್ ನವಿರನ್ನ ಬೆರಳುಗಳಿಂದ ಸವರತೊಡಗಿದಳು. ದಟ್ಟವಾದ ಕೆಂಪು ಬಣ್ಣ ಉಗುರುಗಳನ್ನ ಶೋಭೆಗೊಳಿಸಿತ್ತು.

"ಓಕೇ.....ಮೇಡಮ್" ಮೇಲೆದ್ದ.

ಇಂದು ಅಪರೂಪಕ್ಕೆ ಮಗನ ಬಗ್ಗೆ ಪ್ರಸ್ತಾಪಿಸಿದ "ಹೇಗೂ ಅಭಿನಾಶ್ ನಮ್ಮನ್ನ ಹಚ್ಕೊಂಡೇ ಇಲ್ಲ. ಮುಂದೆ ಅವ್ನು ನಮ್ಮನ್ನ ಮರ್ತೇಬಿಟ್ಟರೇ..." ವಾಣಿ ಅವನ ಮಾತನ್ನ ತಳ್ಳಿ ಹಾಕಿದಳು. "ಹೇಗೆ ಮರೀತಾನೆ, ನೀವು ನಿಮ್ಮಪ್ಪ, ಅಮ್ಮನನ್ನು ಮರೆತೀರಾ! ಅವ್ರು ನಿಮ್ಗೆ ಖರ್ಚು ಮಾಡಿದ ಹತ್ತರಷ್ಟು ಹಣನ ಅವ್ನಿಗೋಸ್ಕರ ಖರ್ಚು ಮಾಡ್ತಾ ಇದ್ದೀವಿ" ಎಂದಳು.

"ದಟ್ಸ್ ಓಕೇ, ಅವ್ರು ನನ್ನ ಬೆಳೆಸಿದ್ದು ಪ್ರೀತಿಯಲ್ಲಿ ಆ ತಂತು ನನ್ನನ್ನ ಅವ್ರಲ್ಲಿ ಎಳೆದು ಕಟ್ಟಿತ್ತು. ನಾವು ಖರ್ಚು ಮಾಡ್ದ, ಖರ್ಚಾದಷ್ಟು ಹಣಾನ ನಮ್ಮ ಮುಖದ ಮೇಲೆಸೆದು ಅವ್ನು ಗುಡ್‌ಬೈ.... ಹೇಳಿಬಿಟ್ಟರೇ...." ವಾಸ್ತವತೆಯ ಭವಿಷ್ಯವನ್ನು ಅವಳ ಮುಂದಿಟ್ಟ.

ಯಾಕೋ ವಾಣಿಗೆ ಆ ಮಾತುಗಳು ಇಷ್ಟವಾಗಲಿಲ್ಲ.

"ಈಗ್ಬೇಡ ಆ ಮಾತುಗಳು.... ಈಗ ಕಾಸ್ಮಾಟಿಕ್ ಸೆಂಟರ್ ಬಳಿ ಕಾರನ್ನು ಪಾರ್ಕ್ ಮಾಡಿ" ಆದೇಶಿಸಿ ಹ್ಯಾಂಡ್ ಬ್ಯಾಗ್‌ನಲ್ಲಿದ್ದ ಚೀಟಿಯನ್ನು ಹೊರಗೆ ತೆಗೆದಳು. ಕೊಳ್ಳಬೇಕಾದುದರ ಪಟ್ಟಿ.

ಪಾರ್ಕ್ ಮಾಡಿದ ಭಾಸ್ಕರ, "ನೀನ್ಹೋಗಿ....ಬಾ. ನಾನೊಂದು ಸಿಗರೇಟು ಸೇದಿ ರಿಲ್ಯಾಕ್ಸ್ ಮಾಡ್ಕೊತೀನಿ..." ಅವಳನ್ನೇ ಕಳಿಸಿದ.

ತಂದೆಯ ಮಾತುಗಳು ಅವನನ್ನು ಆಳವಾಗಿ ಚಿಂತಿಸುವಂತೆ ಮಾಡಿತ್ತು. ಅಂತರ್‌ಮುಖಿಯಾದ.

ಅಲ್ಲಿಂದ ಕಾರು ನೇರವಾಗಿ ವಾಪಾಸಾಗಿದ್ದು ಮನೆಗೇನೇ.

ಆರಾಮಾಗಿ ಮೊಮ್ಮಗನೊಂದಿಗೆ ಆಟವಾಡುತ್ತಿದ್ದ ತಂದೆ ಆತಂಕದಿಂದ ತಕ ತಕ ಹಾಕುತ್ತಿದ್ದನ್ನು ಕಂಡಾಗ ಅವನಿಗೆ ಗಾಬರಿಯೇ ಆಯಿತು.

"ಅಪ್ಪ, ಅಭಿನಾಶ್ ಬಿದ್ದು ಪೆಟ್ಟು ಮಾಡಿಕೊಂಡ್ನಾ?"

ಮಗನತ್ತ ತಿರುಗಿದವರು "ಸೂರ್ಯ ಮರದ ಮೇಲಿಂದ ಬಿದ್ದು ಪೆಟ್ಟು ಮಾಡಿಕೊಂಡಿದ್ದಾನಂತೆ. ನಂಗೆ ಕೈಕಾಲು ಆಡದಂತಾಗಿದೆ" ಅವರು ಅಳುವುದೊಂದು ಬಾಕಿ ಇತ್ತು.

ವಾಣಿ ಮಧ್ಯೆ ಬಾಯಿ ಹಾಕಿಬಿಟ್ಟಳು. "ನಿಮ್ಮ ಷರಟಿನ ಪಟ್ಟಿ ಹಿಡ್ದು ಕಾರಿನಿಂದ ಹೊರ್ಗೇ ಎಳೆದವ್ನೇ ಅಲ್ವಾ, ಸೂರ್ಯ? ಅದ್ಕೇ ನಾವೇನು ಮಾಡೋಕ್ಕಾಗುತ್ತೇ" ಒಳಗೆ ನಡೆದುಬಿಟ್ಟಳು.

"ನಂಗೆ ಒಂದಿಷ್ಟು ಕೆಲ್ಸ ಇದೆ" ಕಾರು ಹತ್ತಿದ.

ಕಾರು ಗೇಟು ದಾಟಿ ಹೋದಾಗ ಇಂದು ಎದ್ದ ಧೂಳು ಬರೀ ಅಪಾಯಕಾರಿ ಮಾತ್ರವಲ್ಲ; ಮಾನವೀಯತೆಗೆ ಕೊಡಲಿಯೆತ್ತುವ ಕರಾಳತೆಯ ಕೊಡಲಿಯೆನಿಸಿತು. ಕಣ್ಮುಂದೆ ಬರೀ ಮಬ್ಬು ಮಬ್ಬು.

ಅವರ ಕೈಕಾಲುಗಳಲ್ಲಿನ ಶಕ್ತಿಯೇ ಉಡುಗಿತ್ತು. ಮುಖದ ಮೇಲಿನ ಬೆವರನ್ನು ಕೂಡ ಒರೆಸಿಕೊಳ್ಳಲಾರದಷ್ಟು ಶಕ್ತಿಹೀನರಾದರು.

ಕೂತಿದ್ದ ಕರಿಗೌಡರೇ ವಾಣಿಯನ್ನು ಮಾತಾಡಿಸಿ ಮುಖಕ್ಕೆ ಮಂಗಳಾರತಿ ಮಾಡಿಸಿಕೊಂಡಿದ್ದರು. "ಹೆಂಗಿದ್ದೀಯವ್ವಾ?" ಎಂದಾಗ ಮುಖ ತಿರುಗಿಸಿಕೊಂಡು ಹೋಗಿದ್ದಳು.

ಒಳಗೆ ಬಂದ ರಾಧಾಕೃಷ್ಣಯ್ಯನನ್ನು ನೋಡಿ "ಭಾಸ್ಕರ ಬರಲಿಲ್ವಾ? ಇರಲಿ, ನಾವು ಹೋಗೋಣ ನಡೀರಿ" ಮೇಲೆದ್ದರು. ಇಲ್ಲಿ ಕೂಡುವುದು ಕೂಡ ಆತನಿಗೆ ಇಷ್ಟವಾಗಲಿಲ್ಲ.

ಗೌಡರ ಎರಡು ಕೈಗಳನ್ನು ಹಿಡಿದುಕೊಂಡರು "ನೀವು ನಮ್ಮನ್ನು ಕ್ಷಮಿಸ್ಬೇಕು. ನಿಮ್ಮ ಉಪಕಾರದ ಉರುಳು ಸಾಯೋವರ್ಗೂ ನಮ್ಮ ಮೇಲೆ ಇದ್ದೇ ಇರುತ್ತೆ" ಕಣ್ಣಂಚು ಒದ್ದೆ ಆಯಿತು.

"ಎಂಥ ಮಾತು! ನಾವು ಮಾಡಿದ್ದೇನು? ಇನ್ನು ಡಾಕ್ಟ್ರು ಏನೂ ಹೇಳಿಲ್ಲ. ಹೋಗ್ಬರೋಣ್ವಾ! ನಿಮ್ಮ ಮುಖ ನೋಡಿದ್ರೆ ಅರ್ಧ ಗೆಲುವಾಗಿ ಬಿಡ್ತಾನೆ" ಸಮಾಧಾನ ಹೇಳಿದರು.

ತುಪ್ಪದ ದೀಪ ಹಚ್ಚಿಟ್ಟು ದೇವರ ಮುಂದೆ ಕೂತಿದ್ದ ವನಜಮ್ಮ ಹೊರಗೆ ಬಂದರು.

ದಂಪತಿಗಳ ನಿಸ್ಸಹಾಯಕತೆ ಗೌಡರಿಗೆ ಅರ್ಥವಾಗಿತ್ತು. "ನಿಮ್ಮ ಆಶೀರ್ವಾದ ಸೂರ್ಯನ ಮೇಲಿದ್ರೆ.... ಸಾಕ್ಬಿಡಿ... ನೀವೇನು ಮಾಡೋದ್ಬೇಡ" ಗದ್ಗದ ಕಂಠದಿಂದ ಹೇಳಿದರು.

ಕೋಣೆಯೊಳಗೆ ಬಂದ ವನಜಮ್ಮ "ಭಾಸ್ಕರ ಬಂದರೇ ಸೂರ್ಯನಿಗೆ ಪೆಟ್ಟಾಗಿರೋ ವಿಷ್ಯ ತಿಳ್ಸು. ತಕ್ಷಣ ಬರ್ತಾನೆ. ನಾವುಗಳು ನೋಡ್ಕಂಡ್ಬರ್ತೀವಿ" ಎಂದಾಗ ಇಂದು ಅಸಹನೆಯಿಂದ ಮುಖ ತಿರುಗಿಸಿದಳು. ತಮಗೇ ಅಷ್ಟು ಮಾಡಿದ ಅವನ ಮೇಲೇಕೆ ಇಷ್ಟು ಅಭಿಮಾನ?

"ಮಾವನವ್ರು ಹೋಗಿ ನೋಡ್ಕಂಡ್ಬಂದಿದ್ರಾಗಿತ್ತು. ನೀವ್ಯಾಕೆ?" ಮುಖಕ್ಕೆ ರಾಚಿದಂತೆ ಕೇಳಿದಳು. ಅವರಿಗೆ ತಬ್ಬಿಬ್ಬಾಯಿತು. "ನಂಗೆ ಭಾಸ್ಕರ, ಸೂರ್ಯ ಬೇರೆ-ಬೇರೆಯಾಗಿರ್ಲಿಲ್ಲ. ಈ ಸಂದರ್ಭದಲ್ಲಿ ಹೋಗ್ದೇ ಇರೋಕ್ಕಾಗುತ್ತ! ಭಾಸ್ಕರ ಬಂದ ಕೂಡ್ಲೇ ಕಳ್ಸಿಕೊಡು.

ವಾಣಿ ಏನು ಹೇಳಲಿಲ್ಲ. ಅವರುಗಳು ಹೊರಟಿದ್ದು ಸರ್ವಥಾ ಇಷ್ಟವಾಗಲಿಲ್ಲ. ಮೈಥಿಲಿಪುರದಲ್ಲಿ ಇದ್ದರು. ಅಲ್ಲಿನ ಜನಕ್ಕೆ ಹೊಂದಿಕೊಂಡಿರಬೇಕಾಯಿತು. ಇಲ್ಲಿಗೆ ಬಂದ ಮೇಲೆ ಅವರ ಜೊತೆ ಇವರ ಸಂಬಂಧವೇನು? ಸ್ವಲ್ಪವೂ ವಿವೇಕವಿಲ್ಲದ ಮೂರ್ಖರು ಎಂದುಕೊಂಡಳು

ರಾತ್ರಿ ರಾಧಾಕೃಷ್ಣಯ್ಯ, ವನಜಮ್ಮ ಮನೆಗೆ ಬಂದಾಗ ಹತ್ತು ಗಂಟೆಯಾಗಿತ್ತು. ನಾರಾಯಣ ಬಂದು ಬಾಗಿಲು ತೆಗೆದ. ಅವರುಗಳ ಜೊತೆ ನಾಲ್ಕು ಐದು ಜನರಿದ್ದರು. ಗೆಲುವಿನ ಛಾಯೆ ಅವರ ಮುಖದ ಮೇಲಿಲ್ಲದಿದ್ದರೂ ನಿರಾಶೆಯಂತೂ ಇರಲಿಲ್ಲ.

"ಭಾಸ್ಕರ...ಬಂದ್ನಾ?" ಮನಸ್ಸು ಸಮಾಧಾನಕ್ಕೆ ಕೇಳಿದರು.

ಮಲಗಿದ್ದಾರೆನ್ನುವಂತೆ ಸನ್ನೆ ಮಾಡಿದಳು. ಇಂಥ ಸಮಯದಲ್ಲೂ ಭಾಸ್ಕರ ಬಂದು ನೋಡಲು ಇಷ್ಟಪಡದಿದ್ದರೆ ಅವನದೆಂಥ ಕಲ್ಲು ಮನಸ್ಸು-ಕೆನ್ನೆಗೆ ಬಾರಿಸಿಬಿಡಬೇಕೇನಿಸಿತು ರಾಧಾಕೃಷ್ಣಯ್ಯನವರಿಗೆ.

"ಎಲ್ಲಾ ಕೂತ್ಕೊಳ್ಳಿ, ಮನೆ ದೊಡ್ಡದಾಗಿದೆ. ಯಾವುದಕ್ಕೂ ತಾಪತ್ರಯಪಟ್ಟುಕೊಳ್ಳಬೇಕಿಲ್ಲ. ಭಾಸ್ಕರನಿಗೆ ವಿಷ್ಯ, ಸರ್ಯಾಗಿ ಮುಟ್ಟಿರಲಾರ್ದು" ಮಗನ ಬಗೆಗೆ ಅವನಿಗಾಗಿ ಅಲ್ಲದಿದ್ದರೂ ಅವರ ಮನಸ್ಸಿಗೆ ಖೇದವಾಗದಿರಲಿಯೆಂದು ಸಮರ್ಥಿಸಿಕೊಳ್ಳಬೇಕಿತ್ತು.

ಕೈಕಾಲು ತೊಳೆದ ವನಜಮ್ಮ ಅಡಗೆಯ ಮನೆಗೆ ಬಂದಾಗ ಭಟ್ಟರು ಸಣ್ಣಗೆ ಗೊರಕೆ ಹೊಡೆಯುತ್ತಿದ್ದರು. ಹಿಂದಿನ ಸ್ಟೋರ್‌ನಲ್ಲಿ ಹೋಗಿ ಮಲಗಿದ್ದ ನಾರಾಯಣ ಕಮಕ್ ಕಿಮಕ್ ಅನ್ನಲಿಲ್ಲ.

ಫ್ರಿಡ್ಜ್‌ನಲ್ಲಿದ್ದ ಅನ್ನ ಹುಳಿ, ಮಿಕ್ಕಿದ ಪದಾರ್ಥಗಳನ್ನು ತೆಗೆದಿಟ್ಟುಕೊಂಡು ವನಜಮ್ಮ ಬಿಸಿಯಾಗಿ ಅದರ ಜೊತೆ ಒಂದಿಷ್ಟು ಅನ್ನ, ಸಾರು ಮಾಡಿ ಬಡಿಸಿದರು.

ಮುಂದೆ ಗೆಸ್ಟ್‌ಗಳಿಗೆಂದು ಬಿಟ್ಟಿದ್ದ ಕೋಣೆಯಲ್ಲಿ ಮಲಗಲು ಅಣಿಮಾಡಿಕೊಟ್ಟರು. ಇಷ್ಟು ನಡೆದರೂ ಭಾಸ್ಕರನಾಗಲಿ, ವಾಣಿಯಾಗಲಿ ಹೊರಗೆ ಬರಲಿಲ್ಲ. ಕೃಷ್ಣ ಎದ್ದು ಬಂದು ತಾತನ ತೊಡೆಯ ಮೇಲೆ ತಲೆ ಇಟ್ಟ.

ಎಲ್ಲರಿಗೂ ಒಟ್ಟಿಗೆ ಕೂಡಿಸಿ ಬಡಿಸುವಂತ ದೊಡ್ಡತನ ಆ ದಂಪತಿಗಳಲ್ಲಿತ್ತು. ಮನುಷ್ಯನಿಂದ ಮನುಷ್ಯನನ್ನ ಬೇರ್ಪಡಿಸುವ, ಕೀಳಾಗಿ ಕಾಣುವಂಥ ಧರ್ಮಗಳ ಬಗ್ಗೆ ಅವರಿಗೆ ಆದರವಿರಲಿಲ್ಲ. ಎಲ್ಲರಲ್ಲಿ ಮಿಡಿಯುವ ಹೃದಯ, ಹರಿಯುವ ರಕ್ತ ಒಂದೇ ಎನ್ನುವ ಭಾವ ಅವರದು.

ಹೆಚ್ಚು ಸಂಕೋಚಗೊಂಡಿದ್ದು ಕುಲುಮೆಯ ಇಮಾಮನ ಮಗ ನಸೀಂ. ಅವನು ಭಾಸ್ಕರನೊಟ್ಟಿಗೆ ಬೆಳೆದವನು, ಸೂರ್ಯನ ಸ್ನೇಹಿತ. ಯಾವ ವಿಚ್ಛಿದ್ರಕಾರಿ ಜಾತೀಯತೆ ಅವರ ಶುದ್ಧ ಸ್ನೇಹಕ್ಕೆ ಅಡ್ಡವಾಗಲು ಸಾಧ್ಯವಾಗಿರಲಿಲ್ಲ.

ಬಂದಾಗಿನಿಂದ ಒಂದೇ ಸಮ ಅಳುತ್ತಿದ್ದವನು ಅವನು. ಕಡೆಗೆ ಸೂರ್ಯನ ತಂದೆ ಗದರಿಕೊಂಡರು. "ಏನಾಗಿದ್ಯೋ ಅಪ್ಪಿಗೆ! ಒಂದತ್ತು ದಿನದಲ್ಲಿ ಚೇತರಿಸ್ಕೋತಾನೆ" ಭುಜ ತಟ್ಟಿದ್ದರು.

ಬೇಗ ಮದುವೆಯಾದ ನಸೀಂ ಮೂರು ಮಕ್ಕಳ ತಂದೆ. ವಿದ್ಯೆ ಹತ್ತದೇ ತಂದೆಯ ಕಸುಬಿಗೆ ಜೋತುಬಿದ್ದಿದ್ದ. ಸೂರ್ಯ ದಿನಕ್ಕೆರಡು ಸಲವಾದರೂ ಅವನ ಕುಲುಮೆಗೆ ಭೇಟಿ ಕೊಡುತ್ತಿದ್ದ.

ನಸೀಂ ರಾಧು ಮೇಷ್ಟ್ರು ಊರು ಬಿಟ್ಟಾಗಿನಿಂದ ಬೀಬಿ ಮಕ್ಕಳನ್ನ ಕರಕೊಂಡು ಸೂರ್ಯನ ಮನೆಗೆ ಹೋಗುತ್ತಿದ್ದ. ಅವನಿಗೆ ಸ್ವಜಾತಿ, ಬಂಧುಗಳಿಗಿಂತ ಅವರೇ ಹೆಚ್ಚಿನವರು.

ಹಾಲ್‌ನಲ್ಲಿಯೇ ಕೂತ ರಾಧಾಕೃಷ್ಣಯ್ಯ, ವನಜಮ್ಮ ಮಗ ಎದ್ದು ಬಂದು ಒಂದು ಸಲವಾದರೂ ಸೂರ್ಯನ ಬಗ್ಗೆ ಕೇಳಲಿಯೆಂದು ಅವರ ಆಸೆ. ಒಮ್ಮೆ ಕಾಲು ಉಳುಕಿಸಿಕೊಂಡಾಗ ಎಣ್ಣೆ ಹಾಕಿ ಹಗಲು ರಾತ್ರಿ, ಮಾಲೀಶ್ ಮಾಡಿದವನು ಸೂರ್ಯ. ಅವನ ಹೆಚ್ಚಿನ ದುಡ್ಡೆಲ್ಲ ಇವನಿಗಾಗಿಯೇ ಖರ್ಚು ಮಾಡುತ್ತಿದ್ದ. ಅಂಥ ಗೆಳೆಯನ ಬಗ್ಗೆ ವಿಶ್ವಾಸವಿರಲಿ, ಕೃತಜ್ಞತೆಯಾದರೂ ಬೇಡವೇ? ಅವರಿಗೆ ಅರಬ್ಬಿ ಸಮುದ್ರಕ್ಕೆ ಹಾರಿ ಯಾರಿಗೂ ಮುಖ ಸಿಕ್ಕದಂತೆ ಪ್ರಾಣ ಕಳೆದುಕೊಂಡುಬಿಡಲೇ ಎನ್ನುವಷ್ಟರಮಟ್ಟಿಗೆ ವ್ಯಾಕುಲಚಿತ್ತರಾದರು.

ಭಾಸ್ಕರನ ಕೋಣೆಯಲ್ಲಿ ಲೈಟು ಹತ್ತಿಕೊಂಡಿತು. ಬಾಗಿಲು ತೆಗೆಯಬಹುದು. ಇನ್ನೊಂದು ನಿಮಿಷಕ್ಕೆ, ಮತ್ತೊಂದು ನಿಮಿಷಕ್ಕೆ ಎಂದು ಹತ್ತು ನಿಮಿಷ ಕಾದರು. ಅವನು ಹೊರ ಬರಲಿಲ್ಲ. ಕೋಣೆಯ ಲೈಟು ಆರಿಹೋಯಿತಷ್ಟೆ.

ರಾಧಾಕೃಷ್ಣಯ್ಯ ಸೋಫಾ ಮೇಲೆ ಮಲಗಿದ್ದದ ಕೃಷ್ಣನನ್ನು ಕೋಣೆಗೆ ಎತ್ತಿಕೊಂಡು ಹೋದರು. ವನಜಮ್ಮ ಬಿಕ್ಕಿ ಬಿಕ್ಕಿ ಅತ್ತರು. ಮಗನ ಬಿ.ಇ. ರಿಸಲ್ಟ್ ಬಂದ ದಿನ ಸಿಕ್ಕಿದವರಿಗೆಲ್ಲ ಸಿಹಿ ಹಂಚಿದ್ದ ಸೂರ್ಯ.

ಇವನ ಪಿ.ಯು.ಸಿ. ಮುಗಿದಾಗ ಅವನ ಒತ್ತಾಸೆಗೆ ನಿಂತಿದ್ದು ಸೂರ್ಯನೇ "ನಂಗೆ ಒಂದಿಷ್ಟು ಜನರಲ್ ನಾಲೆಡ್ಜ್‌ಗೋಸ್ಕರ ಡಿಗ್ರಿ ಬೇಕು. ಭಾಸ್ಕರನಿಗೆ ಇಂಜಿನಿಯರ್ ಆಗಬೇಕನ್ನೋ ಆಸೆ. ನೀವೇನು ಯೋಚ್ನೆ ಮಾಡ್ಬೇಡಿ. ನಾವೆಲ್ಲ ನೋಡ್ಕೋತೀವಿ" ಅಂಥಾ ವ್ಯಕ್ತಿ ಆಸ್ಪತ್ರೆಯಲ್ಲಿ ಮಲಗಿದಾಗಲೂ ವಿಚಾರಿಸಲಾರದ ಕಟುಕತನ.

ಮಗನ ಬಗ್ಗೆ ರಾಧಾಕೃಷ್ಣಯ್ಯನವರಿಗೆ ಅಸಹ್ಯವಾಯಿತು. ಕೂತೇ ಕಳೆದರು ಉಳಿದ ರಾತ್ರಿ.

ಹಾಸಿಗೆ, ದಿಂಬು ಕೇಳದ ಜನ, ಹೇಗೋ ಬೆಳಕು ಹರಿಸಿದ್ದರು.

ಭಾಸ್ಕರ ಅವರ ಮುಂದೆ ಹಾದು ಹೋದರೂ ಒಬ್ಬರನ್ನೂ ಮಾತಾಡಿಸಲಿಲ್ಲ. ನಸೀಂ ಬಿಟ್ಟ ಬಾಯಿ ಮುಚ್ಚಲಿಲ್ಲ.

"ಸ್ನಾನ ಮಾಡ್ಕೊಂಡ್ಬರ್ತಾನೆ, ಅವ್ನಿಗೆ ವಿಪರೀತ ಕೆಲ್ಸ" ರಾಧಾಕೃಷ್ಣಯ್ಯ ತಮ್ಮ ಸಮಾಧಾನಕ್ಕೆ ಹೇಳಿಕೊಂಡರು. "ಇರಲಿ ಬಿಡೀ, ನಾವು ಇಲ್ಲಿವರ್ಗೂ ಬಂದಿದ್ದು ನಿಮಗೋಸ್ಕರವೇ ಹೊರತು ಭಾಸ್ಕರನಿಗಾಗಿ ಅಲ್ಲ. ದೊಡ್ಡ ವ್ಯಕ್ತಿ, ನಾವು ಹಳ್ಳಿ ಜನ ಮಾತಾಡಿಸಿದ್ರೆ..... ಅಂತಸ್ತು ಕಡ್ಮೆ ಆಗುತ್ತೆ" ಕರಿಗೌಡರು ಸ್ವಲ್ಪ ಕಹಿಯಾಗಿಯೇ ಹೇಳಿದರು.

ನಸೀಂ ಸ್ವಲ್ಪ ರಾಧಾಕೃಷ್ಣಯ್ಯನವರ ಬಳಿ ಸರಿದು, "ಭಾಸ್ಕರಪ್ಪನ್ನ ಸ್ವಲ್ಪ ಬಂದು ಡಾಕ್ಟರತ್ರ ಮಾತಾಡೋಕೆ ಹೇಳಿ. ಸತ್ಯ ತಿಳಿಯುತ್ತೆ" ಅವನು ಕೇಳಿಕೊಂಡ.

"ಆ ಕಷ್ಟ ಅವನಿಗೆ ಬೇಡ" ಸೂರ್ಯನ ತಂದೆ ಕಡ್ಡಿ ಮುರಿದಂತೆ ಹೇಳಿದರು. "ಇನ್ನ ಹೊರಡೋಕೆ ಅಪ್ಪಣೆ ಕೊಡಿ." ಆದರೆ ವನಜಮ್ಮ ಒಪ್ಪಲಿಲ್ಲ.

ಕಾಫಿಯಾದ ಮೇಲೆ ಅವರುಗಳ ಜೊತೆ ಗಂಡ, ಹೆಂಡತಿ ಹೊರಟರು. ಅಷ್ಟು ದೂರ ಹೋದ ರಾಧಾಕೃಷ್ಣಯ್ಯ ಹಿಂದಕ್ಕೆ ಬಂದು ನಾರಾಯಣನಿಗೆ "ಮಧ್ಯಾಹ್ನ ಕೃಷ್ಣನಿಗೆ ಊಟ ತಗೊಂಡ್ಹೋಗು. ಮಗು ಅಲ್ಲಿ ಕಾಯ್ತಾ ಇರುತ್ತೆ, ಮರೀಬೇಡ" ಹೇಳಿದ್ದನ್ನೇ ಹೇಳಿ ಹೋದರು.

ಮಧ್ಯಾಹ್ನ ಸ್ವಲ್ಪ ಮನೆಯಲ್ಲಿ ಬಿಜಿ ಇತ್ತು. ಫ್ಯಾಕ್ಟರಿಯ ಇಬ್ಬರು ಆಡಿಟರನ್ನು ಸಂಜೆಯ ಟೀಗೆ ಭಾಸ್ಕರ ಆಹ್ವಾನಿಸಿದ್ದ. ಒಂದಿಷ್ಟು ವಿಶೇಷ ತಿಂಡಿಯ ತಯಾರಿಕೆ ನಡೆದಿತ್ತು. ಅದು ಅಡುಗೆಯ ಮನೆಗೆ ಸೀಮಿತವಾಗಿತ್ತು.

ಗಡಿಯಾರ ನೋಡಿದ ನಾರಾಯಣ ಕೋಣೆಯ ಬಳಿ ಬಂದು ಇಣುಕಿದ. ಸೇಬು ಹೆಚ್ಚುತ್ತಿದ್ದಳು ಯಜಮಾನಿತಿ. ಗಂಟಲು ಸರಿಪಡಿಸಿಕೊಂಡ. ಮುಖ ಮೇಲೆತ್ತಿದ್ದಳು. "ಏನು ಬೇಕಾಗಿತ್ತು.?" ಎನ್ನುವ ಪ್ರಶ್ನೆ ಕಣ್ಣಲ್ಲಿ ಅಚ್ಚೊತ್ತಿತ್ತು. ಅವನ ಗಂಟಲಲ್ಲಿ ನುಂಗಲಾರದ ಪದಾರ್ಥ ಸಿಕ್ಕಿಕೊಂಡಂತಾಯಿತು.

"ಮಗೂಗೆ ಊಟ ತಗೊಂಡ್ಹೋಗ್ಬೇಕಿತ್ತು!" ತಲೆ ಕೆರೆದುಕೊಂಡ "ತಗೊಂಡ್ಹೋಗು..." ಎಂದಳು ನಿರಾಸಕ್ತಿಯಿಂದ. ಮೊದಲ ಸಲ 'ಇವರ ಅಹಂಕಾರಕ್ಕೆ ಬೆಂಕಿ ಬಿತ್ತು' ಎಂದು ಬೈದುಕೊಂಡ. "ಸಂಜೆ ಆರರ ಹೊತ್ಗೇ ರೆಡಿಯಾಗ್ಬೇಕು. ಭಟ್ಟರು ಕೈಗಾವಲಿಗೆ ಇರು ಅಂದಿದ್ದಾರೆ" ತಿಳಿಸಿದ.

"ಶ್ಯಾಮ್ಲಿ.... ಹೋಗ್ಲಿ" ಸೇಬಿನ ಚೂರನ್ನು ಬಾಯಿಗಿಟ್ಟುಕೊಂಡಳು. "ಅವಳು ಬಂದು ಇಲ್ಲ. ಅವ್ಳಿಗೆ ಕಾನ್ವೆಂಟ್ ಗೊತ್ತು ಇಲ್ಲ. ದೊಡ್ಡ ಯಜಮಾನ್ರು ಪದೇ ಪದೇ ಹೇಳಿ ಹೋಗಿದ್ದಾರೆ" ಅವನ ಕರ್ತವ್ಯ ಮಾಡಿ ಮುಗಿಸಿದ. "ನಾನು ಫೋನ್ ಮಾಡ್ತೀನಿ, ಅವ್ರೆ.... ಏನಾದ್ರೂ ತರ್ಸಿ ಕೊಡ್ತಾರೆ ಬಿಡು."

ಯಜಮಾನಿತಿಯ ಮಾತು ಕೇಳಿ ಬೇಷ್ ಅಂದುಕೊಂಡ. ಸ್ವಂತ ಕಾರು ಬಾಲ್ಕನಿಯಲ್ಲಿ ಶೋಭಾಯಮಾನವಾಗಿ ನಿಂತಿತ್ತು. ಕಾರು ಕಲಿತು ಲೈಸೆನ್ಸ್ ಹೊಂದಿದ ಆರಾಮಾಗಿ ಕಾರು ಓಡಿಸಿಯಾಡುವ ಹೆಣ್ಣು ಒಂದು ಗಳಿಗೆ ಹೋಗಿ ಬರಬಹುದಿತ್ತು.

ಇದನ್ನು ಭಟ್ಟರ ಮುಂದೆ ಆಡಿಯುಬಿಟ್ಟ.

"ಹಣ, ಪ್ರತಿಷ್ಠೆ ಬಿಟ್ಟು ಇವ್ರಿಗೆ ಏನು ಬೇಕಿಲ್ಲ. ಆ ವಯಸ್ಸಾದ ಮನುಷ್ಯ ಮೊಮ್ಮಗನಿಗಾಗಿ ಎಷ್ಟು ಅಕ್ಕರೆಯಿಂದ ಊಟ ಹೊತ್ತುಕೊಂಡು ನಡದೇ ಹೋಗ್ತಾ ಇದ್ದರು. ಎರ್ಡು ಕಾರು ಇದೆ... ಇವ್ರ ಹೆಣಕ್ಕೆ" ಬೈಯ್ದುಕೊಂಡೇಬಿಟ್ಟರು ಭಟ್ಟರು.

ನಾರಾಯಣ ಬಾಯಿ ಮೇಲೆ ಕೈ ಇಟ್ಟುಕೊಂಡ. "ಮೆಲ್ಲಗೆ......ಮೆಲ್ಲಗೆ.... ನೋಡೋಕೆ ಸಣ್ಣಗಿದ್ದರೂ ಬಾಯಿ ಮಾತ್ರ ಊರಗಲ ನಮಗ್ಯಾಕೆ..... ಗ್ರಹಚಾರ! ದೊಡ್ಡವ್ರು ಯಾವ ಬಾವಿಗಾದ್ರೂ ಬಿದ್ದುಕೊಳ್ಳಿ" ಎನ್ನುತ್ತ ತರಕಾರಿ ತೊಳೆಯಲು ಎದ್ದ.

ರಾತ್ರಿಯೇ ತಿಳಿದಿದ್ದು ಮಧ್ಯಾಹ್ನ ಅವರುಗಳು ಕೊಟ್ಟ ಟೋಸ್ಟ್, ಹಾರ್ಲಿಕ್ಸ್ ನಿರಾಕರಿಸಿದ್ದ ಕೃಷ್ಣ. ಹೆಡ್ ಮಿಸ್ ಫೋನ್ ಮಾಡಿ ತಮ್ಮ ಕರ್ತವ್ಯ ಮುಗಿಸಿದ್ದರು.

ಬಂದವನು ಹೊರಗಿನ ಮೆಟ್ಟಿಲ ಮೇಲೆಯೇ ಕೂತಿದ್ದ. ಯಾರು ಎಷ್ಟು ಹೇಳಿದರೂ ಕೇಳಲಿಲ್ಲ. "ಅವನನ್ನ ಮುದ್ದುಮಾಡಿ ಹಾಳು ಮಾಡಿಬಿಟ್ರು" ಗೊಣಗಿಕೊಂಡಳು ವಾಣಿ.

ಬಂದವರು ಹೊರಟ ನಂತರ ಅವನಿಗೆ ಅಪ್ಪ, ಅಮ್ಮನ ನೆನಪಾಯಿತು. "ಮನೆಗೂ ಬರದಂಥ ರಾಜಕಾರ್ಯವೇನು? ಅವ್ನ ನೋವನ್ನ ಇವರೇನು ಹೊತ್ತುಕೊಳ್ಳೋಲ್ಲ" ಮೆಲ್ಲುಮುಖಕ್ಕೆ ಸಿಡುಕಿದ. ಆದರೆ ಎದೆಯಲ್ಲಿ ಎಂತಹುದೋ ಸಂಕಟ, ತಳಮಳ, ಹೃದಯ ಹಿಂಡಿದಂತಾಗುತ್ತಿತ್ತು.

"ನಾನ್ಹೋಗಿ... ಕರ್ಕೊಂಡ್ಬರ್ತಿನಿ" ಎಂದ.

ವಾಣಿ ತಡೆದಳು. "ಅವ್ರ ದುಃಖ, ನೋವು ಕೋಪವಾಗಿ ನಿಮ್ಮ ಕಡೆ ತಿರುಗುತ್ತೆ. ನೀವು ಅವರ ನಾಲಿಗೆಗೆ ಆಹಾರವಾಗ್ಬಿಡ್ತೀರಿ. ಅವೆಲ್ಲ ಯಾಕೆ? ಬರ್ದೇ ಎಲ್ಲಿಗೆ ಹೋಗ್ತಾರೆ" ಅವನನ್ನ ತೆಪ್ಪಗಾಗಿಸಿದಳು. ಆದರೆ ಭಾಸ್ಕರನ ಮನದಲ್ಲಿ ದೊಡ್ಡ ಹೋರಾಟ.

ಹತ್ತರ ನಂತರ ಫೋನ್ ಬಂತು. ನಸೀಂ ಮಾಡಿದ್ದ. "ರಾಧು ಮೇಷ್ಟ್ರು, ಅತ್ತೆ ಬೆಳಿಗ್ಗೆ ಬರ್ತಾರೆ..." ಅಷ್ಟೆ ಹೇಳಿದ್ದು. ಸೂರ್ಯನ ಬಗ್ಗೆ ವಿಚಾರಿಸಬೇಕೆನಿಸಿತು. ಕೆಲವು ಸಮಯದಲ್ಲಿನ ಅವನದೇ ಮಾತು, ನಡತೆಗೆ ಅರ್ಥ ಸಿಗುತ್ತಿರಲಿಲ್ಲ. ಕೆಲವೊಮ್ಮೆ ಲಜ್ಜಿತನಾದರು, ಮರುಗಳಿಗೆ ಸಮರ್ಥಿಸಿಕೊಳ್ಳುತ್ತಿದ್ದ.

ಹೊರಗೆ ಬಂದು ತಂಗಾಳಿಗೆ ಮೈಯೊಡ್ಡಿ ಬಾಲ್ಕನಿಯಲ್ಲಿ ಕೂತ. ಕೃಷ್ಣನ ಅಳು ಇಲ್ಲಿಯವರೆಗೂ ಕೇಳಿಸುತ್ತಿತ್ತು. ಸಿಡುಕುತ್ತ ಬಂದ ವಾಣಿ ಅಲ್ಲೇ ಕೂತಳು.

"ಯಾಕೆ ನಿದ್ದೆ ಬರ್ಲಿಲ್ವಾ?" ಕೇಳಿದ.

"ಅವ್ನ ಅಳು ಕೇಳಿದ್ರಲ್ಲ... ಹಾಲು ಕೂಡ ಕುಡಿಯಲಿಲ್ವಂತೆ ನಾರಾಯಣ ಹೇಳ್ದ. ಅವನನ್ನ ಸರಿಪಡಿಸಲಾರದಷ್ಟು ಹಾಳು ಮಾಡ್ಬಿಟ್ರು. ಮುದ್ದು ಮಾಡೋಕು ಮಿತಿ ಇರುತ್ತೆ" ಎಂದಳು.

"ಷಟಪ್, ಪ್ರೀತಿ, ಮುದ್ದು ಏನೂಂತ ಅವ್ನಿಗೆ ತಿಳಿಸಿದ್ದು ನಮ್ಮಪ್ಪ, ಅಮ್ಮ ಬಂದ್ಮೇಲೆ. ಅವನದೇನು ಕೆಡೋ ವಯಸ್ಸಲ್ಲ. ಸ್ವಲ್ಪ ಹೋಗಿ ಸುಧಾರ್ಸು" ಅವನಲ್ಲಿನ ಅಸಹನೆ ಒರಟಾಯಿತು.

ವಾಣಿ ಎರಡು ಕಿವಿಗಳನ್ನು ಮುಚ್ಚಿಕೊಂಡಳು. "ಅವನನ್ನು ಸುಧಾರಿಸೋದು... ಇಂಪಾಸಿಬಲ್...ನನ್ಕೈಲ್ಲಾಗೋಲ್ಲ" ಎಂದಾಗ ಭಾಸ್ಕರನೇ ಎದ್ದು ಹೋದ.

ಭಟ್ಟರ ಮಾತು ತಟ್ಟನೆ ಬಂದು ಅವನ ಮುಖಕ್ಕೆ ಅಪ್ಪಳಿಸಿತು. "ಯಾವ ಸೀಮೆ ಜನಾರೀ! ಮಗು ಇಲ್ಲಿ ಈ ಪಾಟಿ ಅಳ್ತಾ ಇದೆ. ಹೊರ್ಗಡೆ ಕಲ್ಲುಗಳಾಗಿ ಕೂತಿದ್ದಾರೆ. ಅವರೇನು ಮನುಷ್ಯರಾ?"

ಭಾಸ್ಕರ ಮುಂದಕ್ಕೆ ಹೆಜ್ಜೆ ಇಡಲಾರದೇ ಹೋದ. ಕೋಣೆಗೆ ಹೋದವನೇ ಕುಸಿದಂತೆ ಕೂತ. ಕೃಷ್ಣನ ಅಳು ಅಪ್ಪಳಿಸಿದಂತೆ ಕೇಳಿಸುತ್ತಿತ್ತು. ಇನ್ನು ತಡೆಯಲಾರದೆ ಹೋದ.

"ನಾರಾಯಣ" ಗೋಡೆಗಳು ಕಿತ್ತು ಹೋಗುವಂತೆ ಕೂಗಿದ.

"ಮಗೂನ ಕರ್ಕೊಂಡ್ಬಾ...." ಕರುಳ ಕತ್ತರಿಸುವಂಥ ಸಂಕಟ ತಡೆಯಲಾರದೆ ಹೋಗಿದ್ದ ಭಾಸ್ಕರ.

ಕೃಷ್ಣನನ್ನು ಬಿಟ್ಟು ಹೋದ ನಾರಾಯಣ

"ಬಾ ಇಲ್ಲಿ...." ದೂರದಲ್ಲಿಯೇ ನಿಂತು ಕರೆದ "ಬರೋಲ್ಲಾ....." ನೆಲದಲ್ಲಿ ಕೂತವನು ಮತ್ತಷ್ಟು ಅಳಲು ಶುರು ಮಾಡಿದ. "ನಂಗೆ ಅಜ್ಜಿ, ತಾತ.....ಬೇಕು......" ನೆಲದಲ್ಲಿ ಉರುಳಾಡತೊಡಗಿದ.

ಇಡೀ ಮನೆಯಲ್ಲಿದ್ದವರ ಪ್ರಯತ್ನವೆಲ್ಲ ನಿರರ್ಥಕ ಮಾಡುವಂತೆ ಅಳುತ್ತಿದ್ದ. ಅತ್ತು ಸಾಕಾಗಿಯೇ ಅವನು ನಿದ್ರಿಸಿದ್ದು. ಸೋಫಾ ಮೇಲೆ ಮಲಗಿದ್ದ ಅವನನ್ನು ಎಲ್ಲಿ ಎಚ್ಚರವಾಗಿಬಿಡುತ್ತಾನೋ ಎಂದು ಹಾಸಿಗೆಯ ಮೇಲೆ ಮಲಗಿಸಲು ಕೂಡ ಅಂಜಿದರು.

ಬೆಳಿಗ್ಗೆ ರಾಧಾಕೃಷ್ಣಯ್ಯ ವನಜಮ್ಮನ ಜೊತೆ ನಸೀಂ ಬಂದಿದ್ದ. ಇಡೀ ರಾತ್ರಿ ನಿದ್ದೆಗೆಟ್ಟ ಭಾಸ್ಕರನ ಪಿತ್ತ ನೆತ್ತಿಗೇರಿತ್ತು. ಇಡೀ ದಿನ, ರಾತ್ರಿ ಯಾರೋ ಮೂರನೆಯ ವ್ಯಕ್ತಿಗಾಗಿ ಆಸ್ಪತ್ರೆಯಲ್ಲಿ ಉಳಿದಿದ್ದು. ಭಾಸ್ಕರನಿಗೆ ಸರಿ ಕಂಡಿರಲಿಲ್ಲ.

ಸ್ನಾನ ಮುಗಿಸಿ ಬಾತ್‌ರೂಂನಿಂದ ಹೊರಗೆ ಬರುವ ವೇಳೆಗೆ ಎದ್ದಿದ್ದ ಕೃಷ್ಣ ಮತ್ತೆ ರಾಗ ಷುರು ಮಾಡಿದ. ಬೇಸತ್ತಿದ್ದ ಭಾಸ್ಕರ ಬಂದವನೇ ಅವನ ಕೈಹಿಡಿದು "ನಡೀ ಕೋಣೆಗೆ, ಅಳೋದೊಂದು ಬಿಜಿನೆಸ್ ಮಾಡ್ಕೊಂಡು ಬಿಟ್ಟಿದ್ದೀಯಾ!" ಗದರಿಸಿದ.

ಅಲ್ಲೇ ಇದ್ದ ನಸೀಂ ತಟ್ಟನೆ ನುಗ್ಗಿ ಅವನನ್ನು ಎತ್ತಿಕೊಂಡು, "ಬಿಡು ಭಾಸ್ಕರಣ್ಣ.... ವಯಸ್ಸು ಚಿಕ್ಕದು... ನೀನೇನು ಕಮ್ಮಿ ಗಲಾಟೆ ಮಾಡ್ತಾ ಇದ್ಯಾ! ಅಮ್ಮಿಜಾನ್ ಆಗಾಗ ಹೇಳ್ತಾರೆ" ಎಂದು ಕೃಷ್ಣನ ಕಣ್ಣೀರು ತೊಡೆದ.

ಭಾಸ್ಕರನ ಪಿತ್ತ ನೆತ್ತಿಗೇರಿತು. ಅಷ್ಟು ಎಚ್ಚರವಹಿಸದ ಕಳೆಗೆಟ್ಟ ತಲೆಗೂದಲು, ಬಣ್ಣಗೆಟ್ಟ ಅಂಗಿ ಷರಾಯಿ–ಇಂಥ ವ್ಯಕ್ತಿ ಮಧ್ಯೆ ಪ್ರವೇಶಿಸುವುದೆಂದರೇ–ಅವನ ಧಮನಿಗಳಲ್ಲಿನ ರಕ್ತ ಬಿಸಿಯಾಯಿತು.

"ನನ್ನ ಮಗನ ಸುದ್ದಿಗೆ ಬೇರೆಯವ್ರು ಬರೋದು ನಂಗಿಷ್ಟವಾಗೋಲ್ಲ. ಅವನನ್ನ ಮೊದ್ಲು ಕೆಳ್ಗೇ ಇಳಿಸು" ಒರಟಾಗಿ ಆಜ್ಞಾಪಿಸಿದ.

ಅವನಿಗೆ ಮೊದಲು ಗಾಬರಿಯಾದರು ನಕ್ಕುಬಿಟ್ಟ ನಸೀಂ "ಬಹಳ ಜೋಕ್ ಮಾಡ್ತೀಯಾ......" ಅವನು ಮತ್ತೇನಾದ್ರೂ ಹೇಳುವ ಮುನ್ನ ಅವನಿಂದ ಕೃಷ್ಣನನ್ನ ಎಳೆದು "ನಾರಾಯಣ ಕರ್ಕೊಂಡ್ಹೋಗಿ ಸ್ನಾನ ಮಾಡ್ಸು" ಎಂದವನು ನಸೀಂ ಅತ್ತ ಕೆಂಗಣ್ಣುಬಿಟ್ಟ "ಗೆಟ್ ಔಟ್, ಯಾಕೆ ಬಂದೆ ಒಳ್ಗೇ? ಇದು ಮೈಥಿಲಿಪುರದ ಧರ್ಮಛತ್ರವಲ್ಲ ಬಂದು ಹೋಗೋಕೆ, ಇಲ್ಲಿ ಇಂಥದಕ್ಕೆ ಆಸ್ಪದವಿಲ್ಲ. ಹೊರ್ಗೇ ನಿಂತು ಮಾತಾಡು" ಹ್ಝೂಂಕರಿಸಿದ.

ನಸೀಂನ ಮುಖ ಬಿಳುಚಿಕೊಂಡಿತು. ಕುಗ್ಗಿ ಕುಬ್ಜನಾಗಿ ಹೋದ, ಈ ಮಟ್ಟದಲ್ಲಿ ಭಾಸ್ಕರ ವರ್ತಿಸುತ್ತಾನೆಂಬ ಕನಸು ಕೂಡ ಕಂಡಿರಲಿಲ್ಲ.

"ಮಾಫ್ ಕರೋ ಭಯ್ಯಾ....." ಹೊರಗೆ ಹೋದವನು ಬಾಲ್ಕನಿಯ ಕೊನೆಗೆ ಹೋಗಿ ಮೆಟ್ಟಿಲಿನ ಮೇಲೆ ಕೂತ. "ಬರೀ ಹೇಳಿ ಹೋಗ್ತೀನಿ ಎಂದೂ ಮನೆಯೊಳಕ್ಕೆ ಬರೋಲ್ಲ." ಅವಮಾನದಿಂದ ಕಣ್ಣೀರು ಸುರಿಸಿದ.

ಕಾಫೀ ಹಿಡಿದು ರಾಧಾಕೃಷ್ಣಯ್ಯ ಬಂದಾಗ ಹಾಲ್‌ನಲ್ಲಿ ಯಾರು ಇರಲಿಲ್ಲ. ಬಾಲ್ಕನಿಗೂ ಬಂದು ನೋಡಿದರು. ಅವನು ಹೊರಟುಬಿಟ್ಟಿದ್ದ. ಸತ್ಯ ಹೇಳುವಂಥ ಜನ ಇರಲಿಲ್ಲ.

"ನಸೀಂ..... ಬಂದಿದ್ದ" ಇಣಕಿ ಭಾಸ್ಕರನಿಗೆ ಹೇಳಿದರು.

ಗಡ್ಡಕ್ಕೆ ಶೇವಿಂಗ್ ಕ್ರೀಮ್ ಹಚ್ಚಿ ಬ್ರಷ್ ಮಾಡುತ್ತಿದ್ದ ಅವನು ತೆಪ್ಪಗಿದ್ದ. ಕೆಲವು ತಪ್ಪುಗಳನ್ನು ತಂದೆ ಕ್ಷಮಿಸಲಾರರೆಂದು ಅವನಿಗೆ ಗೊತ್ತು.

ಷೇವ್ ಮುಗಿಸಿ ಬಂದವನು "ಅಮ್ಮಾ...." ಎಂದು ಕೂಗಿದ. ದೇವರ ಮನೆಯಲ್ಲಿದ್ದ ಆಕೆ ದೇವರ ಪ್ರಸಾದ ಸೇವಂತಿಗೆ ಹೂವನ್ನು ಮುಡಿಗೆ ಸಿಕ್ಕಿಸಿಕೊಳ್ಳುತ್ತಲೇ ಓಡಿಬಂದರು. ಸುರ್ಯನ ಬಗ್ಗೆ ಕೇಳಬಹುದೆಂಬ ಕಾತರ ಆಕೆಗೆ.

ನೋಟವನ್ನ ಬೇರೆಡೆ ತಿರುಗಿಸಿಕೊಂಡ "ಇಡೀ ದಿನ ರಾತ್ರಿಯೆಲ್ಲ ಆಸ್ಪತ್ರೆಯ ಆವರಣದಲ್ಲಿ ಕಳೆದಿದ್ದೀರಿ. ಈ ಇಂಥದನ್ನೆಲ್ಲ ತಡಿಯೋಲ್ಲ" ಬಿಗಿದ ಮುಖದಿಂದ ಹೇಳಿದ "ಮತ್ತೆ ಈಗ ಹೋಗೋದ್ಬೇಡ. ನೀವು ಅಲ್ಲಿದ್ದು ಮಾಡೋದೇನಿದೆ? ಅಲ್ಲಿ ಮೈಥಿಲಿಪುರದಲ್ಲಿ ಪ್ರತಿಯೊಬ್ಬರ ಕಷ್ಟಕ್ಕೂ ಮಾಡಿ ಮಾಡಿ ಸವೆದುಹೋಗಿದ್ದೀರಾ. ಮುಂದೆ ಇಂಥದಕ್ಕೆ ನಾನು ಅವಕಾಶ ಕೊಡೋಲ್ಲ!" ಅವನ ಮಾತುಗಳು ಕಡ್ಡಿ ತುಂಡು ಮಾಡಿದಂತಿತ್ತು.

ಒಂದು ಗೆರೆ ಎಳೆದು ಇದರ ಆಚೆ ಹೋಗಬಾರದೆಂದು ಹೇಳಿದಂತಾಯಿತು. ಆಕೆಯ ಮನ ಸಂಕಟದಿಂದ ಒದ್ದಾಡಿತು. ಇವನು ಹೇರುತ್ತಿರುವ ನಿರ್ಬಂಧನೆ ಎಷ್ಟು ನಿರ್ದಯವೆಂದು ಇವನಿಗೆ ಗೊತ್ತಿದೆಯೇ?

"ಭಾಸ್ಕರ, ನೀನೇನು ಹೇಳ್ತಾ ಇದ್ದೀಯಾ? ಸೂರ್ಯನ ಬಗ್ಗೆ ವಿಚಾರಿಸ್ತೀಯಾ ಅಂದ್ಕೊಂಡೆ ಅವ್ನು ನಿಂಗೆ ಏನು ಅಲ್ವಾ?" ಆಕೆಯ ಕಣ್ಣಂಚಿನ ಬಿಂದುಗಳು ಮತ್ತುಗಳಂತೆ ಕೆನ್ನೆಯ ಮೇಲೆ ಇಳಿದವು.

"ಅಜ್ಜಿ...." ಕೃಷ್ಣ ಬಂದು ಆಕೆಯ ಕಾಲುಗಳನ್ನು ತಬ್ಬಿಕೊಂಡ. "ನಾನು ನಿನ್ನ ಜೊತೆ ಬರ್ತೀನಿ" ಮೊಮ್ಮಗನಿಗೆ ಏನು ಹೇಳಲಾರದೆ ಹೋದರು.

ಭಾಸ್ಕರ ಮತ್ತೊಮ್ಮೆ ಹೇಳಿದ "ನೀವುಗಳು ಹೋಗೋದ್ಬೇಡ." ಇದನ್ನು ದಾಟಲು ಆಕೆ ಸಿದ್ಧರಿದ್ದರು. "ಬದಲಾಗ್ಬೇಕು. ಆದರೆ ಇಂಥ ಬದಲಾವಣೆ ನಿನ್ನಲ್ಲಿ ಬರಬಾರ್ದಿತ್ತು. ಮೊದ್ಲು ಹೋಗಿ ಸೂರ್ಯನ್ನ ನೋಡು ಈ ತಪ್ಪಿಗೆ ಯಾವಾಗ್ಲೂ ಪ್ರಾಯಶ್ಚಿತ್ತ ಇರೋದೇ ಇಲ್ಲ" ಅವನ ಎದುರಿನಿಂದ ಆಕೆ ಹೋಗಿಬಿಟ್ಟರು.

ಕೋಣೆಗೆ ಬಂದವರೇ ಕುಸಿದರು. ಬಂದ ಮೈಥಿಲಿಪುರದ ಜನರೆಲ್ಲಾ ಭಾಸ್ಕರನ ಬಗ್ಗೆ ಕೇಳೋರೆ. ಏನೆಂದು ಹೇಳಿಯಾರು? ತಮ್ಮ ಮಗ ಕೃತಜ್ಞತೆ ಇಲ್ಲದವನು. ಕಟುಕ, ಸ್ನೇಹಕ್ಕೆ ಅರ್ಹನಾದವನಲ್ಲ ಎಂದು ಎಷ್ಟು ಜನಕ್ಕೆ ಹೇಳಿಯಾರು?

ಬಂದ ನಾರಾಯಣ "ವ್ಯಾನ್ ಬರೋ ಹೊತ್ತಾಯ್ತು" ಎಂದ. ಅವನ ಮುಖ ನೋಡಿದ ಕೃಷ್ಣ "ಬರೋಲ್ಲ ನೀನೇ ಹೋಗು" ಅಜ್ಜಿಯ ಮಡಿಲಲ್ಲಿ ಮುಖ ಮುಚ್ಚಿಕೊಂಡ.

"ಅಮ್ಮಾವ್ರೆ ಮಗುನ ಕಳ್ಸಿಕೊಡಿ. ವ್ಯಾನ್ ಬರೋ ಹೊತ್ತಾಯ್ತು. ಚಿಕ್ಕಮ್ಮಾವ್ರು ರೇಗಾಡ್ತಾರೆ" ಎಂದ ಮೆಲ್ಲಗೆ.

ಜಪ್ಪಯ್ಯ ಎಂದರೂ ಕೃಷ್ಣ ಅಲ್ಲಾಡಲಿಲ್ಲ. ಕಡೆಗೆ ರಾಧಾಕೃಷ್ಣಯ್ಯ ಅವನನ್ನು ಕರೆದುಕೊಂಡು ಹೋದರು.

ತಂದೆಗೂ ಒಂದು ಮಾತು ಹೇಳಬೇಕೆನ್ನಿಸಿತು. ಭಾಸ್ಕರನಿಗೆ "ಅಪ್ಪ, ಅವ್ನ ಆರೋಗ್ಯ, ತಿಳಿಬೇಕಾದ್ರೆ.....ಫೋನ್ ಮಾಡಿ ವಿಚಾರ್ಸಿಕೊಳ್ಳಿ, ಇಲ್ಲ ನಾರಾಯಣನನ್ನು ಕಳ್ಸಿ, ಅವ್ನು ನೋಡ್ಕೊಂಡ್ ಬರ್ತಾನೆ. ನೀವು ಹಗ್ಲು, ರಾತ್ರಿ ಊಟ ನಿದ್ದೆ ಇಲ್ದೇ ಅಲದಾಡೋದು ನಂಗಿಷ್ಟವಿಲ್ಲ" ತುಂಬಾ ಸೀರಿಯಸ್ಸಾಗಿ ಹೇಳಿದ.

ಮಗನ ಮಾತನ್ನ ಅರ್ಥ ಮಾಡಿಕೊಂಡರು. "ಅಂಥ ದಣಿವೇನು ಇಲ್ಲ. ನೀನು ಸೂರ್ಯನ ಸ್ಥಿತಿಯಲ್ಲಿ ಇದ್ದರೆ ನಾವು ಆರಾಮಾಗಿ ಊಟ ಮಾಡ್ಕೊಂಡು ನಿದ್ದೆ ಮಾಡ್ತಾ ಮನೆಯಲ್ಲಿ ಇರೋಕೆ ಆಗ್ತಾ ಇತ್ತಾ! ಅವ್ನು ನಮ್ಮ ಹೊಟ್ಟೆಯಲ್ಲಿ ಹುಟ್ಟಿಲ್ಲ ಅನ್ನೋದೊಂದು ಬಿಟ್ಟರೆ....." ಪೂರ್ತಿ ಮಾಡಲಿಲ್ಲ. ಆದರೆ ಅವನು ನಿನಗಿಂತ ನಮ್ಗೆ ಹೆಚ್ಚೇ ಎಂದು ಹೇಳಿದಂತಾಯಿತು. ಅವರ ಮುಖಭಾವ ಅವನಿಗೆ.

ಭಾಸ್ಕರ ಕೋಣೆಯಲ್ಲಿ ಭುಸುಗುಟ್ಟುತ್ತ ಉಳಿದ. ಈಗ ಅವರು ಹೋದರೆ ಅವನಿಗೆ ದೊಡ್ಡ ಅವಮಾನ, ಹಾಗೆಂದು ಅವರನ್ನ ಕಟ್ಟಿ ಹಾಕಲು ಸಾಧ್ಯವೇ? ಮುಷ್ಟಿ ಬಿಗಿ ಹಿಡಿದು ಗಾಳಿಯಲ್ಲಿ ಗುದ್ದಿದ. ಸೂರ್ಯನ ಬಗೆಗೆ ಅವನಿಗೆ ಅರ್ಥವಿಲ್ಲದ ಅಸೂಯೆ.

ಹೊರಡುವ ಮುನ್ನ ರಾಧಾಕೃಷ್ಣಯ್ಯ ಮಗನ ಕೋಣೆಗೆ ಬಂದರು. "ಒಂದ್ಸಲ ಬಂದು ಸೂರ್ಯನ್ನ ನೋಡೋಲ್ವಾ! ಹಣ, ಅಂತಸ್ತಿನಿಂದಲೇ ಎಲ್ಲ ಸಂಬಂಧಗಳ್ನ ತೂಕ ಹಾಕಕ್ಕಾಗೋಲ್ಲ. ಅವ್ನು ನಿನಗೆ ಮಾಡಿದ್ದನ್ನ ನೆನೆಸ್ಕೋ. ನೀನಂತು ತೀರಿಸೋಕೆ ಈ ಜನ್ಮದಲ್ಲಿ ಸಾಧ್ಯವಿಲ್ಲ. ಅವ್ನು ಆಸ್ಪತ್ರೆ ಹಾಸಿಗೆಯ ಮೇಲಿದ್ದಾನೆ. ನೀನೇನು ಮಾಡೋದ್ಬೇಡ. ಒಂದ್ಸಲ ಬಂದು ಮಾತಾಡಿಸಿಕೊಂಡ್ಬಾ." ಮಗನಿಗೆ ಬುದ್ಧಿ ಹೇಳಿದರು.

"ಆಗೋಲ್ಲ...." ಎಂದವ ಹೊರಗೆ ಹೋದ.

ಆದರೆ ಅವರನ್ನು ತಡೆಯುವುದು ಮಾತ್ರ ಭಾಸ್ಕರನಿಂದಾಗಲಿಲ್ಲ. ಅವರು ಹೊರಟೇ ಬಿಟ್ಟರು.

"ಅದೇನು ಬಿಕನಾಸಿ ಜನಗಳೋ! ಸ್ವಲ್ಪನಾದ್ರೂ ಕಾಮನ್‌ಸೆನ್ಸ್ ಬೇಡ್ವಾ! ನೀವು ಉಪ್ಪರಿಗೆಯಲ್ಲಿ ಕೂಡಿಸಿದ್ರೂ... ಅವರ ಸ್ವಭಾವವೇನು ಬದಲಾಗೋಲ್ಲ.! ಯಾವ್ನೋನೋ ಬಿದ್ದಾಂತ ಹಗಲು ರಾತ್ರಿ ಅವ್ನ ಸೇವೆ ಮಾಡ್ಕೊಂಡ್ ಆಸ್ಪತ್ರೆಯಲ್ಲಿ ಬಿದ್ದಿರುತ್ತಾರಲ್ಲ. ಅವ್ನು ನಿಮ್ಗಿಂತ ಹೆಚ್ಚು! ಹಾಳಾದ ಜನ. ಬೇಕಿದ್ರೆ ಮೈಥಿಲಿಪುರದಲ್ಲೇ ಹೋಗಿ ಬಿದ್ದುಕೊಳ್ಳಲಿ" ಬೀರುನಲ್ಲಿನ ಬಟ್ಟೆಗಳನ್ನು ತೆಗೆಯುತ್ತ ವಾಣಿ ಜೋರಾಗಿ ಗೊಣಗುತ್ತಿದ್ದಳು.

ಒಳಗೆ ಬಂದ ಭಾಸ್ಕರ ಕೆನ್ನೆಗೆ ರಪ್ಪೆಂದು ಹೊಡೆದ. "ನನ್ನೆದುರಿಗೆ ಅವ್ರನ್ನು ಅನ್ನೋಷ್ಟು ಪೊಗರಾ... ನಿಂಗೆ! ನಾನು ಎಂದೂ ಇದ್ನ ಸಹಿಸೋಲ್ಲ. ಬಿ ಕೇರ್‌ಫುಲ್..." ಎಚ್ಚರಿಸಿದ.

ಅವನೆದೆಯಾಳದಲ್ಲಿ ತಾಯಿ ತಂದೆಯರ ಬಗ್ಗೆ ಅಪಾರವಾದ ಪ್ರೀತಿ, ಗೌರವ, ಅಭಿಮಾನ ಹುದುಗಿಹೋಗಿತ್ತು. ಬೇರೊಬ್ಬರಿಂದ ಅವಮಾನವಾದಾಗಲೆಲ್ಲ ಅದು ಸಿಡಿದೆದ್ದು ರಾಕ್ಷಸ ರೂಪ ತೋರುತ್ತಿತ್ತು.

ಅಳುತ್ತ ಕೂತವಳ ಗದ್ದವನ್ನು ತೋರುಬೆರಳಿನಿಂದೆತ್ತಿ "ನಿನ್ನ ವ್ಯಂಗ್ಯ ಮಾತು, ಚುರುಕು ಪದಗಳ ಉಪಯೋಗ ನಮ್ಮಪ್ಪ, ಅಮ್ಮನ ವಿಷ್ಯದಲ್ಲಿ ಬೇಡ. ಇಲ್ಲದಿದ್ರೆ ನಾನು ಕೊಲೆಗಾರನಾಗಿ ಜೈಲು ಸೇರಬೇಕಾಗುತ್ತೆ." ಸ್ಪಷ್ಟವಾಗಿ ಹೇಳಿದ.

ವಾಣಿ ಮೊದಲ ಸಲ ಪೂರ್ತಿ ಹೆದರಿದಳು.

* * *

ಮೈಥಿಲಿಪುರದ ಎಲ್ಲಾ ಜನಾನು ಬಂದು ಸೂರ್ಯನನ್ನ ನೋಡಿಕೊಂಡು ಹೋದರು. ಎಲ್ಲೂ ಮೂಳೆ ಜಖಂ ಆಗದಿದ್ದರೂ ತಲೆ, ಮೊಣಕಾಲಿಗೆ ಬಿದ್ದ ಪೆಟ್ಟು ಬಲವಾಗಿದ್ದರಿಂದ ಹದಿನೈದು ದಿನಗಳು ಆಸ್ಪತ್ರೆಯಲ್ಲಿ ಉಳಿಯಬೇಕಿತ್ತು.

ಹದವಾಗಿ ಮಳೆ ಬಿದ್ದಿತ್ತು. ಅವನಪ್ಪನಿಗೆ ತೋಟದ ಕೆಲಸ, ನಾಟಿಯ ಕೆಲಸ, ಪೂರ್ತಿ ಆಳುಗಳ ಮೇಲೆ ಬಿಟ್ಟರೆ ಅಷ್ಟೂ ಬೆಳೆ ಕೈ ಸೇರದೆಂದು ಅವರ ಚಡಪಡಿಕೆ.

ಸೂರ್ಯನೆ ಒಂದು ತೀರ್ಮಾನಕ್ಕೆ ಬಂದ. "ಅಪ್ಪ, ನೀನು ಅಮ್ಮ ಹೋಗ್ಬಿಡಿ. ಇಲ್ಲೇನು ನನಗೆ ತೊಂದರೆ ಇಲ್ಲ. ಹೇಗೂ ರಾಧು ಮಾಸ್ಟರ್, ಅತ್ತೆ ಬಂದು ನೋಡ್ಕೋತಾರೆ" ಹೇಳಿದ.

"ಅವ್ರು ಬೇಕಾದ್ರೆ..... ಹೋಗ್ಲಿ. ನಾನು ಇಲ್ಲೇ ಇರ್ತೀನಿ" ಸೂರ್ಯನ ಅಮ್ಮ ಇಲ್ಲೇ ಉಳಿಯಲು ನಿಶ್ಚಯಿಸಿದರು. "ಹೋಟೆಲ್ ರೂಮಿನಲ್ಲಿ ಒಂಟಿಯಾಗಿ ಇರ್ತೀಯಾ? ನೀನು ಊರಿಗೆ ಹೋಗ್ಬಿಡು. ನಾನು ಇರ್ತೀನಿ" ಅವನಪ್ಪನ ಗಲಾಟೆ.

ಆಗ ಅವರ ಸಹಾಯಕ್ಕೆ ಬಂದಿದ್ದು ನಸೀಂ

"ನೀವಿಬ್ರೂ ಹೋಗ್ಬಿಡಿ. ನಾನು ಆಸ್ಪತ್ರೆಯಲ್ಲೇ ಇದ್ದು ಬಿಡ್ತೀನಿ. ಸೂರ್ಯನ್ನ ಡಿಸ್‌ಛಾರ್ಜ್ ಮಾಡಿದ್ಮೇಲೆ ಊರಿಗೆ ಬರ್ತೀನಿ. ಅದ್ವರ್ಗೂ ಕುಲುಮೆಯ ಬೆಂಕಿ ಆರಿಹೋಗುತ್ತೆ ಅನ್ನೋದೊಂದು ಬಿಟ್ಟರೆ ಮತ್ತೇನು ತೊಂದರೆ ಇಲ್ಲ."

ಕಡೆಗೆ ನಸೀಂ ಉಳಿಯುವುದೆಂದೇ ತೀರ್ಮಾನವಾಯಿತು. ಎರಡು ದಿನಕ್ಕೊಂದು ಸಲ ಅವನಪ್ಪ ಬಂದು ಹೋಗಲು ನಿರ್ಧರಿಸಿದರು.

ಮಧ್ಯಾಹ್ನದ ಊಟ ಹಿಡಿದು ರಾಧಾಕೃಷ್ಣಯ್ಯ ಬಂದಾಗ ಇದನ್ನು ತಿಳಿಸಿದರು.

"ನಿಶ್ಚಿಂತೆಯಾಗಿ ಹೋಗ್ಬನ್ನಿ. ನಸೀಂ ಕೂಡ ಬೇಡ. ನಾನು ಎರಡೊತ್ತು ಇಲ್ಲೇ ಇದ್ದುಬಿಡ್ತೀನಿ. ಅಲ್ಲಿ ತಾನೆ ಏನಿದೆ ಕೆಲ್ಸ?" ಸೂರ್ಯನ ಪೂರ್ತಿ ಜವಾಬ್ದಾರಿ ಅವರೇ ಹೊತ್ತುಕೊಳ್ಳಲು ಸಿದ್ಧರಾದರು.

ಸೂರ್ಯನ ಕೈ ತಲೆಯ ಮೇಲೆ ಹೋಯಿತು. "ಮೇಸ್ಟ್ರೇ, ಈಗಾಗ್ಲೇ ಸಾಕಷ್ಟು ತೀರಿಸಲಾರದಷ್ಟು ಋಣದ ಭಾರ ನನ್ಮೇಲಿತ್ತು. ಈಗಿನದು ಸೇರಿದರೇ..... ಇನ್ನೂ ನಾಲ್ಕು ಜನ್ಮ ಬೇಕಾಗುತ್ತೆ. ಮಗನಾಗಿಯಲ್ಲದಿದ್ರೂ..... ಆಳಾಗಿ ಇರಬೇಕಾಗುತ್ತೆ. ಅದು ನನಗೆ ಸಂತೋಷದ ವಿಷ್ಯವೇ ಬಿಡಿ" ಎಂದಾಗ ಕೂಡ ಅವನ ಗಂಟಲು ನಡುಗಲಿಲ್ಲ. ಅವನ 'ವಿಲ್ ಪವರ್' ಅಷ್ಟು ಅಗಾಧವಾದದ್ದು.

ಬಿದ್ದಾಗ ಕೂಡ ಅವನೇನು ವಿಚಲಿತನಾಗಿರಲಿಲ್ಲ. "ಅಕಸ್ಮಾತ್ ಕಾಲಿಗೆ ಬ್ಯಾಂಡೇಜ್ ಬಿತ್ತೂಂತ ಇಟ್ಕೊಳ್ಳಿ..... ರಾಧು ಮಾಸ್ಟರ್ ಇದ್ದ ಮನೆಯಲ್ಲಿ ಟ್ಯೂಷನ್ ಕ್ಲಾಸ್ ಓಪನ್ ಮಾಡ್ತೀನಿ. ಕಾಲು ಪೂರ್ತಿ ಹೋಯಿತೂನ್ನಿ..... ನನ್ನ ವುಡ್‌ಬೀಗೆ ಟಾಟಾ... ಬೇರೆ ಗಂಡುನ ಹುಡ್ಕಿಕೊಳ್ಳೋಕೆ ಹೇಳಿ..... ಟ್ಯೂಷನ್ ಕ್ಲಾಸ್‌ನ ಸ್ಕೂಲು ಮಾಡ್ತೀನಿ. ಪ್ರಾಣ ಹೋಯಿತೂಂತ ಇಟ್ಕೊಳ್ಳಿ... ಸುಟ್ಟು ಬೂದಿನ ಬಾಳೆಗಿಡಗಳಿಗೆ ಹಾಕ್ಬಿಡಿ. ಅದು ಪ್ರಯೋಜನಕ್ಕೆ ಬರುತ್ತೆ..... ಚಿಂತೆ ಮಾಡೋಹಂಗಿಲ್ಲ. ರಾಧೂಮಾಸ್ಟರ್, ಅತ್ತೆನ ಕರೆಸೋದು ಮರೀಬೇಡಿ" ಎಂದಾಗ ಅವನ ಮಾತುಗಳನ್ನು ಬಡಬಡಿಕೆಯೆಂದು ತಿಳಿದು ಅವನಪ್ಪ ರೇಗಿ ಬಾಯಿ ಮುಚ್ಚಿಸಿದ್ದರು.

ಅವನು ನೋವನ್ನು ತಡೆಯುತ್ತಿದ್ದ ರೀತಿಯನ್ನು ನೋಡಿ ಎಲ್ಲರು ಆಶ್ಚರ್ಯಪಟ್ಟರು. 'ಸೈನ್ಯಕ್ಕೆ ಲಾಯಕ್ಕಾದವನು ನಮ್ಮ ಸೂರ್ಯ' ಸಂಕಟದಲ್ಲು ಹೆಮ್ಮೆ ಪಟ್ಟುಕೊಂಡಿದ್ದರು.

ವನಜಮ್ಮನ ಹೆಚ್ಚು ಬಲವಂತವೇ ಅವನಪ್ಪ, ಅಮ್ಮ ಊರಿಗೆ ಹೋಗಲು ಕಾರಣವಾಯಿತು. ಮೈಥಿಲಿಪುರದಿಂದ ಒಬ್ಬರಲ್ಲ ಒಬ್ಬರು ಬಂದೇ ಬರುತ್ತಿದ್ದರು.

ರಾತ್ರಿ ಹೊತ್ತು ನಸೀಂ ಅವನ ಬಳಿ ಇದ್ದರೂ ಬೆಳಿಗ್ಗೆ ಊಟ ಹೊತ್ತು ಹೋದ ರಾಧಾಕೃಷ್ಣಯ್ಯ ಸಂಜೆಗೆ ಹಿಂದಿರುಗುತ್ತಿದ್ದರು. ಬಸ್‌ರೂಟ್ ಗೊತ್ತಾದುದ್ದರಿಂದ ಮಧ್ಯಾಹ್ನದ ಹೊತ್ತು ವನಜಮ್ಮ ಕಾಫೀನೋ, ಹಾಲೋ ಹೊತ್ತು ಹೋಗುತ್ತಿದ್ದರು.

ಅಂದು ಗಂಡ ಹೆಂಡತಿ ಮನೆಗೆ ಬಂದ ಕೂಡಲೆ ಧುಮ್ಮಿಸಿಕೊಂಡು ವಾಣಿ ಹೇಳಿದಳು.

"ಮೊದ್ಲು ಕೊಟ್ಟಿದ್ ತಿಂದುಕೊಂಡ್... ಅಭಿನಾಶ್ ಆರಾಮಾಗಿದ್ದ. ನೀವು ಊಟ ಹೊತ್ತು ರೂಢಿ ಮಾಡ್ಬಿಟ್ರಿ. ಈಗ ಅಲ್ಲೇನು ಕೊಟ್ಟರೂ ಬೇಡಾಂತಾನೆ. ಇವತ್ತು ನಾರಾಯಣ ತಗೊಂಡ್ಹೋಗಿದ್ದು ಕೂಡ ಎಸೆದುಬಿಟ್ಟ. ಇದನ್ನೆಲ್ಲಾ ನೀವು ಮೊದ್ಲೇ ಯೋಚ್ಸಿದ್ರೆ.... ಇಷ್ಟೊಂದು ಪರದಾಟ ಈಗ ಇರ್ತಾ ಇರಲಿಲ್ಲ."

ಸಂಯಮದಿಂದ ರಾಧಾಕೃಷ್ಣಯ್ಯ ಎಲ್ಲಾ ಕೇಳಿಸಿಕೊಂಡರು. "ನಾನೇ ಈಗ್ಲೂ ತಗೊಂಡ್ ಹೋಗ್ತಾ ಇದ್ದೆ. ಏನೋ ಆಗ್ಲಿಲ್ಲ. ಮಧ್ಯಾಹ್ನ ಮಲ್ಗಿ ಹೊತ್ತು ಕಳೆಯೋ ಬದ್ಲು ನೀನೇ ತಗೋಂಡ್ಹೋಗಬಹುದಿತ್ತಲ್ಲ. ಅಲ್ಲಿ ನಿನ್ನಂಥ ತಾಯಂದಿರು ಮಕ್ಕಳಿಗಾಗಿ ತಾವೇ ಊಟ ತರ್ತಾರೆ. ಒಮ್ಮೆ ಹೋಗಿದ್ದು ನೋಡ್ಕಂಡ್ಬಾಮ್ಮ, ವಾಣಿ" ಹಾಗೂ ನಿನ್ನ ಗಂಡನ ತಂದೆ ಕೇಳುವ ಅಧಿಕರ ನನಗೂ ಇದೆ ಎನ್ನುವುದನ್ನು ಅವಳಿಗೆ ನೆನಪಿಸಿದಂತಾಯಿತು.

"ಷಟಪ್...." ನೆಲಕ್ಕೆ ಕಾಲು ಅಪ್ಪಳಿಸುತ್ತ ಕೋಣೆಗೆ ಹೋದಳು. ಇಡೀ ಸಂಜೆವರೆಗೂ ಅತ್ತು ಕಣ್ಣು ಕೆಂಪಗೆ ಮಾಡಿಕೊಂಡಳು. ವನಜಮ್ಮ ಕೂಡ ಅತ್ತ ತಲೆ ಹಾಕಲಿಲ್ಲ.

ಬಂದ ಮೈಥಿಲಿಪುರದ ಜನರನ್ನು ಮಾತಿಗಾದರೂ ಕರೆಯದೆ ಹೋಗಿದ್ದರು. ಆಗಲೇ ಅವರಿಗೆ ಅನ್ನಿಸಿದ್ದು, ಇಲ್ಲಿ ತಮ್ಮದೇನೂ ಇಲ್ಲ. ತಾವೇನು ಅಲ್ಲ ಎಂದು. ಇದುವರೆಗಿನ ಅವರ ನಿರ್ಧಾರ ಸ್ವಲ್ಪ ಚಲಿಸತೊಡಗಿತು.

ವ್ಯಾನ್‌ನಿಂದ ಇಳಿದ ಕೃಷ್ಣನನ್ನ ತಾವೇ ಹೋಗಿ ಕರೆತಂದ ರಾಧಾಕೃಷ್ಣಯ್ಯ ಯೂನಿಫಾರಂ ಬದಲಾಯಿಸಿ ಬೇರೆ ಡ್ರೆಸ್ ಹಾಕುವ ವೇಳೆಗೆ ಬಿಸಿಯಾದ ಉಪ್ಪಿಟ್ಟು ತಂದರು ವನಜಮ್ಮ. ಎಷ್ಟು ಹಸಿದಿದ್ದನೋ ತಂದಿದ್ದೆಲ್ಲ ತಿಂದ.

"ಆಸ್ಪತ್ರೆಯಲ್ಲಿ ಒಬ್ಬ ಚಿಕ್ಕಪ್ಪ ಇದ್ದಾನೆ. ಈಗ ಅಲ್ಲಿ ಹೋಗೋಣ" ತಾವೇ ತಲೆ ಬಾಚಿದರು.

ವನಜಮ್ಮನ ಕಣ್ಣುಗಳಲ್ಲಿ ಭಯ ಇಣುಕಿತು. "ವಾಣಿ ಒಪ್ಪೋಲ್ಲ, ಯಾಕೆ ಇಲ್ಲದ ರಂಪಾಟ!" ಕರೆದೊಯ್ಯುವುದು ಬೇಡವೆಂದು ಆಕೆ ತಿಳಿಸಿದರು.

"ಅಪ್ಪನ ಆಸ್ತಿಗೆ ಮಗ ಹೇಗೆ ಹಕ್ಕುದಾರನೋ ಅವನ ಸಾಲಕ್ಕೂ ಅಷ್ಟೇ ಭಾಗಸ್ಥನಾಗ್ತಾನೇ. ಇವನನ್ನ ನೋಡಿ ಸೂರ್ಯ ಎಷ್ಟೋ ಖುಷಿ ಪಡ್ತಾನೆ" ಹೆಂಡತಿಯನ್ನು ಸುಮ್ಮನಾಗಿಸಿಬಿಟ್ಟರು.

ತಾತನ ಜೊತೆ ಆರಾಮಾಗಿ ಆಟೋದಲ್ಲಿ ಹೋದ ಕೃಷ್ಣ.

ಅವನನ್ನ ನೋಡಿದ ಕೂಡಲೇ ಸೂರ್ಯನ ಕಣ್ಣುಗಳು ಅರಳಿದವು. "ಹೇಗಿದ್ದಾನೆ ನಮ್ಮ ಭಾಸ್ಕರ?" ಮಗನನ್ನ ಅವನ ಅಪ್ಪನ ಬಗೆಗೆ ಪ್ರಶ್ನಿಸಿದವನು ಕೈನೀಡಿ ಹತ್ತಿರಕ್ಕೆ ಕರೆದು ಕೂರಿಸಿಕೊಂಡ.

ಮೊದಮೊದಲು ಬಿಮ್ಮಗೆ ಕೂತಿದ್ದ ಕೃಷ್ಣ. ಆಮೇಲೆ ಏನೆಲ್ಲ ಮಾತಾಡಿದ. ಈಗ ಸೂರ್ಯ ಕುಂಟಿಕೊಂಡು ನೆಡೆಯಬಲ್ಲವನಾಗಿದ್ದರಿಂದ, ಅವನ ಕೈ ಹಿಡಿದು ಕಾರಿಡಾರೆಲ್ಲ ಸುತ್ತಿದ. ಸಿಕ್ಕಿದ ಪ್ರಶ್ನೆಗಳನ್ನೆಲ್ಲಾ ಕೇಳಿದ. ಬಹಳ ಬೇಗ ಆತ್ಮೀಯನಾಗಿಬಿಟ್ಟ.

ಇಂದು ಗೆಳೆಯನ ಬಗ್ಗೆ ವಿಚಾರಿಸಿದ ಸೂರ್ಯ,

"ಭಾಸ್ಕರ ಹೇಗಿದ್ದಾನೆ? ಅವನಿಗೆ ಕೆಲಸದ ಬಿಜಿ. ಒಮ್ಮೆ ನೋಡ್ಬೇಕೂಂತ ಅನ್ನಿಸಿದೆ. ನಾನಂತೂ ನೋಡಿಯೇ ಊರಿಗೆ ಹೋಗೋದು"

ಮಾತಾಡಲಿಲ್ಲ ರಾಧಾಕೃಷ್ಣಯ್ಯ. ಮಗನಿಗೆ ಏನೂ ಹೇಳದ ಸ್ಥಿತಿ ಅವರದು. ಸೂರ್ಯ ಅವರ ಮಾತು ಕೇಳಿಯಾನು!

ಮನೆಗೆ ಹಿಂದಿರುಗಿದಾಗ ಅವರು ತೀರಾ ಮಂಕಾಗಿಬಿಟ್ಟಿದ್ದರು. ಕೃಷ್ಣನನ್ನು ಇಳಿಸಿದವರೇ ತಮ್ಮ ಕೋಣೆಗೆ ಹೋಗಿಬಿಟ್ಟರು. ನಸೀಂ ಕೊಟ್ಟ ಬಿಸ್ಕತ್ ಪ್ಯಾಕೆಟ್ ಕೃಷ್ಣನ ಕೈಯಲ್ಲಿತ್ತು.

"ಎಲ್ಲಿಗೆ ಹೋಗಿದ್ದೆ?" ಶ್ಲಾಮ್ಲಿ ಕೇಳಿದಳು.

"ನಿನಗ್ಯಾಕೆ...." ಷೂ ಬಿಚ್ಚುತ್ತ ಅವಳನ್ನೇ ಕೇಳಿದ.

"ಮಮ್ಮಿ ನಾಲ್ಕು ಬಿಗಿತಾರೆ!" ಭಯಪಡಿಸಲು ನೋಡಿದಳು. ಅಣಕಿಸಿ ಓಡಿ ಹೋದ. "ಎಲಾ ಹುಡ್ಗೀ...." ಶ್ಯಾಮ್ಲಿ ಬೆರಗಾಗಿ ನಿಂತಳು.

ಕೋಣೆಗೆ ಹುಡುಕಿಕೊಂಡು ಬಂದ ಭಾಸ್ಕರ. "ಯಾಕೆ ಊಟ ಬೇಡಾಂದರಂತೆ" ಕೇಳಿದ. ಕೈಯಲ್ಲಿನ ಪುಸ್ತಕ ತೆಗೆದಿಟ್ಟು "ಹಸಿವಿಲ್ಲ, ನೀನ್ಯಾಕೆ ಇಲ್ಲಿವರ್ಗೂ ಬಂದು ತೊಂದರೆ ತಗೊಂಡೆ. ಇನ್ನೊಂದು ವಿಷ್ಯ ಸೂರ್ಯ ನಿನ್ನ ವಿಚಾರಿಸಿದ. ನಾಳೆ ಏನಾದ್ರೂ ಪುರಸೊತ್ತು ಸಿಕ್ಕಿದ್ರೆ ಒಂದ್ಗಳಿಗೆ ನೋಡ್ಕೊಂಡ್ಬಾ" ಎಂದವರು ಕಿಟಕಿಯ ಬಳಿ ಹೋಗಿ ನಿಂತರು. ಮಗನ ಮುಖ ನೋಡಲು ಕೂಡ ಅವರಿಗೆ ಸಾಧ್ಯವಾಗಲಿಲ್ಲ.

ಆಸ್ಪತ್ರೆಗೆ ದಾಖಲಾದ ಮಾರನೆಯ ದಿನವೇ ಸೂರ್ಯ ಕೇಳಿದ. "ಮೇಸ್ಟ್ರೇ.... ಭಾಸ್ಕರ ಊರಲ್ಲಿ ಇಲ್ವಾ?" ಸುಳ್ಳು, ನಿಜ ಯಾವುದು ಹೇಳಲಾರದೆ....ತೊಳಲಾಡಿದ್ದರು.

ರಾಧಾಕೃಷ್ಣಯ್ಯ ಹಿಂದಕ್ಕೆ ತಿರುಗಿದಾಗ ಮಗ ನಿಂತಿದ್ದ ಜಾಗ ಖಾಲಿಯಾಗಿತ್ತು. ಭಾಸ್ಕರ ಈ ವೇಳೆಗೆ ಈ ವಿಷಯವನ್ನೊರೆಸಿಹಾಕಿ ಬೇರೇನೋ ತುರುಕಿಕೊಂಡಿದ್ದ ಮಿದುಳಿನಲ್ಲಿ

ಇವನಿಂದ ಕೆಲಸ ಮಾಡಿಸಿಕೊಳ್ಳುವ ಜನ ಬೆಳಿಗ್ಗೆ ಫ್ಯಾಕ್ಟರಿಗೆ ಬಂದು "ಜಯನಗರದಲ್ಲಿರೋ ಸೈಟು ನಿಮ್ಗೇ ಕೊಡಬೇಕೆಂದು ನಿಶ್ಚಯಿಸಿದ್ದೇನೆ" ಆಸೆಯ ಹುಚ್ಚು ಅಲೆಯನ್ನು ತಲೆಯಲ್ಲಿ ಎಬ್ಬಿಸಿ ಹೋಗಿದ್ದರು.

ಅವನಿಗೆ ಹಣ, ಆಸ್ತಿಯೆಂದರೆ ಹುಚ್ಚು ವ್ಯಾಮೋಹ. ಹಿಂದೆ ಅನುಭವಿಸಿದ ಬಡತನಕ್ಕೆ ಇದು ಪ್ರತೀಕಾರವಾಗಿ ಬದಲಾಗಿತ್ತೇನೋ! ಅದನ್ನು ಹೆಂಡತಿಯ ಕಿವಿ ಮೇಲೆ ಹಾಕುವ ಆತುರದಲ್ಲಿದ್ದ. ಸಂತೋಷವನ್ನ ಹಂಚಿಕೊಳ್ಳಬಲ್ಲವಳು ಅವಳೊಬ್ಬಳೇ.

ನಂತರ ಹತ್ತು ನಿಮಿಷದಲ್ಲಿ ಯಾವುದೋ ಭಯ ಅವನನ್ನು ಹಿಡಿದು ಹಿಂದಕ್ಕೆಳೆಯಿತು. 'ಚೆಕ್‌ಆಪ್‌ಗೆ ಬಂದ್ಹೋಗಿ' ಡಾ॥ ರಘುನಂದನ್ ಹಿಂದಿನ ದಿನ ಕ್ಲಬ್‌ನಲ್ಲಿ ಸಿಕ್ಕಾಗ ಹೇಳಿದ್ದು ನೆನಪಾಯಿತು. 'ಕಾಯಿಲೆ, ಡಾಕ್ಟರ್, ಸಾವು' ಅನ್ನೋದು ಇಲ್ಲದಿದ್ದರೇ ಎಷ್ಟು ಚೆನ್ನಾಗಿತ್ತು. ಎಲ್ಲಾದರೂ ಒಂಟಿಯಾಗಿ ಕೂತು ಅಳಬೇಕೆನಿಸಿತು.

ಎಂದೂ ಇಲ್ಲದ ಕೃಷ್ಣ ಅವನ ಬಳಿಗೆ ಓಡಿ ಬಂದ. "ಸೂರ್ಯ ಅಂಕಲ್ ನಿನ್ನ ಬರಹೇಳಿದ್ರು. ಈಗ್ಲೇ ಹೋಗೋಣ" ಅವನ ಮುಖ ದಿಟ್ಟಿಸುತ್ತ ಹೇಳಿದಾಗ ಅವನಿಗೆ ರೇಗಿತು." ನೀನು ಯಾಕೆ ಆಸ್ಪತ್ರೆಗೆ ಹೋದೆ?" ಅಷ್ಟೇ ಬೇಗ ಹಿಂದಕ್ಕೆ ಓಡಿಬಿಟ್ಟ.

ಮಲಗುವ ಮುನ್ನ ವಾಣಿಯು ಆ ಬಗ್ಗೆ ಬೇಸರ ವ್ಯಕ್ತಪಡಿಸಿದಳು. "ಇವರುಗಳು ಇಡೀ ದಿನ ಅಲ್ಲೇ ಇದ್ದು ಬರ್‍ತಾ ಇದ್ದರು. ಈಗ ಅಭಿನಾಶ್‌ನ ಕೂಡ ಜೊತೆಯಲ್ಲಿ ಕರ್ಕೊಂಡ್ಹೋಗ್ತಾ ಇದ್ದಾರೆ. ಅವ್ನ ಟ್ಯೂಷನ್ ಮಿಸ್ ಕಾದಿದ್ದು ಹೋದ್ಲು".

ಎರಡು ನಿಮಿಷ ಸುಮ್ಮನಿದ್ದ ಭಾಸ್ಕರ "ನಾಳೆಯಿಂದ ಕರ್ಕೊಂಡ್ಹೋಗಕೂಡ್ದೂಂತ... ಹೇಳು. ತಾಯಿಯಾದ ನಿಂಗೆ ಆ ಅಧಿಕಾರ ಇರುತ್ತೆ". ಅವನು ಡೈನಿಂಗ್ ಹಾಲ್‌ನಲ್ಲಿ ಹೇಳಿದ್ದು ಇವರ ಕೋಣೆಯಲ್ಲಿ ನಿರಾತಂಕವಾಗಿ ತಲುಪಿತು.

ರಾಧಾಕೃಷ್ಣಯ್ಯ ಒಂದು ನಿರ್ಧಾರಕ್ಕೆ ಬಂದರು.

* * *

ಸೂರ್ಯ ಆಸ್ಪತ್ರೆಯಿಂದ ಡಿಸ್ಚಾರ್ಜ್ ಆಗುವ ಹಿಂದಿನ ದಿನ ಅವನಪ್ಪ, ಅಮ್ಮ ಬಂದರು. ಅವರನ್ನು ಆಹ್ವಾನಿಸಲಾರದ ಸ್ಥಿತಿಗೆ ರಾಧಾಕೃಷ್ಣಯ್ಯ ಮರುಗಿದರು.

"ಭಾಸ್ಕರ ಹೇಗಿದ್ದಾನೆ? ಸೂರ್ಯ ನೋಡ್ಬೇಕೂಂದನಲ್ಲ" ವಿಷಯವನ್ನ ಸೂರ್ಯನ ತಾಯಿ ಅವರ ಮುಂದಿಟ್ಟಾಗ ನೋವಿನ ನಗು ನಕ್ಕರು. "ಒಂದು ದಿನ ಮನೆಯಲ್ಲಿ ಉಳ್ದುಕೊಂಡೇ ಹೋಗ್ಬಹುದು. ಅದು ವನಜ ಅಭಿಪ್ರಾಯ ಕೂಡ" ಈಗ ಕಟುಕರಾಗಲು ಇಚ್ಛಿಸಲಿಲ್ಲ.

"ಅಷ್ಟೆಲ್ಲಾ ತೊಂದರೆ ಬೇಕಿಲ್ಲ! ಭಾಸ್ಕರ ಮನೇಲಿದ್ರೆ ನೋಡ್ಕೊಂಡ್.... ಹೋಗ್ಬಿಡ್ತೀನಿ". ಅವನಪ್ಪ ಅವರುಗಳನ್ನು ಹೆಚ್ಚು ಹಿಂಸಿಸಲು ಇಷ್ಟಪಡಲಿಲ್ಲ.

ಈಗಲೂ ಅವರಿಗೆ ಭಾಸ್ಕರನ ಮನೆಗೆ ಹೋಗಲು ಇಷ್ಟವಿಲ್ಲ. ಆದರೆ ಮಗನ ಬೇಡಿಕೆಯನ್ನು ಮನ್ನಿಸಬೇಕಿತ್ತು. ಪ್ರತಿಯೊಬ್ಬರ ಜೀವನದಲ್ಲು ಅವಮಾನ ನುಂಗಿಕೊಳ್ಳುವಂತೆ ಸನ್ನಿವೇಶಗಳು ಬಂದೇ ಬರುತ್ತೆ.

ಅಂದು ಸಡಗರದಿಂದಲೇ ಮನೆಗೆ ಬಂದು ಹೆಂಡತಿಗೆ ಸುದ್ದಿ ಮುಟ್ಟಿಸಿದರು. "ಸೂರ್ಯ ಅಪಾಯದ ಅಂಚಿನಿಂದ ಬಧ್ಕಿ ಬಂದಿದ್ದಾನೆ...." ಮುಂದಿನ ಮಾತುಗಳನ್ನು ಅವರ ನಾಲಿಗೆ ತಡೆಯಿತು. ಸ್ವಲ್ಪ ಚೇತರಿಸಿಕೊಂಡು "ಭಾಸ್ಕರನಿಗೆ ವಿಷಯ ತಿಳ್ಸಿ, ನಾಳೆ ಮಧ್ಯಾಹ್ನದವರೆಗಾದ್ರೂ ಮನೆಯಲ್ಲಿರೋಕೆ ಹೇಳು" ಅಲ್ಲಿಂದ ಹೋಗಿಬಿಟ್ಟರು.

ತಮ್ಮ ಈ ಮಾತನ್ನ ಭಾಸ್ಕರ ನಿರಾಕರಿಸಿಬಿಟ್ಟರೇ, ಅದನ್ನ ತಡೆದುಕೊಳ್ಳುವುದು ತಮ್ಮಿಂದ ಸಾಧ್ಯವಿಲ್ಲವೆನಿಸಿತು ರಾಧಾಕೃಷ್ಣಯ್ಯನಿಗೆ.

ರಾತ್ರಿ ಊಟಕ್ಕೆ ಕೂತಾಗ ಹೇಳಿದರು. "ನಾಳೆ ಸೂರ್ಯ ನಿನ್ನ ನೋಡೋಕೆ ಬರ್‍ತಾ ಇದ್ದಾನೆ. ಒಂದೊಪ್ಪತ್ತು ರಜ ಹಾಕಿ ಮನೆಯಲ್ಲಿರು"

ಅವನ ಪ್ರತಿಕ್ರಿಯೆಗೆ ಕಾಯುತ್ತ ಅಲ್ಲೇ ನಿಂತರು. ಚಪಾತಿಯನ್ನು ಮೌನವಾಗಿ ತಿನ್ನುತ್ತಿದ್ದ. ತನ್ನ ಮತ್ತು ಅಪ್ಪ, ಅಮ್ಮನ ಮಧ್ಯೆ ನಿಂತವರು ಮೈಥಿಲಿಪುರದ ಜನ. ಮುಖ್ಯವಾಗಿ ಸೂರ್ಯ–ಕೋಪದಿಂದ ಅವನ ಅವುಡುಗಳು ಬಿಗಿದುಕೊಂಡವು.

"ಭಾಸ್ಕರ, ನಾನು ಹೇಳಿದ್ದು ಕೇಳಿಸಿತಾ!" ಮತ್ತೆ ಕೇಳಿದರು. ಭಾಸ್ಕರ ಮಾತಾಡಲಿಲ್ಲ. ಕೋಪ, ನಿಸ್ಸಹಾಯಕತೆಯಿಂದ ಚಡಪಡಿಸಿದರು ರಾಧಾಕೃಷ್ಣಯ್ಯ. "ಬೆಳಿಗ್ಗೆ ಸೂರ್ಯ ಮನೆಗೆ ಬರ್‍ತಾನೆ ನಿನ್ನ ನೋಡೋ ಸಲುವಾಗಿ....ಅವನಿಗೆ ನಿರಾಶೆ ಮಾಡಬೇಡ" ಇನ್ನೊಮ್ಮೆ ಹೇಳಿ ಹೊರಗೆ ಬಂದರು.

ಯಾಕೋ ಅವರಿಗೆ ಅನುಮಾನ. ತಿಂಗಳು ಅವನು ಆಸ್ಪತ್ರೆಯಲ್ಲಿದ್ದಾಗ ಭಾಸ್ಕರ ಒಮ್ಮೆ ಕೂಡಾ ಹೋಗಿ ನೋಡಿ ಬರಲಿಲ್ಲ. ಈಗ ಅವನಾಗಿ ಬಂದಾಗಲೂ ಇರದಿದ್ದರೇ ತಾವೇನು ಮಾಡುವ ಸ್ಥಿತಿಯಲ್ಲಿ ಇದ್ದೀವಿ? ಇಂಥ ಒಂದು ಧರ್ಮಸಂಕಟದಲ್ಲಿ ಅವರು ಸಿಕ್ಕಿಹಾಕಿಕೊಂಡಿದ್ದರು.

ಹೆಂಡತಿಯ ಮುಂದೆ ತೋಡಿಕೊಂಡಾಗ ಆಕೆ ಮೇಲೆದ್ದರು. "ನಾನೊಮ್ಮೆ ಹೇಳ್ಬರ್ತೀನಿ. ಒಂದು ಸಲ ವಾಣಿ ಕೈಯಲ್ಲಿ ಹೇಳಿಸೋಣ" ಬದುಕಿನ ಸೂಕ್ಷ್ಮ ಅರಿತಂತೆ ನುಡಿದರು.

ಇದೊಂದು ಬದುಕಿನ ವಿಪರ್ಯಾಸದ ಸ್ಥಿತಿ. ಒಂದು ವಯಸ್ಸಿನವರೆಗೂ ಸರ್ವಸ್ವವೂ ಆದ. ತಾಯಿ ನಂತರ ಸೊಸೆಯ ನೆರವನ್ನು ಪಡೆದುಕೊಳ್ಳಬೇಕು. ಕೆಲವು ವಿಷಯಗಳಲ್ಲಿ.

ಡಯಲ್ ತಿರುಗಿಸುತ್ತಿದ್ದ ಭಾಸ್ಕರ. ತಾಯಿಯನ್ನು ನೋಡಿದ ಕೂಡಲೆ ಇಟ್ಟುಬಿಟ್ಟ. ಎದೆಯಲ್ಲಿ ಅರ್ಥವಾಗದ ಸಂಘರ್ಷಣೆ.

"ಏನಮ್ಮ?" ಅಂದ, ನೋಟವನ್ನು ಬೇರೆಡೆ ಹೊರಳಿಸುತ್ತ.

"ನಾಳೆ ಸೂರ್ಯ ಊರಿಗೆ ಹೋಗ್ತಾನೆ. ನಿನ್ನ ನೋಡ್ಬೇಕಂತೆ. ಮನೆಗೆ ಬರ್ತಾನೆ. ನೀನು ಇಲ್ಲದಿದ್ರೆ ನೊಂದ್ಕೋತಾನೆ. ನಾಳೆಯೊಂದು ದಿನ ರಜ ಹಾಕಿ ಮನೆಯಲ್ಲಿದ್ದು ಬಿಡು. ಸೂರ್ಯ ನಿನಗೇನು ನಿಷ್ಠೂರ ಮಾಡೋಲ್ಲ" ಕೇಳಿಕೊಂಡರು.

"ನಂಗೆ ಆಗುತ್ತೋ, ಇಲ್ವೋ ಗೊತ್ತಿಲ್ಲ. ನೀವೆಲ್ಲ ಮನೆಯಲ್ಲೇ ಇರ್ತೀರಲ್ಲ" ಎಂದ ನಿರಾಸಕ್ತಿಯಿಂದ. ವನಜಮ್ಮನ ತಾಳ್ಮೆ ಕುಸಿಯಿತು. "ಏನೋ ನಿನ್ನ ಮಾತಿನ ಅರ್ಥ! ನಿಂಗೆ ಅಲ್ಪ ಸ್ವಲ್ಪವಾದ್ರೂ ಕೃತಜ್ಞತೆ ಇದ್ದರೆ ಮನೆಯಲ್ಲಿರು.... ಛೆ..." ಅವನ ಮುಂದಿನಿಂದ ಹೊರಟುಬಿಟ್ಟರು.

ಅವರಿಗೆ ಕನಿಷ್ಠ ಒಂದು ಮೂಲಿಕೆ, ದೇವರ ಪೂಜೆಗೆ ಒಂದು ಹೂ ಸಿಗದ, ಕಾಡ್ಗಿಚ್ಚು ಬಿದ್ದು ಸುಟ್ಟುಹೋದ ಕಾಡೆನಿಸಿತು ಮಗನ ಮನೆ. ಇಲ್ಲಿನ ಬದುಕು ತೀರಾ ಕಠೋರವೆನಿಸಿತು.

ಕ್ಷಣ ಮತ್ತು ನಿಮಿಷಗಳನ್ನು ಬೆಳಗಿನವರೆಗೂ ಎಣಿಸಿದಂತೆ ಕಳೆದರು ದಂಪತಿಗಳು. ಭಾಸ್ಕರ ಒಬ್ಬ ಅಂದು ಮನೆಯಲ್ಲಿದ್ದರೆ ಸಾಕಿತ್ತು. ಅಂದು ಅವರ ಪಾಲಿನ ಸತ್ವ ಪರೀಕ್ಷೆ.

ವನಜಮ್ಮ ಸ್ನಾನ ಮುಗಿಸಿ ಸೆರಗನ್ನ ಸೊಂಟಕ್ಕೆ ಸಿಕ್ಕಿಸಿ ದೊಡ್ಡ ಬಾಂಡಲೆಯಲ್ಲಿ ಉಪ್ಪಿಟ್ಟು, ಒಂದು ಪಾತ್ರೆಲಯ ತುಂಬ ಕೇಸರಿಬಾತ್ ಮಾಡಿ ಇಳಿಸಿದರು. ಒಂಬತ್ತರ ಹೊತ್ತಿಗೆ ಮನೆಯಲ್ಲಿ ತುಪ್ಪದ ಘಮಲು.

ಸೊಸೆಯನ್ನು ಕರೆದು ಮತ್ತೊಮ್ಮೆ ಮಗನಿಗೆ ನೆನಪಿಸಲು ತಿಳಿಸಿದರು. "ಆಮೇಲೆ ಬೇಕಾದ್ರೆ ಭಾಸ್ಕರ ಹೋಗಿಕೊಳ್ಳಿ. ಸದ್ಯದಲ್ಲಿ ಮನೆಯಲ್ಲಿ ಇರೋಕೆ ಹೇಳು" ಅವಳು ಸರಿ ಎನ್ನುವಂತೆ ತಲೆಯಾಡಿಸಿದಳಷ್ಟೆ. ಅವಳೇನು ಹೇಳಲು ಹೋಗಲಿಲ್ಲ.

ತೊಟ್ಟ ಬಟ್ಟೆಗಳನ್ನು ಭಾಸ್ಕರ ಕಳಚಿದ. "ಮನೆಯಲ್ಲೇ ಇರ್ತೀನಿ" ಎಂದ. ವಾಣಿ ಎದೆ ಧಸಕ್ಕೆಂದಿತು. "ನೀವು ಯಾಕೆ ಇರ್ತೀರಾ? ನಮ್ಮ ಕರುಣೆಯಲ್ಲಿ ಬೆಳ್ದು ದೊಡ್ಡವನಾದ ಎನ್ನುವ ತಾತ್ಸಾರ. ಎಲ್ಲಾ ಒಂದೊಂದು ಮಾತು ನಿಮ್ಮ ಮುಖಕ್ಕೆ ಎಸೀತಾರೆ. ನಿಮ್ಮಪ್ಪ, ಅಮ್ಮ ಮೌನವಾಗಿ ಕೇಳ್ತಾ ಕೂತ್ಕೋತಾರೆ. ಅಷ್ಟು ನಿಮ್ಮ ಅವಸರ ಅನಿಸಿದರೇ ನಾನು ಫೋನ್ ಮಾಡ್ತೀನಿ. ನೀವು ಅವರಿಗಾಗಿ ಯಾಕೆ ಕಾಯ್ತಾ ಕೂತ್ಕೋಬೇಕು" ಹೊರಡಲು ಉತ್ತೇಜಿಸಿದಳು.

ಭಾಸ್ಕರನ ಫ್ಯಾಕ್ಟರಿಯ ಕಾರು ಹೋದ ಹತ್ತು ನಿಮಿಷದ ಮೇಲೆ ಮನೆಯ ಮುಂದೆ ಬಾಡಿಗೆಯ ಟ್ಯಾಕ್ಸಿ ಬಂದು ನಿಂತಿತು. ಸೂರ್ಯ, ಅವನ ಅಪ್ಪ, ಅಮ್ಮನ ಜೊತೆ ನಸೀಂ, ಮಿಕ್ಕ, ಒಂದಿಬ್ಬರು ಗೆಳೆಯರು ಕೂಡ ಇದ್ದರು. ಅದರಲ್ಲಿ. ನಿಯಮಗಳನ್ನು ಮುರಿದು ಟ್ಯಾಕ್ಸಿಯಲ್ಲಿ ಹತ್ತಿಸಿಕೊಂಡು ಬಂದಿದ್ದ.

ವನಜಮ್ಮ, ರಾಧಾಕೃಷ್ಣಯ್ಯ ಬಂದು ಎದುರುಗೊಂಡು ಕರೆದೊಯ್ದರು. ಒಳಕ್ಕೆ ಸ್ವಲ್ಪ ಕುಂಟುತ್ತಿದ್ದ ಸೂರ್ಯನ ಹಣೆಗೊಂದು ಪ್ಲಾಸ್ಟರ್ ಇತ್ತು. ಅದು ಅಷ್ಟನ್ನು ಬಿಟ್ಟರೇ ಅವನು ಆರೋಗ್ಯವಾಗಿಯೇ ಇದ್ದ.

ಒಳಗೆ ಬಂದ ಕೂಡಲೆ ಅವನ ಕಣ್ಣುಗಳು ಅರಸಿದ್ದು ಭಾಸ್ಕರನನ್ನು ವನಜಮ್ಮ ಮಗ ಕೋಣೆಯಲ್ಲಿಯೇ ಇದ್ದಾನೆಂದು ತಿಳಿದ್ದಿದ್ದರು.

"ಭಾಸ್ಕರ ಎಲ್ಲಿ ಅತ್ತೆ?" ಕೇಳಿದ.

"ಬರ್ತಾನೆ ನಿನ್ನ ಕಾಯುತ್ತ ಇನ್ನು ತಿಂಡಿ ಕೂಡ ತಿಂದಿಲ್ಲ. ಸ್ವಲ್ಪ ಕೂತ್ಕೋ" ಎಂದು ಸಂಭ್ರಮದಲ್ಲಿ ಮಗನಿಗೆ ಸುದ್ದಿ ಮುಟ್ಟಿಸಲು ಹೋದರು. "ಅವ್ರು, ಆಗ್ಲೇ ಹೋದ್ರು" ವಾಣಿ ತಿಳಿಸಿದಾಗ, ನಿಂತ ನೆಲವೇ ತಮ್ಮನ್ನ ನುಂಗುತ್ತಿದೆಯೆನಿಸಿತು ಆಕೆಗೆ "ತಿಂಡಿಗೆ ಬರಲೇ ಇಲ್ಲ...." ಧ್ವನಿ ತನ್ನ ಸತ್ವವನ್ನೇ ಕಳೆದುಕೊಂಡಿತ್ತು.

"ಅಲ್ಲೇ ಏನಾದ್ರೂ ತರಿಸ್ಕೋತಾರೆ. ಇವತ್ತೇನೋ ಮೀಟಿಂಗ್ ಇದೆಯಂತೆ" ಎನ್ನುವ ಮಾತೊಂದನ್ನು ಹೊಸದಾಗಿ ಸೇರಿಸಿದಳು. ವನಜಮ್ಮನಿಗೆ ಮಾತಾಡುವುದೇನು ಉಳಿಯಲಿಲ್ಲವೆನಿಸಿತು. "ನೋಡಿ... ಹೊರ್ಗಿನ ಗೆಸ್ಟ್ ರೂಮಿನಲ್ಲಿಯೇ ಅವ್ರನ್ನೆಲ್ಲಾ ಕೂಡ್ಸಿ ತಿಂಡಿ ಕೊಡಿ. ಎಲ್ಲರನ್ನು ಡೈನಿಂಗ್ ಹಾಲ್‌ಗೆ ಕರ್ಕೊಂಡ್ಹೋಗೋದ್ಬೇಡ" ತಾನು ಯಜಮಾನಿಯೆಂದು ನಿರೂಪಿಸಿಕೊಂಡಳು.

ಆದರೆ ಭಟ್ಟರು ಡೈನಿಂಗ್ ಟೆಬಲ್ಲು ಮೇಲೆಯೇ ಅರೇಂಜ್ ಮಾಡಿಬಿಟ್ಟಿದ್ದರು. ತುಟಿ ಕಚ್ಚಿ ನಗು ಮುಖದಿಂದ ಎಲ್ಲರಿಗೂ ಬಡಿಸಿದರು.

ಕೇಸರಿಬಾತ್‌ನೊಳಕ್ಕೆ ಸ್ಪೂನ್ ಇಟ್ಟವನು ತಲೆಯೆತ್ತಿ "ಅತ್ತೆ, ಭಾಸ್ಕರನ್ನ ಕರೀರಿ" ಆಕೆಯೇನು ಹೇಳಿಯಾರು. "ಬರ್ತಾನೆ.... ತಗೋ" ಅಡಿಗೆಯ ಮನೆಗೆ ಹೋದವರು ಗೋಡೆಗೆ ಕಣ್ಣೀರು ಸುರಿಸಿದರು.

ಎಲ್ಲಾ ಮುಗಿದು ಟೇಬಲ್ ಕ್ಲೀನ್ ಆದ ಮೇಲೆಯೇ ಆಕೆ ಹೊರಗೆ ಬಂದಿದ್ದು. ನಾಲ್ಕಾರು ಸಲ ವಾಣಿ ಅವರ ಎದುರಿನಲ್ಲೇ ಓಡಾಡಿದರು ಮಾತಾಡಲಿಲ್ಲ. ಬಹುಶಃ ಅವರಿಗೆ ಕಿರಿಕಿರಿ ಮಾಡಲೆಂದೇ ಆ ಓಡಾಟ ನಡೆಸಿರಬೇಕು.

"ಇರ್ತೀನಿ ಅಂದಿದ್ದ. ಏನೋ ಮೀಟಿಂಗ್ ಇದೆಯಂತೆ ಊಟದ ಹೊತ್ಗೇ ಬರ್ತಾನೆ" ವನಜಮ್ಮ ಸೂರ್ಯನ ಸಮಾಧಾನಕ್ಕೆ ಹೇಳಿದರು. ಆ ಬಗ್ಗೆ ಅವರಿಗೆ ನಂಬಿಕೆಯೇ ಇರಲಿಲ್ಲ.

ಭಟ್ಟರು ಬಹಳ ಶ್ರದ್ಧೆಯಿಂದ ಅಚ್ಚುಕಟ್ಟಾಗಿ ಹಬ್ಬದ ಅಡಿಗೆಯೇ ಮಾಡಿದರು. ಎಲ್ಲರೂ ಪದೇ ಪದೇ ಬಾಗಿಲತ್ತ ನೋಡುತ್ತಿದ್ದರು. ಎರಡು ದಾಟಿದರೂ ಭಾಸ್ಕರ ಬರದಾಗ ರಾಧಾಕೃಷ್ಣಯ್ಯ ಸೊಸೆಯನ್ನು ಹುಡುಕಿಕೊಂಡು ಬಂದರು.

"ಎಲ್ಲಾ ಕಾಯ್ತಾ ಇದ್ದಾರೆ. ಒಂದು ಗಳಿಗೆ ಭಾಸ್ಕರನ್ನ ಬಂದು ಹೋಗೋಕೆ ಹೇಳು" ಹೇಳಿದರು.

"ಮೀಟಿಂಗ್‌ನಲ್ಲಿ....ಇರ್ತಾರೆ" ಎಂದಳು.

"ಇರಲೀ, ನಾನೇ ಮಾಡ್ತೀನಿ" ರಿಸೀವರ್ ಬಳಿಗೆ ಹೋದಾಗ "ನಾನೇ ನೋಡ್ತೀನಿ, ಲೈನ್ ಯವಾಗ್ಲೂ ಟ್ರಬಲ್ ಇರುತ್ತೆ" ಮುಂದಾದಳು. ಡಯಲ್ ತಿರುಗಿಸಿ ಏನೋ ಹೇಳಿ

ಮತ್ತೆ ಇಟ್ಟಳು". "ಮೀಟಿಂಗ್‌ನಲ್ಲಿ ಇದ್ದಾರಂತೆ ಇನ್ನು ಹತ್ತು ನಿಮಿಷ ಬಿಟ್ಟು ಮಾಡ್ತೀನಿ" ಫೋನಿಟ್ಟಳು.

ಇಂತಹ ಪುನರಾವರ್ತನೆಗಳು ಹಲವುಬಾರಿ ಆದವು. ಫೋನ್ ತಾನಾಗಿ ಸದ್ದು ಮಾಡಿದಾಗ ಸಿಕ್ಕಿದ್ದು ವಾಣಿಯೇ. "ನನ್ನನ್ನು ಕೇಳಿದ್ರಾ?" ಭಾಸ್ಕರ ಕೇಳಿದ್ದು. "ಎಂಥದ್ದು ಇಲ್ಲ. ಫಸ್ಟ್ ಕ್ಲಾಸ್ ಔತಣದ ಊಟ ಆರಾಮಾಗಿ ಮುಗ್ಸೀ... ಹರಟೆ ಹೊಡೀತಾ ಇದ್ದಾರೆ" ಸುಳ್ಳು ಇನ್‌ಫರ್ಮೇಷನ್ ಕೊಟ್ಟು ಸೂರ್ಯ, ಭಾಸ್ಕರನ ಬೇಟಿಯನ್ನು ರದ್ದು ಮಾಡಿಬಿಟ್ಟಳು.

"ಅವ್ರು ಬರೋಕ್ಕಾಗಲ್ಲಾಂದ್ರು..." ಎಲ್ಲರ ಎದುರು ಬಂದು ಹೇಳಿದಳು ವಾಣಿ. "ನೀವುಗಳು ಊಟ ಮುಗ್ಸಿಕೊಳ್ಳಿ. ಅವ್ರಿಗಾಗಿ ಕಾಯೋದ್ಬೇಡ".

ಸೂರ್ಯನ ಕಣ್ಣುಗಳಲ್ಲಿ ನೀರು ಬರುವುದು ಬಾಕಿ ಇತ್ತು.

"ಬಡ್ಸಿ ಅತ್ತೆ, ಹೋಗ್ಲಿ ನಿಮ್ಮ ಕೈಯಲ್ಲಿನ ಊಟವಾದ್ರೂ ಮಾಡಿದಂಗಾಯಿತು. ಇನ್ನ ಸುಮ್ನೆ ಯಾಕೆ ಕಾಯ್ಬೇಕು?" ಅವನ ಮಾತಿಗೆ ಬದಲು ಹೇಳಲು ರಾಧಕೃಷ್ಣಯ್ಯನವರು ಪದಗಳು ಹುಡುಕಿದರು. ಆದರೆ ಸಿಗಲಿಲ್ಲ.

ಎಲ್ಲರು ವನಜಮ್ಮ, ಮೇಷ್ಟ್ರುಗಾಗಿ ಎಲೆಯ ಮುಂದೆ ಕೂತರು. ಯಾರೂ ಸರಿಯಾಗಿ ಊಟ ಮಾಡಲಿಲ್ಲ. ಅವರುಗಳು ಹೊರಟ ಮೇಲಂತು ಮನೆ ಮಾತ್ರವಲ್ಲ ಅವರುಗಳ ಮನಸ್ಸು ಕೂಡ ಬರಿದಾಗಿ ಹೋಯಿತು.

ತುತ್ತು ಎತ್ತದೇ ಹೋಗಿ ಕೋಣೆ ಸೇರಿಬಿಟ್ಟರು. ಈ ಮನೆಯ ನೀರು ಕೂಡ ಕುಡಿಯಬಾರದೆನ್ನುವಷ್ಟರ ಮಟ್ಟಿನ ಜಿಗುಪ್ಸೆ ಅವರಲ್ಲಿ ಮೂಡಿತು.

ರಾತ್ರಿ ಭಾಸ್ಕರ ಬಂದಾಗ ಮನೆ ಪೂರ್ತಿ ನಿಶ್ಶಬ್ಧವಾಗಿತ್ತು. ಕನಿಷ್ಟ ಕೃಷ್ಣನ ಗಲಾಟೆ ಕೂಡ ಇರಲಿಲ್ಲ. ತಂದೆ ಮಗನಿಗೆ ಶ್ಲೋಕ ಹೇಳಿಕೊಡುವ ದೃಶ್ಯಕ್ಕಾಗಿ ಹುಡುಕಾಡಿದ.

ಹಾಲ್ ಪೂರ್ತಿ ಖಾಲಿಯಾಗಿತ್ತು. ಹತ್ತು ನಿಮಿಷದ ನಂತರ ವಾಣಿ ಬಂದಳು.

"ಯಾರೂ ಮನೆಯಲ್ಲಿ ಇಲ್ವಾ?" ತೀಕ್ಷ್ಣವಾಗಿ ನೋಡುತ್ತ ಕೇಳಿದ. "ಎಲ್ಲಾ ಇದ್ದಾರೆ..." ಇಂದು ಟಿ.ವಿ. ಬಂದ್. ನಾರಾಯಣ, ಭಟ್ಟರು ಪುರುಸತ್ತು ಇದ್ದಾಗ ಬಂದು ನೋಡುತ್ತಾ ಕೂಡುತ್ತಿದ್ದರು. ಇಂದು ಅವರು ಪತ್ತೆ ಇಲ್ಲ,

ಬಟ್ಟೆ ಬದಲಾಯಿಸಿದವನು "ನನ್ನನ್ನ ಯಾರು ಕೇಳಲಿಲ್ವಾ? ಸೂರ್ಯ ಹೇಗಿದ್ದ? ಪೂರ್ತಿ ಚೇತರಿಸಿಕೊಂಡಿದ್ನಾ?" ಪ್ರಶ್ನೆಯ ಸಾಲನ್ನೇ ಬಿಚ್ಚಿದ.

"ಹೇಳ್ಲೋಂಥದ್ದು...... ಏನಿಲ್ಲ. ಊಟ ಮಾಡ್ಕೊಂಡ್ ಹೋದ್ರು. ಸ್ವತಃ ನಿಮ್ಮಮ್ಮನೇ ಅಡಿಗೆಗೆ ನಿಂತಿದ್ದರಿಂದ ಆಯಾಸಗೊಂಡು ಮಲಕ್ಕೊಂಡ್‌ಬಿಟ್ಟಿದ್ದಾರೆ. ಅಷ್ಟೆ.... ವಿಶೇಷ" ಬಹಳ ಅಚ್ಚುಕಟ್ಟಾಗಿ ತಿಳಿಸಿದಳು.

ತೀರಾ ಪೆಚ್ಚಾಗಿಬಿಟ್ಟ ಭಾಸ್ಕರ. ದುರಾಸೆ, ಅಹಂ, ಸ್ಟೇಟಸ್‌ನ ಅಮಲು ಎಲ್ಲಾ ಇದ್ದರೂ ಸೂರ್ಯನ ಸ್ನೇಹ ಸಿಂಚನ ಎದೆಯಾಳದಲ್ಲಿ ಹುದುಗಿ ಹೋಗಿದ್ದರೂ ಆಗಾಗ ಹಿಂಸಿಸುತ್ತಲೇ ಇತ್ತು.

ಡೈನಿಂಗ್ ಟೇಬಲ್ ಮುಂದೆ ಬಂದಾಗ ಅಡಿಗೆಯ ಘಮಲು. ಎಷ್ಟು ಅಕ್ಕರೆಯಿಂದ ಸೂರ್ಯನಿಗೆ ಮಾಡಿ ಬಡಿಸಿದ್ದಾರೆ. ಈಗಾದರೂ ತನ್ನ ಬಳಿ ನಿಂತು ಬಡಿಸಬಾರದೆ. ತಾಯಿಯನ್ನು ನೆನಪಿಸಿಕೊಂಡ.

"ಅಮ್ಮ, ಏನ್ಮಾಡ್ತಾ...... ಇದ್ದಾರೆ?" ಪುಳಿಯೋಗರೇಯ ರುಚಿ ನೋಡುತ್ತ ವಾಣಿಯನ್ನು ಕೇಳಿದ. "ಕೋಣೆಯಿಂದ ಹೊರ್ಗೇ ಬಂದೇ...ಇಲ್ಲ" ಬಂದು ಕಾಯಿ ಹೋಳಿಗೆಯನ್ನು ತಟ್ಟೆಗೆ ಹಾಕಿಕೊಂಡಳು.

ಭಟ್ಟರು 'ಉಭ, ಶುಭ' ಅನ್ನಲಿಲ್ಲ. ಅಷ್ಟು ಕಷ್ಟಪಟ್ಟು ಮಾಡಿದ ವನಜಮ್ಮ ಅಡಿಗೆಯ ರುಚಿ ಕೂಡ ನೋಡಲಿಲ್ಲ. ಅದು ಅವರ ಮನಸ್ಸಿಗೆ ತುಂಬ ನೋವು ತಂದಿತ್ತು.

ಮುಖಾ ಮುಖಿ ತಾಯಿ, ತಂದೆಯನ್ನು ಎದುರಿಸಲು ಅವನು ಸಿದ್ಧನಿಲ್ಲ. ನಿಧಾನವಾಗಿ ಊಟಮಾಡಿ ಎದ್ದು ಹೋದ.

ಭಟ್ಟರು ರಾಧಾಕೃಷ್ಣಯ್ಯನವರ ಕೋಣೆಯವರೆಗೂ ಹೋದರು. "ಮಧ್ಯಾಹ್ನ ಊಟ ಇಲ್ಲ. ಈಗ್ಲಾದ್ರೂ ಊಟ ಮಾಡ್ಬನ್ನಿ. ಇಡೀ ದಿನದ ಉಪವಾಸ ದೇಹ ತಡೆಯೋಲ್ಲ. ಈ ವಯಸ್ಸಿನಲ್ಲಿ ದಯವಿಟ್ಟು..... ಬನ್ನಿ" ಕೇಳಿಕೊಂಡರು.

"ಬೇಡ ಭಟ್ಟರೇ, ಎರಡು ಲೋಟ ಮಜ್ಜಿಗೆ ನಿಮ್ಮ ಕೈಯಾರ ತಂದ್ಕೊಡಿ. ಕುಡ್ದು ಮಲ್ಗಿಕೊಳ್ತೀವಿ. ಕೃಷ್ಣನ ಊಟ ಇಲ್ಲಿಗೇ ಕಳ್ಸಿಬಿಡಿ. ಹೊರ್ಗೇ ಬರೋ ಮನಸ್ಸಿಲ್ಲ." ರಾಧಾಕೃಷ್ಣಯ್ಯನವರ ದನಿ ಕ್ಷೀಣಿಸಿತ್ತು. ಒಮ್ಮೆಲೆ ಹತ್ತು ವರ್ಷ ಹೆಚ್ಚಾದಂತೆ ನಿಶ್ಶಕ್ತರಾಗಿದ್ದರು.

ಮಗುವಿಗೆ ಊಟ, ಮಜ್ಜಿಗೆ ಒಯ್ಯುವುದನ್ನು ಗಮನಿಸಿದ ಭಾಸ್ಕರ ಭಟ್ಟರನ್ನ ಸನ್ನೆ ಮಾಡಿ ಹತ್ತಿರಕ್ಕೆ ಕರೆದು ಕಣ್ಣಲ್ಲೇ ಏನೆಂದು ವಿಚಾರಿಸಿದ.

"ಮಗೂಗೆ ಊಟ, ರಾಯರಿಗೆ ಮಜ್ಜಿಗೆ. ಊಟ ಬೇಡಾಂದ್ರು" ಅಷ್ಟೆ ಹೇಳಿದ್ದು. ನಾಲಿಗೆ ತುದಿಗೆ ಬಂದ ಮಾತುಗಳನ್ನು ನುಂಗಿಕೊಂಡರು. "ಹೆತ್ತ ಅಪ್ಪ, ಅಮ್ಮ ಇಡೀ ದಿನ ಉಪವಾಸ ಇದ್ದರೂ ನಿಮಗೆ ಹೇಗೆ ತುತ್ತು ಇಳಿಯಿತು" ಎಂದು ಜೋರಾಗಿ ಕೇಳಬೇಕೆನಿಸಿತು ಕೂಡ ಆ ಕ್ಷಣದಲ್ಲಿ. ಆದರೆ ದೊಡ್ಡವರ ಸುದ್ದಿಗೆ ಹೋಗಿ ಕೆಲಸ ಕಳೆದುಕೊಳ್ಳುವುದು ಅವರಿಗೆ ಬೇಕಿರಲಿಲ್ಲ.

ಆಮೇಲೆ ನಾಲ್ಕು ದಿನ ಕಳೆದರೂ ತಂದೆ, ಮಗನ ಭೇಟಿ ಇಲ್ಲ. ಒಂದೆರಡು ಸಲ ವನಜಮ್ಮ ಕಣ್ಣಿಗೆ ಬಿದ್ದರೂ ಮಗನನ್ನು ಮಾತಾಡಿಸಲು ಬರಲಿಲ್ಲ. ಸಮಯಕ್ಕೆ ಸೇರಿದಷ್ಟು ಊಟ, ಬೆಳಿಗ್ಗೆ, ಸಂಜೆ ದೇವಸ್ಥಾನಕ್ಕೆ ಹೋಗಿ ಬರುತ್ತಿದ್ದರು. ನಂತರ ಸೊಸೆಯನ್ನು ಕೂಡ ಅವರು ಮಾತಾಡಿಸಲಿಲ್ಲ. ಕೃಷ್ಣ ಒಬ್ಬನೇ ಚೇತನವಾಗಿದ್ದ ಅವರಿಗೆ.

ಅಂದು ಭಾಸ್ಕರ ಮನೆಗೆ ಬಂದಾಗ ಮೊಮ್ಮಗನ ಜೊತೆ ಮಾತಾಡುತ್ತಿದ್ದ ರಾಧಾಕೃಷ್ಣಯ್ಯ ಮಾತು ನಿಲ್ಲಿಸಿದರು. "ನಿನ್ನ ಅಪ್ಪ ಬಂದಿದ್ದಾರೆ. ನೀ ಹೋಗು" ಅವನನ್ನ ಅಲ್ಲಿಯೇ ಬಿಟ್ಟು ಒಳಗೆ ಹೋದರು.

ಮಗನ ಬಳಿ ಮಾತನಾಡಲೇ ಅವರಿಗಿಷ್ಟವಿರಲಿಲ್ಲ.

ಹೆಜ್ಜೆ ಮುಂದಕ್ಕೆ ಎತ್ತಿಡಲಾರದಷ್ಟು ಭಾಸ್ಕರ ನಿಶ್ಶಕ್ತಗೊಂಡ. ಕೃಷ್ಣನ ಭುಜ ತಟ್ಟಿ ಒಳಗೆ ಹೋದವನೇ ಸೋಫಾ ಮೇಲೆ ಕುಸಿದ. ಬೆವರಿನಿಂದ ಅವನ ಮೈ ತೊಯ್ದು ಹೋಯಿತು. ಕಣ್ಣಿಗೆ ಕತ್ತಲೆ ಆವರಿಸಿತು.

ಅವನಿಗೆ ಎಚ್ಚರವಾದಾಗ ಡಾಕ್ಟರ್ ಪಕ್ಕದಲ್ಲಿದ್ದರು. ಸುತ್ತಲೂ ಮನೆಯವರೆಲ್ಲ.

"ಒಂದ್ವಾರ ನರ್ಸಿಂಗ್ ಹೋಂನಲ್ಲಿ ಅಡ್ಮಿಟ್ ಆಗ್ಬಿಡಿ. ಚೆಕ್‌ಅಪ್ ಜೊತೆಯಲ್ಲಿ ರೆಸ್ಟ್ ಸಿಗುತ್ತೆ" ಡಾಕ್ಟರ್ ಮತ್ತೆ ಬಿ.ಪಿ ನೋಡುತ್ತ ಹೇಳಿದರು. ಎರಡು ನಿಮಿಷ ಯೋಚಿಸಿದವರು "ಮಿಸಸ್ ಭಾಸ್ಕರ್, ನಿಮ್ಮ ಹಸ್ಬೆಂಡ್‌ನ ನರ್ಸಿಂಗ್ ಹೋಂಗೆ ಕರ್ಕೊಂಡ್ಹೋಗ್ತೀನಿ. ಡೋಂಟ್‌ವರೀ.... ಅವ್ರಿಗೆ ರೆಸ್ಟ್ ಬೇಕು. ಬಹುಶಃ ಮನೆಯಲ್ಲಿ ಅದು ಸಿಕ್ಕಿದ್ರೆ ಅಷ್ಟು ಅವರ ಆರೋಗ್ಯ ಹಾಳಾಗ್ತಾ ಇರ್ಲಿಲ್ಲ. ಅಲ್ಲೇ ಇರಲಿ......" ಫ್ಯಾಮಿಲಿ ಡಾಕ್ಟರ್ ಆದುದ್ದರಿಂದ ಸ್ವಲ್ಪ ಅಧಿಕಾರ ವಹಿಸಿ ಕೂಡಾ ಮಾತಾಡಿದರು.

ವನಜಮ್ಮನಿಗಂತು ದಿಕ್ಕು ತೋಚದಂತಾಯಿತು. ಇಷ್ಟೆಲ್ಲಾ ಅನುಕೂಲಗಳಿದ್ದು ಮಗನ ಆರೋಗ್ಯ ಕೆಟ್ಟಿದೆಯೆಂದರೆ.... ಇಡೀ ರಾತ್ರಿ ತುಪ್ಪದ ದೀಪ ಹಚ್ಚಿ ದೇವರ ಮುಂದೆ ಕೂತುಬಿಟ್ಟರು.

ರಾತ್ರಿಯೆಲ್ಲ ರಾಧಾಕೃಷ್ಣಯ್ಯನವರು ಮಗನ ಬಳಿ ಉಳಿದು ಬೆಳಿಗ್ಗೆ ಮನೆಗೆ ಬಂದರು. ಇಡೀ ರಾತ್ರಿ ನಿದ್ರಿಸಿದ್ದ ಹೆಚ್ಚು ಬಳಲಿದಂತೆ ಭಾಸ್ಕರ.

ಹದಿನೈದು ದಿನಗಳ ರೆಸ್ಟ್ ನಂತರ ಭಾಸ್ಕರ ಮನೆಗೆ ಬಂದಾಗ ಪೂರ್ತಿ ಚೇತರಿಸಿಕೊಂಡಿದ್ದ. ತಾತ ಅಜ್ಜಿಯ ಜೊತೆ ಬರುತ್ತಿದ್ದ ಕೃಷ್ಣನಲ್ಲಿ ಸ್ವಲ್ಪ ಸಲಿಗೆ ಮೂಡಿತ್ತು. ಹೆಚ್ಚೆಚ್ಚು ಮಾತಾಡುತ್ತಿದ್ದ. 'ಪಪ್ಪ...' ಎಂದು ಮಂಚ ಹತ್ತಿ ಅವನ ಬಳಿ ಕೂಡುತ್ತಿದ್ದ. ಎಷ್ಟೋ ಮಾತುಗಳ ಜೊತೆ ತಾತನಿಂದ ಕಲಿತ ಶ್ಲೋಕಗಳನ್ನು ಹೇಳುತ್ತಿದ್ದ.

ಅಂದು ಶ್ರಾವಣ ಮಾಸದ ಮೊದಲ ಶುಕ್ರವಾರ. ಮಗ ನರ್ಸಿಂಗ್ ಹೋಂನಿಂದ ಮನೆಗೆ ಬಂದ ಸಂತೋಷಕ್ಕೆ ಪಾಯಸದ ಅಡಿಗೆ ಮಾಡಿದ್ದರು ವನಜಮ್ಮ.

ಪಾಯಸ ಬಡಿಸಲು ಮುಂದಾದಾಗ ತಡೆದ. "ಬೇಡಮ್ಮ, ಸಿಹಿ ತಿನ್ನಬಾರ್ದೂಂತ ಡಾಕ್ಟ್ರು ಹೇಳಿದ್ದಾರೆ" ಎಂದಾಗ ಆಕೆಯ ಕರುಳು ಕತ್ತರಿಸಿದಂತಾಯಿತು.

ಪಾಯಸ ಮಾಡಿದ ದಿನ ಸೂರ್ಯ, ಭಾಸ್ಕರ ಪೈಪೋಟಿಯಿಂದ ಹಾಕಿಸಿಕೊಂಡು ಕುಡಿಯುತ್ತಿದ್ದರು. ಸ್ವಲ್ಪ ಹಿಂದೆ ಬೀಳುತ್ತಿದ್ದವನು ಇವನೇ.

ಆಗ ಸೂರ್ಯ ಆಡಿಕೊಳ್ಳುತ್ತಿದ್ದ "ಅಯ್ಯಯ್ಯೋ ಇಷ್ಟೇನಾ..... ನನ್ನ ಸಮ ಪಾಯಸ ಕುಡಿಯೋಕು ನಿಂಗೆ ಆಗೋಲ್ಲ. ಆಶೇಮ್ಡ್..."

ಅಂಥ ಸಂದರ್ಭಗಳಲ್ಲಿ ಭಾಸ್ಕರ "ಹೆಚ್ಚೆಚ್ಚು ಸಿಹಿ ತಿಂದರೆ ಸಕ್ಕರೆ ಕಾಯಿಲೆ ಬರುತ್ತೆ. ನಂಗೆ ಬೇಡವೇ ಬೇಡ. ನೀನೇ ಕುಡ್ಕೋ" ಅವನ ಅರ್ಧದಷ್ಟು ಕುಡಿಯಲು ಇವನಿಂದಾಗದಿದ್ದರೂ ಮಗನಿಗೆ ಸಿಹಿ ಕಂಡರೇ ಇಷ್ಟವೆಂದು ಆಕೆಗೆ ಗೊತ್ತು.

"ಸ್ವಲ್ಪ ಕೂಡ ತಿನ್ನಬಾರ್ದ" ಆಕೆಯ ಕಂಠ ನಡುಗಿತು.

"ಇಲ್ಲಮ್ಮ, ಡಯಾಬಿಟಿಸ್ ಕಂಟ್ರೋಲ್‌ನಲ್ಲಿ ಇರದಿದ್ರೆ ತುಂಬಾ ತೊಂದರೆಗೆ ಒಳಗಾಗ್ಬೇಕಾಗುತ್ತೆ. ಯಾಕೋ ಈಗ್ಲೇ ಸಾಯೋಕು ಮನಸಿಲ್ಲ!" ಊಟ ಕೂಡ ಮಾಡದೇ ಎದ್ದು ಹೋಗಿಬಿಟ್ಟ.

ಹಾಕಿಸಿಕೊಂಡ ಪಾಯಸವನ್ನು ರಾಧಾಕೃಷ್ಣಯ್ಯ ಹಾಗೆಯೇ ಬಿಟ್ಟರು. ಎಲ್ಲಾ ವಿಲಕ್ಷಣವೆನಿಸಿತು. ತಾನು ಇಷ್ಟು ಗಟ್ಟಿಮುಟ್ಟಾಗಿ ಎಲ್ಲಾ ತಿಂದುಕೊಂಡು ಇರುವಾಗ ಇವನಿಗೆ ಏನಾಯಿತಪ್ಪ ಎಂದು ತೀವ್ರ ಚಿಂತಿತರಾದರು.

ಇದು ಶ್ರೀಮಂತರ ಕಾಯಿಲೆಯೆಂದು ವನಜಮ್ಮನ ಅಭಿಪ್ರಾಯ. ಮೈಥಿಲಿಪುರದ ದೊಡ್ಡ ಅಂಗಡಿಯ ಶೆಟ್ಟರು ಇದೇ ಕಾಯಿಲೆಯಿಂದ ನರಳುತ್ತಿದ್ದರು. ಅವರ ಆಹಾರ ಹಿಟ್ಟು ಚಪಾತಿ, ಸದಾ ಗೊಣಗುತ್ತಲೇ ಇರುತ್ತಿದ್ದ ಆ ವ್ಯಕ್ತಿ.

"ಭಾಸ್ಕರನ ವಯಸ್ಸೆಷ್ಟು?" ದುಗುಡದಿಂದ ಕೇಳಿದರು.

"ಮಹಾ ಎಷ್ಟು, ಈ ವೈಶಾಖಕ್ಕೆ ಮೂವತ್ತೆರಡು ತುಂಬುತ್ತೆ. ಅವ್ನ ವಯಸ್ಸಿನಲ್ಲಿ ಮುಕ್ಕಾಲು ಜನಕ್ಕೆ ಮದ್ವೆ ಕೂಡ ಆಗಿರೋಲ್ಲ" ನೋವಿತ್ತು ಅವರ ಸ್ವರದಲ್ಲಿ.

ಸಂಜೆ ಮಗ ಒಂಟಿಯಾಗಿ ಸಿಕ್ಕಾಗ ವನಜಮ್ಮ ಪ್ರಸ್ತಾಪಿಸಿದರು. "ಏನೋ ಅರ್ಥ ಈ ವಯಸ್ಸಿಗೆ ಸಕ್ಕರೆ ಕಾಯಿಲೆ ಅಂದ್ರೆ. ಪುಣ್ಯಾತ್ಮರು ದಿನಕ್ಕೊಂದು ಸಿಹಿ ಮಾಡಿ ತಿಂದರೆ ಅಂಥದ್ದರಲ್ಲಿ ಈ ಚಿಕ್ಕ ವಯಸ್ಸಿನಲ್ಲಿ ಇಂಥ... ಕಾಯಿಲೆ. ನಂಗೆ ನಂಬ್ಕೇ ಬರೋಲ್ಲಪ್ಪ... ಬೇರೆ ಎಲ್ಲಾದ್ರೂ ತೋರ್ಸೋಣ" ಅಳು ಮುಖ ಮಾಡಿದರು.

"ಎಲ್ಲಾ ಪರೀಕ್ಷೆ ಮಾಡ್ಸಿಯಾಗಿದೆ. ಸಿಹಿ ತಿನ್ನದಿದ್ದರಾಯ್ತು. ಎಷ್ಟೋ ಮನೆಗಳಲ್ಲಿ ಮಕ್ಕಳ ಹಾಲಿಗೆ ಸಕ್ಕರೆ ಇರೋಲ್ಲ. ಅವು ಹಾಗೆ ಬೆಳ್ದು ದೊಡ್ಡವು ಆಗೋಲ್ವ! ಇದು ಇನ್ನೊಂದು ತರಹ, ಸಿಹಿ ಬಿಟ್ಟರಾಯ್ತು. ಯೋಚ್ನೆ ಮಾಡೋಂಥದ್ದು ಏನಿಲ್ಲ."

ಅಂದು ಪಾಯಸ ನಾಲ್ಕು ಸಲ ಹಾಕಿಸಿಕೊಂಡು ತಿಂದವನು ಕೃಷ್ಣ ಒಬ್ಬನೇ. ಹೊರ ಸೊಸೈಟಿಯಲ್ಲಿ ಓಡಾಡುತಿದ್ದ ವಿದ್ಯಾವಂತ ವಾಣಿಗೆ ಇದೊಂದು ಚಿಂತೆ ಮಾಡುವಂತ ಕಾಯಿಲೆಯೆನಿಸಲಿಲ್ಲ.

ಆದರೆ ಆಳಕ್ಕೆ ಇಳಿದು ಹೋದವರು ರಾಧಾಕೃಷ್ಣಯ್ಯ, ವನಜಮ್ಮ. ಅಂದಿನಿಂದ ಸಿಹಿ ಮಾಡಿಸುವಲ್ಲಿ ಅವರಿಗೆ ಅಕ್ಕರೆಯೇ ಇರಲಿಲ್ಲ.

ಸ್ವಲ್ಪ ಡಯೆಟ್ ಮಾಡಿ ಮೈನ ತೂಕ ತೀರಾ ಕಡಿಮೆ ಮಾಡಿದ್ದ. ಭಾಸ್ಕರನನ್ನು ನೋಡಿ ಆಕೆ ಭೂಮಿಗೆ ಇಳಿದು ಹೋದರು. ಅವನ ದಟ್ಟವಾದ ತಲೆಗೂದಲಲ್ಲಿ ಅಲ್ಲಲ್ಲಿ ಬಿಳಿ ಕೂದಲು ಇಣುಕತೊಡಗಿತು.

"ಭಾಸ್ಕರ ಈ ಜಂಜಾಟವೆಲ್ಲ ಬಿಟ್ಟು ಒಂದ್ಸಾರಿ ಮೈಥಿಲಿಪುರಕ್ಕೆ ಹೋಗ್ಬಾ. ನಿನ್ನ ಆರೋಗ್ಯ ಎಷ್ಟೋ ಸುಧಾರಿಸುತ್ತೆ. ಮನಸ್ಸಿಗೆ ತೃಪ್ತಿ ಇಲ್ಲದ ದುಡಿಮೆಗೆ ಅರ್ಥವೇನು? ನನ್ನ ಮಾತು.....ಕೇಳು"

ತಾಯಿಯ ಮಾತು ಕೇಳುವ ಸ್ಥಿತಿಯಲ್ಲಿ ಅವನು ಇರಲಿಲ್ಲ. ಆಗಾಗ ಮೈಥಿಲಿಪುರ ಅವನನ್ನ ಎಳೆಯುತ್ತಿತ್ತು. ಆದರೆ ಅವನು ಹೋಗೋಲ್ಲ. ಅವರು ತೋರಿದ ಪ್ರೀತಿಯೆಲ್ಲ ಈಗ ಅದು ಸಹಾನುಭೂತಿಯಾಗಿ ಕಾಣಿಸುತ್ತಿತ್ತು. ಬೇರೊಬ್ಬರ ಕರುಣೆಯಲ್ಲಿ ಬೆಳೆಯುವುದೆಂದರೆ...ನಾಚಿಕೆಯಿಂದ ನೆಲದೊಳಗೆ ಹುದುಗಬೇಕೆನಿಸುತ್ತಿತ್ತು.

ಅದಲ್ಲದೇ ಇಷ್ಟು ಸುಖವಾಗಿರುವ ಅವರುಗಳು ಮೈಥಿಲಿಪುರವನ್ನು ನೆನೆಸಿಕೊಳ್ಳುವುದು ಅವನಿಗೆ ಇಷ್ಟವಾಗದು.

"ಏನಮ್ಮ, ನಿಮ್ಗೇ ಇನ್ನು ಮೈಥಿಲಿಪುರದ ಮೇಲಿನ ವ್ಯಾಮೋಹ ಹೋಗಿಲ್ಲ. ಏನಿದೆ? ಆಗ ವಿಧಿ ಇರಲಿಲ್ಲ. ಈಗೇನು ಅಂಥ ಹಣೆ ಬರಹ ಬಂದಿರೋದು. ಅಲ್ಲಿ ಹೋಗಿ ಸುಧಾರಿಸಿಕೊಂಡು ಬರೋಕೆ ಅದೇನು ಗಿರಿಧಾಮನೇ, ಹಣ, ಅಂತಸ್ತು ಇಲ್ಲದಿದ್ರೆ ನಾಯಿ ಕೂಡ ಮೂಸೋಲ್ಲ. ಹೇಗೆ ಬದುಕಿಬಿಟ್ಟೆವಪ್ಪ ಎಂದುಕೊಂಡರೂ ಎದೆ ಧಸಕ್ ಅನ್ನುತ್ತೆ? ಅದು ಒಂದು ಬಾಳಾ! ಯಾವ ಶತ್ರುಗೂ ಬೇಡಾ" ಅವನ ಹಿಂದಿನ ಬದುಕನ್ನು ದ್ವೇಷಿಸುತ್ತಿದ್ದ. ಅದರ ವ್ಯಾಪ್ತಿಯಲ್ಲಿ ಬರುತ್ತಿದ್ದ ಮೈಥಿಲಿಪುರದ ಜನರಿಂದ ದೂರ ಇರಬೇಕೆಂಬುದೇ ಅವನ ಬಯಕೆ.

ದಿನ ಕಳೆದಂತೆ ಇವರುಗಳಿಗೆ ಅರ್ಥವಾಗತೊಡಗಿತು. ಹನ ಬರುವ ಯಾವ ಮಾರ್ಗವಾದರೂ ಅವನಿಗೆ ಒಪ್ಪಿಗೆಯೇ. ಅವನು ಸಂತೃಪ್ತಿಯ ಬದುಕಿಗಿಂತ ಶ್ರೀಮಂತ ಬದುಕೇ ಇಷ್ಟಪಡುವುದೆಂದು ಅವರಿಗೆ ಅರ್ಥವಾಗಿತ್ತು.

ಮಗನ ಕಣ್ಣಲ್ಲಿ ಅವರಿಗೆ ಗೋಚರಿಸುತ್ತಿದ್ದುದು ಅತಿಯಾದ ಅಭಿಮಾನ, ಅಹಂಕಾರ. ಸಮಯ ಸಿಕ್ಕಾಗ ಹಿಂದಿನ ದಿನಗಳ ಬಗೆಗೆ ತೀರಾ ವ್ಯಂಗ್ಯವಾಗಿ ಮಾತಾಡುತ್ತಿದ್ದ, ಅದು ಅವರಿಗೆ ಸೈರಿಸಲಾರದ್ದು.

ಅಂದು ಮನೆಗೆ ಬರುವಾಗ ತಾಯಿಗಾಗಿ ಎರಡು ರೇಷಿಮೆ ಸೀರೆ, ತಂದೆಗಾಗಿ ಮೈಸೂರು ಸಿಲ್ಕ್ ಪಂಚೆಗಳನ್ನು ಖರೀದಿಸಿ ತಂದಿದ್ದ.

ಅವರುಗಳ ಮುಖದಲ್ಲಿ ಉತ್ಸಾಹವೇನು ಮೂಡಲಿಲ್ಲ.

"ಇದೆಲ್ಲ ಯಾಕೆ, ಸಾಕಷ್ಟು ಬಟ್ಟೆ ಬರೆ ಇದೆ. ಈ ವಯಸ್ಸಿನಲ್ಲಿ ಅಷ್ಟೊಂದು ಉಟ್ಟು ತೊಡುವ ಆಸಕ್ತಿ ಇರೋಲ್ಲ, ಭಾಸ್ಕರ" ವನಜಮ್ಮ ಹೇಳಿದರು. ತಕ್ಷಣ ಆಕ್ರೋಶಗೊಂಡ

"ಆಗ ಇವನ್ನೆಲ್ಲ ನೋಡೋಕೆ ಕೂಡ ಸಾಧ್ಯವಿರಲಿಲ್ಲ. ಎಂದಾದ್ರೂ ರೇಷಿಮೆ ಸೀರೆ ತಗೊಂಡಿದ್ಯಾ, ಅಮ್ಮ. ಈಗ ದಿನ ರೇಷಿಮೆ ಸೀರೆನೇ ಉಡು" ಮಗನ ಮಾತುಗಳಲ್ಲಿದ್ದಿದ್ದು ಪ್ರೀತಿಯೋ, ವ್ಯಂಗ್ಯವೋ ಅರ್ಥವಾಗಲಿಲ್ಲ. ಆದರೆ ಅಭಿಮಾನಕ್ಕೆ ಬಿದ್ದ ಪೆಟ್ಟುಗಳು.

"ಪದೇ ಪದೇ ಹಿಂದಿನ ದಿನಗಳ್ನ ನೆನಸಿಕೊಂಡು ವ್ಯಂಗ್ಯವಾಡೋದು ಬಿಡು. ಆಗ ನೋವಿನಲ್ಲು, ನಲಿವಿತ್ತು. ಅದನ್ನು ಹಂಚಿಕೊಳ್ಳುವ ಜನರಿದ್ದರು. ನಿನ್ನ ವಿಪರೀತದ ಮಾತು ಕೇಳೋಕೆ ಕೂಡ ಕಷ್ಟ, ಇನ್ನ ಅರಗಿಸಿಕೊಳ್ಳೋದು ಹೇಗೆ? ಈ ಶ್ರೀಮಂತಿಕೇನೆ ನಮ್ಗೆ ಬೇಡ. ನಾವು ಕಾರು, ಬಂಗ್ಲೆ ನೋಡಿ ಬರ್ಲಿಲ್ಲ" ಚುರುಕು, ಮುಟ್ಟಿಸಿದರು ಆ ಬಟ್ಟೆಗಳನ್ನು ಅಲ್ಲಿಯೇ ಬಿಟ್ಟು ಎದ್ದು ಹೋದರು.

ಅವನು ಕೆಲವು ಕಡೆ ತಪ್ಪುತ್ತಿದ್ದ. ಶ್ರೀಮಂತಿಕೆ ಪ್ರತಿಯೊಬ್ಬರನ್ನು ಸುಖವಾಗಿ ಇಡುತ್ತೆ. ಅದರ ಮಹತ್ವದಿಂದ ತಪ್ಪಿಸಿಕೊಳ್ಳಲು ಸಾಧ್ಯವಿಲ್ಲವೆನ್ನುವುದು ವಾಣಿಯ ಜೊತೆಗಿನ ಜೀವನ ಸಿದ್ಧ ಮಾಡಿತ್ತು. ಅದಕ್ಕೆ ಹೇಳಿ ಮಾಡಿಸಿದಂಥ ಸ್ವಭಾವ ಅವಳದು.

ಅಂದು ರಾತ್ರಿ ವನಜಮ್ಮ ಗಂಡನ ಮುಂದೆ ಒಂದು ಬೇಡಿಕೆ ಇಟ್ಟರು. "ಒಂದ್ಸಲ ಮೈಥಿಲಿಪುರಕ್ಕೆ ಹೋಗ್ಬರೋಣ. ಈ ವಾತಾವರಣದಲ್ಲಿ ಮೈ ಮನಸ್ಸುಗಳು ಜಡ್ಡುಗಟ್ಟಿದಂತಾಗಿದೆ" ಆ ಯೋಚನೆ ಅವರಿಗೂ ಇತ್ತು. ಇಲ್ಲಿ ಭಾಸ್ಕರನ ವಿರೋಧವಾದರೆ ಅಲ್ಲಿ ಹೋಗಿ ಆ ಜನರ ಮುಂದೆ ತಲೆ ಎತ್ತಲು ಸಂಕೋಚ.

"ನೋಡೋಣ, ಮೇಲ್ನೋಟಕ್ಕೆ ಭಾಸ್ಕರ ಚೆನ್ನಾಗಿ ಕಂಡರೂ ಅವ್ನ ಆರೋಗ್ಯ ಚೆನ್ನಾಗಿಲ್ಲ. ದಿನ ದಿನಕ್ಕೆ ಸವೆದು ಹೋಗ್ತಾ ಇದ್ದಾನೆ. ಈ ಸ್ಥಿತಿಯಲ್ಲಿ ಅವನನ್ನ ಬಿಟ್ಟು ಹೋಗೋದು..... ಹೇಗೆ?" ರಾಧಾಕೃಷ್ಣಯ್ಯ ಗೊಂದಲದಲ್ಲಿದ್ದರು.

"ನಾವಿದ್ದು ಇಲ್ಲಿ ಮಾಡೋದು ಅಷ್ಟರಲ್ಲೇ ಇದೆ. ಅವ್ನು ನಮ್ಮ ಮಾತು ಕೇಳ್ತಾನಾ? ಅವನದೇ ಆದ ಜಗತ್ತಿನಲ್ಲಿ ಸಂತೋಷವಾಗಿದ್ದಾನೆ, ಇದ್ಕೊಳ್ಳಿ ಬಿಡಿ."

ಹೆಂಡತಿಯ ಮಾತಿಗೆ ಏನು ಹೇಳಲು ಹೋಗಲಿಲ್ಲ ರಾಧಾಕೃಷ್ಣಯ್ಯ.

ಮಾರನೆಯ ದಿನವೇ ರಾಧಾಕೃಷ್ಣಯ್ಯ "ಒಂದ್ನಾಲ್ಕು ದಿನ ಮೈಥಿಲಿಪುರಕ್ಕೆ ಹೋಗ್ಬರ್ತೀವಿ. ಸೂರ್ಯ ಕೂಡ ಪತ್ರ ಬರೆದಿದ್ದ." ಎಂದ ಕೂಡಲೇ ಅವನ ಮುಖದ ಬಣ್ಣವೇ ಬದಲಾಯಿತು.

"ನಾನು ಬೇಡಾಂದ್ರೆ...." ಸ್ವಲ್ಪ ಗಡುಸಾಗಿತ್ತು ಅವನ ಸ್ವರ. ರಾಧಾಕೃಷ್ಣಯ್ಯ ನಕ್ಕುಬಿಟ್ಟರು. "ಯಾರು ಯಾರ ಮಾತು ಕೇಳೋದು ಒಂದು ಮಿತಿಯಲ್ಲಿ. ಈಗ ನಮ್ಮ ಮಾತು ನಿಂಗೆ ಇಷ್ಟವಾಗುತ್ತ? ಹಾಗೇ.....ಇಲ್ಲಿ....ನಾಲ್ಕು ದಿನ ಹೋಗಿ ಬರಬೇಕೆನಿಸಿದೆ. ಅದ್ರಿಂದ ನಿಂಗೇನು ತೊಂದರೆ ಇಲ್ಲ" ಎಂದರು.

ಇಷ್ಟು ಸುಖದ ನಡುವೆಯೂ ಮೈಥಿಲಿಪುರ ಅವರನ್ನ ಕೈ ಬೀಸಿ ಕರೆಯುತ್ತಿದೆ. ಅವನಿಗೆ ಕೋಪ, ಅಸಹಾಯಕತೆಯಿಂದ ತಲೆಗೂದಲನ್ನು ಕಿತ್ತುಕೊಳ್ಳುವಂತಾಯಿತು.

"ಅಲ್ಹೋಗಿ.... ಎಲ್ಲಿ ಇರ್ತೀರಾ?" ಕುತೂಹಲವಿತ್ತು ಅವನ ಸ್ವರದಲ್ಲಿ "ನಾವು ಇದ್ದ ಮನೆ ಇನ್ನು ಖಾಲಿನೆ ಇದೆಯಂತೆ, ಅದ್ನ ಸೂರ್ಯನ ಸುಪರ್ದಿನಲ್ಲಿಯೇ ಬಿಟ್ಟಿದ್ದಾರಂತೆ. ಅಲ್ಲೇ ಹೋಗಿ ಇರ್ತೀವಿ" ಅವರ ನಿರ್ಧಾರ ಅಚಲವಾಗಿತ್ತು.

"ಅಲ್ಲೇನಿದೆ?" ತಾಳ್ಮೆ ಕಳೆದುಕೊಂಡ.

"ಅಲ್ಲಿ ಎಲ್ಲಾ ಇದೆ. ನೀನು ವಾಣಿ ಕೃಷ್ಣ ಇಲ್ಲ ಅಷ್ಟೆ. ಒಂದು ನಾಲ್ಕು ದಿನ ಬದಲಾವಣೆ ಅಷ್ಟೆ. ಮತ್ತೆ ಇಲ್ಲಿಗಲ್ಲದೇ ಎಲ್ಲಿಗೆ ಹೋಗೋದು?"

ಭಾಸ್ಕರ ತಲೆ ಕೊಡವಿ ಎದ್ದು ಹೋದ. ಇವರನ್ನು ಕಟ್ಟಿ ಹಾಕುವುದು ತನ್ನಿಂದ ಸಾಧ್ಯವಿಲ್ಲವೇ? ವಾಣಿಗಂತು ಒಂದು ರೀತಿಯ ನಿಶ್ಚಿಂತೆ. ಅವರು ಇದ್ದರೂ ಹಚ್ಚಿಕೊಳ್ಳಲಿಲ್ಲ, ಹೋದರೂ ಬೇಸರವೆನಿಸಲಿಲ್ಲ.

ಟೈ ಸರಿ ಮಾಡಿಕೊಳ್ಳುತ್ತ "ವಾಣಿ, ಅಪ್ಪ ಅಮ್ಮ ಮೈಥಿಲಿಪುರಕ್ಕೆ ಹೊರಟಿದ್ದಾರೆ" ಹೇಳಿದ. ಕೂದಲಿಗೆ ಕ್ರೀಮ್ ಹಚ್ಚುತ್ತಿದ್ದವಳು "ಹೋಗ್ಲಿ ಬಿಡಿ, ಇಲ್ಲಿ ನೀವೆಷ್ಟು ಅನ್ಕೂಲ ಒದಗಿಸಿಕೊಟ್ರು.... ಸಮಾಧಾನವಿಲ್ಲ. ಅದೇ....ಅವ್ರ ಹಣೆಬರಹ...." ಅಂದವಳು ತುಟಿ ಕಚ್ಚಿ ನಾಲ್ಕು ಹೆಜ್ಜೆ ಹಿಂದಕ್ಕೆ ಸರಿದಳು. ಅವನ ಕೈ ಬಂದು ಕೆನ್ನೆಗೆ ಅಪ್ಪಳಿಸಿತು ಎನ್ನುವ ಭಯ.

"ನಿಂಗೇನು ಅನ್ನಿಸೋಲ್ವಾ?" ಕ್ರಾಪ್ ಬಾಚುತ್ತ ಕೇಳಿದ.

"ಯಾಕೆ ಏನಾದ್ರೂ ಅನ್ನಿಸುತ್ತೆ? ನಾನೇನು ಅವರ್ಹತ್ರ ಎಂದೂ ಮಾತಾಡ್ಲಿಲ್ಲ. ನಂಗೂ..... ಅವ್ರಿಗೂ ಯಾವ್ದೇ ಕನೆಕ್ಷನ್ ಇಲ್ಲ" ಆರಾಮಾಗಿ ಹೇಳಿಬಿಟ್ಟಳು. ಚೂರಿಯಂತೆ ನಿಧಾನವಾಗಿ ಅವನೆದೆಯಾಳಕ್ಕೆ ಇಳಿಯಿತು. ರೋಷದಿಂದ ಅವಳತ್ತ ತಿರುಗಿದ "ಬರೀ ನಿನ್ನ ಕನೆಕ್ಷನ್ ಕಟ್ಟಿಕೊಂಡವ್ನ ಜೊತೆಗೆ ಒಂದಿಷ್ಟು ಕೆಲ್ಸಕ್ಕೆ ಸಹಾಯ ಮಾಡಿದ್ರೂಂತ ನಂಗೆ ಗಂಟು ಹಾಕ್ಬಿಟ್ರು" ಇಂದು ಅವಳಪ್ಪನನ್ನೂ ಸೇರಿಸಿಕೊಂಡು ಛೀಮಾರಿ ಹಾಕಿದ.

ಹೊರಡುವ ಮುನ್ನ ಅವಳಿಗೆ ಹೇಳಿದ "ಅವ್ರನ್ನ ತಡೆಯೋ ಪ್ರಯತ್ನ ಮಾಡು. ನಾನು ಬೆಂಗಳೂರಿಗೆ ಟ್ರಾನ್ಸ್‌ಫರ್ ಮಾಡ್ಸಿಕೊಂಡಿದ್ದು ಒಂದೇ ಕಾರಣಕ್ಕೆ. ಅವ್ರನ್ನ ನನ್ಹತ್ರ ಇಟ್ಕೋಬೇಕು. ಕಾಣದ ಸುಖವನ್ನು ಅವ್ರಿಗೆ ತುಂಬಿ ಕೊಡ್ಬೇಕು ಅನ್ನೋ ಒಂದೇ ಒಂದು ಉದ್ದೇಶದಿಂದ. ಅವ್ರು ನನ್ಹತ್ರ ಇರೋಲ್ಲ ಅಂದ್ಕೊಂಡ್ರೆ....." ಅವನಿಗೆ ತಲೆಯೇ ಕೆಟ್ಟಂತಾಯಿತು.

ವಾಣಿಗೆ ದಿಕ್ಕೆಂಟಾಯಿತು. ಭಾಸ್ಕರ ಇಷ್ಟೊಂದು ತನ್ನ ತಾಯ್ತಂದೆಯರನ್ನ ಪ್ರೀತಿಸುತ್ತಾನೆಂದು ಇಂದೇ ಗೊತ್ತಾಗಿದ್ದು.

"ಈಗ ನಾನೇನ್ಮಾಡ್ಲಿ?" ಅಷ್ಟೇ ಕೇಳಿದ್ದು.

"ಅವ್ರನ್ನು ಒಲಿಸ್ಕೊಂಡ್.... ಇಲ್ಲೇ ಇರಿಸ್ಕೋ, ಇದು ನನ್ನ ನೆಮ್ದೀ, ಸಂತೃಪ್ತಿಯ ದೃಷ್ಟಿಯಿಂದ ಅಗತ್ಯ. ಖಂಡಿತ ನೀನು ಪ್ರಯತ್ನ ಮಾಡು. ಆಲ್ ದಿ ಬೆಸ್ಟ್" ಶುಭ ಹಾರೈಸಿದ ಕೂಡ.

ಅಂದೆಲ್ಲ ಅವನ ಮಿದುಳಿನಲ್ಲಿ ಒಂದು ರೀತಿಯ ಘರ್ಷಣೆ.

ಮನೆಗೆ ಪಾಠಕ್ಕೆ ಬರುತ್ತಿದ್ದ ಹುಡುಗರು ಬರೀ ಕೈಯಲ್ಲಿ ಬರುತ್ತಲೇ ಇರಲಿಲ್ಲ. ಕಾಳು ಕಡ್ಡಿ ಜೊತೆ ಅವರಿಗೆ ಎಟುಕುವಂಥ ಹಣ್ಣು ಕಾಯಿಗಳನ್ನು ತಂದು ಹಾಕುತ್ತಿದ್ದರು. 'ನಾಳೆಗೆ' ಎಂದು ಇರಿಸಿಕೊಳ್ಳುವ ಮನಸ್ಸು ವನಜಮ್ಮನಿಗೆ ಇರಲಿಲ್ಲ.

"ಚಂದ್ರು ಇಷ್ಟೊಂದು ಬೇಲದ ಹಣ್ಣು ತಂದು ಕೊಟ್ಟಿದ್ದಾನೆ. ಸ್ವಲ್ಪ ಬೆಲ್ಲ ಕುಟ್ಟಿ ಕೊಂಡು, ಪಾನಕ ಮಾಡಿದ್ರೆ.... ಹುಡುಗರೆಲ್ಲ ಕುಡೀತಾರೆ" ಎಂದು ಅವನ ಕೈಯಲ್ಲಿ ಬೆಲ್ಲ ಕುಟ್ಟಿಸಿದ ವನಜಮ್ಮ ಒಂದು ಡಬರಿ ಪಾನಕ ಮಾಡಿ ಹುಡುಗರ ಜೊತೆಗೆ ಬಂದವರಿಗೆಲ್ಲ ಕೊಡುತ್ತಿದ್ದರು.

ಮಾವಿನಕಾಯಿ ಕಾಲದಲ್ಲಿ ಎರಡು ಜಾಡಿಯಷ್ಟು ಉಪ್ಪಿನಕಾಯಿ ಹಾಕಿದರೂ ಅವರಿಗೆ ಬಳಕೆಯಾಗುತ್ತಿದ್ದುದ್ದು ಕಡಿಮೆಯೇ. ಮೇದರ ರಾಮಿಯಿಂದ ಹಿಡಿದು, ಗೌಡರ ಮನೆಯವರೆಗೂ ಅದು ಹಂಚಿ ಹೋಗುತ್ತಿತ್ತು.

ಮನೆಯವರಷ್ಟೇ ಒಂದು ದಿನವು ಊಟ ಮಾಡಿದ್ದಿಲ್ಲ. ಊಟದ ಹೊತ್ತಿಗೆ ಯಾರಾದರೂ ಬರುತ್ತಿದ್ದರು. ಆಮೇಲೆ ಬಂದರೂ ಮಾಡಿ ಬಡಿಸುವಂಥ ಸಹನೆ ವನಜಮ್ಮನಿಗೆ ಇತ್ತು.

ಪೊಂಗಲ್ ಮಾಡಿ ಇಡೀ ದಿನ ಸೂರ್ಯನಿಗಾಗಿ ಕಾದ ವನಜಮ್ಮ "ಭಾಸ್ಕರ ಸೂರ್ಯ ಯಾಕೋ ಬರ್ಲಿಲ್ಲ ಕಣೋ. ಹೋಗಿ ಕೊಟ್ಟು ಬಾ, ರಾತ್ರಿಗಾದ್ರೂ ತಿಂತಾನೆ. ಅವನಿಗೆ ಸಿಹಿಯಂದ್ರೆ....ಇಷ್ಟ" ತುಂಬಾ ಅಂತಃಕರಣದಿಂದ ಹೇಳುತ್ತಿದ್ದರು.

ಹಬ್ಬ ಹರಿದಿನಗಳಲ್ಲಿ ತೋರಣ ಕಟ್ಟುತ್ತಿದ್ದವನು ಸೂರ್ಯ. ಮನೆಗೆ ಸಾಮಾನು ತರುವುದರಿಂದ ಹಿಡಿದು ಊಟಕ್ಕೆ ಎಲೆ ಹಾಕುವವರೆಗೂ ಅವನ ಕೈವಾಡವಿರುತ್ತಿತ್ತು.

"ಸೂರ್ಯ ನಿಮ್ಮ ಮಗನೇ. ಅವ್ನಿಗೆ ಮನೆಯಲ್ಲಿ ಹಬ್ಬದ ದಿನವಾದ್ರೂ ಊಟ ಮಾಡೋಣ ಅನ್ನೋದಿಲ್ಲ. ಹೆಸರಿಗೆ ನಾನು ಅಮ್ಮ ಅಷ್ಟೆ.... ಸೂರ್ಯನ ತಾಯಿ ಹೇಳಿಕೊಂಡು ನಗುತ್ತಿದ್ದರು. ಎಂದೂ ಈರ್ಷ್ಯೆಪಟ್ಟಿದ್ದೇ ಇಲ್ಲ ಆಕೆ.

ನೆನಪುಗಳು ಹೆಚ್ಚು ಬಾಧಿಸಿದಾಗ ಫ್ಯಾಕ್ಟರಿಯಿಂದ ಮನೆಗೆ ಹಿಂದಿರುಗಿದ. ಮನೆಯಲ್ಲೆಲ್ಲ ಬೆಲ್ಲದ ಪಾಕದ ವಾಸನೆ.

"ನಿಮ್ಮಮ್ಮ ಮೈಥಿಲಿಪುರಕ್ಕೆ ಹೋಗೋಕೆ ಉಂಡೆ, ಚಕ್ಕುಲಿ, ಮಾಡಿಕೋತಾ ಇದ್ದಾರೆ" ವಾಣಿ ಕಾರಣ ಕೊಟ್ಟರು.

ಅಂತೂ ಅವರು ಹೊರಡುವುದು ನಿರ್ಧಾರವಾಯಿತೆಂದುಕೊಂಡ. ಒಂದು ರೀತಿಯ ಭಯ ಅವನಿಗೆ ಇದೀಗ. ಅಲ್ಲಿಗೆ ಹೋದ ಮೇಲೆ ಅವರು ಮರಳಿ ಬಾರದಿದ್ದರೇ–ಇದನ್ನ ಅವನು ಸೈರಿಸಲಾರ.

ಬಟ್ಟೆ ಬದಲಾಯಿಸಿದವನು ಅಡಿಗೆಯ ಮನೆಗೆ ಬಂದ. ಭಟ್ಟರು ಕೂಡ ವನಜಮ್ಮನ ಜೊತೆ ಕೂತು ಉಂಡೆ ಕಟ್ಟುತ್ತಿದ್ದರು. ಮಗನನ್ನು ನೋಡಿದ ಕೂಡಲೇ ಸಂಭ್ರಮದಿಂದ ಎದ್ದರು...

"ಭಾಸ್ಕರ...." ಉಂಡೆ ಹಿಡಿದ ಕೈ ಕೆಳಗಿಳಿಯಿತು. ಅರ್ಥಮಾಡಿಕೊಂಡ. "ಕೊಡಮ್ಮ...." ಕೈಯೊಡ್ಡಿದ. ಆಕೆಯ ಮುಖ ಚಿಕ್ಕದಾಯಿತು. "ನೀನು ತಿನ್ನೋಹಂಗಿಲ್ಲವಲ್ಲ.....ಚಕ್ಕುಲಿ... ತಿನ್ನು" ಅಲ್ಲೇ ಪೇರಿಸಿಟ್ಟ ಚಕ್ಕುಲಿಗಳನ್ನು ತಟ್ಟೆಗೆ ಹಾಕಿ ಅವನಿಗೆ ಕೊಟ್ಟಳು.

'ಕರೆದ ತಿಂಡಿಗಳು ನಿಶಿದ್ಧ' ಡಾಕ್ಟರರ ಆದೇಶ ನೆನಪಿಗೆ ಬಂದರೂ ಹೇಳಲು ಹೋಗಲಿಲ್ಲ. "ಆರಾಮಾಗಿ ಕೂತು ತಿಂತೀನಿ" ತಟ್ಟೆಯನ್ನು ಹೊರಗೆ ಹೊಯ್ದವನು ಟಿ.ವಿ.ಯ ಬಳಿಯ ಟೀಪಾಯಿ ಮೇಲಿಟ್ಟ.

ನಾಲಿಗೆ ರುಚಿ ನೋಡಲು ತವಕಿಸುತ್ತಿದ್ದರು ಮನ ಹಿಂದೇಟು ಹಾಕುತ್ತಿತ್ತು.

ಅಷ್ಟರಲ್ಲಿ ಓಡಿ ಬಂದ ಕೃಷ್ಣ ಅದನ್ನು ಎತ್ತಿಕೊಂಡ.

"ಶ್ಯಾಮ್ಲೀ... ಶ್ಯಾಮ್ಲೀ...." ಎಂದು ಕೂಗುತ್ತ ಬಂದ ವಾಣಿ "ಅದೆಲ್ಲ ತಿನ್ಬೇಡ. ಹಳ್ಳಿ ತಿಂಡಿ, ಹಲ್ಲುಗಳು ಹಾಳಾಗುತ್ತೆ. ನಿಂಗೆ ಕೇಕ್ ಕೊಡ್ತೀನಿ...ಬಾ" ಮಗನನ್ನು ಕರೆದಳು.

ಅವನು ಓಡಿಯೇಬಿಟ್ಟ.

"ಎಲ್ಲಾ ಅದ್ವಾನ! ಹೊಟ್ಟೆ ಕೆಟ್ಟು ಡಾಕ್ಟರರ ಅತ್ರ ಹೋಗ್ಬೇಕಾಗಿ.... ಬಂದರೇ" ಸಿಡಿಮಿಡಿಗೊಂಡಳು.

ಭಾಸ್ಕರ ನಕ್ಕುಬಿಟ್ಟ. "ನೀನು ಹೀಗೆಂದೇ ಸವೆದುಹೋಗಿರೋದು, ನಿಂಗೆ ಯಾವ ಕಾಯಿಲೇನು ಇಲ್ವಲ್ಲ, ಆರಾಮಾಗಿ ತಿನ್ನು. ನಿಂಗೆ ಆಗೋಲ್ಲಾಂದ್ರೆ ಅವ್ನಿಗೆ ತಿನ್ನೋಕೆ ಬಿಡು. ಹೊಟ್ಟೆ ಕೆಟ್ಟಾಗ ನೋಡೋಣ" ಎಂದಿನಂತೆ ಅವನು ಇಂದು ಹೆಂಡತಿಯನ್ನು ಬೆಂಬಲಿಸಲಿಲ್ಲ.

ವಾಣಿ ಸುಮ್ಮನೆ ಹೋದಳು.

ಡಯಲ್ ತಿರುಗಿಸಿ ಡಾಕ್ಟರಿಗೆ ಫೋನ್ ಮಾಡಿದ. "ಇವತ್ತು ನಮ್ಮಮ್ಮ ಚಕ್ಕುಲಿ, ಉಂಡೆ ಮಾಡಿದ್ದಾರೆ. ತಿನ್ನಬೇಕೂಂತ ತೀರ್ಮಾನ ಮಾಡಿದ್ದೀನಿ. ಪ್ರೀವಿಯಸ್ಸಾಗಿ ಏನಾದ್ರೂ ಪಿಲ್ಸ್ ತೆಗ್ದುಕೊಳ್ಲಾ..." ಅವನ ಮಾತಿಗೆ ನಕ್ಕು ಸಜೆಷನ್ ಕೊಟ್ಟಿದ್ದರು.

"ನೇರವಾಗಿ ಅಡಿಗೆ ಮನೆಗೆ ಹೋಗಿ ತಾನೇ ಉಂಡೆ, ಚಕ್ಕುಲಿಯನ್ನು ತುಂಬಿಕೊಂಡು ಬಂದ. ಯಾಕೋ ಅನ್ನಲಿಲ್ಲ. ಅದನ್ನು ಒಂದೊಂದಾಗಿ ಕೃಷ್ಣ ತೆಗೆದುಕೊಂಡು ಹೋಗಿ ಸ್ನೇಹಿತರೊಂದಿಗೆ ತಿಂದು ಮುಗಿಸಿದ.

"ಅಮ್ಮಾವ್ರೇ..." ಆ ಸ್ವರ ಅವನನ್ನು ತಲುಪಿ ಮನ ಗುರ್ತಿಸಿತು. "ಅಮ್ಮನಿಗೆ..... ಹೇಳು" ನಾರಾಯಣನಿಗೆ ಹೇಳಿ ಕೋಣೆಗೆ ಹೋದ. ಬಂದವ ಚೆನ್ನನೆಂದು ಅವನಿಗೆ ಗೊತ್ತು. ಗಾರೆ ಹಣ್ಣು, ನೇರಳೆ ಹಣ್ಣು, ಎಲಚಿಹಣ್ಣುಗಳನ್ನು ಅವನಿಗಾಗಿ ತಂದುಕೊಡುತ್ತಿದ್ದ ವ್ಯಕ್ತಿ, ಮುಖಾ ಮುಖಿಯಾಗಲು ಇಷ್ಟ ಪಡಲಿಲ್ಲ.

ನಾರಾಯಣ ಬಂದು ಮೈಥಿಲಿಪುರದವರು ಬಂದಿದ್ದಾರೆಂದು ತಿಳಿದಾಗ ಆಕೆಗೆ ರೆಕ್ಕೆಗಳು ಮೂಡಿದಂತಾಯಿತು.

ಬಾಳೆಯೆಲೆಯ ಕಟ್ಟು, ಬಾಳೆಗೊನೆ, ಚಿಗುರೆಲೆಯ ಕವಳಿಗೆ ಹಳ್ಳಿ ಬದನೆಕಾಯಿ ಹೊತ್ತು ನಿಂತಿದ್ದ.

"ಬಾರೋ...." ಅಣ್ಣ ತಮ್ಮಂದಿರನ್ನು ನೋಡಿದಾಗ ಹೆಣ್ಣು ಪಡುವ ಸಂಭ್ರಮಕ್ಕಿಂತ ಆಕೆಯ ಉತ್ಸಾಹವೇನೂ ಕಡಿಮೆಯಾಗಲಿಲ್ಲ. "ಒಳ್ಗಡೆ.... ಬಾ.... ವಿಪರೀತ ಬಿಸ್ಲು."

ಚೆನ್ನ ಅವೆಲ್ಲ ತಂದು ಒಳಗಡೆ ಇಟ್ಟು ನೆಲದ ಮೇಲೆ ಆರಾಮಾಗಿ ಕೂತ. "ಹೆಂಗಿದ್ದೀರವ್ವಾ?" ಗೌರವ ವಿಶ್ವಾಸಗಳಿಂದ) ವಿಚಾರಿಸಿದ. "ಸೂರಪ್ಪನೋರು ನೋಡ್ಕೊಂಡ್ಬಾಂದ್ರು."

"ಚೆನ್ನಾಗಿದ್ದೀನಿ. ಸೂರ್ಯ ಹೇಗಿದ್ದಾನೆ? ನಿಮ್ಮ ಮನೆಯಲ್ಲಿ ಎಲ್ಲಾ ಚೆನ್ನಾಗಿದ್ದಾರ?" ಬಂಧುಗಳನ್ನು ವಿಚಾರಿಸುವಷ್ಟೇ ಅಕ್ಕರೆ ಆಕೆಯ ಧ್ವನಿಯಲ್ಲಿತ್ತು.

"ಚೆನ್ನಾಗಿದ್ದಾರೆ. ಅವ್ರಿಗೆ ನಿಮ್ಮದೇ ನೆನಪು. ಭಾಸ್ಕರಪ್ಪನೋರು ಸಂದಾಕಿದ್ದಾರ? ಮೇಷ್ಟ್ರು ಕಾಣೋಲ್ವಲ್ಲ!" ಅತ್ತಿತ್ತ ಕಣ್ಣಾಡಿಸಿದ.

"ಎಲ್ಲಾ ಚೆನ್ನಾಗಿದ್ದಾರೆ. ಮೇಷ್ಟ್ರು ಮೊಮ್ಮಗನಿಗೆ ಊಟ ತಗೊಂಡ್ ಹೋದವ್ರು ಇನ್ನೂ ಬಂದಿಲ್ಲ. ಬಂದುಬಿಡ್ತಾರೆ ಈಗ್ಬಂದೆ" ಒಳಗೆ ಹೋದವರು.

ಕೊತ್ತಂಬರಿ, ಕರಿಬೇವು ಹಾಕಿ ಇಂಗಿನ ಒಗ್ಗರಣೆ ಹಾಕಿದ ಒಂದು ತಂಬಿಗೆ ಮಜ್ಜಿಗೆಯನ್ನು ಅವನ ಮುಂದಿಟ್ಟರು.

"ಕುಡ್ದು ಸುಧಾರಿಸ್ಕೋ, ಆಮೇಲೆ ಊಟ ಮಾಡ್ಬಹ್ದು" ಒಳಗೆ ಹೋದರು.

ಭಾಸ್ಕರ ಕಾದ. ತಾಯಿ ತನಗೆ ವಿಷಯ ಮುಟ್ಟಿಸಿ ಚೆನ್ನನನ್ನು ಮಾತಾಡಿಸಲು ತಿಳಿಸಬಹುದೆಂದುಕೊಂಡಿದ್ದ. ಆದರೆ ರಾಧಾಕೃಷ್ಣಯ್ಯನವರು ಬಂದ ನಂತರವೂ ಅದು ಸುಳ್ಳಾಯಿತು.

"ನಾವು ಮೈಥಿಲಿಪುರಕ್ಕೆ ಹೊರಟಿದ್ದೀವಿ. ಎಲ್ಲಾ ನಾಳೆ ಜೊತೆಯಲ್ಲೇ ಹೋಗೋಣ." ಅವನ ಊಟದ ನಂತರ ರಾಧಾಕೃಷ್ಣಯ್ಯ, ತಮ್ಮ ನಿರ್ಧಾರ ಪ್ರಕಟಿಸಿದರು.

ಚೆನ್ನ ಜೇಬಿನಲ್ಲಿ ಮಡಚಿಟ್ಟಿದ್ದ ಲಗ್ನಪತ್ರಿಕೆಯನ್ನು ಹೊರಗೆ ತೆಗೆದ. "ನನ್ನ ಕಿರಿ ಮಗಳ ಮದ್ವೆ, ಅಲ್ಲಿಗಂಟಾ ನೀವು ಅಲ್ಲೇ ಇರ್ಬೇಕು" ನಮ್ರತೆಯಿಂದ ಎರಡು ಕೈಯಲ್ಲು ಅವರಿಗೆ ಕೊಟ್ಟ.

"ಖಂಡಿತ ಇರ್ತೀವಿ!" ಪೂರ್ಣ ಭರವಸೆ ಕೊಟ್ಟರು.

ಇಂದು ಹೊರಗೆ ಬಂದ ಭಾಸ್ಕರ ಚೆನ್ನನನ್ನು ಮಾತಾಡಿಸಿದ ಕೂಡ. ನೂರರ ಒಂದು ನೋಟು ಕೊಟ್ಟು ನಾರಾಯಣನ ಜೊತೆ ಸಿಟಿ ನೋಡಿ ಬರಲು ತಿಳಿಸಿದ. ಆ ಕೈ ಅಂತ ಹಸಿರು ನೋಟುಗಳನ್ನು ನೋಡಿತ್ತು. ಆದರೆ ಭಾಸ್ಕರ ಆಡಿದ ಮಾತುಗಳು ಅಮೃತ ಕುಡಿದಂತಿತ್ತು.

ತಿಂಡಿಯೆಲ್ಲಾ ಕಟ್ಟಿಯಾದ ಮೇಲೆ ತಾಯಿಗೆ ಹೇಳಿದ. ಅಮ್ಮಾ, ನಾನು ಹದಿನೈದು ದಿನ ಟೂರ್ ಹೋಗ್ತಾ ಇದ್ದೀನಿ. ಮನೆಯಲ್ಲಿ ಕೃಷ್ಣ, ವಾಣಿ ಮಾತ್ರ ಇರೋದು. ನಾನು ಬಂದ್ಮೇಲೆ ಹೋಗಿ ಮೈಥಿಲಿಪುರಕ್ಕೆ.

ಆಕೆ ಸುಮ್ಮನಾಗಿಬಿಟ್ಟರು. ಮಾತಾಡೋಕೆ ಅವಕಾಶವೇ ಇರಲಿಲ್ಲ.

"ಆಯ್ತು....." ಎಂದರು.

ಮಗ ಮನೆಯಲ್ಲಿ ಇಲ್ಲದಾಗ ಬಿಟ್ಟು ಹೋಗುವುದು ಆಕೆಗೂ ಸರಿ ಕಾಣಲಿಲ್ಲ. "ಚೆನ್ನನ್ನ, ಅದಕ್ಕೋಸ್ಕರವೇ ಇರಿಸಿಕೊಂಡಿದ್ದು. ಅವ್ನ ಮಗಳ ಮದ್ವೆ, ಆ ಹೊತ್ತಿಗಾದ್ರೂ ಹೋಗ್ಬರ್ಬೇಕಿತ್ತು."

"ಅಷ್ಟರೊಳಗೆ ನಾನ್ಬರ್ತೀನಲ್ಲ" ತೇಲಿಸಿಬಿಟ್ಟ.

ಕಟ್ಟಿದ ತಿಂಡಿಯನ್ನು ಬಿಚ್ಚಲಿಲ್ಲ ಆಕೆ. ಚೆನ್ನ ಎಲ್ಲವನ್ನು ಒಯ್ದ ಮೈಥಿಲಿಪುರಕ್ಕೆ. ತನಗೆ ಸಂಬಂಧ ಪಡದ ವಿಷಯವೆನ್ನುವಂತೆ ವಾಣಿ ಓಡಾಡಿದಳು.

* * *

ಹೋಗುವಾಗ ವಾಣಿಗೆ ಒಂದು ಹೇಳಿ ಮಾತು ಹೋಗಿದ್ದ ಭಾಸ್ಕರ, "ದೂರ ದೂರವೇ ಇರ್ಬೇಡ. ಅಮ್ಮ ಅಪ್ಪನನ್ನ ಆಗಾಗ ಮಾತಾಡ್ಸು. ವಿಚಾರ್‍ಸು. ಇದಿಷ್ಟು ನಿನ್ನ ಕೈಯಲ್ಲಾಗ್ಬೇಕು" ಆ ಮಾತುಗಳೇನು ಅವಳ ಮೇಲೆ ಪರಿಣಾಮ ಬೀರಲಿಲ್ಲ.

ಈಗ ಪ್ರತಿದಿನ ಸಂಜೆ ಕ್ಲಬ್‌ಗೆ ಹೋಗಿ ಬರುತ್ತಿದ್ದಳು. ಮನೆಗೆ ಸಾಮಾನು ಬೇಕಿದ್ದರೆ ನಾರಾಯಣನನ್ನು ಜೊತೆಯಲ್ಲಿ ಕರೆದೊಯ್ದು ತರುತ್ತಿದ್ದಳು ಅಷ್ಟೆ. ವನಜಮ್ಮ ಎದುರು ಸಿಕ್ಕಿದರೂ ಮಾತಾಡಿಸುತ್ತಿರಲಿಲ್ಲ.

ಅಂದು ವನಜಮ್ಮ ಕೃಷ್ಣನ ತಲೆಗೆ ಎಣ್ಣೆ ಹಚ್ಚಿ ಬಟ್ಟಲು ಒಳಗಿಟ್ಟು ಬರಲು ಹೋದಳು. ಹಿಂದೆಯೇ ದೊಡ್ಡ ಕೂಗು. ಕೃಷ್ಣ ಜಾರಿ ಬಾಲ್ಕನಿಯಿಂದ ಮೆಟ್ಟಿಲುಗಳ ಮೇಲೆ ಉರುಳಿ ತಳ ಸೇರಿದ್ದ.

ವಾಣಿ ಮೇಲೆ ಎತ್ತದೆಯೇ ಕೂಗಾಡುತ್ತಿದ್ದಳು ಶ್ಯಾಮ್ಲೀ ಅಲ್ಲೇ ಕೂತು ಆಲಿಸುತ್ತಿದ್ದಳು ಅಷ್ಟೆ.

"ಕೃಷ್ಣ..." ಮೊಮ್ಮಗನನ್ನು ಎದೆಗವಚಿಕೊಂಡರು. ಮೆಟ್ಟಿಲಿನ ಕೊನೆಗೆ ತಾಗಿದ್ದರಿಂದ ರಕ್ತ ಬರುತ್ತಿತ್ತು. "ವಾಣಿ ಸ್ವಲ್ಪ ಮಾತಾಡೋದು ನಿಲ್ಸು" ಸೊಸೆಗೆ ಹೇಳಿದವರು ಅವನನ್ನ ಎತ್ತಿಕೊಂಡು ಒಳಗೆ ಹೋದರು. ಪೆಟ್ಟಿಗೆ ಕೃಷ್ಣ ಕೂಡ ಅಳತೊಡಗಿದ.

ಫಸ್ಟ್ ಏಡ್ ಭಾಕ್ಸ್ ಹಿಡಿದು ಬಂದ ವಾಣಿ ಅಳತೊಡಗಿದಳು. ಶ್ಯಾಮ್ಲಿಯ ಸಹಾಯದಿಂದ ಗಾಯವನ್ನೊರೆಸಿ ಪೌಡರ್ ಚಿಮುಕಿಸಿ ತಮಗೆ ಬಂದಂಗೆ ಬ್ಯಾಂಡೇಜ್ ಕಟ್ಟಿದರು.

"ನಿಮ್ಮನ್ನ ಯಾರು ಎಣ್ಣೆ ಹಚ್ಚು ಅಂದೋರು?" ಕೇಳಿದಳು.

ಅವರಿಗೆ ಉತ್ತರಿಸಬೇಕೆನಿಸಲಿಲ್ಲ. ನಾರಾಯಣನತ್ತ ನೋಡಿದ ವನಜಮ್ಮ, "ಹತ್ತಿರದಲ್ಲೇ ಎಲ್ಲಾದ್ರೂ ಡಾಕ್ಟ್ರ ಷಾಪ್ ಇದ್ಯಾ?" ಕೇಳಿದರು.

ಅಷ್ಟರಲ್ಲಿ ರಾಧಾಕೃಷ್ಣಯ್ಯ ಬಂದಿದ್ದರಿಂದ ಅವರ ಜವಾಬ್ದಾರಿ ಕಮ್ಮಿಯಾಯಿತು.

"ಸ್ವಲ್ಪ ಡಾಕ್ಟ್ರಗೆ ಫೋನ್ ಮಾಡು ವಾಣಿ" ಸೊಸೆಗೆ ಹೇಳಿದರು. "ಏನಾದ್ರೂ ಮಾಡ್ಕೊಳ್ಳಿ" ಅವಳ ಪಾಡಿಗೆ ಅವಳು ಹೋಗಿಬಿಟ್ಟಳು. ಇವಳಿಗೇನಾಗಿದೆ? ಅವರಿಗೆ ಅರ್ಥವಾಗಲಿಲ್ಲ.

ಮೊಮ್ಮಗನನ್ನ ರಾಧಾಕೃಷ್ಣಯ್ಯ ತಾವೇ ಹೊತ್ತುಕೊಂಡು ಡಾಕ್ಟರ ಬಳಿಗೆ ಹೋಗಿ ಬಂದರು. ಎಣ್ಣೆ ಹಚ್ಚಿದ್ದರಿಂದ ಎಚ್ಚರದಿಂದ ತಲೆ ತೊಳೆಯಬೇಕಾಯಿತು. ಅವಳು ಒಂದಕ್ಕೂ ಬರಲಿಲ್ಲ.

"ನಂಗೆ ವಾಣಿ ವರ್ತನೆ ವಿಚಿತ್ರವಾಗಿ ತೋರುತ್ತೆ" ಆತಂಕದಿಂದ ಗಂಡನ ಬಳಿ ಹೇಳಿಕೊಂಡರು ವನಜಮ್ಮ. ರಾಧಾಕೃಷ್ಣಯ್ಯನವರಿಗೂ ಹಾಗೇಯೇ ಅನ್ನಿಸಿತು. "ಪೆಟ್ಟು ಬಿದ್ದ ಮಗುನ ಕೂಡ ಎತ್ತಿಕೊಳ್ಳೋಕೆ ಮುಂದಾಗಲಿಲ್ಲಾಂದ್ರೆ....." ಏನೇನೋ ಯೋಚನೆಗಳು. ಆದರೆ ಕೆಟ್ಟದ್ದನ್ನಂತು ಅವರು ಯೋಚಿಸಲಿಲ್ಲ.

ಈ ಪ್ರಕರಣ ಅವರ ಮನಸ್ಸಿನಲ್ಲಿ ಶಾಶ್ವತವಾಗಿ ಉಳಿದುಹೋಯಿತು. ಕೃಷ್ಣ ಈಗ ಪೂರ್ತಿ ಅವರ ಬಳಿಯೇ ಉಳಿದುಬಿಟ್ಟ.

ದಿನಗಳು ಮುಂದಕ್ಕೆ ಹೋದರೂ ಮೈಥಿಲಿಪುರಕ್ಕೆ ಹೋಗುವ ಅವರ ನಿರ್ಧಾರವಂತು ಬದಲಾಗಿರಲಿಲ್ಲ.

ಅಂದು ಕ್ಲಬ್‌ಗೆ ಹೊರಟ ವಾಣಿ ಶ್ಯಾಮ್ಲಿಗೆ ಕೂಗಿ ಹೇಳಿದಳು. "ಅಭಿನಾಶ್‌ಗೆ ಚೆನ್ನಾಗಿ ಡ್ರೆಸ್ ಮಾಡು. ಸಂಜೆ ಅವನನ್ನ ಪಾಟೇಲ್ ಮನೆಯ ಮಗುವಿನ ಬರ್ತ್‌ಡೇಗೆ ಕರ್ಕೊಂಡ್ಹೋಗ್ತೀನಿ."

ಅವಳೇನೋ 'ಹ್ಞೂ' ಗುಟ್ಟಿದಳು. ಆದರೆ ಅವನು ಹೋಗಲು ಸಿದ್ಧವಾಗಬೇಕಲ್ಲ! ಬಟ್ಟೆಗಳನ್ನೆತ್ತಿ ದೂರಕ್ಕೆಸೆದ "ನಾನು ಹೋಗೋಲ್ಲ" ಶ್ಯಾಮ್ಲಿ ಎಷ್ಟೋ ರಮಿಸಿದಳು. ಅವನು ಸುತರಾಂ ಒಪ್ಪಲಿಲ್ಲ.

"ಅಮ್ಮ, ನಿನ್ನ ಎಲ್ಲಿಗೋ ಕಾರ್‌ನಲ್ಲಿ ಕರ್ಕೊಂಡ್ ಹೋಗ್ತಾಳೆ" ವನಜಮ್ಮ ಕೂಡ ಅವನನ್ನು ಕೂಡಿಸಿಕೊಂಡು ಒಪ್ಪಿಸಲು ನೋಡಿದರು. "ಹೋಗೋಲ್ಲ, ನಂಗೆ ಮಮ್ಮಿ ಬೇಡವೇ ಬೇಡ."

"ಛೆ, ಅಮ್ಮನ ಬೇಡಾಂತಾರ!" ಕೆನ್ನೆ ಸವರಿದರು.

ಕಡೆಗೆ ರಾಧಾಕೃಷ್ಣಯ್ಯ ತಮ್ಮ ಪ್ರಯತ್ನ ಮುಂದುವರಿಸಿ ಸಫಲರಾದರು.

"ಅಮ್ಮನ ಜೊತೆ ಹೋಗ್ತೀಯಲ್ಲ!" ಹ್ಞೂ ಗುಟ್ಟಿದ "ಭೇಷ್...." ಅಪ್ಪಿಕೊಂಡು ಮುತ್ತಿಟ್ಟರು.

ಅವರು ಎಲ್ಲಾ ಮರೆತುಬಿಡಬಲ್ಲರು. ಎಲ್ಲಾ ಕ್ಷಮಿಸಿಬಿಡಬಲ್ಲರು. ಅಂದಿನ ಸೊಸೆಯ ವರ್ತನೆ ಮಾತ್ರ ಎಂದೂ ಮರೆಯಲಾರರು. ಏಕೆ? ಏನು? ಎಷ್ಟೋ ಸಲ ತಮ್ಮಲ್ಲೇ ಪ್ರಶ್ನೆಗಳನ್ನು ಹಾಕಿಕೊಂಡು ಉತ್ತರಗಳನ್ನು ಹೊಂದಿಸಲಾರದೆ ಸೋತುಹೋಗಿದ್ದರು.

ಕ್ಲಬ್‌ನಿಂದ ಬೇಗೇನೋ ಹಿಂದಿರುಗಿದಳು ವಾಣಿ "ಅಭಿನಾಶ್.... ರೆಡಿನಾ?" ಶ್ಯಾಮ್ಲಿನ ಕೇಳಿದಳು. ಬಿದ್ದ ಪೆಟ್ಟಿನ ಗುರುತಾಗಿ ಅವನ ಹಣೆಯ ಮೇಲೆ ಸಣ್ಣ ಪ್ಲಾಸ್ಟರ್ ಇತ್ತು. ಅಮ್ಮನ ಎದುರು ಬಂದು ನಿಂತು ಸೆಲ್ಯೂಟ್ ಹೊಡೆದ.

"ನಿಂಗೆ ಈ ಡ್ರೆಸ್ ಚೆನ್ನಾಗಿ ಕಾಣೋಲ್ಲ!" ನೆವಿಬ್ಲೂ ಬಣ್ಣದ ನಿಕ್ಕರ್, ಅದರ ಮೇಲಿನ ಬುಷ್‌ಷರಟು ಅವಳಿಗೆ ಇಷ್ಟವಾಗಲಿಲ್ಲ. ಕೃಷ್ಣ ಶ್ಯಾಮ್ಲಿಯ ಕಡೆ ನೋಡಿದ "ಅವ್ರೆ ಇಷ್ಟಪಟ್ಟು ಹಾಕ್ಸಿಕೊಂಡ್ರು" ಆ ಸೆಟ್ ಬಟ್ಟೆಯನ್ನು ಸೂರ್ಯನ ಅಪ್ಪ ಮಗನನ್ನು ಊರಿಗೆ ಕರೆದೊಯ್ಯಲು ಬಂದಾಗ ತಂದು ಕೊಟ್ಟಿದ್ದರು. ಅಂದು ಸೂರ್ಯ ಅವನಿಗೆ ಹಾಕಿದ್ದ ಕೂಡ.

"ಬೇರೆ ಹಾಕ್ಸಿಕೊಂಡ್ಬಾ" ಎಂದಳು ವಾಣಿ.

"ನಂಗೆ ಇದೇ ಬೇಕು!" ಹಟವಿತ್ತು ಅವನ ಸ್ವರದಲ್ಲಿ.

ವಾಣಿ ಕಣ್ಣುಗಳಲ್ಲಿ ಸಿಟ್ಟು ಇಣುಕಿತು. "ಇದು ಬೇಡ, ನಿನ್ನ ಹೊರ್ಗ್ಗೇ ಕರ್ಕೊಂಡ್ಹೋಗೋಲ್ಲ!" ಅವನು ಆರಾಮಾಗಿ ತನ್ನ ಕೋಣೆಗೆ ಹೋಗಿ ಸೈಕಲ್ ನೂಕಿಕೊಂಡು ಬಂದ "ನಾನು ಬರೊಲ್ಲ".

ಅವನ ಡ್ರೆಸ್‌ಗಳಿಗಾಗಿಯೇ ಭಾಸ್ಕರ ಸಾವಿರಾರು ಸುರಿದಿದ್ದ. ಒಂದೊಂದು ಡ್ರೆಸ್‌ಗೆ ಸಾವಿರಕ್ಕೂ ಮಿಕ್ಕಿ ಕೊಟಿದ್ದ. ಅಷ್ಟೊಂದು ಒಳ್ಳೆಯ ಉಡುಪು ಇರುವಾಗ, ಇದನ್ನು ತೊಟ್ಟಿದ್ದು ಅವಳಿಗೆ ಸುತರಾಂ ಸರಿಹೋಗಲಿಲ್ಲ.

"ಶ್ಯಾಮ್ಲಿ.... ಆ ಬಟ್ಟೆ ಮೊದ್ಲು ಬಿಚ್ಚಿಸು' ಅಪ್ಪಣೆ ಮಾಡಿದಳು. ಸೈಕಲನ್ನು ಅವಳ ಮೇಲೆ ತಳ್ಳಿಬಿಟ್ಟ ಕೃಷ್ಣ. "ಹತ್ರ ಬಂದ್ರೆ.... ಶೂಟ್ ಮಾಡ್ಬಿಡ್ತೀನಿ" ಸೈಕಲ್ ಪಕ್ಕಕ್ಕೆ ಸಿಕ್ಕಿಸಿದ್ದ ಆಟದ ಟುಫಾಕಿ ತೆಗೆದುಕೊಂಡು "ಗೆಟ್ ಔಟ್, ಗೆಟ್ ಲಾಸ್ಟ್...." ಅವಳತ್ತ ಗುರಿ ಇಟ್ಟ.

"ಅಮ್ಮನೋರೆ...." ಶ್ಯಾಮ್ಲಿ ತನ್ನ ನಿಸ್ಸಹಾಯಕತೆ ವ್ಯಕ್ತಪಡಿಸಿದಳು. "ಅಭಿನಾಶ್....ಆ ಬಟ್ಟೆ ಬಿಚ್ಚು. ಮೊನ್ನೆ ನಿನ್ನ ಡ್ಯಾಡಿ ತಂದಿರೋ ಹೊಸ ಡ್ರೆಸ್ ಹಾಕ್ತೀನಿ" ನವಿರಾಗಿ ಪುಸಲಾಯಿಸಿದಳು.

ಶ್ಯಾಮ್ಲಿ ಕಡೆಯ ಗನ್‌ನ ತಾಯಿಯ ಕಡೆ ತಿರುಗಿಸಿದ "ನಿನ್ನ ಷೂಟ್ ಮಾಡ್ಬಿಡ್ತೀನಿ..." ಹೆದರಿಸುವ ನಟನೆ ಮಾಡಿದ.

ಬರೀ ಅವನ ಅಳು, ಹಠಮಾರಿತನ ಮಾತ್ರ ಕಂಡಿದ್ದ ವಾಣಿ ಬೆಚ್ಚಿ ಬಿದ್ದಳು. ಹುಟ್ಟಿದಂದಿನಿಂದಲೇ ಅವನು ಬೇರೆಯವರ ಕೈಯಲ್ಲಿ ಬೆಳೆಯಲು ಷುರು ಮಾಡಿದ್ದ. ಅವನೆಂದು ಅಪ್ಪ ಅಮ್ಮನ ಕೈಗೂಸಲ್ಲ.

"ನೀನು ಬರ್ತೀಯ ಇಲ್ವಾ?" ದನಿ ಎತ್ತರಿಸಲಿಲ್ಲ.

"ಬರೋಲ್ಲಾ..." ಸೈಕಲ್ ಹತ್ತಿ ಮನೆಯಲ್ಲಿಯೇ ರೌಂಡ್ ಹೊಡೆಯತೊಡಗಿದ. "ಅಭಿನಾಶ್‌ಗೆ ತುಂಬ ಧೈರ್ಯ ಕಮ್ಮಿ.... ನಿನ್ನಂಗೇ ಪುಕ್ಕಲು" ಭಾಸ್ಕರ ಕೆಲವೊಮ್ಮೆ ಹೆಂಡತಿಯನ್ನು ಛೇಡಿಸಿದ್ದ. ಆದರೆ ಅದಕ್ಕೆ ಕಾರಣ ಹುಡುಕುವ ಪ್ರಯತ್ನ ಮಾಡಿರಲಿಲ್ಲ.

ನಾರಾಯಣ ಬಂದು ಮನವೊಲಿಸಲು ನೋಡಿದ.

"ಅಮ್ಮವ್ರು ಕಾರಿನಲ್ಲಿ ಎಲ್ಲಿಗೋ ಕರ್ಕೊಂಡ್ಹೋಗ್ತಾರೆ. ಅಲ್ಲಿ ಏನೇನೋ.... ಇರುತ್ತೆ" ಅವನ ಮಾತಿನತ್ತ ಗಮನ ಕೊಡದೇ ರೌಂಡ್ ಹೊಡೆಯುತ್ತಿದ್ದ.

ವಾಣಿಗೆ ತಲೆ ಚಿಟ್ಟು ಹಿಡಿದು ಹೋಯಿತು.

ಡಾ॥ ರಘುನಂದನ್ ಪತ್ನಿ "ರಾತ್ರಿ ನೀವು ಬರೋದು ಮಗು ಬರ್ತ್‌ಡೇ ಪಾರ್ಟಿಗೆ... ಅಲ್ಲಿ ನಿಮ್ಮ ಮಗನ ಅಗತ್ಯ ಹೆಚ್ಚಿಗಿದೆ. ಕರ್ಕೊಂಡ್ಬರ್ತೀರಲ್ಲ" ಮಗನಿಗೆ ಆಹ್ವಾನ ಕೊಟ್ಟಂತ್ತಿತ್ತು.

ಈಗ ಕರೆದೊಯ್ಯಲೇ ಬೇಕಿತ್ತು. ಅವಳಿಗೆ ಅವನನ್ನು ಸುಧಾರಿಸಿ ಅಭ್ಯಾಸವಿಲ್ಲ.. ಹೆಚ್ಚು ಗಲಾಟೆ ಮಾಡಿದಾಗ ಎರಡು ಏಟು ಬಿಗಿಯುತ್ತಿದ್ದುದೊಂದೇ ಅವಳು ಮಾಡುತ್ತಿದ್ದುದ್ದು.

"ನಾನು ಒಬ್ಬೇ ಹೋಗ್ತೀನಿ" ಬಾಗಿಲವರೆಗೂ ಹೋದಳು. ಕೈಯೆತ್ತಿ ಕೈಯಲ್ಲಿನ ಗನ್‌ನಿಂದಾನೇ "ಟಾ...... ಟಾ..." ಮಾಡಿದ.

ಕಾರು ಹತ್ತಿದವಳು ಯೋಚಿಸಿದಳು. ಇಂದು ಎಲ್ಲರು ತಮ್ಮ ಮಕ್ಕಳೊಂದಿಗೆ ಬಂದಿರುತ್ತಾರೆ. ತಾನು ಒಂಟಿಯಾಗಿ ಹೋದರೆ–ಒಂದು ರೀತಿಯ ಅಪರೂಪವೆನಿಸಿತು.

ಮತ್ತೆ ಇಳಿದು ಬಂದಳು. "ಶ್ಯಾಮ್ಲೀ ಅವನನ್ನು ಕರ್ಕೊಂಡ್ ನಡೀ. ಮಲಗಿದ್ರೂ ಕಷ್ಟ. ಗಲಾಟೆ ಮಾಡಿದರಂತು ನನ್ನಿಂದ ಸುಧಾರಿಸೋಕ್ಕಾಗೋಲ್ಲ" ತೀರಾ ಬೇಸತ್ತವಳಂತೆ ನುಡಿದಳು.

ಶ್ಯಾಮ್ಲೀ ಏನೇ ಮಾಡಿದರೂ ಸೈಕಲ್ ಹೊಡೆಯುವುದನ್ನು ನಿಲ್ಲಿಸಲಿಲ್ಲ. ಅಭಿನಾಶ್ ಸೈಕಲ್ ಹ್ಯಾಂಡಲ್ ಹಿಡಿದು ನಿಲ್ಲಿಸಿದಳು. "ಅಮ್ಮನ ಜೊತೆ ಹೋಗೋಣ ಇಳಿ" ತೋಳು ಹಿಡಿದುಕೊಂಡಳು. "ಬರೋಲ್ಲ.... ಬರೋಲ್ಲ... ಬರೋಲ್ಲ" ಹೊರಗೆ ಹೋಗಿಬಿಟ್ಟ.

ಕಡೆಗೆ ವನಜಮ್ಮನೇ ಬರಬೇಕಾಯಿತು. ಒಳ್ಳೆಯ ಮಾತುಗಳನ್ನಾಡಿ ಕಾರು ಹತ್ತಿಸಿದರು.

ಭಟ್ಟರು ಮೇಲಕ್ಕೆ ಕೈಯೆತ್ತಿ ಮುಗಿದರು. "ಸಾರ್ಥಕವಾಯಿತಯ್ಯ, ವೆಂಕಟರಮಣ" ಅವರು ಈ ಮನೆಗೆ ಅಡಿಗೇಗೆ ಅಂತ ಬಂದ್ಮೇಲೆ ಇಂದೇ ವಾಣಿ ಮಗನನ್ನು ಕರೆದೊಯ್ಯುತ್ತಿರುವುದು.

ವನಜಮ್ಮನಿಗೆ ಹೇಳಿದ. "ತಾಯಿ ದೇವರ ಮುಂದೆ ತುಪ್ಪದ ದೀಪ ಹಚ್ಚಿಡಿ. ಇವತ್ತು ಬಹಳ ಒಳ್ಳೆಯ ದಿನ. ಅಮ್ಮಾವ್ರು ಮಗನನ್ನ ಒಟ್ಟಿಗೆ ಕರೆದೊಯ್ದಿದ್ದಾರೆ. ಇನ್ಮೇಲಾದ್ರೂ ತಾಯಿ, ಮಕ್ಕಳ ಸಂಬಂಧ ಅನ್ಯೋನ್ಯವಾಗಿರ್ಲಿ...." ತಮ್ಮ ಸಂತೋಷ ಪ್ರದರ್ಶಿಸಿದರು.

ಆಕೆ ಹಚ್ಚಿಟ್ಟರು ಕೂಡ. ಸಂಪತ್ತಿಲ್ಲದಿದ್ದರೂ ಆಕೆ ಮೈಥಿಲಿಪುರದ ಜನರ ಪ್ರೀತಿ, ವಿಶ್ವಾಸದಲ್ಲಿ ಬೆಳೆದವರು, ತುಂಬಾ ಸಂತೋಷವಾಗಿದ್ದರು ಕೂಡ. ಮುಂದಿನ ದಿನಗಳು ಆತಂಕವಾಗಿರುತ್ತದೆಯೆಂಬ ಕಲ್ಪನೆಯೂ ಅವರಿಗಿರಲಿಲ್ಲ.

ರಾಧಾಕೃಷ್ಣಯ್ಯನವರು ಭಾಗವತವನ್ನು ತೆರೆದಾಗ ಭಟ್ಟರಿಂದ ಹಿಡಿದು ಎಲ್ಲರು ಕೇಳಲು ಬಂದು ಕೂತರು. ಒಂಬತ್ತರ ನಂತರ ಫೋನ್ ಸದ್ದಾಯಿತು.

ಫೋನೆತ್ತಿದ ಭಟ್ಟರ ಮುಖದಲ್ಲಿ ಗಾಬರಿಯಾಯಿತು. "ಆ ಪುಟ್ಟ ಮಗು ಇಲ್ಲಿವರ್ಗೂ ಹೇಗೆ ಒಬ್ನೇ ಬಂದಾನು. ಅಲ್ಲೇ ಎಲ್ಲೋ... ಇರ್ಬೇಕು" ರಿಸೀವರ್ ಇಟ್ಟವರು ಮುಖದ ಬೆವರನ್ನೊರೆಸತೊಡಗಿದರು.

ಇದನ್ನ ಮಿಕ್ಕವರು ಗಮನಿಸಲಿಲ್ಲ.

"ಯಜಮಾನ್ರೆ, ಮಗು ಕಾಣ್ತಾ ಇಲ್ವಂತೆ" ಎಂದ ಕೂಡಲೇ ರಾಧಾಕೃಷ್ಣಯ್ಯನವರು ಸ್ತಬ್ಧರಾಗಿಬಿಟ್ಟರು. ಆ ಮೇಲಿನ ಮಾತುಗಳು ಅವರ ಕಿವಿಯ ಮೇಲೆ ಬೀಳಲಿಲ್ಲ. "ಈಗೇನು ಮಾಡ್ಬೋದು?" ಕೆಲವು ನಿಮಿಷಗಳ ನಂತರ ಕೇಳಿದರು.

ಇಲ್ಲಿಂದ ಅಲ್ಲಿಗೆ ಫೋನ್ ಮಾಡಿದ್ದಾಯಿತು. "ಎಲ್ಲಾ ಹುಡುಕ್ತಾ ಇದ್ದಾರೆ. ಇನ್ನೂ ಸಿಕ್ಕಿಲ್ಲ. ಭಟ್ಟರು ಅಳೋಕೆ ಶುರು ಮಾಡಿಬಿಟ್ಟಿದ್ದರು.

ಹನ್ನೊಂದರ ನಂತರ ಕಾರು ಬಂತು. ಅದರಿಂದ ವಾಣಿ, ಶ್ಯಾಮ್ಲಿ ಮಾತ್ರ ಇಳಿದರು.

"ಸಿಕ್ಕಿಲ್ಲ, ಪೊಲೀಸ್‌ಗೆ ಕಂಪ್ಲೇಂಟ್ ಕೊಟ್ಟಾಗಿದೆ" ವಾಣಿ ಅಳುತ್ತ ಕೋಣೆಗೋಗಿಬಿಟ್ಟಳು.

ವನಜಮ್ಮ ಅಂತು ದಿಕ್ಕು ತೋಚದವರಂತೆ ಕೂತುಬಿಟ್ಟರು.

ಬರ್ತ್‌ಡೆ ಪಾರ್ಟಿಗೆ ಬಂದವರೆಲ್ಲಾ ಒಬ್ಬರಲ್ಲಾ ಒಬ್ಬರು, ಒಂದು ಹೊತ್ತಿನವರೆಗೂ ವಿಚಾರಿಸುತ್ತಿದ್ದರು. ಆಮೇಲೆ ಎಲ್ಲಾ ಸ್ತಬ್ಧವಾಯಿತು.

ಹಾಲ್‌ನಲ್ಲಿ ಭಟ್ಟರೊಂದು ಕಡೆ, ನಾರಾಯಣ ಒಂದು ಕಡೆ, ವನಜಮ್ಮ, ರಾಧಾಕೃಷ್ಣಯ್ಯ ಒಂದು ಕಡೆ ಕೂತಿದ್ದರು. ಬಾಗಿಲ ಬಳಿಯಲ್ಲಿ ಕೂತಿದ್ದ ಶ್ಯಾಮ್ಲಿ ಬಿಕ್ಕಿ ಬಿಕ್ಕಿ ಅಳುತ್ತಿದ್ದಳು.

"ಅಮ್ಮಾವ್ರು..... ಏನೋ ಗದರಿಕೊಂಡ್ರು, ಆಮೇಲೆ ಮುಖ ಸಪ್ಪಗೆ ಮಾಡಿಕೊಂಡಿದ್ರು.... ಎಲ್ಲೋದ್ರೋ....." ಶ್ಯಾಮ್ಲೀ ಅಳುತ್ತಲೇ ಎಲ್ಲರಿಗೂ ವಿವರಿಸುತ್ತಿದ್ದಳು.

ರಾಧಾಕೃಷ್ಣಯ್ಯ ಹೊರಗೆ ಬಂದು ಬಾಲ್ಕನಿಯಲ್ಲಿ ನಿಂತು ಕತ್ತಲನ್ನು ದಿಟ್ಟಿಸಿದರು. ಅಮಾವಾಸೆಯ ಮುನ್ನಿನ ದಿನ. ಎಲ್ಲೆಡೆ ಆವರಿಸಿದ ನಿಶೆ ಅತ್ಯಂತ ಶಾಂತವಾಗಿತ್ತು. ಇಂಥ ವೇಳೆಯಲ್ಲಿ ಕೃಷ್ಣ ಒಂಟಿಯಾಗಿ ಎಲ್ಲಿರಬಹುದು?

ಅವರೆದೆ ಬಡಿತ ಹೆಚ್ಚು ಸ್ಪಷ್ಟವಾಗತೊಡಗಿತು ಕಿವಿಗೆ. "ತಾತ, ಭಯವಾಗುತ್ತೆ" ಕೂಗಿ ಹೇಳಿದಂತಾಯಿತು. ಕಣ್ಣಂಚು ಒದ್ದೆಯಾಗಿ ಕಂಬನಿ ಧಾರೆಯಾಗಿ ಮಗುವಿಗಾಗಿ ಕಾತರಿಸತೊಡಗಿತು.

"ನಾನು ಬರೋವರ್ಗೂ ಇರೀ" ಭಾಸ್ಕರ ಹೇಳಿ ಹೋಗಿದ್ದ. ಈಗ ಬಂದು ಕೇಳಿದರೆ ಏನೆಂದು ಉತ್ತರಿಸಿಯಾರು? ಆ ಉತ್ತರಕ್ಕಿಂತ ತಮ್ಮ ಕೃಷ್ಣ.... ಏನಾಗಿರಬಹುದು? ಕತ್ತಲೆ ಸೀಳಿಕೊಂಡು ತಮ್ಮ ತೋಳುಗಳಲ್ಲಿ ಬಂದು ಹುದುಗಬಾರದೇ?

"ವನಜ ಕೃಷ್ಣ ಎಲ್ಲಿಗೆ ಹೋಗಿರ್ಬಹುದ್ದು?" ಹೆಂಡತಿಯನ್ನು ಕೇಳಿದರು. ಆಕೆ ಏನು ಹೇಳಿಯಾರು? ಮನಃಪೂರ್ತಿ ಅತ್ತರು. "ವಾಣೀನ್ನೇ....ಕೇಳ್ಬೇಕು" ಎಂದಾಗ ಸೊಸೆಯನ್ನು ಹುಡುಕಿಕೊಂಡು ಕೋಣೆಗೆ ಬಂದರು.

"ವಾಣಿ, ಅವ್ನು ಎಲ್ಲಿ ಹೋಗಿರ್ಬಹುದ್ದು?" ಕೇಳಿದರು.

"ಗೊತ್ತಿಲ್ಲ..." ಬರೀ ಅತ್ತಳು.

"ಅವ್ನಿಗೆ ಗೊತ್ತಿದ್ದ ಮನೆಗಳು ಹತ್ತಿರದಲ್ಲಿ ಎಲ್ಲಾದ್ರೂ ಇದ್ದವಾ? ಇದೊಂದು ಪ್ರಶ್ನೆಗೂ "ಗೊತ್ತಿಲ್ಲ" ಎನ್ನುವ ಉತ್ತರವೇ. ಮತ್ತೆ ಮಗು ಬಗೆಗೆ ಗೊತ್ತಿರುವುದೇನು?

ಒಂದು ಸಮಸ್ಯೆಯ ಸುಳಿಯೊಳಗೆ ಸಿಕ್ಕಿದಂತಾಯಿತು. ಅವರಿಗೆ. "ಇನ್ನೊಂದೇ ಒಂದು ಪ್ರಶ್ನೆ ಕೇಳ್ತೀನಿ. ಅದ್ಕೆ ಮಾತ್ರ ಗೊತ್ತಿಲ್ಲಾಂತ ಹೇಳ್ಬೇಡಮ್ಮ" ಎಂದರು. ಅಳುತ್ತಿದ್ದವಳು ತಲೆಯೆತ್ತಿ ಅವರತ್ತ ನೋಡಿದಳು. "ಕೃಷ್ಣ ನೀನು ಹೆತ್ತ ಮಗುನಾ? ಅವ್ನು ನಿನ್ನ ಮಗ ಅನ್ನೋದರ.... ಬಗ್ಗೆ ನಂಗೆ ಅನುಮಾನ ತಾಯಿ" ಬಿಕ್ಕಿ ಬಿಕ್ಕಿ ಅತ್ತಳು ಅಷ್ಟೇ.

ಸೊಸೆ ಹೆತ್ತ ಎರಡು ತಿಂಗಳ ನಂತರವೇ ಅವರಿಗೆ ಸುದ್ದಿ ಮುಟ್ಟಿದ್ದು. "ಮಗುನಾ ನೋಡ್ಬೇಕಲ್ಲ" ಎಂದು ಬರೆದಾಗ ಭಾಸ್ಕರ "ಇಷ್ಟು ದೂರ ಬರೋಕೆ ನಿಮ್ಗೆ ತೊಂದರೆ ಆಗುತ್ತೆ. ನಾನೇ ರಜ ಸಿಕ್ಕಾಗ ಕರ್ಕೊಂಡ್ಬರ್ತೀನಿ" ಎಂದು ಬರೆದವ ವರ್ಷದ ನಂತರ ಒಂಟಿಯಾಗಿಯೇ ಬಂದಿದ್ದು.

"ಎಲ್ಲೋ ಭಾಸ್ಕರ ಮಗು?" ಅವರಿಗೆ ನಿರಾಸೆಯಾಗಿತ್ತು.

"ದಾರಿಯಲ್ಲಿ ಸುಧಾರಿಸೋದು ಕಷ್ಟವಾಗುತ್ತೇಂತ ಕರ್ಕೊಂಡ್ಬರ್ಲಿಲ್ಲ ಸ್ವಲ್ಪ ದೊಡ್ಡವನಾಗ್ಲಿ...." ತೇಲಿಸಿಬಿಟ್ಟಿದ್ದ. ಎಂದೂ ಮೈಥಿಲಿಪುರಕ್ಕೆ ಕರೆದುಕೊಂಡೇ ಬಂದಿರಲಿಲ್ಲ.

"ನನ್ನ ಪ್ರಶ್ನೆಗೆ ಉತ್ತರ ಸಿಕ್ಲಿಲ್ಲ ತಾಯಿ. ಕೃಷ್ಣ ನೀನು ಹೆತ್ತ ಮಗನಾ?" ಮತ್ತೆ ಪ್ರಶ್ನಿಸಿದರು. ಅಂದಿನ ಪ್ರಕರಣಕ್ಕೆ ಸಮಜಾಯಿಸಿ ಬೇಕಿತ್ತು. "ನಿಂಗೆ ಭಯ ಬೇಡ, ವಾಣಿ. ನಾನು ಭಾಸ್ಕರ ತಂದೆ. ಸೊಸೆ, ಮಗಳಿಗೆ ಅಂಥ ವ್ಯತ್ಯಾಸವಿಲ್ಲ ಹೇಳಮ್ಮ" ಒತ್ತಾಯಿಸಿದರು.

"ನಂಗೆ..... ಗೊತ್ತಿಲ್ಲ!" ಬೆಚ್ಚಿಬಿದ್ದರು ರಾಧಾಕೃಷ್ಣಯ್ಯ ಈ ಉತ್ತರಕ್ಕೆ "ಅಂದರೆ... ನಿನ್ನ ಪ್ರಕಾರ ಕೃಷ್ಣ ಸ್ವಂತ ಮಗ ಅಲ್ವಾ?" ಕೇಳಿದರು.

ಕಣ್ಣೀರು ತೊಡೆದುಕೊಂಡು ಕಿಟಕಿಯ ಬಳಿ ಹೋಗಿ ನಿಂತವಳು, "ನಂಗೆ ಅದು ಗೊತ್ತಿಲ್ಲ. ಹುಟ್ಟಿದ ಕೂಡ್ಲೇ ನಾನು ಮಗುನ ನೋಡಲೇಇಲ್ಲ. ಇನ್‌ಕ್ಯೂಬೇಟರ್‌ನಲ್ಲಿ ಇಟ್ಟಿದ್ದರಂತೆ ಮಗು ತುಂಬಾ ವೀಕಾಗಿದ್ದರಿಂದ. ಅದು ನಮ್ಮ ಮನೆಯ ಕೆಲಸದವಳ ಹಾಲು ಕುಡ್ದು ಬೆಳೆದಿದ್ದು. ಅವಳ ಮಗು ಹುಟ್ಟಿದ ಕೂಡ್ಲೇ ಸತ್ತುಹೋಗಿತ್ತು. ತಾಯಿ

ಹಾಲು ಉತ್ತಮ ಅಂತ ಮಗುವನ್ನು ಅವಳಿಗೆ ಕೊಟ್ಟು ಮನೆಯಲ್ಲಿ ಇಟ್ಕೊಂಡ್ರು. ಅವ್ಳ ಅಭಿನಾಶ್ ಮೇಲೆ ತೋರಿಸುವ ಪ್ರೀತಿ ನೋಡಿ ನಂಗೆ, ಸತ್ತಿದ್ದು ನನ್ನ ಮಗುನಾ, ಅವ್ಳ ಮಗುನಾ ಅನ್ನೋ ಅನುಮಾನ" ಎರಡು ಕೈಯಲ್ಲಿ ಮುಖ ಮುಚ್ಚಿಕೊಂಡು ಬಿಕ್ಕಿದಳು ವಾಣಿ.

ತಮಿಳು ಮಾತಾಡುವ ಕರಿಯ ಹೆಂಗಸು ಮಗು ತಲೆಯನ್ನು ನೇವರಿಸುತ್ತ ಹಾಲೂಡಿಸುತ್ತಿದ್ದ ದೃಶ್ಯವನ್ನು ಇಂದಿಗೂ ಮರೆಯಲಾರಳು. ಇವಳು ಮಗುವಿನ ಜೊತೆ ಗಂಡನ ಮನೆಗೆ ಬಂದಾಗ ಅವಳು ಅನ್ನ, ನೀರು ಬಿಟ್ಟು ಗೋಳಾಡಿದ್ದಳು.. ಇದೆಲ್ಲ ಮಗುನ ಅವಳ ಮನದಿಂದ ದೂರವೇ ಇರಿಸಿತ್ತು.

ರಾಧಾಕೃಷ್ಣಯ್ಯನವರು ಮಾತಾಡದೇ ಹೊರಗೆ ಬಂದುಬಿಟ್ಟರು. ಎಲ್ಲಾ ವಿಚಿತ್ರವಾಗಿ ಕಂಡಿತು. ಎಂಥ ಭ್ರಮೆಯಲ್ಲಿ ತೊಳಲಾಡುತ್ತಿದ್ದಾಳೆ ವಾಣಿ-ಸಂಕಟದಿಂದ ಒದ್ದಾಡುವಂತಾಯಿತು.

ಪೋಲೀಸ್ ಸ್ಟೇಷನ್ ಮತ್ತೆಲ್ಲಿಂದಲಾದರೂ ಫೋನ್ ಬರಬಹುದೆಂದು ಒಂದರವರೆಗೂ ಕಾದಿದ್ದರು. ಫೋನ್ ಮಾಡಿದವರೆಲ್ಲ ಇವರನ್ನೆ ವಿಚಾರಿಸಿ ಸಹಾನುಭೂತಿಯಿಂದ ನಾನಾ ಮಾತುಗಳನ್ನು ಹೇಳುತ್ತಿದ್ದರು.

"ಸುಮ್ನೇ ಮನೆಯಲ್ಲಿ ಕೂತರೆ.... ಮಗು ಎಲ್ಲಿ ಬರುತ್ತೆ ಇಷ್ಟು ರಾತ್ರಿಯೊಳಗೆ. ಅಲ್ಲೇ ಸುತ್ತಲೂ ವಿಚಾರಿಸೋಣ. ವಾಣಿನ ನೋಡ್ಕೋ" ರಾಧಾಕೃಷ್ಣಯ್ಯನವರು ಹೆಂಡತಿಗೆ ಹೇಳಿ ನಾರಾಯಣನನ್ನು ಹೊರಡಿಸಿ ಕೊಂಡು ಹೊರಟರು.

ಇಲ್ಲಿಗೆ ಬಂದ ಮೇಲೆ ಮೊದಲ ಸಲ ಕಾರಿನಲ್ಲಿ ಕೂತಿದ್ದರು. ಒಂದೆರಡು ಸಲ ಭಾಸ್ಕರ "ಕಾರಿನಲ್ಲೇ ಹೋಗಿ" ಎಂದು ಸಲಹೆಕೊಟ್ಟಿದ್ದರೂ ನಿರಾಕರಿಸಿದ್ದರು. ತಮ್ಮ ಮಗನಿಗೆ ತಮ್ಮ ಬಗ್ಗೆ ಪ್ರೀತಿ ಇರಲಿಯೆಂದು ಬಯಸಿಯಾರೇ ವಿನಃ ಸಹಾನುಭೂತಿಯಲ್ಲ.

ವಾಣಿ ಬರ್ತಡೇ ಸಮಾರಂಭಕ್ಕೆ ಹೋಗಿದ್ದ ಮನೆ ತಲುಪಿ ಅವರನ್ನ ಎಬ್ಬಿಸಿಯಾಯಿತು.

"ಎಲ್ಲೂ ಇಲ್ಲ, ಇಲ್ಲೆ ಎಲ್ಲಾದ್ರೂ ಇದ್ದಾನೇನೋಂತ. ದಯವಿಟ್ಟು, ಒಮ್ಮೆ ಹುಡ್ಕೀ ನೋಡಿ" ರಾಧಾಕೃಷ್ಣಯ್ಯನವರು ಕೈ ಜೋಡಿಸಿ ಕೇಳಿಕೊಂಡರು. ನಿದ್ದೆಯ ಮಧ್ಯೆ ಎಬ್ಬಿಸಿದಕ್ಕೆ ಅವರಿಗೆ ಬೇಸರ "ಎಲ್ಲಾ ಹುಡ್ಕಿ ಆಯ್ತು, ಇಲ್ಲೆಲ್ಲಿ.... ಇರ್ತಾನೆ. ಮಗನನ್ನ ಕರ್ಕೊಂಡ್ಬಂದ್ಮೇಲೆ ವಾಣಿ ಸರ್‍ಯಾಗಿ ನೋಡ್ಕೋಬೇಕಿತ್ತು. ಛೇ...." ಆಕೆ ಮುಖ ಇಷ್ಟು ಗಾತ್ರ ಮಾಡಿಕೊಂಡಳು.

"ನೀವೇ ನೋಡ್ಕೊಳ್ಳಿ" ಆತ ಸೋಫಾಗೊರಗಿ ಕಣ್ಣು ಮುಚ್ಚಿದ. ಇಂಥ ಒಂದು ಪ್ರಕರಣ ಘಟಿಸಿದ್ದರೇ ಮೈಥಿಲಿಪುರದ ಮಾಡಿ ಮನೆಯಿಂದ ಗುಡಿಸಲವರೆಗೂ ಯಾರೂ ನಿದ್ರಿಸುತ್ತಿರಲಿಲ್ಲ. ಎಲ್ಲರು ಹುಡುಕಾಡುತ್ತಿದ್ದರು. ಆದರೆ ಅಲ್ಲಿಗಿಂತ ಭಿನ್ನ ವಾತಾವರಣ. ಅವರವರ ಸಮಸ್ಯೆಗಳು, ಕಷ್ಟಗಳು, ಅವರವರದೇ ಸಂತೋಷ. ಕ್ಷಣದಲ್ಲಿ ತಿಂದು ಕುಡಿದು ಚಾಕಲೇಟ್ ನಗೆ ಬೀರುತ್ತ ಹಾಡಿಯಾರು.

ಸಂಕೋಚವಿಲ್ಲದೇ ನಾರಾಯಣ, ಅವರು ಮೂಲೆ ಮೂಲೆಯೂ ಹುಡುಕಿದರು. ಹಿಂದಿನ ಸಣ್ಣ ಓಣಿಯಲ್ಲಿ ಲೈಟು ಇರಲಿಲ್ಲ. ಆದರೆ ಕಾಲಿಗೆ ಏನೋ ಸೋಕಿದಂತಾಯಿತು. ಪೂರ್ತಿ ಕತ್ತಲೆ, ಕೂತು ತಡಕಿದರು "ಕೃಷ್ಣ...." ಕೂಗಿಕೊಂಡರು. ಹಿಂದೆ ಇದ್ದ ನಾರಾಯಣ ಒಂದೇ ಓಟಿಗೆ ಓಡಿ ಬಂದ.

ಆಮೇಲೆ ಮನೆಯವರೆಲ್ಲಾ ಸೇರಿದರು. ಕೃಷ್ಣನಿಗೆ ಪ್ರಜ್ಞೆ ಇರಲಿಲ್ಲ. ಆಗ ಕಾರಿನವರೆಗೂ ಒಯ್ಯಲು ಮನೆಯವರು ಸಹಾಯ ಮಾಡಿದರು.

ಡಾ|| ರಘುನಂದನ್ ನರ್ಸಿಂಗ್ ಹೋಂಗೆ ಒಯ್ದರು. ಪ್ರಥಮ ಚಿಕಿತ್ಸೆ ನಡೆಸಿದ ಡಾ|| ರಘುನಂದನ್ "ಏನೂ ಭಯವಿಲ್ಲ ಎಲೆಕ್ಟ್ರಿಕ್ ಷಾಕ್‌ಗೆ ಪ್ರಜ್ಞೆ ಹೋಗಿದೆ. ಆ ಜಾಗ ನೋಡಿದರೆ ಮಿಕ್ಕಿದ್ದೆಲ್ಲ ಊಹಿಸಬಹುದು" ಭರವಸೆ ಇತ್ತರು.

ಮನೆಗೆ ಫೋನ್ ಹಚ್ಚಿದಾಗ ಭಾಸ್ಕರ ಬಂದಿರುವುದು ತಿಳಿಯಿತು. "ಅವ್ರು ಪೊಲೀಸ್ ಸ್ಟೇಷನ್‌ಗೆ ಹೋದ್ರು" ಭಟ್ಟರು ಹೇಳಿದರು. ರಾಧಾಕೃಷ್ಣಯ್ಯನವರು "ಸ್ವಲ್ಪ ನನ್ನ ಸೊಸೆಗೆ ಫೋನ್ ಕೊಡು" ಹೇಳಿದರು. ಅದಕ್ಕೆ ಅವಳು ಒಪ್ಪಲಿಲ್ಲವೋ, ಏನೋ. "ಭಟ್ಟರು ಅವ್ರೇ ಅಲ್ಲಿಗೆ ಬರ್ತಾರೆ. ಮಗು ಸಿಕ್ಕಿತಲ್ಲ, ಮಿಕ್ಕಿದೆಲ್ಲ ಹೇಗಾದ್ರಾಗ್ಲೀ" ಎಂದು ಫೋನಿಟ್ಟರು.

ಭಾಸ್ಕರ, ವಾಣಿ ನರ್ಸಿಂಗ್ ಹೋಂಗೆ ಬಂದಾಗ ಬೆಳಗಿನ ಜಾವವಾಗಿತ್ತು. ಭಯ, ಬಳಲಿಕೆಯಿಂದ ಮಗ ಸುಸ್ತಾಗಿರುವುದು ರಾಧಾಕೃಷ್ಣಯ್ಯನವರ ಗಮನಕ್ಕೆ ಬಂತು.

"ಏನು ಗಾಬ್ರಿ.... ಪಡೋದ್ಬೇಡಾಂತ ಡಾಕ್ಟ್ರು ಹೇಳಿದ್ದಾರೆ" ಎಂದವರು ತಮ್ಮ ಕರ್ತವ್ಯ ಮುಗಿಯಿತು ಎನ್ನುವಂತೆ "ಮನೆಗೆ ಹೋಗಿ ನಿಮ್ಮಮ್ಮನ ಕರ್ಕೊಂಡ್ಬರ್ತೀನಿ ನೀವುಗಳು ಇಲ್ಲಿರಿ" ಕಾರಿಡಾರಿನುದ್ದಕ್ಕೂ ನಡೆದುಹೋದ ಅವರನ್ನು ನೋಡಿ ಇನ್ನೆಂದೂ ಮಾತಾಡಲಾರದೆ ಹೋದ ಭಾಸ್ಕರ.

ನಿಶ್ಚೇಷ್ಟಿತನಾಗಿ ಮಲಗಿದ್ದ ಮಗನನ್ನ ನೋಡಿ ಭಾಸ್ಕರನ ಕಣ್ಣುಗಳಲ್ಲಿ ನೀರಾಡಿತು.

ಮೊಮ್ಮಗ ಹುಟ್ಟಿದ್ದಾನೆಂದು ತಿಳಿದ ಮೇಲೆ ರಾಧಾಕೃಷ್ಣಯ್ಯನವರು ಒಂದು ದೊಡ್ಡ ಪತ್ರ ಬರೆದಿದ್ದರು. 'ಮಗು ಹುಟ್ಟಿದ ಘಳಿಗೆ, ನಕ್ಷತ್ರಕ್ಕೆ ಬಂದಿರುವುದು ಕೃಷ್ಣ ಎಂದು. ಅದೇ ಹೆಸರು ಇಡೀ. ಇಲ್ಲಿಗೆ ನಿನಗೆ ಕರೆದುಕೊಂಡು ಅನುಕೂಲವಾದರೆ ಖಂಡಿತ ಬಾ. ಇಲ್ಲೇ ನಾಮಕರಣ ಮಾಡೋಣ...' ಎನ್ನುವುದರಿಂದ ಹಿಡಿದು ಮಗುನ ಹೇಗೆ ನೋಡಿಕೊಳ್ಳಬೇಕು ಎಂಬುದರ ಬಗ್ಗೆಯೆಲ್ಲ ಬರೆದಿದ್ದರು. ಅಂದು ಸರಿಯಾಗಿ ಓದಿರಲಿಲ್ಲ ಕೂಡ. ಆ ಪದಗಳ ಸಾಲುಗಳು ತೀರಾ ಪರಿಹಾಸ್ಯವಾಗಿ ಕಂಡಿತ್ತು.

ನಾರಾಯಣ ಬಂದಾಗ ಭಾಸ್ಕರನಿಗೆ ಆಶ್ಚರ್ಯವಾಯಿತು.

"ಅಪ್ಪ..... ಎಲ್ಲಿ?" ಎಂದ.

"ಅವ್ರು ನಡಕೊಂಡೇ ಹೋದ್ರು, ಸಿಟಿ ಬಸ್ಸು ಹತ್ತಿರುತ್ತಾರೆ. ಈ ಹೊತ್ಗೇ ಮನೆ ತಲುಪಿದ್ರೂ.... ಹೆಚ್ಚಲ್ಲ!"

ನಾರಾಯಣ ಹೇಳಿದ್ದು ಮುಗಿಸಿದ ಮೇಲೆ ವಾಣಿಯ ಕಡೆ ನೋಡಿದ. ಬೆಂಗಳೂರಿಗೆ ಟ್ರಾನ್ಸ್‌ಫರ್ ಮಾಡಿಸಿಕೊಂಡಾಗ ಹರ್ಷಪಟ್ಟಿದ್ದ. "ನಮ್ಮಪ್ಪ, ಅಮ್ಮನನ್ನು ಸುಖದಲ್ಲೇ ಮೀಯಿಸಬೇಕು. ಅವರು ಬಸ್ಸು ಹತ್ತಿದ್ದೇ ಕಡ್ಮೆ. ಎರ್ಡು ಕಾರು ನೋಡಿಬಿಟ್ರೆ... ಸುಸ್ತಾಗಿಬಿಡ್ತಾರೆ. ಬಂಗ್ಲೆ, ಕಾರು, ಶ್ರೀಮಂತಿಕೆಯ ಬಗ್ಗೆ ಅವ್ರು ಕನಸು ಕೂಡ ಕಂಡಿರಲಿಕ್ಕಿಲ್ಲ. ನನ್ನ ಬಗ್ಗೆ ಎಷ್ಟು ಅಭಿಮಾನಪಟ್ಕೋತ್ತಾರೆ.....ಗೊತ್ತಾ" ಎದೆಯುಬ್ಬಿಸಿದ. ಈಗ ಎಲ್ಲಾ 'ಪುಸ್' ಎಂದಿತ್ತು.

ಅವರಿಗೆ ಇದೆಲ್ಲ ಸಂತೋಷವನ್ನು ತಂದಿರಲಿಲ್ಲ. ಇವನ್ನೆಲ್ಲ ಉದಾಸೀನವಾಗಿ ಕಂಡು ಅವುಗಳ ಬೆಲೆಯನ್ನೇ ಇಳಿಸಿಬಿಟ್ಟಿದ್ದರು.

"ನೀನು ಮನೆಗೆ ಹೋಗಿ ಅವರನ್ನ ಅಮ್ಮನನ್ನು ಕರ್ಕೊಂಡ್ಬಾ, ಈ ಬಿಸಿಲಿನ ಓಡಾಟವನ್ನ ಅವ್ರ ಮೈ ತಡೆಯದು" ಅವನನ್ನು ಕಳುಹಿಸಿದ ಭಾಸ್ಕರ ಕಾರಿಡಾರಿನ ಅಂಚಿಗೆ ನಡೆದು ಹೋಗಿ ಅಲ್ಲಿ ನಿಂತ.

ಏರುತ್ತಿರುವ ಸೂರ್ಯ ಕಿರಣಗಳು ಎಲ್ಲೆಡೆ ಅಡರಿಸಿತ್ತು. 'ಸೂರ್ಯ, ಭಾಸ್ಕರ' ಒಬ್ಬರದೇ ಎರಡು ಹೆಸರುಗಳು.

"ಅತ್ತೆ, ಸೂರ್ಯ, ಭಾಸ್ಕರ ಬೇರೆ ಅಲ್ಲವೇ ಅಲ್ಲ" ಎಷ್ಟೋ ಸಲ ಸೂರ್ಯ ವನಜಮ್ಮನಿಗೆ ಹೇಳುತ್ತಿದ್ದುದು ಅವನಿಗೆ ನೆನಪಿತ್ತು. ಈಗ ಅವನನ್ನು ಕೇಳಿದರೇ ಇದೇ ಮಾತನ್ನ ಹೇಳಿಯಾನ?

ಡಾಕ್ಟರ್ ಬಳಿ ಇವನು ಮಾತಾಡಿ ಹೊರಗೆ ಬರುವ ವೇಳೆಗೆ ನಸೀಂ ಅವರುಗಳ ಜೊತೆ ಕುಂಟಿಕೊಂಡು ಬರುತ್ತಿದ್ದವನು "ನಮಸ್ಕಾರ...ಭಾಸ್ಕರಣ್ಣ" ಅಷ್ಟು ಹೇಳಿ ಅವನ ಪ್ರತಿಕ್ರಿಯೆಗೂ ಕಾಯದೇ ಮುಂದಕ್ಕೆ ಹೋದ.

ವನಜಮ್ಮ "ಮಗುಗೆ ಜ್ಞಾನ ಬಂತಾ, ಭಾಸ್ಕರ?" ಅವನೇನು ಹೇಳಲಿಲ್ಲ. ರಾಧಾಕೃಷ್ಣಯ್ಯನವರು ಹೆಂಡತಿಯ ಬೆನ್ನು ತಟ್ಟಿದರು "ಗಾಬ್ರಿ ಬೇಡ, ನಾಳೆ ಸಂಜೆ ಹೊತ್ಗೆ ಅಜ್ಜಿ ಅಂತ ಕೂಗಿಕೊಂಡು ಬರ್ತಾನೆ ನಮ್ಮ ಕೃಷ್ಣ" ಪೂರ್ಣ ವಿಶ್ವಾಸವಿತ್ತು ಅವರ ಮಾತುಗಳ ಮೇಲೆ ಅವರಿಗೆ.

"ಅಪ್ಪ, ಹೇಳಿದ್ರಲ್ಲ" ನಗಲಾರದೆ ನಕ್ಕ ಭಾಸ್ಕರ.

ಆಮೇಲೆ ಅರ್ಧ ಗಂಟೆಯ ನಂತರ ಕೃಷ್ಣನಿಗೆ ಜ್ಞಾನ ಬಂದರೂ ಬಹಳ ನಿತ್ರಾಣವಾಗಿದ್ದ "ತಾತ...." ಎಂದೇ ಅವನು ಅತ್ತಿದ್ದು. ಮುಂದೆ ನಿಂತಿದ್ದ ಭಾಸ್ಕರ ವಾಣಿ ಇಂದಕ್ಕೆ ಸರಿದರು.

ಮತ್ತೆ ಅವನನ್ನು ಪರೀಕ್ಷಿಸಿದ ಡಾ॥ ರಘುನಂದನ್ "ಕ್ವೈಟ್ ಓಕೇ..... ನೀವೆಲ್ಲ ಮನೆಗೆ ಹೋಗಿ ಸುಧಾರ್ಸಿಕೊಳ್ಳಿ, ಸಂಜೆ ಅಭಿನಾಶ್‌ನ ಮನೆಗೆ ಕರ್ಕೊಂಡ್ಹೋಗಿ" ಎಂದವರು ರಾಧಾಕೃಷ್ಣಯ್ಯನವರತ್ತ ತಿರುಗಿದವರು, "ನೀವು ಇಟ್ಟ ಹೆಸರಾ ಕೃಷ್ಣ. ವೇರೀ ಸ್ವೀಟ್... ನೇಮ್ ಅಲ್ವ ಆ ಎರಡಕ್ಷರ ನೋಡಲು ಮಾತ್ರವಲ್ಲ, ಆಡಲು ಕೂಡ ಅತ್ಯಂತ ಸುಂದರ. ಇಂಥ ಹೆಸರಿಗೆ ಪರ್ಯಾಯವಾದ..... ಹೆಸರು...." ಜೋರಾಗಿ ನಕ್ಕುಬಿಟ್ಟರು.

ಮೊದಲೆ ತಗ್ಗಿದ ವಾಣಿಯ ಮುಖ ಮತ್ತಷ್ಟು ತಗ್ಗಿತು.

ಮಗನ ಬಳಿಗೆ ಬಂದ ವನಜಮ್ಮ ಮಮತೆಯ ನೋಟ ಹರಿಸುತ್ತ "ನೀನು ವಾಣಿ ಮನೆಗೆ ಹೋಗ್ಬನ್ನಿ, ಭಾಸ್ಕರ. ನಾವು ಸಂಜೆವರ್ಗೂ ಕೃಷ್ಣನ ಜೊತೆ ಇರ್ತೀವಿ. ನಿಂಗೆ ಪ್ರಯಾಣದ ದಣಿವು, ರಾತ್ರಿಯೆಲ್ಲ ವಾಣಿ ನಿದ್ದೆ ಮಾಡಿಲ್ಲ."

ಮತ್ತೊಂದು ಮಾತಾಡದೇ ಭಾಸ್ಕರ ಮಗನ ಕೆನ್ನೆ ಸವರಿ ಹೊರಗೆ ಬಂದ. 'ಉಭ ಶುಭ' ಅನ್ನದೇ ವಾಣಿ ಹಿಂಬಾಲಿಸಿದಳು. ಮುಚ್ಚಿಟ್ಟ ಎದೆಯಾಳದ ಸತ್ಯವನ್ನು ರಾಧಾಕೃಷ್ಣಯ್ಯನವರ ಮುಂದೆ ಒದರಿಬಿಟ್ಟಿದ್ದಳು.

ಒರಟಾಗಿಯೇ ಕಾರಿನ ಬಾಗಿಲ ತೆಗೆದವನು ಒಂದು ಸಲ ಅವಳತ್ತ ನೋಡಿದ. 'ಇದು ಅವನ ಪಾಲಿಗೆ ಕ್ಷಮಿಸಲಾರದಂಥ ತಪ್ಪು' ನಡುಗಿ ಹೋದಳು.

ಕಾರು ಗೇಟಿನಿಂದ ಹೊರಗೆ ನಿಂತಾಗ "ನೀನು ಇಳಿ, ನಂಗೊಂದಿಷ್ಟು ಕೆಲ್ಸ ಇದೆ" ಹೇಳಿದ. ಕಾರು ರಭಸದಿಂದ ಮುಂದಕ್ಕೆ ನುಗ್ಗಿತು.

ರಾತ್ರಿ ಬರ್ತ್‌ಡೇ ಪಾರ್ಟಿಗೆ ಹೊದ ನೇಮಿನಾಥ್ ಅವರ ಮನೆಯ ಕಾಲಿಂಗ್‌ಬೆಲ್ ಒತ್ತಿದ.

ತೆಗೆದ ಆಕೆ ಕಣ್ಣಲ್ಲಿ ನೀರು ಬರಿಸಿಕೊಂಡಳು "ಎಂಥಾ ಅನಾಹುತವಾಗಿಬಿಡ್ತಾ ಇತ್ತು ನೋಡಿ, ನಮಗೆಂಥ ಕೆಟ್ಟ ಹೆಸರು..." ಆಕೆಯ ಬಡಬಡಿಕೆ ಅವನಿಗೆ ಕೇಳಿಸಲೇ ಇಲ್ಲ.

"ಕೃಷ್ಣ..... ಬರೀ ಕ್ಯೂರಿಯಾಸಿಟಿಗೋಸ್ಕರ ಅಷ್ಟೆ" ಎಂದ. ಅವನ ಉದ್ದೇಶವೂ ಅಷ್ಟೇ ಆಗಿತ್ತು.

ಹಿಂದುಗಡೆಯ ಬಾಗಿಲ ಬಳಿ ಕರೆದೊಯ್ದರು. ಅಲ್ಲೇ ಪಕ್ಕಕ್ಕೆ ಮೂರು ಐದರ ಪುಟ್ಟ ಕೋಣೆ. ಅಲ್ಲಿ ಬರೀ ರಟ್ಟಿನ ಡಬ್ಬಗಳನ್ನ ತುಂಬಿದ್ದರು. ಅರ್ಧ ಬರ್ಧ ಎಲೆಕ್ಟ್ರಿಕ್ ಕೆಲಸ ಆದ ಕೇಸ್‌ಗಳು.

ಹೊರಗೆ ಬಂದ ಭಾಸ್ಕರ ಹೇಳಿದ "ಅಲ್ಲಿನ ಎಲೆಕ್ಟ್ರಿಕ್ ಸ್ವಿಚ್‌ಗಳಿಗೆ ಕವರ್‌ಗಳೇ ಇಲ್ಲ. ದಯವಿಟ್ಟು ಒಂದಿಷ್ಟು ಹಾಕ್ಸಿ. ನಿಮ್ಮ ಮನೆಯಲ್ಲು ಪುಟ್ಟ ಮಗುವಿದೆ. ಥ್ಯಾಂಕ್ಯೂ ವೆರೀ ಮಚ್, ತೊಂದರೆ ಕೊಟ್ಟೆ" ಹೊರಗೆ ಬಂದ. ಆಕೆ ಆರಾಮಾಗಿ ಬಾಗಿಲು ಹಾಕಿಕೊಂಡರು. ಕೃಷ್ಣನ ಬಗ್ಗೆ ವಿಚಾರಿಸಲು ಕೂಡ ಇಲ್ಲ.

ಹೊರಗೆ ಬಂದ. ನೆತ್ತಿ ಸುಡುವಷ್ಟು ಬಿಸಿಲು. ಒಮ್ಮೆ ಸುತ್ತಮುತ್ತಲು ನೋಟವರಿಸಿದ. ಕಾರಿನತ್ತ ನಿಧಾನವಾಗಿ ಹೆಜ್ಜೆ ಹಾಕಿದ.

ಮನೆಗೆ ಬಂದಾಗ ತೀರಾ ಸಪ್ಪಗಿದ್ದ. ಯಾರೊಂದಿಗೂ ಮಾತಾಡಲಿಲ್ಲ. ಸ್ನಾನ ಮುಗಿಸಿ ಮಲಗಿಬಿಟ್ಟ. ಕನಿಷ್ಠ ನೀರು ಕೂಡ ಕುಡಿದಿರಲಿಲ್ಲ. ಅದನ್ನೆಲ್ಲ ಕೊಟ್ಟು, ಕೇಳಿ ವಾಣಿಗೆ ಅಭ್ಯಾಸವಿಲ್ಲ. ಅಂಥ ಬದಲಾವಣೆಗಳು ನಾಗರೀಕತೆಯ ಲಕ್ಷಣವೆಂದು ತಿಳಿದಿದ್ದ ಕೂಡ.

ಡೈನಿಂಗ್ ಟೇಬಲ್ ಮುಂದೆ ಬಂದು ಕೂತ. ಅಡಿಗೆಯೆಲ್ಲ ಮುಚ್ಚಿಟ್ಟಿತ್ತು.

"ಭಟ್ಟರೇ...." ಕೂಗಿದ.

ನಾಲ್ಕು ಸಲ ಕೂಗಿದ ನಂತರವೇ ವಾಣಿ ಬಂದಿದ್ದು. "ಭಟ್ಟರು ನರ್ಸಿಂಗ್ ಹೋಂಗೆ ಹೋದ್ರು. ಅಡ್ಗೆಯೆಲ್ಲಾ ರೆಡಿ ಇದೆ, ಬಡಿಸೋಕೆ ಶ್ಯಾಮ್ಲೀನ ಕರಿಯಲಾ?" ಎಂದಾಗ ಬೇಡವೆಂದು ಸನ್ನೆ ಮಾಡಿದ.

ಇನ್ನೊಂದು ತಟ್ಟೆ ತೆಗೆದು ಅವಳ ಮುಂದೆ ತಳ್ಳಿದ. "ನಂದು ಆಗ್ಲೇ ಊಟ ಆಯ್ತು" ನಿಜವನ್ನೇ ನುಡಿದಳು. ಒಮ್ಮೆ ನೇರವಾಗಿ ಅವಳತ್ತ ನೋಡಿದ, ಯಾವುದೇ ವ್ಯಾಕುಲವಿರಲಿಲ್ಲ. ಮುದ್ದು ಮಡದಿಯ ಕಣ್ಣುಗಳಲ್ಲಿ.

"ಹೋಗ್ಲೀ.... ಕೂತ್ಕೋ" ಕೂಡುವಂತೆ ಸನ್ನೆ ಮಾಡಿದ. "ಅವನು ಅಪರೂಪಕ್ಕೆ ಅಭಿನಾಶ್‌ನ ಜೊತೆಯಲ್ಲಿ ಕರ್ಕೊಂಡ್ಹೋಗಿದ್ದು?" ಪಲ್ಯ ಬಡಿಸಿಕೊಳ್ಳುತ್ತ ಕೇಳಿದ.

ವಾಣಿ ನಿಟ್ಟುಸಿರು ಬಿಟ್ಟಳು. "ನಂಗೆ ಅಂತ ಇಚ್ಛೆಯೇ ಇರಲಿಲ್ಲ. ಡಾ॥ ರಘುನಂದನ್ ಮಿಸಸ್ ಬಲವಂತ ಮಾಡಿದ್ರು. ಹೊರಡೋವಾಗ್ಲೇ ಅವನದು ಗೋಳು. ಆಮೇಲೆ ಮತ್ತೊಂದು ರಾದ್ಧಾಂತ" ತೀರಾ ಕಂಗೆಟ್ಟವಳಂತೆ ನುಡಿದಳು.

"ರಾದ್ಧಾಂತಾನ, ದುರಂತಾನ? ಅವ್ನು ಇಲ್ಲವಾಗಿದ್ರೆ ನಾವಿಬ್ರು.... ಏನ್ಮಾಡಬೇಕಿತ್ತು.?" ಹಠಾತ್ತನೆಯ ಈ ಪ್ರಶ್ನೆಯಿಂದ ಗಲಿಬಿಲಿಗೊಂಡಳು. ಅದೆ ಕರಿ ಬಣ್ಣದ ತಮಿಳು ಹೆಂಗಸು ಲೊಚಲೊಚನೆ ಮುತ್ತಿಟ್ಟ ದೃಶ್ಯ ಅವಳ ಕಣ್ಮುಂದೆ ಸುಳಿಯಿತು. ಅದನ್ನು ಮರೆಯಬೇಕೆಂದು ಪ್ರಯತ್ನಿಸಿ ಸೋತುಹೋಗಿದ್ದಳು.

ಸ್ವಲ್ಪ ತಲೆಯೆತ್ತಿ ಪಲ್ಯವನ್ನು ಪಕ್ಕಕ್ಕೆ ಸರಿಸಿ "ನನ್ನ ಪ್ರಶ್ನೆಗಳು ಕೇಳಿಸಲಿಲ್ವಾ? ಉತ್ತರ ಗೊತ್ತಿಲ್ವಾ?" ಎದ್ದು ಹೋದಳು ವಾಣಿ.

ಹೇಗೆ ಅವನಿಗೆ ಎಲ್ಲಾ ವಿವರಿಸಿಯಾಳು? ಅತ್ತೆ, ಮಾವ ಅನ್ನಿಸಿಕೊಂಡ ವ್ಯಕ್ತಿಗಳ ಬಗ್ಗೆ ಅವಳಿಗೆ ಯಾವುದೇ ಭಾವನೆಗಳಿಲ್ಲ. ಇನ್ನ ಅಭಿನಾಶ್‌ನ ಪ್ರೀತಿಸುವುದಕ್ಕೆ.... ಮಗುವಾಗಿದ್ದಾಗ ಸ್ತನಪಾನ ಮಾಡಿಸಿದ ಹೆಂಗಸು ಅಡ್ಡ ಬರುತ್ತಿದ್ದಳು.

ಊಟ ಮುಗಿಸಿ ಎದ್ದವನು ತಾನೇ ಕ್ಯಾರಿಯರ್‌ಗೆ ಅನ್ನ, ಹುಳಿ ಹಾಕಿಕೊಂಡು ಹೊರಟವನು ಕಾರಿನ ಬಳಿ ನಿಂತ, ತನಗಿಂತ ಹೆಚ್ಚಿನ ಮಮತೆ ಆತಂಕ ಇರಬೇಕಾದ್ದು ಅವಳಿಗೆ ಬರಬಹುದೇನೋ ಎಂದು ಐದು ನಿಮಿಷ ಕಾದ.

ಬಂದವಳನ್ನ ದಿಟ್ಟಿಸಿದ. ಮಾಮೂಲಾಗಿ ಕಂಡರೂ ಅವಳಲ್ಲಿ ಯಾವುದೋ ಗೊಂದಲವಿದೆಯೆನಿಸಿತು ಅವನಿಗೆ.

"ನರ್ಸಿಂಗ್ ಹೋಂ.... ಹೋಗ್ತತ್ತೀನಿ" ಹೇಳಿ ಅವಳ ಮುಖ ಭಾವನೆಗಳನ್ನು ಸೂಕ್ಷ್ಮವಾಗಿ ಪರಿಶೀಲಿಸುತ್ತಿದ್ದವನು "ನೀನು ಬರ್ತೀಯಾ?" ಕೇಳಿದ. ತಲೆ ಅಡ್ಡಡ್ಡ ಆಡಿಸಿದಳು. ಭಾಸ್ಕರ ಕಾರು ಹತ್ತಿದ. ಯಾವುದು ಅವನ ಪ್ರಜ್ಞೆಗೆ ನಿಲುಕಲಿಲ್ಲ.

ಕಾರಿಡಾರ್ ತುಂಬಾ ಎಲ್ಲಾ ಪರಿಚಿತ ಮುಖಗಳೇ ಅನ್ನಿಸಿತು. ವಾರ್ಡ್‌ನಲ್ಲಿ ಸೂರ್ಯನನ್ನು ನೋಡಿದ ಮೇಲೆಯೇ ಮೈಥಿಲಿಪುರದವರೆಂದುಕೊಂಡಿದ್ದು.

"ಹಲೋ....." ಎಂದ ಅಷ್ಟೆ.

ಕೃಷ್ಣನನ್ನ ನೋಡಿ ಅಪ್ಪ, ಅಮ್ಮನ ಬಳಿ ಮಾತಾಡಿ ಕ್ಯಾರಿಯರ್ ಕೊಟ್ಟು "ಸ್ವಲ್ಪ ಡ್ಯೂಟಿ ಡಾಕ್ಟರನ್ನು ನೋಡ್ತೀನಿ" ಹೊರಟು ಬಿಟ್ಟ. ಕಾರಿಡಾರ್‌ನಲ್ಲಿ ಅಕ್ಕಪಕ್ಕ ಕೂಡ ತಿರುಗಲಿಲ್ಲ. ಮೈಥಿಲಿಪುರದ ಜನರ ಕಣ್ಣುಗಳಲ್ಲಿ ಸಾಮಾನ್ಯ ಭಾಸ್ಕರ, ರಾಧು ಮಾಸ್ಟರ್ ಮಗ ಭಾಸ್ಕರನಾಗಿ ಕಾಣುವುದು ಅವನಿಗೆ ಇಷ್ಟವಿಲ್ಲ.

ಕಾರಿನಲ್ಲಿ ಕೂತವನೆ ಹಿಂದಕ್ಕೆ ಒರಗಿದ. ಹಳೆಯ ದಿನಗಳು, ಹಳೆಯ ಜನರನ್ನು ಪೂರ್ತಿ ತೊಡೆದುಹಾಕಬೇಕೆಂಬುದೇ ಅವನ ಪ್ರಯತ್ನ. ಯಾವುದೇ ಪ್ರಯತ್ನಗಳು ಅಂಥದನ್ನು ಸಫಲವಾಗಿಸುತ್ತಿರಲಿಲ್ಲ.

'ಸೂರ್ಯ....' ಅವುಡು ಕಚ್ಚಿ ಸ್ಟೀರಿಂಗ್ ಮೇಲೆ ಗುದ್ದಿದ. 'ನೀನು ನನಗೆ ಹಣ ಕೊಟ್ಟಿದ್ದೀಯಾ, ಸಹಾಯ ಮಾಡಿದ್ದೀಯಾ. ಅದ್ಕೇ ನನ್ನ ಬೆನ್ನು ಹತ್ತಿದ್ದೀಯಾ? ಬೇಡ...ಬೇಡ... ಇದನ್ನು ನಾನು ಇಷ್ಟ ಪಡೋಲ್ಲ. ನಾನು ಭಾಸ್ಕರ ಒಂದು ದೊಡ್ಡ ಫ್ಯಾಕ್ಟರಿಯಲ್ಲಿ ಅಸಿಸ್ಟೆಂಟ್ ಚೀಫ್ ಇಂಜಿನಿಯರ್. ನನಗೆ ಸಮಾಜದಲ್ಲಿ ಗೌರವ ಇದೆ. ಹಣ ಇದೆ–ಅವೆಲ್ಲ ಹಾಳಾಗೋದು ನಿಮ್ಮಿಂದಲೇ. ನಮ್ಮಪ್ಪ ಅಮ್ಮನನ್ನ ನನ್ನಿಂದ ಕಸಿದುಕೊಳ್ತಾ ಇದ್ದೀರಾ! ನಾನು ಸುಮ್ನೇ ಇರೋಲ್ಲ. – ಮನದ ಇಂಥ ಕೋಲಾಹಲಗಳ ನಡುವೆ ಚಿತ್ತಸ್ವಾಸ್ಥ್ಯವೇ ಏರು ಪೇರಾಯಿತು. ಸ್ಟೀರಿಂಗ್ ವ್ಹೀಲ್ ಮೇಲೆ ತಲೆ ಇಟ್ಟು ಕಣ್ಣು ಮುಚ್ಚಿದ.

"ಯಜಮಾನ್ರೆ...." ಭಟ್ಟರ ದನಿ. ಸಹಾನುಭೂತಿಯಿಂದ ನೋಡಿದರು. "ರಾತ್ರಿಯೆಲ್ಲ ನಿದ್ದೆ ಇಲ್ಲ. ಅಮ್ಮಾವ್ರಿಗೆ ಫೋನ್ ಮಾಡಿ ತಾವೇನು ಬರೋದ್ಬೇಡಾಂತ ದೊಡ್ಡ ಯಜಮಾನ್ರು ಹೇಳಿದ್ರು" ಕೈ ಕೈ ಹೊಸೆಯುತ್ತ ಹೇಳಿದರು.

ಸರಿಯಾಗಿ ಕೂತು, ಕ್ರಾಪನ್ನು ಬೆರಳುಗಳಿಂದ ಸರಿಪಡಿಸಿಕೊಳ್ಳುತ್ತ "ಮನೆಗೆ ತಾನೇ, ಹತ್ತಿ......" ಡೋರ್‌ನ ಲಾಕ್ ಓಪನ್ ಮಾಡಿದ ಭಾಸ್ಕರ.

ಕಾರು ಹೊರಟಿದ್ದು ಸೂರ್ಯ ನೋಡಿದ. ನಸೀಂ ಕನಲಿದ. "ಮಾತು ಆಡಿದ್ರೆ... ಕರಗಿಹೋಗುತ್ತೆ. ನಮ್ಮನ್ನು ನೋಡಿದ್ರೆ.... ಅಂತಸ್ತು ಕಮ್ಮಿ ಆಗುತ್ತೆ ಅಂತಾನೆ, ಭಾಸ್ಕರಪ್ಪ. ಎಲ್ಲಾ ನಮ್ಮ ಗ್ರಹಚಾರ". ಕೋಪದಲ್ಲಿ ಷುರುವಾದ ಮಾತು ನೋವಿನಲ್ಲಿ ಮುಕ್ತಾಯವಾಯಿತು.

ಕಾರನ್ನು ಭಾಸ್ಕರ ನಿಧಾನವಾಗಿಯೇ ನಡೆಸುತ್ತಿದ್ದ. ಎದುರಾದ ಜನರೆಲ್ಲ ಮೈಥಿಲಿಪುರದವರಾಗಿಯೇ ಕಾಣುತ್ತಿದ್ದರು. ಅವರ ಕಣ್ಣುಗಳಲ್ಲಿ ಇರುವುದು ಗೌರವವಲ್ಲ. ಸಹಾನುಭೂತಿ. ಇದು ಅವನಿಗೆ ಬೇಕಿಲ್ಲ.

ಅರ್ಧದಲ್ಲಿಯೇ ಕಾರನ್ನು ನಿಲ್ಲಿಸಿದ.

ಹತ್ತರ ಒಂದು ನೋಟನ್ನು ಭಟ್ಟರಿಗೆ ಕೊಟ್ಟು "ನೀವು ಆಟೋದಲ್ಲಿ ಹೋಗ್ಬಿಡಿ. ನಂಗೆ ಒಂದಿಷ್ಟು ಕೆಲ್ಸ ಇದೆ" ಎಂದ. ಅವರು ಇಳಿದಾಗ ಕಾರು ಹಿಂದಕ್ಕೆ ತಿರುಗಿತು.

ಗಾರ್ಡನ್ ಹೋಟಲ್‌ಗೆ ಹೋಗಿ ಒಂದು ಮೂಲೆಯಲ್ಲಿ ಕೂತು ಸಿಗರೇಟು ಹಚ್ಚಿದ. ಆಗಾಗ ಸೇದುವ ರೂಢಿಯಿದ್ದರೂ ಡಾಕ್ಟರರ ಬಳಿ ಹೋಗಿ ಬಂದಮೇಲೆ ಆದಷ್ಟು ಕಡಿಮೆ ಮಾಡಿದ್ದ. ಜನರ ಜೊತೆಗೆ ಇರುವಾಗ ಸಿಗರೇಟು ಕೇಸ್ ಹೊರಗೆ ತೆಗೆಯುತ್ತಲೇ ಇರಲಿಲ್ಲ. ಒಂಟಿಯಾಗಿದ್ದಾಗ ಮನೆಯಲ್ಲಿ ಬಾಲ್ಕನಿಯಲ್ಲಿ ಕೂತೋ, ಮೇಲಿನ ಟೆರಸ್ ಮೇಲೆ ಕೂತೋ ಸುಂದರ ರಾತ್ರಿಯಲ್ಲಿ ಸೇದುತ್ತಿದ್ದ.

ಎರಡು ಸಲ ಸೇದಿದವನು ಆಷ್‌ಟ್ರೇನೊಳಕ್ಕೆ ತುರುಕಿದ.

ಯಾರೋ ತನ್ನತ್ತ ಬಂದಂಗಾಯಿತು. ಬಹುಶಃ ಸೂರ್ಯನೇನೋ ಎಂದು ದಢಬಡಿಸಿಕೊಂಡು ಮೇಲೆದ್ದ. ಅವರು ಇನ್ನೊಂದು ಟೇಬಲ್ಲಿಗೆ ಹೋದಾಗಲೇ ಸೂರ್ಯನಲ್ಲವೆಂದು ತಿಳಿದಿದ್ದು.

ನಾಲ್ಕು ಸಲ ಕಾಫೀ ತರಿಸಿಕೊಂಡು ಅರ್ಧರ್ಧ ಕುಡಿದು ಬಿಲ್ ತೆತ್ತು ಹೊರಗೆ ಬಂದ.

"ಭಾಸ್ಕರ......" ಕೂಗು ಕೇಳಿಸಿತು. ಇದು ಪರಿಚಿತವೇ. ಹಿಂದೆ ತಿರುಗಲು ಅನುಮಾನಿಸಿದ "ಏನಪ್ಪ, ವಿಷ್ಯ ತಿಳ್ದು ಷಾಕ್ ಹೊಡೆದಂಗಾಯ್ತು, ಈಗ ಮಗು ಹೇಗಿದ್ದಾನೆ!" ಸೂರ್ಯನ ಸೋದರತ್ತೆಯ ಮಗ ಕೇಳಿದ್ದು "ಪರ್ವಾಗಿಲ್ಲ...." ಅಷ್ಟೆ ಅವನಿಂದ ಹೇಳಲು ಸಾಧ್ಯವಾಗಿದ್ದು.

ಸಲಿಗೆಯಿಂದ ಭುಜದ ಮೇಲೆ ಕೈ ಹಾಕಿದ ಆ ವ್ಯಕ್ತಿ "ಸೂರ್ಯ ಸಿಕ್ಲಿಲ್ವಾ? ವಿಷಯ ತಿಳ್ದ ಕೂಡ್ಲೇ ಗೌಡರ ಮನೆಯ ಮೋಟಾರ್ ಬೈಕ್‌ನಲ್ಲಿ ಬಂದನಲ್ಲ. ನಾನು ಬಸ್ಸು ಹಿಡಿದು ಬರೋ ಹೊತ್ಗೆ ಇಷ್ಟೊತ್ತು ಆಗಿ ಹೋಯ್ತು" ಹೇಳಿಕೊಂಡರು. ಭಾಸ್ಕರನ ಸ್ವರವೇ ಏಳಲಿಲ್ಲ.

"ಛಿ, ಛಿ... ಎಷ್ಟೊಂದು ಅಪ್‌ಸೆಟ್ ಆಗ್ಬಿಟ್ಟಿದ್ದೀಯಾ! ಏನು ಆಗೋಲ್ಲ ಬಿಡು! ಮಾಸ್ಟರ್, ವನಜತ್ತೆ ಕಮ್ಮಿ ಪುಣ್ಯ ಮಾಡಿದ್ದಾರ? ಅದೆಲ್ಲ ನಿನ್ನ ಮಗ್ನ ಪಾಲಿಗೆ ಬುತ್ತಿ ಹಾಗೇ ಇದ್ದೇ ಇರುತ್ತೆ. ಅದೇ ಅವನನ್ನು ಕಾಪಾಡುತ್ತೆ" ತೋಚಿದ್ದು ಹೇಳಿದರು.

'ಷಟಪ್, ಮಾತಾಡ್ಬೇಡಿ. ನಿಮ್ಮ ಆ ಭಾಸ್ಕರ ಸತ್ತುಹೋದ, ಈ ಭಾಸ್ಕರನನ್ನು ಬದುಕಲು ಬಿಡಿ' ಎಂದು ಕೂಗಬೇಕೆನಿಸಿತು ಅವನಿಗೆ. ಆದರೆ ನಾಲಿಗೆಗೆ ಆ ಶಕ್ತಿ ಇರಲಿಲ್ಲ.

"ನಾನ್ಹೋಗಿ.... ನೋಡ್ಕೊಂಡ್ಬರ್ತೀನಿ....." ಅವರು ಹೊರಟಾಗ ಭಾಸ್ಕರನಿಗೆ ಬಿಡುಗಡೆ ಆಯಿತು. "ಮೈ....ಗಾಡ್..." ಎದೆಯ ಮೇಲೆ ಕೈಯಿಟ್ಟುಕೊಂಡು ಭಾರವಾದ ಉಸಿರು ದಬ್ಬಿದ.

ನಿಶ್ಚಿಂತೆಯಿಂದ ಕಾರು ಹತ್ತಿದ.

"ಹಲೋ.....ಭಾಸ್ಕರ" ಬ್ಯಾಂಕ್ ಮ್ಯಾನೇಜರ್ ನರೇಂದ್ರನ್ ಕಾರಿನ ಕೀ ಜೇಬಿಗೆ ಸೇರಿಸುತ್ತಾ ಬಂದರು. "ವೆರೀ ಬ್ಯಾಡ್, ನಿಮ್ಮ ಮಗನಿಗೆ ಸೀರಿಯಸ್ ಅಂತ ಕೇಳ್ದೇ...." ಕೈ ಕೈ ಕುಲುಕಿದರು.

"ಅಂತಹದೇನಿಲ್ಲ, ಈಗ ಚೆನ್ನಾಗಿದ್ದಾನೆ" ಅವನಲ್ಲಿನ ಬಿಗಿತ ಸಡಿಲವಾಗಿತ್ತು. "ಓಕೇ... ಓಕೇ.. ನನ್ನ ಮಗನ ಎಂ.ಬಿ. ಸೀಟ್‌ಗೆ ಓಡಾಡ್ತಾ ಇದ್ದೀನಿ. ನಿಮ್ಮ ಹೆಲ್ಪ್ ಬೇಕಾಗುತ್ತೆ ನಂಗೆ ಈಗ..." ಪುರಾಣ ಬಿಚ್ಚಿಕೊಂಡರು.

"ಸೀ ಯು ಲೇಟರ್, ನಾನು ಅರ್ಜೆಂಟಾಗಿ ಮನೆಗೆ ಹೋಗ್ಬೇಕು" ಮತ್ತೊಮ್ಮೆ ಅವರ ಕೈ ಕುಲುಕಿ ಕಾರಿನತ್ತ ಬಂದವನು ಹಿಂತಿರುಗಿ ನೋಡಿದ ಅವರು ಹೋಟೆಲ್‌ನತ್ತ ಹೋಗುತ್ತಿದ್ದರು.

ಒಳ್ಳೆಯ ಸ್ನೇಹಿತ ಎನ್ನವಷ್ಟರಮಟ್ಟಿಗಿನ ಪರಿಚಯ ಅವರುಗಳದ್ದು. ಕ್ಲಬ್‌ನಲ್ಲಿ ಆಗಾಗ ಭೇಟಿಯಾಗುವುದಲ್ಲದೇ, ಒಬ್ಬರ ಮನೆಗೆ ಒಬ್ಬರು ಬಂದು ಹೋಗುವುದಿತ್ತು. ನೆನ್ನೆ ರಾತ್ರಿಯ ಬರ್ತ್‌ಡೇ ಪಾರ್ಟಿಗೆ ಅವರುಗಳು ಬಂದಿರುತ್ತಾರೆ. ಅಂಥದ್ದರಲ್ಲಿ ಅವರು ಕೃಷ್ಣನ ಬಗ್ಗೆ ಯಾವ ಕಾಳಜಿಯನ್ನು ವ್ಯಕ್ತಪಡಿಸಲಿಲ್ಲ. ಇಂಥ ಸಮಯದಲ್ಲೂ ತಮ್ಮ ಮಗನ ಎಂ.ಬಿ. ಸೀಟ್ ಬಗೆಗೆ ನೆನಪಿಸಿಕೊಂಡರು ಅಷ್ಟೆ.

ಮನೆಗೆ ಬಂದಾಗ ವಾಣಿ ಹೊರಗೆ ನಿಂತಿದ್ದಳು. "ಏನಾದ್ರೂ ಫೋನ್... ಬಂದಿತ್ತಾ?" ಕೇಳಿದರು. ಇಲ್ಲವೆನ್ನುವಂತೆ ತಲೆಯಾಡಿಸಿದಳು.

ಒಳಗೆ ಬಂದ ಭಾಸ್ಕರ ಡಾ॥ ರಘುನಂದನ್ ಮನೆಗೆ ಡಯಲ್ ತಿರುಗಿಸಿದ. "ಒಂದಿಷ್ಟು ಅರ್ಜೆಂಟ್ ಕೆಲ್ಸ ಇದೆ. ನಮ್ಮ ಫಾದರ್, ಮದರ್ ಅಲ್ಲೇ ಇದ್ದಾರೆ. ಇನ್ನೆರಡು ದಿನ ಬೇಕಾದ್ರೆ ಕೃಷ್ಣ ಅಲ್ಲಿರೋಕೆ ನನ್ನ ಅಭ್ಯಂತರವೇನಿಲ್ಲ" ಅವರು ಜೋರಾಗಿ ನಕ್ಕರು.

"ಯು ಆರ್ ಲಕ್ಕಿ. ಕೆಲವರ ಎದೆಯಲ್ಲಿನ ಪ್ರೀತಿ ಎಷ್ಟು ಜನಕ್ಕೆ ಹಂಚಿದರೂ ಕಡಿಮೆಯಾಗದು. ಅಂಥ ತಾಯ್ತಂದೆಯರನ್ನು ಪಡೆದುಕೊಂಡಿದ್ದೀಯೆ. ಇನ್ನು ಕೆಲವರ ಬೊಗಸೆ ಯಾವಾಗ್ಲೂ ಖಾಲಿ. ಅದರಲ್ಲಿ ಮನೆಯವ್ರಿಗೂ....ಏನು ಸಿಗದು" ಬಹಳ ಅರ್ಥಪೂರ್ಣವಾಗಿ ಮನುಷ್ಯರನ್ನು ವಿಂಗಡಿಸಿಬಿಟ್ಟಿದ್ದರು. ಸಣ್ಣಗಿನ ಬೆಂಕಿಯಲ್ಲಿ ಬಹಳ ಹೊತ್ತು ಕಾಯಿಸಿ ಒಮ್ಮೆಲೆ ಮೃದು ಚರ್ಮಕ್ಕೆ ತಾಗಿಸಿದಂತಾಯಿತು. ಸುಟ್ಟ ಗಾಯ, ಚರ್ಮ ಸುಟ್ಟ ವಾಸನೆ ಬಹಳ ಹೊತ್ತು ನಿಲ್ಲುವುದೆಂದುಕೊಂಡ.

ಸ್ವಲ್ಪ ಚೇತರಿಸಿಕೊಂಡು ನಕ್ಕ "ನಾನು ಬಂದಿದ್ದು ರಾತ್ರಿನೇ. ನಮ್ಮ ತಂದೆ ಇಲ್ಲದಿದ್ದರೇ.... ನಾನು ಕೃಷ್ಣನ್ನ ಇದ್ವರ್ಗೇ ಮರ್‍ತುಬಿಡ್ಬೇಕಿತ್ತು. ದೊಡ್ಡ ಅಪಾಯದಿಂದ ಪಾರಾದಂತಾಗಿದೆ" ಮನದಲ್ಲಿದ್ದನ್ನು ತೋಡಿಕೊಂಡ.

"ಒಮ್ಮೆ ನೋಡಿ ನಾನೇ ಫೋನ್ ಮಾಡ್ತೀನಿ. ನೀವು ರೆಸ್ಟ್ ತಗೊಳ್ಳಿ" ಫೋನಿಟ್ಟ ಸದ್ದು ಕೇಳಿಸಿತು.

ಸೋಫಾ ಮೇಲೆ ಕುಸಿದಂತೆ ಕೂತವನು "ವಾಣಿ, ಕೃಷ್ಣ ಎಲ್ಲಾದ್ರೂ ಬಿದ್ನಾ? ಅವ್ನ ಹಣೆಯ ಮೇಲೆ ಪ್ಲಾಸ್ಟರ್ ಇದೆಯಲ್ಲ" ವಾರೆ ನೋಟ ಬೀರುತ್ತ ಪೇಪರನ್ನು ಮುಂದೆ ಹರವಿಕೊಂಡ.

"ಒಂದ್ಸಲ ಬಿದ್ದ" ಅಷ್ಟೆ ಹೇಳಿದ್ದು.

ಅವಳು ಕೋಣೆಗೆ ಹೋದ ಮೇಲೆ ಭಟ್ಟರನ್ನು ಕರೆದು, ಹಿತ್ತಲಲ್ಲಿರುವ ಶ್ಯಾಮ್ಲೀಯ ಜೊತೆ ನಾರಾಯಣನನ್ನು ಕರೆಸಿದ.

"ಮಗು ಹೇಗೆ ಬಿದ್ದ? ಎಲ್ಲಿಂದ ಬಿದ್ದ?" ಅವನ ಸ್ವರ ಗಡುಸಾಗಿತ್ತು. ಬೆಡ್ ಮೇಲೆ ನಿಸ್ತೇಜಕವಾಗಿ ಮಲಗಿದ್ದ ಮಗನನ್ನು ನೋಡಿದ ಕೂಡಲೇ ಅವನ ಕರುಳು ಕತ್ತರಿಸಿದಂತಾಗಿತ್ತು. ಆ ನೆನಪೇ ಅವನನ್ನು ಒರಟಾಗಿಸಿತ್ತು. "ಶ್ಯಾಮ್ಲೀ...." ಗದರಿದ "ನಿಂಗೆ ಮಗುನ ನೋಡಿಕೊಳ್ಳೋಕೆ ತಾನೆ ಸಂಬಳ ಕೊಡೋದು. ಕಮಾನ್, ಮಗು ಎಲ್ಲಿಂದ ಬಿತ್ತು? ಹೇಗೆ ಬಿತ್ತು? ಸತ್ಯ ಹೇಳ್ಳಿಲ್ಲಾಂದ್ರೆ ಸೊಂಟದಲ್ಲಿನ ಬೆಲ್ಟ್ ಬಿಚ್ಚಿಕೊಂಡು ಮೈಯಲ್ಲಿ ಚರ್ಮ ಕಿತ್ತುಹೋಗೋ ಹಾಗೇ ಬಾರಿಸ್ತೀನಿ".

ಮೂವರು ಮುಖ ಮುಖ ನೋಡಿಕೊಂಡರು. ಮಗನ ಸ್ಥಿತಿ ನೋಡಿ ಯಜಮಾನರಿಗೆ ತಲೆ ಕೆಟ್ಟಂತಾಗಿದೆ. ಎಂದುಕೊಂಡರು ಭಟ್ಟರು.

"ನಾನು ಒಳ್ಗಡೆ ಇದ್ದೆ. ದೊಡ್ಡಮ್ಮಾವ್ರು ಮಗುಗೆ ಎಣ್ಣೆ ಹಚ್ತಾ ಇದ್ರು. ಅಳು ಕೇಳಿಸಿದ್ಮೇಲೆ ಹೊರ್ಗಡೆ ಬಂದಿದ್ದು" ಶ್ಯಾಮ್ಲಿ ಭಯದಿಂದಲೇ ಹೇಳಿದಳು.

ಭಟ್ಟರು ನಡುವೆ ಬಂದರು. "ದೊಡ್ಡಮ್ಮಾವ್ರು ಎಣ್ಣೆ ಹಚ್ಚಿ ಒಳ್ಗಡೆ... ಬಂದ್ರು. ಜಾರಿ ಬಿದ್ದಿರಬೇಕು. ಅಳು ಕೇಳಿಸಿದ್ಮೇಲೆ ಎಲ್ಲಾ ಹೊರ್ಗೆ ಹೋಗಿದ್ದು. ದೊಡ್ಡ ಯಜಮಾನ್ರು ಡಾಕ್ಟ್ರು ಹತ್ರ ಕರ್ಕೊಂಡ್ಹೋಗಿದ್ರು" ಸರಳವಾಗಿ ಸತ್ಯ ಉಸುರಿದರು.

ಎಲ್ಲರನ್ನು ಹೋಗುವಂತೆ ಸನ್ನೆ ಮಾಡಿದ ಭಾಸ್ಕರ ಶ್ಯಾಮ್ಲಿಯನ್ನು ಕರೆದು "ಇಂದಿನವರೆಗಿನ ಸಂಬ್ಳ ಇಸಕೊಂಡು ಹೋಗ್ಬಿಡು. ಮತ್ತೆಂದು ಈ ಕಡೆ ಬರ್ಬೇಡ" ಎಚ್ಚರಿಕೆ ನೀಡಿದ.

ಬದುಕು ಸತ್ವವಿಲ್ಲದೆ ಬಂಜರು ಭೂಮಿಯಾಗಿದೆಯೆನಿಸಿತು ಈಗ.

ಹೊರಗೆ ಬಂದವನು ಕಾರು ಹತ್ತಿದ. ಕಾರ್ನರ್‌ರವರೆಗೂ ಹೋದವನು ಹಿಂದಕ್ಕೆ ಬಂದ. ಮೈಥಿಲಿಪುರದ ಜನರ ಕಣ್ಣುಗಳನ್ನು ಅವನು ನೋಡಲಾರ. ಅವರ ಒಬ್ಬೊಬ್ಬರ ಕೃತಜ್ಞತೆ ಋಣ ತನ್ನ ಮೇಲಿದೆಯೆನಿಸಿತು.

ಚಡಪಡಿಸುತ್ತ ವರಾಂಡದಲ್ಲಿಯೇ ಕೂತ. ಎಂಟರ ಸುಮಾರಿಗೆ ಫೋನ್ ಬಂತು "ನಿಮ್ಮಗ ಮನೆಗೆ ಬರ್ತಾ ಇದ್ದಾನೆ. ಒಂದು ರೀತಿಯಲ್ಲಿ ಪುನರ್ಜನ್ಮವೇ" ತಿಳಿಸಿ ಫೋನಿಟ್ಟರು.

ಬಾಲ್ಕನಿಯಲ್ಲಿ ಇದ್ದವನು ಕಾರಿನ ಸದ್ದು ಕೇಳಿಸುತ್ತಲೇ ಒಳಗೆದ್ದು ಹೋಗಿ ಸೋಫಾ ಮೇಲೆ ಕೂತ.

ಕೃಷ್ಣನನ್ನ ಹೊತ್ತುಕೊಂಡು ಬಂದವನು ಸೂರ್ಯ ಕ್ಷಣ ನೋಡಿದವನು "ಅತ್ತೆ, ಕೃಷ್ಣನನ್ನು ಎಲ್ಲಿ ಮಲಗಿಸ್ಲೀ" ಎಂದವನು ಆಕೆಯತ್ತ ತಿರುಗಿದ.

ಒಂದು ದಿನ ಸೊಸೆ ಹೇಳಿದ್ದು ಅವರಿಗೆ ನೆನಪಿಗೆ ಬಂತು "ಮಕ್ಕಳನ್ನ ಪಕ್ಕದಲ್ಲಿ ಮಲಗಿಸಿಕೊಳ್ಳೋದು ಬಹಳ ಕೆಟ್ಟ ಅಭ್ಯಾಸ. ಹಾಗೆ ಮಾಡಿದರೆ ಥರ್‌ಪೋಕ್ ಆಗ್ಬಿಡ್ತಾನೆ. ಒಂಟಿಯಾಗಿ ಮಲಗೋಕೆ ಬಿಡಿ. ಶ್ಯಾಮ್ಲೀನು ಅಲ್ಲೇ ಇರ್ತಾಳೆ. ಮತ್ತೇನು....ಭಯ!"

"ಇಲ್ಲಿ ಕರ್ಕೊಂಡ್ಬಾ...." ಅವನ ಕೋಣೆಗೆ ಕರೆದೊಯ್ದರು. ಪೂರ್ತಿ ನೋಟ ಹರಿಸಿದ ಸೂರ್ಯ. ದೊಡ್ಡ ಕೋಣೆ. ಇದ್ದಿದ್ದು ಒಂದೇ ಮಂಚ.

"ಅತ್ತೆ. ಇಲ್ಲಿ ಕೃಷ್ಣ ಒಬ್ಬನೇ....." ಆಕೆಯೇನು ಹೇಳಲಿಲ್ಲ.

ಕೃಷ್ಣ ಅವನಿಗೆ ಕಚ್ಚಿಕೊಂಡುಬಿಟ್ಟಿದ್ದ. "ಅಂಕಲ್ ನನ್ಹತ್ರನೇ ಇರು". ಸೂರ್ಯ ಅವನ ಕೆನ್ನೆ ಸವರಿ ಮಲಗಿಸಿದ. "ಈಗ ಹೋಗಿ, ಬೆಳಿಗ್ಗೆ ಅಷ್ಟೊತ್ತಿಗೆ ಬಂದ್ಬಿಡ್ತೀನಿ. ಅದ್ವರ್ಗೂ ಅಜ್ಜಿ, ತಾತ ಜೊತೆ ನಿನ್ನ ಮಮ್ಮಿ, ಡ್ಯಾಡಿನೂ ಇರ್ತಾರೆ" ಎಂದು ಅವನನ್ನು ಒಪ್ಪಿಸಿ ಹೊರಗೆ ಬಂದ.

ಇನ್ನು ಮೈಥಿಲಿಪುರದವರು ಹತ್ತು ಜನವರೆಗೂ ಇದ್ದರು. ಅವರೊಂದಿಗೆ ಅವನು ಇಲ್ಲಿ ತಂಗಲು ಇಷ್ಟವಿಲ್ಲ.

"ಬರ್ತೀನಿ ಮೇಷ್ಟ್ರೆ. ಬರೋವಾಗ ಕೃಷ್ಣನನ್ನು ಕರ್ಕೊಂಡ್ಬನ್ನಿ" ಎಂದಾಗ ರಾಧಾಕೃಷ್ಣಯ್ಯನವರಿಗೆ ಆಶ್ಚರ್ಯವಾಯಿತು. "ಇಷ್ಟೊತ್ತಿನಲ್ಲಿ ಎಲ್ಲಿಗೆ ಹೋಗ್ತೀಯಾ! ಎಲ್ಲಾ ಬೆಳಿಗ್ಗೆ ಹೋಗ್ಬಹುದು" ಇರಿಸಿಕೊಳ್ಳಲು ನೋಡಿದರು.

"ಇಲ್ಲ ಮೇಷ್ಟ್ರೇ, ಬೇಗ ಮೈಥಿಲಿಪುರ ತಲುಪಬೇಕು. ನಾವೆಲ್ಲ ಏನಾದ್ರೂ ಅರೇಂಜ್ ಮಾಡ್ಕೊಂಡ್ ಹೋಗ್ತೀವಿ." ಅವನು ಹೊಸಲು ದಾಟಿ ದಾಪುಗಾಲು ಹಾಕುತ್ತ ಗೇಟು ದಾಟಿ ಹೋಗಿಯೇಬಿಟ್ಟ. ಇದು ಎಲ್ಲರಿಗೂ ಅನಿರೀಕ್ಷಿತವೇ. ಮಿಕ್ಕವರು ಅವನನ್ನು ಹಿಂಬಾಲಿಸಿದರು.

ತುಂಬಿದಂತಿದ್ದುದು ಎಲ್ಲಾ ಬರಿದಾಗಿಬಿಟ್ಟಿತು. ರಾಧಾಕೃಷ್ಣಯ್ಯನವರು ಪ್ರತಿಕ್ರಿಯಿಸಲಿಲ್ಲ. ಪ್ರೀತಿ ವಿಶ್ವಾಸವಿಲ್ಲದ ಕಡೆ ಏನು ರುಚಿಸದು.

ಭಟ್ಟರು ಎಲ್ಲರಿಗೂ ತಟ್ಟೆ ಹಾಕಿ ಕರೆದರು. ಮಾತೇ ಇಲ್ಲ. ತಾಂತ್ರಿಕವಾಗಿ ಊಟ ಮಾಡುತ್ತಿದ್ದ ತಂದೆಯನ್ನು ನೋಡಿದ. ಇವರು ಯಾಕೆ ಸೂರ್ಯನನ್ನು ನಿಲ್ಲಿಸಿಕೊಳ್ಳಲಿಲ್ಲ. ಇವರಿಗೆ ಅಷ್ಟು ಅಧಿಕಾರವಿಲ್ಲವೇ? ಎಷ್ಟೇ ಕಾನೂನು ಮಾಡಿದ್ದರೂ ಹಕ್ಕು, ಅಧಿಕಾರಗಳು ಅವರವರು ತಿಳಿದಂತೆ ಅವರವರು ಚಲಾಯಿಸಿದಂತೆ

ವನಜಮ್ಮನವರು ಮೊಮ್ಮಗನ ಬಳಿಯೇ ಹಾಸಿಕೊಂಡು ಮಲಗಿದರು. ಷಾಕ್‌ಗಿಂತ ಹೆಚ್ಚಾಗಿ ಭಯದಿಂದ ಪ್ರಜ್ಞೆಯನ್ನು ಕಳೆದುಕೊಂಡ ಕೃಷ್ಣ ಬಿಳುಚಿಕೊಂಡಿದ್ದ.

ಮೃದುವಾಗಿ ಅವನ ತಲೆಯಲ್ಲಿ ಕೈಯಾಡಿಸುತ್ತಲೇ ಇದ್ದರು. ಎರಡು ಸಲ ಬಂದ ಭಾಸ್ಕರ ಹಾಗೆಯೇ ಹೋದರು. ಮೂರನೆಯ ಸಲ ಬಂದವನು ಅಲ್ಲಿಯೇ ಕೂತ.

"ಅಮ್ಮ ನೀನ್ಹೋಗಿ ಮಲಕ್ಕೋ. ಕೃಷ್ಣನನ್ನು ನಾನು ನೋಡ್ಕೋತೀನಿ" ಬಲವಂತದಿಂದ ಆಕೆಯನ್ನು ಎಬ್ಬಿಸಿ ಕಳುಹಿಸಿ ಮಗನ ಪಕ್ಕದಲ್ಲಿ ಕೂತ. ಅವನೆದೆಯಲ್ಲಿ ಎಂದೂ ಉಕ್ಕದ ಪಿತೃವಾತ್ಸಲ್ಯ ಉಕ್ಕಿ ಹರಿಯಿತು. "ಕೃಷ್ಣ.... ಕೃಷ್ಣ..." ಮಗನ ಕೂದಲಲ್ಲಿ ಬೆರಳಾಡಿಸಿದ.

ಸಾಕಷ್ಟು ಖರ್ಚು ಮಾಡಿರಬಹುದು. ಮಗನಿಗಾಗಿ ಅರ್ಧ ಗಂಟೆ ವ್ಯಯಿಸಿರಲಿಲ್ಲ! ಅವನ ಲಕ್ಷ್ಯವೇ ಬೇರೆ ಇತ್ತು. ಸಣ್ಣ ಹಗ್ಗವನಿಡಿದು ಮೇಲೇರುವ ಸಾಹಸ ಅವನದು. ಹೇಗೋ ಎಂತೋ ತಲುಪಿಯಾಗಿತ್ತು! ಆದರೆ ಇನ್ನಷ್ಟು ಏರಲೇಬೇಕೆಂಬುದು ಭಾಸ್ಕರನ ದೃಢ ನಿಲುವು.

ಮಗುವನ್ನು ದೂರವಿರಿಸಿದ್ದ ವಾಣಿಯ ಬಗ್ಗೆ ಅಂಥ ಬ್ರಹ್ಮಾಂಡ ಕೋಪ ಅವನಿಗೇನು ಇಲ್ಲ. ಪಾಶ್ಚಾತ್ಯ ಸಂಸ್ಕೃತಿಯನ್ನು ಸರಿಯಾಗಿ ಅರ್ಥ ಮಾಡಿಕೊಳ್ಳದ ಜನರ ಸಾಮಾನ್ಯ ತಪ್ಪುಗಳು.

ಬಹಳ ಹೊತ್ತು ಹೊರಳಾಡಿ ವಾಣಿ ಎದ್ದು ಬಂದಳು. ಅಭಿನಾಶ್. ತನ್ನ ಮಗನೇ? ಎದೆಗವಚಿಕೊಂಡು ಪ್ರೀತಿಯಿಂದ ಹಾಲೂಡಿಸುತ್ತಿದ್ದ ಆಕೆ ಮಗುವಿನ ಮೇಲೆ ತೋರುತ್ತಿದ್ದ ಪ್ರೀತಿ ಅಸಾಧ್ಯ. ಒಂದು ದಿನ ಜ್ವರ ಬಂದಿದ್ದಕ್ಕೆ ಕೆಲಸಕ್ಕೆ ಹೋಗದೆ ಕೂತಿದ್ದಳು.

"ವಳ್ಳಿಯಮ್ಮ.... ನೀನ್ಹೋಗು" ಎಂದರು. ಅವಳ ತಾಯಿ ಅಲ್ಲಿಂದ ಕದಲುತ್ತಿರಲಿಲ್ಲ. "ವೇಂಡಾಮ್ಮ...." ಅಲ್ಲಿಯೇ ಇರುತ್ತಿದ್ದಳು.

ಅವೆಲ್ಲ ವಾಣಿಗೆ ಚೆನ್ನಾಗಿ ನೆನಪಿನಲ್ಲಿ ಇದ್ದುವು. ಬಾಣಂತನ ಮುಗಿಯುವವರೆಗೂ ಅರ್ಧ ಗಂಟೆ ಮಗುವನ್ನು ಎತ್ತಿಕೊಂಡವಳಲ್ಲ. ಅಲ್ಲಿಂದ ಬರುವಾಗಲೇ ಮಗುವನ್ನು ನೋಡಿಕೊಳ್ಳಲು ಒಂದು ಹುಡುಗಿಯನ್ನು ಕರೆ ತಂದಿದ್ದರು. ಆಮೇಲೆ ಬಂದವಳು ಶ್ಯಾಮ್ಲೀ. ಇವಳಿಗೆ ಯಾವುದೇ ತಂಟೆ ತಕರಾರಿಲ್ಲ. ಒಂದಿಷ್ಟು ಉಸ್ತುವಾರಿ, ತೀರಾ ಹಟ ಮಾಡಿದಾಗ ಒಂದೆರಡು ಪೆಟ್ಟುಗಳನ್ನು ಕೊಡುವುದು. ಇದಿಷ್ಟಕ್ಕೆ ಅವಳ ತಾಯ್ತನ ಸೀಮಿತಗೊಂಡಿತ್ತು.

ಬಾಗಿಲ ಬಳಿಯಲ್ಲಿ ನಿಂತು ನೋಡಿದಳು ಭಾಸ್ಕರ ಮಗನ ಪಕ್ಕದಲ್ಲಿಯೇ ಮಲಗಿದ್ದ. ಮಗುವಾದಾಗ ಕೂಡ ಸಾಧ್ಯವಾಗದ್ದು ಈಗ ಸಾಧ್ಯವಾಗಿತ್ತು.

ಸದ್ದಾಗದಂತೆ ವಾಣಿ ತನ್ನ ಕೋಣೆಗೆ ಹೋದಳು.

ಎಂಟು ದಿನದ ಹೊತ್ತಿಗೆ ಕೃಷ್ಣ ಪೂರ್ತಿ ಚೇತರಿಸಿಕೊಂಡ. ಈಗ ವಾಣಿಯ ಬಾಯಲ್ಲಿ ಬಿಟ್ಟು ಎಲ್ಲರಿಗೂ ಕೃಷ್ಣನೇ. ಭಾಸ್ಕರನಲ್ಲಿ ಕೂಡ ಸಲಿಗೆ ಬೆಳೆದಿತ್ತು.

"ಪಪ್ಪ...." ಎಂದು ಓಡಿ ಹೋಗುತ್ತಿದ್ದ. ಕೂತು ಮಾತಾಡುತ್ತಿದ್ದ. "ಪಪ್ಪ... ನಾನು ಬರ್ತೀನಿ ನಿನ್ನ ಜೊತೆ" ಎನ್ನುವಷ್ಟರ ಮಟ್ಟಿಗೆ ತಂದೆ ಮಗನ ಸಂಬಂಧ ಸರಿಹೋಗಿತ್ತು.

ನೋಡಿ ಹೆಚ್ಚು ಸಂತೋಷಿಸಿದವರು ರಾಧಾಕೃಷ್ಣಯ್ಯ.

"ವನಜ ಈಗ್ನೋಡು. ಅಪ್ಪ, ಮಕ್ಕಳು ಹೇಗಿದ್ದಾರೇಂತ. ನಾವು ಮೈಥಿಲಿಪುರಕ್ಕೆ ಹೋಗಿ ಬರೋಕ್ಕೆ ಯಾವುದೇ ತಕರಾರು ಇಲ್ಲ. ಭಾಸ್ಕರ ಸಿಕ್ಕಾಗ ಹೇಳ್ಬಿಡು. ನಾಳೆ ನಾಡಿದ್ದು ಹೊರಟುಬಿಡೋಣ". ಅಂದು ಬಂದ ಜನರನ್ನ ನೆನಪು ಮಾಡಿಕೊಂಡರು.

ದಿನೇ ದಿನೇ ಅವರುಗಳ ಪ್ರೀತಿಯ ಭಾರ ಹೆಚ್ಚುತ್ತಲೇ ಇತ್ತು. ಗುಂಪು ಗುಂಪಾಗಿ ಬಂದಿದ್ದರು. ಅಂದು ಕೃಷ್ಣನನ್ನು ನೋಡಲು. ನಸೀಂ ತಮ್ಮ ಸುದ್ಧಿ ಮುಟ್ಟಿಸಿದ ಕೂಡಲೇ ಎಲ್ಲಿನ ಜನ ಅಲ್ಲಲ್ಲಿ ತಮ್ಮ ಕೆಲಸ ಕಾರ್ಯಗಳನ್ನು ಬಿಟ್ಟು ಧಾವಿಸಿದ್ದರು.

ಡಾ॥ ರಘುನಂದನ್‌ಗಂತು ಆಶ್ಚರ್ಯವೇ "ಅಲ್ಲ, ಈ ಮೇಟೀರಿಯಲಿಸ್ಟ್ ವರ್ಲ್ಡ್‌ನಲ್ಲಿ ಈಗ್ಲೂ ಇಂಥ ಜನಗಳು ಇದ್ದಾರ? ಈಗ 'ನಾವು' ಅನ್ನೋದು ಮರ್ತು 'ನಾನು' ಅನ್ನೋದೇ ಕಾಯಂ ಆಗ್ಬಿಟ್ಟಿದೆ. ರಕ್ತ ಸಂಬಂಧಿಗಳು ಕೂಡ ಒಬ್ಬರ ಕಷ್ಟಕ್ಕೆ ಮತ್ತೊಬ್ಬರು ಆಗದ ಕಾಲ ಅಂಥದ್ದರಲ್ಲಿ.... ಇಷ್ಟೊಂದು ಜನ ತಮ್ಮ ಕೆಲ್ಸ ಕಾರ್ಯಗಳನ್ನು ಬಿಟ್ಟು ಮಗುನ ನೋಡೋಕೆ ಓಡಿ ಬಂದಿದ್ದಾರೆಂದುಕೊಳ್ಳೋದೇ... ಆಶ್ಚರ್ಯದ ಸಂಗತಿ" ಅವರ ಉದ್ಗಾರಕ್ಕೆ ಹಲವರು ಧ್ವನಿಯಾಗಿದ್ದರು.

* * *

ಸಂಜೆ ಫ್ಯಾಕ್ಟರಿಯಿಂದ ಹಿಂದಿರುಗಿದ ಭಾಸ್ಕರ ಹೊರಗೆ ಬೆತ್ತದ ಛೇರ್ ಮೇಲೆ ಕೂತ. ತಾತನ ಜೊತೆ ಚೆಂಡು ಎಸೆದಾಡುತ್ತಿದ್ದ ಓಡಿ ಹೋದ ಅವನ ಬಳಿಗೆ.

"ಪಪ್ಪ ...... ನೀನು ಬಾ" ದುಂಬಾಲು ಬಿದ್ದ.

"ತುಂಬ ಸುಸ್ತು ನನ್ನ ಮರಿ..... ತಾತನಷ್ಟು ನಾನು ಸ್ಟ್ರಾಂಗ್ ಅಲ್ಲ. ನಂಗೆ ರಜಾ ಇದ್ದ ದಿನ ಆಡೋಣ, ಈಗ ನೀನು ಆಡ್ಹೋಗು" ಕ್ರಾಪ್ ಸರಿ ಮಾಡಿ ಕಳಿಸಿದ.

ಇಂದು ಡಾಕ್ಟರ್ ಅವನ ಭುಜ ತಟ್ಟಿದ್ದರು. "ಬಿ.ಪಿ., ಷುಗರ್ ನಾರ್ಮಲ್‌ನಲ್ಲೇ ಇದೆ. ಇದೇ ರೀತಿ ನೀವು ಹೆಲ್ತ್‌ನ ಪಿಕಪ್ ಮಾಡ್ಕೊಂಡ್ರೆ.... ಹಂಡ್ರೇಡ್ ಪರ್ಸೆಂಟ್ ಹೆಲ್ತಿ" ಹಾಸ್ಯವಾಗಿ ನುಡಿದಿದ್ದರು.

ಅವನ ಮುಖ ಗಂಟು, ಅಸಹನೆಯ ಕ್ಷಣಗಳು ಕೃಷ್ಣನನ್ನ ನೋಡಿದ ಕೂಡಲೇ ಕರಗಿಹೋಗುತ್ತಿತ್ತು.

ಕಾಫೀ ತಂದು ಕೊಟ್ಟ ಭಟ್ಟರು ಅಲ್ಲೇ ನಿಂತರು. "ಈಗ ನಮ್ಮ ಕೃಷ್ಣನಿಗೆ ಎಷ್ಟೊಂದು ಧೈರ್ಯ ಬಂದಿದೆ ಗೊತ್ತಾ. ಬಿಲ್ಲು ಮಾಡಿಕೊಡಿ.... ಕೆಟ್ಟವರನ್ನೆಲ್ಲಾ ಕೊಂದುಬಿಡ್ತೀನಿ ಅಂತಾನೆ. ಬಹಳಷ್ಟು ಸುಧಾರಿಸಿದ್ದಾನೆ" ಮೆಚ್ಚಿಗೆಯಾಡಿದರು.

ಬರೀ ರಾಮಾಯಣ, ಮಹಾಭಾರತದ ಕತೆಗಳನ್ನು ಮಾತ್ರವಲ್ಲ. ಗಾಂಧೀಜಿ, ನೇತಾಜಿ, ಶಿವಾಜಿ ಎಲ್ಲರ ಕತೆಗಳನ್ನು ರಾಧಾಕೃಷ್ಣಯ್ಯ ಅವನ ಮುಟ್ಟುವಂತೆ ಹೇಳುತ್ತಿದ್ದರು. ಅವನ ಮನವನ್ನ ಎಳೆಯ ಮನದಲ್ಲಿ ಸತ್ಯ. ದೇಶಭಕ್ತಿ, ಧೈರ್ಯ, ಸಾಹಸಗಳು ಬೇರೂರತೊಡಗಿತ್ತು.

ಮೊಮ್ಮಗನನ್ನು ಅವನ ಪಾಡಿಗೆ ಆಡಲು ಬಿಟ್ಟು ಬಂದ ರಾಧಾಕೃಷ್ಣಯ್ಯ ಮಗನ ಎದುರಿನಲ್ಲಿ ಕೂತರು. ಅವನಿಗೆ ಅರ್ಥವಾಗತೊಡಗಿತು.

"ಭಾಸ್ಕರ ನಾವು ಮೈಥಿಲಿಪುರಕ್ಕೆ ಹೋಗಿ ಬರ್ಬೇಕು. ಸೂರ್ಯನ ಮದ್ವೆ ಇನ್ನು ಮಾತುಕತೆಯ ಹಂತದಲ್ಲಿಯೇ ಇದೆಯಂತೆ. ಬಿದ್ದು ಪೆಟ್ಟು ತಿಂದಾಗ್ನಿಂದ ಮದ್ವೇನೆ ಬ್ಯಾಡಾಂತ ಹಟ ಮಾಡ್ತಾ ಇದ್ದಾನಂತೆ. ಅವನಪ್ಪ.... ಪತ್ರ ಬರೆದಿದ್ರು. ಚೆನ್ನ ಬಂದು ಅವ್ನ ಮಗಳ ಮದ್ವೇಗೆ ಹೇಳಿಹೋಗಿದ್ದ. ಹೋಗೋಕ್ಕಾಗ್ಲಿಲ್ಲ. ಈಗ್ಲಾದ್ರೂ..... ಹೋಗ್ಬರ್ತೀವಿ" ಎಂದರು.

ಅವನ ಮುಖದ ಮೇಲಿನ ಗೆಲುವೇ ಅಳಿಸಿಹೋಯಿತು. ಆ ಆಕರ್ಷಣೆಯಿಂದ ಅವರನ್ನು ಬಿಡಿಸಿಕೊಳ್ಳಲು ತನ್ನಿಂದ ಸಾಧ್ಯವಿಲ್ಲವೇ? ಹತ್ತು ನಿಮಿಷ ಒಂದೇ ಸಮನೆ ಯೋಚಿಸಿದ.

"ನಾರಾಯಣನನ್ನ ಕಳಿಸ್ತೀನಿ. ಕಾರಿನಲ್ಲಿ ಬೆಳಿಗ್ಗೆ ಹೋಗಿ ರಾತ್ರಿ ಹೊತ್ತಿಗೆ ಬಂದ್ಬಿಡಿ. ಅಲ್ಲಿ ಉಳಿದುಕೊಂಡು ತಾಪತ್ರಯಪಟ್ಟುಕೊಳ್ಳುವುದೇಕೆ?" ಮೊದಲಿನ ಧಾಟಿಗೆ ಬಂದ. ಇವರುಗಳು ಹೋಗಿ ಅಲ್ಲಿ ಉಳಿಯುವುದು ಅವನಿಗೆ ಸುತರಾಂ ಒಪ್ಪಿಗೆ ಇಲ್ಲ.

ರಾಧಾಕೃಷ್ಣಯ್ಯ ತಲೆಯಾಡಿಸಿಬಿಟ್ಟರು. "ಬೆಳಿಗ್ಗೆ ಹೋಗಿ ಸಂಜೆ ಬರೋಕ್ಕಾಗುತ್ತ! ಹೋದ್ಮೇಲೆ ನಾಲ್ಕು ದಿನ ಉಳೀಬೇಕಾಗುತ್ತೆ. ಇಲ್ಲಿ ತಾನೇ ನಾವಿದ್ದು ಮಾಡೋದೇನಿದೆ?" ಆಕೆಯ ವಾಕ್ಯದಲ್ಲಿ ಅವರ ಬೇಸರ ಸ್ಪಷ್ಟವಾಯಿತು.

ಒಂದು ರೀತಿಯ ಧರ್ಮ ಸಂಕಟ ಅವನಿಗೆ. ಅವರ ಮೇಲಿನ ಅಧಿಕಾರ ಆದಷ್ಟು ತಾನು ಕಳೆದುಕೊಂಡಿದ್ದೇನೆನಿಸಿತು.

"ಆಯ್ತು ಇರೀ. ಕಾರು, ನಾರಾಯಣ ಅಲ್ಲಿವರ್ಗೂ ಮೈಥಿಲಿಪುರದಲ್ಲೇ ಇರುತ್ತೆ. ನಾಲ್ಕು ದಿನ ಹೆಚ್ಚೆಂದರೆ ಒಂದ್ವಾರವಾಗ್ಬಹುದ್ದು. ಅಷ್ಟೆ ತಾನೇ" ಅವರ ಕಾಲುಗಳಿಗೆ ಸಂಕೋಲೆ ತೊಡಿಸಲು ನೋಡಿದ.

"ಅಷ್ಟೆಲ್ಲಾ ಯಾಕೆ? ನಾವು ಒಂದಷ್ಟು ದಿನ ಹೋಗ್ಬರ್ತೀವಿ. ಇಲ್ಲಿ ಶ್ಯಾಮ್ಲೀನು ಇಲ್ಲ. ಕೃಷ್ಣನ್ನ ಯಾರು ನೋಡ್ಕೋತಾರೆ. ಅವ್ನಿಗೆ ಮಧ್ಯಾಹ್ನದ ಹೊತ್ತು ಊಟ ತಗೊಂಡ್ಹೋಗಿ ಕೊಡ್ಬೇಕು" ಬೇಡವೆಂದು ಪರೋಕ್ಷವಾಗಿ ಹೇಳಿದಂತಾಯಿತು.

ಮೌನವಹಿಸಿದ ಭಾಸ್ಕರ. ರಾಧಾಕೃಷ್ಣಯ್ಯನವರು ಎದ್ದು ಹೋದರು. ತಂದೆ ಹೋದತ್ತಲೇ ನೋಡಿದ. ಬಂದಾಗಿನಿಂದ ಒಂದು ರೂಪಾಯಿಗೆ ಕೂಡ ಕೈ ಚಾಚಿರಲಿಲ್ಲ.

"ಈ ಹಣ ನಿಮ್ಹತ್ರ ಇರಲೀ" ಎಂದು ಒಮ್ಮೆ ಕೊಡಲು ಹೋದಾಗ ನಿರಾಕರಿಸಿದರು. "ಇಲ್ಲಿ ನಮ್ಮ ಸ್ವಂತ ಖರ್ಚು ಏನಿರುತ್ತೆ? ಅಷ್ಟು ಬೇಕಾಗಿ ಬಂದಾಗ ಕೇಳ್ತೀನಿ. ನಿನ್ಹತ್ರ ಏನು...... ಸಂಕೋಚ?" ಎಂದುಬಿಟ್ಟಿದ್ದರು.

ಭಾಸ್ಕರನ ಮನ ನೋವಿನಿಂದ ಒದ್ದಾಡಿತು. 'ಎಷ್ಟು ಜನಕ್ಕೆ ಹಂಚಿದರೂ ಮಿಗುವಷ್ಟು ಪ್ರೇಮ ಕೆಲವರಲ್ಲಿ ಇರುತ್ತೆ. ಕೆಲವರ ಕೈಗಳು ಖಾಲಿ. ಯಾರಿಗೂ ಏನು ಕೊಡಲಾರರು.' ಡಾ॥ ರಘುನಂದನ್ ಮಾತುಗಳನ್ನು ನೆನಪಿಸಿಕೊಂಡ. ತನ್ನದು ಅಂಥ ಹೀನ ಅದೃಷ್ಟವೇನೋ!

ಬಟ್ಟೆ ಬರೆಗಳನ್ನೆಲ್ಲ ಪ್ಯಾಕ್ ಮಾಡಿಕೊಂಡು ರಾತ್ರಿಯೇ ಕೂತು.

"ನೀವು ಹೋಗೋದ್ಬೇಡ" ಕೃಷ್ಣ ಗೋಗರೆದ.

"ಹೋಗಿ ಬೇಗ ಬಂದ್ಬಿಡ್ತೀವಿ. ಅವತ್ತು ನರ್ಸಿಂಗ್ ಹೋಂಗೆ ಬಂದಿಲ್ವಾ....." ಎಂದ ಕೂಡಲೇ ಚಪ್ಪಾಳೆ ಹೊಡೆದ. "ಮೈಥಿಲಿಪುರದ ಅಂಕಲ್... ನಾನು ಬರ್ತೀನಿ" ಹಟ ಮಾಡಿದ.

ವನಜಮ್ಮ ಅವನನ್ನ ಅಪ್ಪಿಕೊಂಡರು. "ನಿಂಗೆ ಕ್ಲಾಸ್ ಇದೆ. ಹೋಗದಿದ್ರೆ ಫೇಲಾಗಿಬಿಡ್ತೀಯಾ. ನಿನ್ನ ಸ್ನೇಹಿತರೆಲ್ಲ ಮುಂದಿನ ಕ್ಲಾಸ್‌ಗೆ ಹೋಗ್ತಾರೆ. ಅದೆಲ್ಲ ಸರಿ ಇರೋಲ್ಲ. ಪರೀಕ್ಷೆ ಆಗಿ ರಜ ಬಂದ್ಮೇಲೆ ನಿನ್ನ ಮೈಥಿಲಿಪುರಕ್ಕೆ ಕರ್ಕೊಂಡ್ಹೋಗೋದು....." ತಿಳಿ ಹೇಳಿದರು.

ಅಂತು ಅವನನ್ನು ಒಪ್ಪಿಸುವ ವೇಳೆಗೆ ಅವರಿಗೆ ಸಾಕು ಬೇಕಾಯಿತು.

ಊಟಕ್ಕೆ ಕೂತಾಗ ಭಟ್ಟರು "ಮನೆ ತುಂಬಿದಂಗಿತ್ತು ಯಜಮಾನ್ರೆ. ನೀವುಗಳು ಹೊರಟ ಕೂಡ್ಲೇ ಎಲ್ಲಾ ಸ್ತಬ್ಧ. ಚಿಕ್ಕ ಯಜಮಾನ್ರು ಇರೋವರ್ಗೆ ಅಷ್ಟಿಷ್ಟು ಚಟುವಟಿಕೆ.... ಆಮೇಲೆ ಪೂರ್ತಿ ನಿಶ್ಯಬ್ದ" ಬಹಳ ನೊಂದುಕೊಂಡರು.

ರಾಧಾಕೃಷ್ಣಯ್ಯನವರು ಅದಕ್ಕೇನು ಹೇಳದಿದ್ದರೂ ಮಗನ ತಟ್ಟೆ ಕಡೆ ನೋಡಿದರು. "ಇನ್ನು ಭಾಸ್ಕರನ ಊಟ ಆಗಿಲ್ವಾ?" ಅವರಿಗೆ ಕಸಿವಿಸಿಯಾಯಿತು. ಸೊಸೆ ಅವರೊಂದಿಗೆ ಊಟಕ್ಕೆ ಕೂಡುತ್ತಿದ್ದುದ್ದು ಅಪರೂಪ. ಹಿಂದೆ ಕೂಗಿ, ಕೇಳಿ ಸುಮ್ಮನಾಗಿದ್ದರು. ಈಗ ಅವರುಗಳು ಕೂಡ ಮಾತನಾಡಿಸಲು ಹೋಗುತ್ತಿರಲಿಲ್ಲ.

"ಸ್ವಲ್ಪ.... ನೋಡು ವನಜ" ಹೆಂಡತಿಗೆ ಹೇಳಿದರು.

ಪೇಪರ್ ನೋಡುತ್ತಿದ್ದ ಭಾಸ್ಕರನ ಬಳಿಗೆ ಬಂದರು. "ಯಾಕೋ ಊಟ ಬೇಡಾಂದೆಯಂತೆ ಹೊತ್ತುಹೊತ್ತಿಗೆ ಊಟವಿಲ್ಲದಿದ್ರೆ.... ಹೇಗೆ? ಮೊದ್ಲು.... ಏಳು, ನಿಮ್ಮಪ್ಪ ಕಾಯ್ತ ಇದ್ದಾರೆ" ಬಲವಂತ ಮಾಡಿ ಮಗನನ್ನು ಎಬ್ಬಿಸಿಕೊಂಡು ಹೋದರು.

ಭಟ್ಟರು ಹೋಗಿ ಕರೆದ ಮೇಲೆ ವಾಣಿ ಕೂಡ ಬಂದಳು. ಒಂದು ಐಸ್‌ಕ್ರೀಮ್, ಒಂದಷ್ಟು ಗೋಡಂಬಿ, ನಿಂಬೆ ಹಣ್ಣಿನ ಜ್ಯೂಸ್ ಅಷ್ಟೇ ಅವಳ ಊಟ.

ನೋಡಿದರೂ ನೋಡದಂತೆ ಊಟ ಮಾಡತೊಡಗಿದರು. ಭಾಸ್ಕರನದು ಎರಡು ಚಪಾತಿ, ಪಲ್ಯ ಮಾತ್ರ. ಒಂದೇ ಟೇಬಲ್ಲು ನಾಲ್ಕು ಜನ ಊಟಕಕ ಕೂತರು ಎಲ್ಲರ ಊಟವು ಒಂದೇ ಅಲ್ಲ. ಎಲ್ಲವನ್ನು ತಿನ್ನುತ್ತಿದ್ದವನು ಕೃಷ್ಣ ಒಬ್ಬನೇ.

ಆಗಲೇ ಊಟ ಮುಗಿಸಿ ಹೋಂ ವರ್ಕ್ ಮಾಡುತ್ತಿದ್ದ ಕೃಷ್ಣ ಬಂದು ತಂದೆಯ ಪಕ್ಕ ಕೂತ. "ನೀನು ಯಾಕೆ ಬರೀ ಚಪಾತಿ.... ತಿಂತೀಯಾ?" ಅವನ ಪ್ರಶ್ನೆ.

"ಯಜಮಾನ್ರಿಗೆ.... ಇಷ್ಟ!" ಭಟ್ಟರೇ ಹೇಳಿದರು.

ಕೃಷ್ಣ ತಾಯಿಯತ್ತ ಬಗ್ಗಿ ನೋಡಿದ. ಐಸ್‌ಕ್ರೀಮ್ ತಿನ್ನುತ್ತಿದ್ದಳು. ಪಕಪಕನೆ ನಕ್ಕ "ಮಮ್ಮಿ..... ಐಸ್‌ಕ್ರೀಮ್...." ಕರೀ ಹೆಂಗಸಿನ ಮಡಿಲಲ್ಲಿ ಕೂತು ಅಣಕಿಸಿದಂತಾಯಿತು ಅವಳಿಗೆ. ಎಲ್ಲರೆಡೆ ನೋಡಿದವಳು ಎದ್ದು ಹೋಗಿಬಿಟ್ಟಳು. ಮಗನ ಜೊತೆ ಭಾಸ್ಕರ ಕೂಡ ನಕ್ಕ.

ಈಗ ರಾಧಾಕೃಷ್ಣಯ್ಯನವರಿಗೆ ಆಶ್ಚರ್ಯವೇನು ಅನ್ನಿಸಲಿಲ್ಲ. ಅವಲ ಮನಸ್ಸಿನಲ್ಲಿರುವ ಈ ಭಾವನೆಗಳು ತೊಡೆದುಹೋಗುವವರೆಗೂ ತಾಯಿ, ಮಗನ ಸಂಬಂಧ ಸರಿಹೋಗದೆಂದುಕೊಂಡರು.

ಅವರು ಕೋಣೆಗೆ ಬರುವ ವೇಳೆಗೆ ಮಲಗಿಬಿಟ್ಟಿದ್ದಳು ವಾಣಿ. ಅವನು ಒತ್ತಿ ಹೇಳಿದ್ದರೂ ಅವಳು ಅಪ್ಪ, ಅಮ್ಮನನ್ನು ಮಾತಾಡಿಸುವುದಿಲ್ಲವೆಂದು ಅವನ ಅರಿವಿಗೆ ಬಂದಿತ್ತು.

"ಬೆಳಿಗ್ಗೆ ಅಪ್ಪ, ಅಮ್ಮ ಮೈಥಿಲಿಪುರಕ್ಕೆ ಹೋಗ್ತಾ ಇದ್ದಾರೆ" ಹೇಳಿದ. ಅವಳಲ್ಲಿ ಚಲನೆಯೇ ಇಲ್ಲ. ಬಗ್ಗಿ ಈ ಕಡೆ ತಿರುಗಿಸಿಕೊಂಡ. "ನಿದ್ದೆ.... ಬಂತಾ? ನಾನು ಹೇಳಿದ್ದು ಕೇಳಿಸಲಿಲ್ವಾ? ಅಪ್ಪ, ಅಮ್ಮ ಬೆಳಿಗ್ಗೆ ಮೈಥಿಲಿಪುರಕ್ಕೆ ಹೋಗ್ತಾ ಇದ್ದಾರೆ" ಮತ್ತೊಮ್ಮೆ ಒತ್ತಿ ಹೇಳಿದ.

"ಗೊತ್ತಾಯ್ತು......" ಎಂದಳು. ಅವಳ ಸ್ವರದಲ್ಲಿ ಬೇಸರ, ಸಿಟ್ಟು ಅಂಥದ್ದೇನು ಇಲ್ಲ. "ಯಾಕೇಂತ ಕೇಳಲಿಲ್ವಾ ನೀನು? ನೀನು ಸ್ವಲ್ಪ ಹೆಚ್ಚು ಬಲವಂತ ಮಾಡಿ ನಿಲ್ಲಿಸ್ಕೋಬಹುದಿತ್ತು." ಈಗಾದರೂ ಅಂತಹ ಪ್ರಯತ್ನ ಮಾಡಲೀ ಎಂದು ಅವನ ಆಸೆ.

"ಕೇಳೋಲ್ಲ........ ಅವ್ರಿಗೆ ಅಲ್ಲೇ ಇಷ್ಟ!" ಎಂದವಳು ಎದ್ದು ಕೂತಳು "ಶ್ಯಾಮ್ಲೀನ ಓಡಿಸಿದ್ದಾಯಿತು. ಈಗ ಅಭಿನಾಶ್‌ನ ಯಾರು ನೋಡ್ಕೋತಾರೆ?" ಅವಳಿಗೆ ಅದೊಂದು ಸಮಸ್ಯೆಯಾಗಿ ಕಂಡಿರಬೇಕು.

"ನೀನೇ ನೋಡ್ಕೋ. ಹಾಲು ಕುಡಿಸ್ಬೇಕಪ್ಪ ಅನ್ನೋಕೆ ಅವನೇನು.... ಎಳೆ ಮಗುವಲ್ಲ, ಅವ್ನ ಜೊತೆ ಇದ್ರೆ.... ನಿಂಗೂ ಟೈಮ್ ಪಾಸ್ ಆಗುತ್ತೆ. ಆಗ ಹಸಿವು ಕಾಣಿಸ್ಕೊಂಡು ಗೊಡಂಬಿ, ಐಸ್‌ಕ್ರೀಮ್ ಬಿಟ್ಟು ಅನ್ನ ಚಪಾತಿ ತಿನ್ನಬಹುದು" ಮಾತುಗಳು ಕಟುವಾಗಿದ್ದವು.

ವಾಣಿ ಮಲಗಿಬಿಟ್ಟಳು. ಹಾಲು ಎಂದ ತಕ್ಷಣ ಅವಳಿಗೆ ಹಿಂದಿನದೇ ನೆನಪಿಗೆ ಬರುತ್ತಿತ್ತು. ಅಭಿನಾಶ್ ಇಷ್ಟವಾಗುತ್ತಿರಲಿಲ್ಲ.

"ನಾನು ಹಾಲು ಕುಡಿಸೋಲ್ಲ!" ಮಗುವನ್ನು ಮೊದಲ ಸಲ ಹತ್ತಿರಕ್ಕೆ ತಂದಾಗಲೆ ನಿರಾಕರಿಸಿದ್ದಳು. ಇವಳಿಗೆ ಸ್ವಲ್ಪ ತಿಳಿವಳಿಕೆ ಬರುವ ವೇಳೆಗೆ ಹಾಲು ಪೂರ್ತಿ ಹಿಂಗಿಹೋಗಿತ್ತು.

ಹೊಟ್ಟೆಯಲ್ಲಿ ಒಂಬತ್ತು ತಿಂಗಳು ಹೊತ್ತರು ತಾಯಿ, ಮಗುವಿನ ಅನನ್ಯ ಬಾಂಧವ್ಯ ವೃದ್ಧಿಗೊಳ್ಳುವುದು ಮೊಲೆ ಹಾಲಿನಿಂದಲೇ ಎನ್ನುವ ತಿಳುವಳಿಕೆ ಅವಳಲ್ಲಿ ಇರಲಿಲ್ಲ. ಅಂದಿನಿಂದ ಅವಳು, ಅಭಿನಾಶ್ ದೂರ ದೂರವೇ.

ಅತ್ತಿತ್ತ ಹೊರಳಾಡುತ್ತಿದ್ದ ಭಾಸ್ಕರ ಎದ್ದು ಕೂತ. ಎದೆಯಲ್ಲಿ ವಿಚಿತ್ರವಾದ ಸಂಕಟ, ಅವಮಾನ, ಕೋಪದಿಂದ ಸಿಡಿಮಿಡಿಗೊಳ್ಳುವಂತಾಗುತ್ತಿತ್ತು. ಇಡೀ ಮೈಥಿಲಿಪುರದ ಜನರನ್ನ ನಾಶಮಾಡಿಬಿಡಬೇಕೆಂಬ ಕೋಪ. ಅವಕ್ಕೆಲ್ಲ ಅರ್ಥವಿಲ್ಲ.

ಕೋಣೆಯಿಂದ ಹೊರಗೆ ಬರುವ ವೇಳೆಗೆ ರಾಧಾಕೃಷ್ಣಯ್ಯ ತಮ್ಮ ಸ್ನಾನ, ಸಂಧ್ಯಾವಂದನೆ, ದೇವರ ಪೂಜೆ ಮುಗಿಸಿ ರೆಡಿಯಾಗಿದ್ದರು. ಹಿಂದಿನ ಹಾಗೆ ಈ ಸಲ ವನಜಮ್ಮ ಚಕ್ಕುಲಿ, ಉಂಡೆ ಅಂಥದನ್ನೆಲ್ಲ ಮಾಡಿಕೊಳ್ಳಲಿಲ್ಲ.

"ಭಾಸ್ಕರ, ನಾವು ಹೊರಟಿದ್ದೀವಿ" ವನಜಮ್ಮ ಹೇಳಿದರು.

ಅವರ ಮಡಿಲಲ್ಲಿ ತಲೆಯಿಟ್ಟು ಅಳಬೇಕೆನಿಸಿತು. 'ಅಮ್ಮ ನನ್ನ ಬಿಟ್ಟು ಹೋಗಬೇಡಮ್ಮ' ಎಂದು ಹೇಳಬೇಕೆನಿಸಿತು. ಆದರೆ ಸ್ವಾಭಿಮಾನ ಬಿಡಲಿಲ್ಲ. 'ಆ ಕಷ್ಟದ ಬದುಕೇ ಅವರಿಗೆ ಬೇಕೆಂದರೆ ಹೋಗಲಿ ಬಿಡು' ಅಂದುಕೊಂಡ ಕೂಡ.

"ಯಾವಾಗ್ಬರ್ತೀರಾ?" ಕೇಳಿದ.

"ಬರ್ತೀವಿ, ಯಾವಾಗಾಂತ ಹೇಗೆ ಹೇಳೋದು? ಕೃಷ್ಣನ್ನ ಜೋಪಾನವಾಗಿ ನೋಡ್ಕೊಳ್ಳಿ...." ಚೀಲವನ್ನು ಕೈಗೆತ್ತಿಕೊಂಡರು.

"ಈಗ್ಬಂದೆ...." ಉಡುಪು ಬದಲಾಯಿಸಿಕೊಂಡು "ನಿಮ್ಮನ್ನು ಕಾರಿನಲ್ಲೇ ಡ್ರಾಪ್ ಮಾಡ್ತೀನಿ" ಎಂದಾಗ ಬದಲು ಹೇಳಲಿಲ್ಲ ರಾಧಾಕೃಷ್ಣಯ್ಯ. ಮಗನ ವಿದ್ಯೆ, ಕೆಲಸ, ಬುದ್ಧಿವಂತಿಕೆಯ ಬಗ್ಗೆ ಅಭಿಮಾನವೇ. ಆದರೆ ಮನಸ್ಸಿನ ನೆಮ್ಮದಿಯನ್ನು ಹಾಳುಮಾಡುವ ಹಣವನ್ನು ಎಲ್ಲಾ ಬಾಗಿಲಿನಿಂದಲೂ ಸ್ವಾಗತಿಸುವುದು ಅವರಿಗೆ ಸರಿ ಕಂಡಿರಲಿಲ್ಲ.

ಮತ್ತೆ ಕೋಣೆಗೆ ಹೋದವನು ವಾಣಿಯ ಭುಜ ಹಿಡಿದು ಒರಟಾಗಿ ಅಲುಗಾಡಿಸಿದ "ಅಮ್ಮ, ಅಪ್ಪ ಹೊರಟಿದ್ದಾರೆ. ಸ್ವಲ್ಪ..... ಕೇಳು" ತೋಳಿಡಿದು ಎತ್ತಿದ.

ಬಂದ ವಾಣಿಗೆ ಅವರು ಹೇಳಿದ್ದು ಒಂದೇ ಮಾತು "ಭಾಸ್ಕರ, ಕೃಷ್ಣನ್ನ ಸರ್ಯಾಗಿ ನೋಡ್ಕೋಮ್ಮ" ಅವಳು ತಲೆ ಅಲುಗಿಸಿದಳಷ್ಟೆ. ವಿದಾಯ ಸಿಕ್ಕಂತಾಯಿತು ಅವರಿಗೆ.

ಅಷ್ಟರಲ್ಲಿ ಬಂದ ಕೃಷ್ಣ ರಾತ್ರಿಯ ಸಮಾಧಾನದ ನುಡಿಗಳನ್ನು ಮರೆತು ತಾನೂ ಬರುವುದಾಗಿ ಹಟ ಮಾಡತೊಡಗಿದ.

ಬಹಳ ಪ್ರಯತ್ನದ ನಂತರವೇ ಅವನು ಅಳು ನಿಲ್ಲಿಸಿದ್ದು. ಭಾಸ್ಕರ ಕರೆತಂದು ಕಾರಿನಲ್ಲಿ ಕೂಡಿಸಿಕೊಂಡಾಗ ರಾಧಾಕೃಷ್ಣಯ್ಯನವರು ಒಳಗೆ ಹೋದರು. ಸೊಸೆಗೆ ಒಂದೆರಡು ಮಾತುಗಳನ್ನು ಹೇಳದಿದ್ದರೆ ಕೃಷ್ಣನ ಬದುಕು ಅಸಹನೀಯವಾಗುತ್ತದೆಯೆಂದು ಅವರಿಗೆ ಗೊತ್ತು.

"ಒಂದ್ಮಾತು ಹೇಳ್ಲಾ ಮಗು? ಕೃಷ್ಣ ನಿನ್ನ ಮಗು ಅಲ್ಲ ಅನ್ನೋ ಅನುಮಾನ ನಿನಗ್ಯಾಕೆ? ಇನ್ನೊಬ್ಬ ಹೆಣ್ಣಿನ ಹಾಲು ಕುಡ್ದ ಮಾತ್ರಕ್ಕೆ ಅವ್ನು ಬೇರೆಯಾಗಿಬಿಡ್ತಾನಾ? ಪೂರ್ತಿ ಭಾಸ್ಕರನ ತದ್ರೂಪು. ಕೃಷ್ಣನ ವಯಸ್ಸಿನಲ್ಲಿ ಭಾಸ್ಕರ ಹಾಗೇ ಇದ್ದ. ಅವನು ಮುಂದೆ ಕೂಡ್ಸಿಕೊಂಡು ನೋಡು. ಆಗ ನಿನ್ನ ತಾಯ್ತನ ಅವನನ್ನ ಗುರ್ತಿಸುತ್ತೆ. ಸರ್ಯಾಗಿ .... ನೋಡ್ಕೋ ಮಗು ಅವನನ್ನ" ಎಂದವರು ಅಲ್ಲಿ ನಿಲ್ಲದೆ ಹಿಂದಿರುಗಿಬಿಟ್ಟರು.

ಕಾರು ಸ್ಟಾರ್ಟ್ ಮಾಡುವ ಮುನ್ನ ವಿಂಡ್‌ನಿಂದ ಬಗ್ಗಿ ಹಿಂದಕ್ಕೆ ನೋಡಿದ. ಬಾಲ್ಕನಿ ಖಾಲಿಯಾಗಿತ್ತು. ಭಟ್ಟರು ನಾರಾಯಣ ಕಾರಿನ ಮಗ್ಗುಲಲ್ಲಿದ್ದರು.

ಭಾಸ್ಕರ ಭಾರವಾದ ಉಸಿರೆಳೆದು ದಬ್ಬಿದ. ವಾಣಿಯ ಬೊಗಸೆ ಖಾಲಿ. ಆದ್ದರಿಂದ ಅವಳು ಯಾರಿಗೂ ಏನು ಮಾಡುವ ಸ್ಥಿತಿಯಲ್ಲಿಲ್ಲ ಅಂದುಕೊಂಡ.

ಏನನ್ನಿಸಿತೋ ಇಳಿದು ಕೃಷ್ಣನನ್ನ ಇಳಿಸಿಕೊಂಡು ನಾರಾಯಣನಿಗೆ ಹತ್ತಲು ಸನ್ನೆ ಮಾಡಿ ಏನೋ ಹೇಳಿದ. ಕಾರಿನ ಚಕ್ರಗಳು ಮುಂದಕ್ಕೆ ಉರುಳಿದವು.

ಬಸ್ ಸ್ಟಾಂಡ್ ಕಡೆ ಹೋಗಬೇಕಾದ ಕಾರು ಬೇರೊಂದು ದಿಕ್ಕಿಗೆ ಮರಳಿದಾಗ ರಾಧಾಕೃಷ್ಣಯ್ಯನವರಿಗೆ ಆಶ್ಚರ್ಯವಾಯಿತು.

"ನಾರಾಯಣ ಇದೇನು.... ಈ ಕಡೆ" ಅತ್ತಿತ್ತ ನೋಡಿದರು ರಾಧಾಕೃಷ್ಣಯ್ಯ "ಮೈಥಿಲಿಪುರಕ್ಕೆ ಬಿಟ್ಟು ಬರೋಕೆ ತಿಳಿಸಿದ್ದಾರೆ. ಐವತ್ತು ಕಿಲೋಮಿಟರ್ ಕೂಡ ಇಲ್ಲ. ಅರ್ಧ ಗಂಟೆಯ ಪ್ರಯಾಣ" ಕಾರಿನ ವೇಗ ಹೆಚ್ಚಿಸಿದ.

ಮಗನ ಬಗ್ಗೆ ಅಭಿಮಾನ ಮೂಡಿ ಅವರ ಕಣ್ಣುಗಳು ತೇವವಾಯಿತು.

* * *

ನಾಲ್ಕಾರು ದಿನಗಳು ಕಳೆಯುವ ವೇಳೆಗೆ ಭಾಸ್ಕರ ಬಹಳ ಬೇಗ ಸುಸ್ತಾಗುತ್ತಿದ್ದ. ರಾತ್ರಿಯೆಲ್ಲಾ ಚಿತ್ರ ವಿಚಿತ್ರವಾದ ಕನಸುಗಳು. ನಿದ್ದೆ ಮಾತ್ರೆಗೂ ಆ ಕನಸುಗಳನ್ನು ತಡೆಯುವ ಶಕ್ತಿ ಇಲ್ಲ.

ಅಂದು ಮನೆಯಲ್ಲಿಯೇ ಉಳಿದು ಡಾಕ್ಟರ್ ಬಳಿ ಚೆಕ್‌ಅಪ್‌ಗೆ ಹೋಗಲು ಯೋಚಿಸಿದ. ಯಾಕೋ ಬೇಸರವೆನಿಸಿತು. ಆರಾಮಾಗಿ ಮಲಗಿದ.

"ನಾನು..... ಹೋಗೋಲ್ಲ" ಕೃಷ್ಣನ ತಕರಾರು.

"ಮಮ್ಮಿ ಬೈತಾರೆ, ಹೊಡೀತಾರೆ!" ನಾರಾಯಣನ ಓಲೈಸುವಿಕೆ "ನಾನು ಹೋಗೋಲ್ಲ...." ಅವನ ಕೂಗಾಟದ ಹಿಂದೆ ಎರಡು ಪೆಟ್ಟು ಬಿತ್ತು. ಭಾಸ್ಕರನನ್ನು ಹೊಡೆದೆಬ್ಬಿಸಿದಂತಾಯಿತು.

ಬಿರುಗಾಳಿಯಂತೆ ಹೊರಗೆ ಬಂದವನು ವಾಣಿಯ ಕೆನ್ನೆಗಳಿಗೆ ಎರಡು ಬಾರಿಸಿದ. "ಯೂ ಈಡಿಯಟ್, ಮಗುನ ಹೊಡಿತೀಯಾ. ಚೂರಿ ತಗೊಂಡ್ ಕೊಲೆ ಮಾಡಿಬಿಡ್ತೀನಿ" ಮೈಯಲ್ಲಿ ಆವೇಶ ಬಂದವನಂತೆ ಗದರಿದ.

ಪೆಟ್ಟು ತಿಂದಿದ್ದ ಕೃಷ್ಣ ಅವನ ಕಾಲುಗಳನ್ನು ಅಪ್ಪಿಕೊಂಡು ಅಳತೊಡಗಿದ. ಅವನನ್ನು ಎತ್ತಿಕೊಂಡು ಹೊರಗೆ ನಡೆದುಬಿಟ್ಟ.

ನಾರಾಯಣ, ಭಟ್ಟರು ಚಲನೆ ಇಲ್ಲದೆ ನಿಂತರು. ಅವರ ಎದುರಿನಲ್ಲಿ ಮಡದಿಯ ಮೇಲೆ ಕೈಯೆತ್ತಿದ್ದು, ಗುಡುಗಿದ್ದು ಇದು ಮೊದಲನೆಯ ಸಲ!

"ಮಗುನ ದಿನ ಹೊಡೆದರೆ ಯಾರು ಸೈಯಿಸ್ತಾರೆ? ಬಿಡಿ. ಇರೋ ಒಂದು ಮಗುನ ನೆಟ್ಟಗೆ ನೋಡಿಕೊಳ್ಳೋಕೆ ಬರೋಲ್ಲ. ಅಂದು ಸಾಯ್ಲೀ ಅಂತಲೇ ಬಿಟ್ಟು ಬಂದಳೇನೋ ಪುಣ್ಯಾತ್ಗಿತ್ತಿ" ಪೂರಿ ಹಿಟ್ಟು ಲಟ್ಟಿಸುತ್ತ ಪಿಸು ಮಾತಿನಲ್ಲಿ ನಾರಾಯಣನಿಗೆ ಹೇಳಿದರು ಭಟ್ಟರು.

"ಉಸ್....." ನಾರಾಯಣ ಬಾಯಿ ಮೇಲೆ ಬೆರಳಿಟ್ಟುಕೊಂಡು ಮತ್ತಷ್ಟು ಮೆಲುದನಿಯಲ್ಲಿ ಹೇಳಿದ "ದೊಡ್ಡ ಜನರ ಉಸಾಬರಿನೇ ಬೇಡ. ದೇವರಂಥ ಅಪ್ಪ, ಅಮ್ಮ ಯಜಮಾನರಿಗೆ. ಇಂಥ ಜನನಾ ಒಗ್ಗಿಕೊಂಡು.... ಹೇಗಿದ್ದಾರು?"

ಅವರವರಲ್ಲಿಯೇ ನಡೆದಿತ್ತು ಚರ್ಚೆ. ಬಾಗಿಲಿಗೆ ಬಂದ ಭಾಸ್ಕರ ಕಲ್ಲಾದ. "ಅವರು ದೇವರು, ನಾನು ಕಲ್ಲು" ಕೂಗಿಬಿಡಬೇಕೆಂದುಕೊಂಡವನು ಸುಮ್ಮನಾದ. ಆವೇಶ, ಉದ್ವೇಗ ಬಿಟ್ಟು ಬದುಕಬೇಕೆಂದು ಈಗೀಗ ಅವನಿಗೆ ಅನ್ನಿಸುತ್ತಿತ್ತು. ಆದರೆ..... ಯಾವುದೋ ನೆನಪುಗಳು, ಮುಂದಿನ ಕನಸುಗಳು ಅವನನ್ನು ಹಿಗ್ಗಾಮುಗ್ಗಾ ಎಳೆದಾಡುತ್ತಿತ್ತು.

ಹಾಲ್‌ನಲ್ಲಿ ಬಂದು ಕೂತು ನಾರಾಯಣನನ್ನು ಕರೆದ. "ಕೃಷ್ಣನಿಗೆ ಹಾಲು ತಗೊಂಡ್ಬಾ..." ಹೇಳಿದವನು ಕೃಷ್ಣನ ಕೆನ್ನೆ ಸವರುತ್ತ "ನಿಂಗೆ ಕಾನ್ವೆಂಟ್‌ಗೆ ಹೋಗೋಕೆ ಇಷ್ಟವಿಲ್ವಾ?" ಕೇಳಿದ ಪ್ರೀತಿಯಿಂದ. ಇದೆಯೆನ್ನುವಂತೆ ತಲೆದೂಗಿ "ಈ ಯೂನಿಫಾರಂ ಚೆನ್ನಾಗಿಲ್ಲ" ಷರಟನ್ನು ಕೀಳತೊಡಗಿದ.

ಅವನನ್ನ ಟೀಪಾಯಿ ಮೇಲೆ ನಿಲ್ಲಿಸಿ ಯೂನಿಫಾರಂ ನೋಡಿದ. ಕೆಲವು ಕಡೆ ಸುಕ್ಕುಗಳ ಜೊತೆ ಕಾಲರ್ ಕೂಡ ಸ್ವಲ್ಪ ಕೊಳೆಯಾಗಿತ್ತು.

"ಯಾಕೆ.... ಬೇಡ?" ಕೇಳಿದ. ಷರಟಿನ ಗುಂಡಿ ಬಿಚ್ಚುತ್ತ "ಚೆನ್ನಾಗಿಲ್ಲ...." ಅವನ ಉತ್ತರ ಅಷ್ಟೇ ಸ್ಪಷ್ಟವಾಗಿತ್ತು.

ಹಾಲು ತಂದ ನಾರಾಯಣನನ್ನು ಕೇಳಿದ. "ಐರನ್ ಇಲ್ದ, ಕೊಳೆಯಾದ ಬಟ್ಟೆಗಳ್ನ ಕೃಷ್ಣನಿಗೆ ಯಾಕೆ ಹಾಕ್ದೇ?" ಅವನ ಕೈ ತಲೆಯ ಮೇಲೆ ಹೋಯಿತು. "ಅಮ್ಮಾವ್ರು ಕೊಟ್ಟಿದ್ದು ಅವನ್ನೆ. ಲ್ಯಾಂಡ್ರಿಯಿಂದ ಬಟ್ಟೆಗಳು ಬಂದಿರ್ಲಿಲ್ಲ" ಸಮರ್ಥಿಸಿಕೊಂಡ. ಈಗಲೇ ಹಣಾಹಣಿ ರಾಮಾಯಣವಾಗಿತ್ತು. ಮತ್ತೆ ಹಗರಣವಾಗುವುದು ಅವನಿಗೆ ಬೇಕಿರಲಿಲ್ಲ.

"ಹಾಲು...... ಕುಡೀ" ಎಂದ ಲೋಟ ಕೃಷ್ಣನ ಕೈಗೆ ಕೊಡುತ್ತ "ನಂಗೆ ಈ ಹಾಲು ಬೇಡ..." ಮುಖ ತಿರುಗಿಸಿದ. ಅದಕ್ಕೆ ಸ್ಪಷ್ಟನೆಯನ್ನು ನಾರಾಯಣ ನೀಡಿದ.

"ದೊಡ್ಡಮ್ಮಾವ್ರು ಬಾದಾಮಿ, ಪಚ್ಚಕರ್ಪೂರ, ಕಲ್ಲುಸಕ್ಕರೆ, ಕೇಸರಿ ಸೇರಿಸಿ ಪುಡಿ ಮಾಡಿ ಮಗುವಿನ ಹಾಲಿಗೆ ಸೇರ್ಸಿ ಕೊಡ್ತಾ ಇದ್ರು. ಅದು ತುಂಬ ರುಚಿಯಾಗಿರೋದು.

ತುಂಬಾನೆ ಮಾಡಿಟ್ಟು ಹೋಗಿದ್ರು....ಆದರೆ ಎತ್ತಿ ಹಾಕಿ ಎಲ್ಲಾ ಚೆಲ್ಲಿಹೋಯ್ತು. ಆಗ್ನಿಂದ ಹಾಲು ಕುಡಿಯೋಕೆ ಹಠ. ಭಟ್ಟರು ಸಂಜೆ ತಾವೇ ಎಲ್ಲಾ ಸೇರ್ಸಿ ಮಾಡ್ತೀನಿ ಅಂದ್ರು."

ಮಗನ ಹಟಕ್ಕೆ ಸರಿಯಾದ ಕಾರಣಗಳಿತ್ತು. ಅನಾವಶ್ಯಕವಾಗಿ ಅಳುವಂಥ ಹಠಮಾರಿಯಲ್ಲ ಎನ್ನುವ ನಿರ್ಧಾರಕ್ಕೆ ಬಂದ.

ಡಾಕ್ಟರ್ ಬಳಿಗೆ ಹೋಗುವ ಬದಲು ಮಗನೊಂದಿಗೆ ಹೊರಗೆ ಹೋಗಲು ನಿರ್ಧರಿಸಿದ.

"ವಾಣಿ ಬೇಗ ರೆಡಿಯಾಗು ಹೊರ್ಗಡೆ..... ಹೋಗೋಣ. ಕೃಷ್ಣನಿಗಾಗಿ ಒಂದಿಷ್ಟು ಖರೀದಿಸುವುದಿದೆ" ಮಡದಿಗೆ ಹೇಳಿದ.

ಇಬ್ಬರು ಹೊರಗೆ ಹೋಗುತ್ತಿದ್ದರೂ ಮಗನನ್ನು ಜೊತೆಯಲ್ಲಿ ಕರೆದೊಯ್ಯುತ್ತಿರಲಿಲ್ಲ. ಇನ್ನು ಪೆಟ್ಟು ತಿಂದ ಕೆನ್ನೆಗಳು ಉರಿಯುತ್ತಿದ್ದವು.

"ನಾನು....... ಬರೋಲ್ಲ!" ಎಂದಳು.

ವಾಣಿಯನ್ನು ಹತ್ತಿರಕ್ಕೆಳೆದು ಹೊಡೆದ ಕೆನ್ನೆಗಳನ್ನು ಪ್ರೀತಿಯಿಂದ ಸವರಿದ. "ನನ್ನ ಪೆಟ್ಟುಗಳು ನಿನ್ನನ್ನು ಇಷ್ಟು ನೋಯಿಸಿರಬೇಕಾದರೆ, ಆ ಪುಟ್ಟ ಹುಡ್ಗ ನಿನ್ನ ಏಟುಗಳನ್ನು ಹೇಗೆ ತಡೆದುಕೊಳ್ಳಬೇಕು? ಅದ್ಕೇ ನಿಂಗೆ ಅದರ ರುಚಿ ತೋರ್ಸಿದ್ದು. ಈಗ ಬರ್ತೀಯಾ. ಇಲ್ಲವಾ?" ರಮಿಸಿ ಕೇಳಿದ. ತಲೆ ಅಡ್ಡಡ್ಡ ಆಡಿಸಿದಳು.

"ಥ್ಯಾಂಕ್ಯೂ ವೆರಿಮಚ್.... ನಾನು ನನ್ಮಗನೇ ಹೋಗ್ತೀವಿ. ಮಕ್ಕಳ ಒಡನಾಟದಲ್ಲಿ ಅದ್ಭುತವಾದ ಸುಖವಿದೆಯೆನ್ನುವುದನ್ನೆ ಮರೆತಿದ್ದೆ. ಸೋಮೆನಿ ಥ್ಯಾಂಕ್ಯೂ..." ಹೊರಗೆ ನಡೆದ.

ನಾಲ್ಕಾರು ಅಂಗಡಿಗಳನ್ನು ಸುತ್ತಾಡಿಸಿಕೊಂಡು, ಕಣ್ಣಿಗೆ ಅವನಿಗೆ ಚೆನ್ನಾಗಿ ಕಂಡಿದ್ದೆಲ್ಲ, ಕೃಷ್ಣ ತೋರಿಸಿದ್ದನ್ನ ಖರೀದಿಸಿದ.

"ಮನೆಗೆ ಹೋಗೊಣ್ವ?" ಕೇಳಿದ.

"ಮೈಥಿಲಿಪುರಕ್ಕೆ ಹೋಗೋಣ. ಅಜ್ಜಿ, ತಾತ, ಅಂಕಲ್ ಎಲ್ಲಾ ಇದೆ" ಮುದ್ದು ಮುದ್ದಾಗಿ ಹೇಳಿದ.

'ಅಯ್ಯೋ' ಅವನಿಗೆ ತಲೆ ಚಚ್ಚಿಕೊಳ್ಳಬೇಕೆನಿಸಿತು. ಮೈಥಿಲಿಪುರ, ಅಲ್ಲಿನ ಜನ, ಅವರ ಕಣ್ಣುಗಳಲ್ಲಿನ ಸಹಾನುಭೂತಿ ಎಲ್ಲದರಿಂದ ದೂರ ಇರಬೇಕೆಂದು ಬಯಸುತ್ತಿದ್ದ. ಈಗ ಕೃಷ್ಣನಿಗೂ ಮೈಥಿಲಿಪುರದ ಆಕರ್ಷಣೆ.

"ಈಗಲ್ಲ, ಇನ್ನೊಂದ್ಸಲ" ಕಾರು ಸ್ಟಾರ್ಟ್ ಮಾಡಿದ.

ಮನೆಯ ಮುಂದೆ ಕಾರಿನಿಂದ ಇಳಿದ ಕೂಡಲೇ ಅವನ ನೋಟ ಒಂದು ಕಡೆ ನಿಂತುಬಿಟ್ಟಿತು. ಸೂರ್ಯ ನಿಂತಿದ್ದ. ಮುಗುಳ್ನಗು ಕೂಡ ಇರಲಿಲ್ಲ. ಅವನ ತುಟಿಗಳ ಮೇಲೆ. ಸರಸರನೆ ಭಾಸ್ಕರ ಒಳಗೆ ಹೋಗಿಬಿಟ್ಟ.

"ಸೂರ್ಯ ಅಂಕಲ್" ಕೃಷ್ಣ ಕೂಗಿದ್ದು ಮಾತ್ರ ಕೇಳಿಸಿತು. ಆಮೇಲಿನದು ಅವನು ಎತ್ತಿ ಮುದ್ದಾಡುವಿಕೆಯೇ "ಅಜ್ಜಿ, ನಿನಗೋಸ್ಕರ ಏನೇನೋ ಕಳ್ಸಿದ್ದಾರೆ ಗೊತ್ತ. ಚಕ್ಕುಲಿ, ಉಂಡೆ, ಹುರಿಹಿಟ್ಟು... ಏನೇನೋ!" ಅವನ ಸ್ವರ ಕೇಳಿಸುತ್ತಿತ್ತು ಸ್ಪಷ್ಟವಾಗಿ. ಅದನ್ನು ಇನ್ನಷ್ಟು ಹತ್ತಿರದಿಂದ ಕೇಳಬೇಕೆನಿಸಿತು ಭಾಸ್ಕರನಿಗೆ.

ನೀಟಾಗಿ ಡ್ರೆಸ್ ಮಾಡಿಕೊಂಡು ಕೂತಿದ್ದ ವಾಣಿಗೆ ಹೇಳಿದ. "ಸೂರ್ಯ ಬಂದಿದ್ದಾನೆ, ಒಳ್ಗಡೆ ಕೂಗಿ ಮಾತಾಡ್ಸು. ಏನಾದ್ರೂ ಕುಡಿಯೋಕೆ ಕೊಡು" ಒಂದು ಸಲ ಅವನತ್ತ ನೋಡಿ ಮುಖ ತಿರುಗಿಸಿಕೊಂಡಳು.

"ಅಂದು ಮೈಥಿಲಿಪುರದಲ್ಲಿ ಆದ ಅವಮಾನವೇ ಸಾಕು. ನಂಗೆ ಅವ್ರ ಸಹವಾಸವೇ ಬೇಡ."

ಮಡದಿಯನ್ನು ನಿಂದಿಸುವುದು ಅವನಿಗೆ ಬೇಡವೆನಿಸಿತು. ಅಂದು ಅವಳಿಗೆ ಪೂರ್ಣ ಬೆಂಬಲವಾಗಿ ನಿಂತಿದ್ದು ಮಾತ್ರವಲ್ಲ, ಪ್ರೋತ್ಸಾಹಿಸಿದ್ದ ಕೂಡ.

ಭಟ್ಟರು ಹೊರಗೆ ಹೋಗಿದ್ದು ಕಾಣಿಸಿತು.

"ದೊಡ್ಡ ಯಜಮಾನ್ರು, ಅಮ್ಮಾವರು ಹೇಗಿದ್ದಾರೆ. ಯಾವಾಗ್ಬರ್ತಾರೆ" ವಿಚಾರಿಸಿಕೊಳ್ಳುತ್ತಿದ್ದರು. ತನ್ನ ಕೆಲಸವನ್ನು ಅವರು ಮಾಡುತ್ತಿದ್ದಾರೆನಿಸಿತು ಭಾಸ್ಕರನಿಗೆ.

ಎಷ್ಟೇ ಪ್ರಯತ್ನಪಟ್ಟರೂ ಅವನಿಗೆ ಹೊರಗೆ ಹೋಗಲಾಗಲಿಲ್ಲ. ಅವನ ಮನದಲ್ಲಿ ದ್ವಂದ್ವ ನೀತಿಗಳ ಸಮರ. ಜಯಾಪಜಯಗಳು ಹೇಗೋ, ಏನೋ ಅವನಂತು ಮುಂದಕ್ಕೆ ಹೆಜ್ಜೆ ಇಡಲಾರದೆ ಹೋಗಿದ್ದ.

"ಪಪ್ಪ...." ಕೃಷ್ಣನ ಕೂಗು ಕಿವಿಗೆ ಬಿದ್ದ ಮೇಲೇಯೇ ಅವನು ವಾಸ್ತವಕ್ಕೆ ಮರಳಿದ್ದು "ಮೈಥಿಲಿಪುರದ ಅಂಕಲ್ ಹೋದ್ರು, ನಿಂಗೆ ಕೊಟ್ಟಿದ್ದಾರೆ" ಒಂದು ಚೀಟಿ ಕೊಟ್ಟ.

ನಡುಗುವ ಕೈಗಳಿಂದ ಬಿಡಿಸಿದ.

ಪ್ರಿಯ ಭಾಸ್ಕರ, ನಾನು ಬೆಂಗಳೂರಿಗೆ ಹೊರಟಾಗ ರಾಧು ಮಾಸ್ಟರ್ ನನಗೊಂದು ಜವಾಬ್ದಾರಿ ವಹಿಸಿದ್ದರು. ಅವ್ರ ಕ್ಷೇಮ ತಿಳಿಸುವುದು, ನಿನ್ನ ಕ್ಷೇಮ ವಿಚಾರಿಸುವುದು. ಮುಖಾ ಮುಖಿ ಯಾವುದೂ ಸಾಧ್ಯವಾಗಲಿಲ್ಲ. ತಮ್ಮ ಶ್ರೀಮತಿಯವರು ಕೂಡ ಹೊರಗೆ ಬರಲಿಲ್ಲ. ಭಟ್ಟರು ಮತ್ತು ನಿನ್ನ ಮಗನ ಮೂಲಕವೇ ಹೇಳಿ, ಕೇಳಿ ಜವಾಬ್ದಾರಿ ನಿರ್ವಹಿಸಬೇಕಾಯಿತು. – ಎಂದು ಬರೆದು ಸೂರ್ಯ ಸಹಿ ಮಾಡಿದ್ದ.

ಕಾರಣವಿಲ್ಲದೆ ಕೋಪದಿಂದ ಅವನ ನಖಶಿಖಾಂತ ಉರಿದುಹೋಯಿತು. ಚೀಟಿಯನ್ನು ಹರಿದು ಚೂರು ಚೂರು ಮಾಡಿ ಗಾಳಿಗೆ ತೂರಿಬಿಟ್ಟ.

ಕೃಷ್ಣ ಒಂದೊಂದೇ ಚೀಟಿಯ ತುಂಡನ್ನು ಆರಿಸಿ ಆರಿಸಿ ಒಂದು ಪ್ಲಾಸ್ಟಿಕ್ ಡಬ್ಬಿಗೆ ಹಾಕಿಟ್ಟ. ಅದನ್ನೊಯ್ದು ಅಜ್ಜಿ, ತಾತನ ಕೋಣೆಯಲ್ಲಿಟ್ಟ.

ನಾಲ್ಕು ದಿನ ಮುಂಬೈಗೆ ಹೋಗಿಬಿಟ್ಟ ಭಾಸ್ಕರ, ಬರಿ ರಿಲಾಕ್ಸ್‌ಗೋಸ್ಕರ. ಎಲ್ಲಿ ಹೋದರೂ ಅವನಿಗೆ ನೆಮ್ಮದಿ ಇಲ್ಲ. ಮೈಥಿಲಿಪುರದ ನೆನಪಿನ ಭೂತ ಅವನನ್ನು ಹಿಂಬಾಲಿಸುತ್ತಲೇ ಇತ್ತು. ಅದರಲ್ಲಿ ಅತ್ಯಂತ ಸವಿಯಾದ ಮಧುರವಾದ ಸೆಳೆತ ಕೃಷ್ಣನದೊಂದೇ.

ಐದನೇ ದಿನ ಫ್ಲೈಟ್‌ನಲ್ಲಿ ಹಿಂದಿರುಗಿದ. ಭಟ್ಟರು, ನಾರಾಯಣ ಹೊರಗೆ ಕೂತು ಕೃಷ್ಣನ ಆಟ ನೋಡುತ್ತಿದ್ದರು.

ಯಜಮಾನರನ್ನು ನೋಡಿದ ಕೂಡಲೇ ತಕ್ಷಣ ಎದ್ದು ನಿಂತರು. ಬಂದ ಕೃಷ್ಣನ ಕೈ ಹಿಡಿದುಕೊಂಡೇ ಒಳಗೆ ಬಂದ. ದಟ್ಟವಾದ ನೀರವತೆ ಮನೆಯಲ್ಲೆಲ್ಲ.

"ಅಮ್ಮಾವ್ರು, ಕ್ಲಬ್‌ಗೆ ಹೋದ್ರು" ನಾರಾಯಣ ಹೇಳಿದ.

ಕೃಷ್ಣನ ಕಡೆ ನೋಡಿದ ಭಾಸ್ಕರ, ಅಂದರೆ ತಾಯಿ, ಮಗನ ಸಂಬಂಧ ಸರಿ ಹೋಗಿಲ್ಲ. ಅದಕ್ಕೆಲ್ಲ ಅವನು ತನ್ನನ್ನೇ ಹೊಣೆಗಾರನಾಗಿ ಮಾಡಿಕೊಳ್ಳುತ್ತಿದ್ದ.

ಅಪ್ಪ, ಅಮ್ಮ ಹೋದ ದಿನದಿಂದ ಇಂದಿನವರೆಗೂ ಲೆಕ್ಕಹಾಕಿದ. ಇಪ್ಪತ್ತೊಂದು ದಿನ ಕಳೆದುಹೋಗಿತ್ತು. ಆದರೆ ಇಲ್ಲಿಗೆ ಬರುವ ಇಚ್ಛೆ ಅವರಿಗೆ ಇರಲಾರದು ಎಂದುಕೊಂಡ ಕೂಡಲೇ ಅವನ ಮೈ ನಡುಗಲು ಷುರುವಾಯಿತು. 'ಮುಂದೆಯೂ ಮೈಥಿಲಿಪುರದ ಜನರ ಕರುಣೆಯಲ್ಲಿಯೇ ಕಳೆಯಬೇಕು' ಮೈ ಕೂದಲೆಲ್ಲಾ ನಿಮಿರಿ ನಿಂತವು. ಇದು ಅವನು ಸಹಿಸಲಾರದ್ದು. ಇದು ಅವನ ಅಭಿಮಾನಕ್ಕೆ ಬಿದ್ದ ಬಲವಾದ ಪೆಟ್ಟು.

* * *

ರಾಧು ಮಾಸ್ಟರ್, ವನಜಮ್ಮ ಮೈಥಿಲಿಪುರಕ್ಕೆ ಬಂದು ಮೂರು ದಿನ ಗಳಾದರೂ ಆ ಮನೆಯ ಮುಂದಿನ ಜನ ಕಡಿಮೆಯಾಗಲಿಲ್ಲ. ಎಲ್ಲ ಬಂದು ವಿಚಾರಿಸುವುದರ ಜೊತೆಗೆ "ಇಲ್ಲೇ ಇದ್ದುಬಿಡಿ" ಅನ್ನೋ ಬಲವಂತ ಬೇರೆ.

ಸೂರ್ಯ ತನ್ನ ಬಟ್ಟೆ ಬರೆಗಳನ್ನೆಲ್ಲ ಇಲ್ಲೇ ತಂದಿಟ್ಟುಕೊಂಡ. "ಸದ್ಯಕ್ಕೆ ಇಲ್ಲೇ ನನ್ನ ಬಿಡಾರ. ಹೇಗೂ ಅತ್ತೆ ಕೈ ಊಟ, ಮೇಷ್ಟ್ರ ಹೇಳೋ ಪಾಠ, ಇನ್ನೊಂದ್ಸಲ ಚಿಕ್ಕ ಹುಡ್ಗನಾಗಿಬಿಡ್ತೀನಿ" ಎಂದ ಎದೆಯುಬ್ಬಿಸಿ.

ಅವರನ್ನ ಇಲ್ಲೇ ಉಳಿಸಿಕೊಳ್ಳುವುದು ಮಾತ್ರವಲ್ಲ ಚೆನ್ನಾಗಿ ನೋಡಿಕೊಳ್ಳಬೇಕೆಂಬುದು ಅವನ ಇಚ್ಛೆ. ಕಟ್ಟಿಟ್ಟಿದ್ದ ಪಂಚಾಂಗದ ಕಟ್ಟನ್ನು ತೆಗೆದು ಕೆಳಗೆ ಹಾಕಿದ.

"ಕೆಲವು ಕಾರ್ಯಗಳಿಗೆ ಮುಹೂರ್ತ ಇಡಿಸಲು ಜನ ನಿಮಗಾಗಿಯೇ ಕಾದಿದ್ದಾರೆ. ಸೀರಿಯಲ್ಲಾಗಿ..... ಹೇಳ್ಬೇಕಾಗುತ್ತೆ" ರಾಧಾಕೃಷ್ಣಯ್ಯನವರಿಗೆ ಹೇಳಿದ. ಅವರು ನಸು ನಕ್ಕರು.

ಬಂಧನದ ವಾತಾವರಣದಿಂದ ಬಿಡುಗಡೆಯ ನಂದನಕ್ಕೆ ಬಂದಂತಾಗಿತ್ತು ಅವರಿಗೆ.

"ವನಜಕ್ಕ, ನನ್ನ ಮಗಳ ಹೆರಿಗೆ ದಿನಗಳು, ಒಂದಿಷ್ಟು ಲೇಹ್ಯ ಮಾಡಿಕೊಡಿ" ಗೌಡರ ನಾದಿನಿ ಹುಡುಕಿಕೊಂಡು ಬಂದಳು. "ಆಯ್ತು ಮಾಡಿಕೊಡ್ತೀನಿ" ಭರವಸೆ ಕೊಟ್ಟರು.

ಈಗ ಕೈ ತುಂಬ ಕೆಲಸ ವನಜಮ್ಮನಿಗೆ. ಹರ್ಷ ತರುವಂಥ ವಾತಾವರಣ. ಒಮ್ಮೊಮ್ಮೆ ಮಂಕಾಗಿಬಿಡುತ್ತಿದ್ದರು. ಏನೋ ಒಂದು ರೀತಿ ಇರುವ ಸೊಸೆ, ಅಸಹನೆಯ ಮೂರ್ತಿಯಾದ ಮಗ-ಇವರಿಬ್ಬರ ನಡುವೆ ಎಳೆಯ ಕಂದ ಕೃಷ್ಣ.

"ಕೃಷ್ಣ..... ಹೇಗಿದ್ದಾನೋ" ವನಜಮ್ಮನ ಕಳವಳಕ್ಕೆ ರಾಧಾಕೃಷ್ಣಯ್ಯ ನಕ್ಕುಬಿಡುತ್ತಿದ್ದರು. "ಬೆಂಗ್ಳೂರಿಗೆ ಬಂದ ನಂತರವಲ್ಲವೇ ಮೊಮ್ಮಗ ನಿನ್ನ ಕೈಗೆ ಸಿಕ್ಕಿದ್ದು. ಅಲ್ಲೇನು ಕಡಿಮೆ ಇದೆ. ಚೆನ್ನಾಗಿ ಇರ್ತಾನೆ" ಅವರ ಸಮಾಧಾನದ ರೀತಿ ಇದಾಗಿದ್ದರೂ ಹೆಚ್ಚಾಗಿ ಚಿಂತಿಸುತ್ತಿದ್ದರು ಮೊಮ್ಮಗನಿಗಾಗಿ.

ಇವರುಗಳ ಕಳವಳ, ಕಾತರ ನೋಡಲಾರದೆಯೇ ಸೂರ್ಯ ಬಂದಿದ್ದು. ಈಗಲಾದರೂ ಭಾಸ್ಕರ ಮಾತಾಡಿಸಬಹುದೇನೋ ಎಂದು ಹೋದವನು ನಿರಾಶನಾಗಿ ಹಿಂದಿರುಗಿದ್ದ. ಭಾಸ್ಕರನಿಗೆ ಏನಾಗಿದೆ? ಆ ಪ್ರಶ್ನೆಯ ಉತ್ತರಕ್ಕಾಗಿ ಕೆಳಮಟ್ಟದವರೆಗೂ ಶೋಧಿಸಿದ್ದರೂ ಏನೇನು ಹೊಳೆದಿರಲಿಲ್ಲ. ಇದಕ್ಕೆ ಸರಿಯಾಗಿ ಉತ್ತರಿಸಬಲ್ಲವನು ಭಾಸ್ಕರನೆ. ಆದರೆ ಅಷ್ಟಿಷ್ಟು ಅತ್ತೆ, ಮೇಷ್ಟ್ರ ತಲೆಗೂ ಹೊಳೆದಿರಬಹುದೆಂದುಕೊಂಡಿದ್ದರೂ ಕೇಳಲು ಹೋಗಿರಲಿಲ್ಲ.

ಬೆಂಗಳೂರಿನಿಂದ ಹಿಂದಿರುಗಿದ ಮೇಲೆ ಸೂರ್ಯನಿಗೆ ತಾನಾಗಿ ಅವಕಾಶ ಒದಗಿ ಬಂದಿತ್ತು.

"ಭಾಸ್ಕರ ಮನೆಯಲ್ಲೇ ಇದ್ನಾ?" ಕೇಳಿದರು ಕಾತರದಿಂದ.

"ನಾನ್ಹೋದಾಗ ಇರ್ಲಿಲ್ಲ. ಆಮೇಲೆ ಅಪ್ಪ, ಮಕ್ಳುಗಳ್ನ ತಂದಿದ್ರು. ನಾರಾಯಾಣ ಹೊತ್ಕೊಂಡ್ ಹೋದಾಗ ನಂಗೆ ಆಶ್ಚರ್ಯವಾಗಿತ್ತು." ವರ್ಣಿಸಿದ.

ಭಾಸ್ಕರ ಮಗನನ್ನ ಹೊರಗೆ ಕರೆದೊಯ್ದಿದ್ದು ಅವರಿಗೆ ಅತ್ಯಂತ ಸಂತಸದ ಸಂಗತಿ. ಮತ್ತಷ್ಟು ತಿಳಿಯುವ ಆತುರ.

"ವಾಣಿ ಅವರ ಜೊತೆ ಹೋಗಿರಲಿಲ್ವಾ?"

ಸೂರ್ಯ ಕೈಯಾಡಿಸಿಬಿಟ್ಟ, ಅವನನ್ನು ನೋಡಿದರೂ ವಾಣಿ ಮಾತಾಡಿಸದಂತೆ ಸರಿದು ಹೋಗಿದ್ದಳು. ತಾನಾಗಿ ಮಾತಾಡಿಸಲು ಮುಂದೆ ಸರಿದವನು ಹಿಂದಕ್ಕೆ ಹೆಜ್ಜೆ ಇಟ್ಟಿದ್ದ.

"ಮನೆಯಲ್ಲಿ ಇದ್ಲು ತಾನೆ?" ಕೇಳಿದ ಕೂಡಲೇ ಸೂರ್ಯ ಮೇಲೆದ್ದ "ಅತ್ತೆ, ಸುಮ್ನೆ ನಿಮ್ಮ ಪ್ರಶ್ನೆಗಳಿಂದ ನಂಗೆ ಹಿಂಸೆ ಅಗುತ್ತಷ್ಟೆ. ನಿಮ್ಮ ಕ್ಷೇಮ ಸಮಾಚಾರ ಅಲ್ಲಿ ಮುಟ್ಟಿಸಿದ್ದೀನಿ ಸ್ವತಃ ನಿಮ್ಮ ಮಗನಿಗೆ. ಅಲ್ಲೆಲ್ಲ ಕ್ಷೇಮ ಎನ್ನುವ ಸುದ್ದಿ ನಿಮಗೆ. ಸದ್ಯಕ್ಕೆ ಇಷ್ಟು ಸಾಕು" ಹೊರಟೇಬಿಟ್ಟ.

ಈಚೆಗೆ ಅವನಪ್ಪ, ಅಮ್ಮ ಕೂಡ ಭಾಸ್ಕರನ ಮನೆಗೆ ಮಗ ಹೋಗುವುದನ್ನು ವಿರೋಧಿಸುತ್ತಿದ್ದರು.

"ಇನ್ನೆಂದೂ ಅಲ್ಲಿಗೆ ಹೋಗಕೂಡ್ದು. ಅವ್ನ ದುರಹಂಕಾರವಿದ್ರೆ.... ಅವ್ನ ಬಳಿ ಇದ್ಕೊಳ್ಳಿ, ನೀನೇನು ಅವ್ನಿಗಿಂತ ಕಮ್ಮಿ ಇಲ್ಲ" ಇಂಥದ್ದೇ ಮಾತುಗಳು ಮನೆಯಲ್ಲಿ. ಅವನಿಗೆ ಕಿವಿಗಳು ಮುಚ್ಚಿಕೊಳ್ಳಬೇಕೆನಿಸುತ್ತಿತ್ತು.

ದಾರಿಯಲ್ಲಿ ಸಿಕ್ಕವರೆಲ್ಲ ಕೇಳುತ್ತಿದ್ದರು. "ಭಾಸ್ಕರಪ್ಪ, ಇಲ್ಲಿಗೆ ಬರೋಲ್ವಾ, ಎಂದು ಬರ್ತಾರೆ? ನಿಂದು, ಅವರದು ಅಷ್ಟೊಂದು ಸ್ನೇಹ, ನಿನ್ಹತ್ರ ಮಾತಾಡೋಲ್ವಂತಲ್ಲ, ನೀವೇನಾದ್ರೂ..... ಜಗಳ ಕಾದಿರ?" ಇಂಥ ಚಿತ್ರ ವಿಚಿತ್ರವಾದ ಪ್ರಶ್ನೆಗಳು ಹುಟ್ಟಿಕೊಳ್ಳುವುದಕ್ಕೆ ಭಾಸ್ಕರ ಕಾರಣನಾದನಲ್ಲ ಎಂದು ಸಂಕಟಪಡುವಂತಾಗುತ್ತಿತ್ತು. ಅವನಿಗೆ.

ಲೋನ್ ವಿಷಯವಾಗಿ ಬೆಂಗಳೂರಿಗೆ ಹೋಗುವುದಿತ್ತು. ರಾಧುಮಾಸ್ಟರಿಗೆ ಹೇಳಲಿಲ್ಲ. ಅವನಮ್ಮ ಎಚ್ಚರಿಸಿದರು.

"ಭಾಸ್ಕರನ ಮನೆಗೆ ಹೋಗ್ಬೇಡ, ಸೂರ್ಯ. ಮೇಲೆ ಬಿದ್ದು ವಿಶ್ವಾಸ ತೋರಿಸೋದು ಮುರ್ಖತನ. ಅಷ್ಟು ದಿನ ಆಸ್ಪತ್ರೆಯಲ್ಲಿದ್ದೆ, ಕನಿಷ್ಟ ಒಂದು ದಿನವಾದ್ರೂ.... ಬಂದು ವಿಚಾರ್ಸಿಕೊಂಡು ಹೋದ್ನ? ಮಾನ ಮರ್ಯಾದೆ ಬಿಟ್ಟು ಮನೆಗೆ ಹೋದ್ರೂ.... ಆ ಪುಣ್ಯಾತ್ಗಿತ್ತಿ ಬಾಯ್ತುಂಬ ಎರ್ಡು ಮಾತು ಆಡೋದ್ಬೇಡ್ವಾ" ಎಂದಾಗ ಇದು ಒಳ್ಳೆಯ ಲಕ್ಷಣವಾಗಿ ಕಾಣಲಿಲ್ಲ ಸೂರ್ಯನಿಗೆ.

"ಏನಮ್ಮ, ನೀನು ಹೀಗೆಲ್ಲ ಯೋಚ್ನೇ ಮಾಡ್ತೀಯಾ. ಅವ್ನು ಇಲ್ಲಿದ್ದಾಗ ಇಪ್ಪತ್ನಾಲ್ಕು ಗಂಟೆ ಭಾಸ್ಕರ..... ಭಾಸ್ಕರ...... ಅಂತ ಇದ್ದೆ. ಅವ್ರು ನಮ್ಗೇನು ಕಮ್ಮಿ ಮಾಡಿದ್ದಾರೆ? ಹಗ್ಲು, ರಾತ್ರಿ ಆಸ್ಪತ್ರೆಯಲ್ಲಿ ಇದ್ದು ನೋಡ್ಕೋಂಡ್ರು ಅಂಥದ್ದರಲ್ಲಿ... ಭಾಸ್ಕರ ಬರ್ಲಿಲ್ಲ ಅನ್ನೋದು ಯಾವ ಲೆಕ್ಕ! ಇನ್ಮೇಲೆ ಹೀಗೆಲ್ಲ ಹೇಳ್ಬೇಡ. ಈ ಮಾತುಗಳು ಅತ್ತೆ ಕಿವಿಗೆ ಬಿದ್ದರೆ ನೊಂದ್ಕೋತಾರೆ" ತಾಯಿಗೆ ಬುದ್ಧಿ ಹೇಳಿದ.

ಬಸ್ಸಿಗಾಗಿ ಕಾಯುತ್ತಿದ್ದ ಸೂರ್ಯ ಯಾಕೋ ಹಿಂದಕ್ಕೆ ಬಂದ. ರಾಧು ಮಾಸ್ಟರಿಗೆ ತಿಳಿಸದೆ ಹೋಗುವುದು ಅವನಿಗೆ ಅಪರಾಧವೆನಿಸಿತು.

"ಅತ್ತೆ..." ಕೂಗಿಕೊಂಡೇ ಬಂದ.

ಇಡ್ಲಿಗೆ ರುಬ್ಬುತ್ತಿದ್ದ ಆಕೆ ಅದೇ ಕೈಯಲ್ಲಿಯೇ ಬಂದರು. "ಎಲ್ಲಿಗೋ ಹೊರಟಂಗಿದ್ದೀಯಾ!" ಕೇಳಿದರು. ಅವನು ಊರು ಬಿಟ್ಟು ಹೊರಗೆ ಹೋಗುವಾಗ ಮಾತ್ರ ಪ್ಯಾಂಟು ಧರಿಸುತ್ತಿದ್ದುದ್ದು. ಮೈಥಿಲಿಪುರದಲ್ಲಿ ಅವನ ಓಡಾಟವೆಲ್ಲ ಒಂದು ಬಿಳಿ ಪಂಚೆ, ಷರಟು. "ಬೆಂಗ್ಳೂರಿಗೆ ಹೊರಟಿದ್ದೆ." ಅಷ್ಟೇ ಹೇಳಿದ್ದು. ಮುಂದೆ ಹೇಳುವುದಕ್ಕೆ ಮಾತುಗಳಿಲ್ಲ. ಆಕೆ ಎದೆ ಭಾರವಾಯಿತು.

ಎದೆಯಲ್ಲಿ ಬಚ್ಚಿಟ್ಟ ಕೆಲವು ದುಗುಡದ ಮಾತುಗಳನ್ನು ಅವನಿಗೆ ಹೇಳಿಕೊಳ್ಳಬೇಕೆನಿಸಿತು. "ಒಂದು..... ನಿಮಿಷ...." ಕೈ ತೊಳೆದು ಬಂದರು.

ಸ್ವಲ್ಪ ಮಿಡುಕಿದ ಸೂರ್ಯ. ಮೊಮ್ಮಗನಿಗಾಗಿ, ಮಗನಿಗಾಗಿ, ಸೊಸೆಗಾಗಿ ಏನಾದರೂ ಕೊಟ್ಟು ಕಳುಹಿಸಬಹುದು. ಆದರೆ ಇವರ ಯೋಗಕ್ಷೇಮ ಭಟ್ಟರೋ, ನಾರಾಯಣನೋ ವಿಚಾರಿಸಬೇಕು. ಇದು ತೀರಾ ಬೇಸರದ ಸಂಗತಿಯಾಗಿ ಕಂಡಿತು ಅವನಿಗೆ.

ಒಂದು ಲೋಟ ಬಿಸಿ ಬಿಸಿ ಕಾಫೀ ತಂದು ಸೂರ್ಯನ ಮುಂದಿಟ್ಟರು "ತಗೋ ಸೂರ್ಯ, ನಿನ್ಹತ್ರ ಒಂದೆರಡು ಮಾತುಗಳು ಹೇಳ್ಬೇಕೂಂತ ಅಂದುಕೋತಾಯಿದ್ದೆ. ಸಮಯ ಕೂಡಿ ಬರ್ಲಿಲ್ಲ" ಎಂದವರು ಮಗನ ಸಿಡುಕುತನ, ಅಸಹನೆಯ ಸ್ವಭಾವದ, ಈಚೆಗೆ ಅವನ ಹದಗೆಟ್ಟ ಆರೋಗ್ಯದ ಬಗ್ಗೆಯು ಹೇಳಿಕೊಂಡರು.

"ಅವ್ನ ಊಟ ಏನಂದ್ಕೋತೀಯಾ! ಖಾರ ಬೇಡ, ಉಪ್ಪು ಬೇಡ, ಸಕ್ಕರೆ ತಿನ್ನೋಹಂಗಿಲ್ಲ. ಈ ಲಕ್ಷಣಕ್ಕೆ ಅವ್ನು ಓದಿ ಇಷ್ಟೆಲ್ಲ ಮಾಡ್ಕೋಬೇಕಿತ್ತಾ! ಅವ್ನು ಜೀವನದಲ್ಲಿ ಯಾವ್ದು ಸರಿಹೋಗಿಲ್ಲ" ಆಕೆ ಮಗನನ್ನು ನೆನೆಸಿಕೊಂಡು ಅತ್ತುಬಿಟ್ಟರು.

ಕಾರು, ಬಂಗ್ಲೆ, ಅಲ್ಲಿನ ಶ್ರೀಮಂತಿಕೆಗೆ ಮಾರುಹೋಗಿ ಹೊಗಳುವ ತಾಯಿಯಾಗಿರಲಿಲ್ಲ ಆಕೆ. ಮಗನ ಸಂತೃಪ್ತಿ ಬದುಕು, ನಗು ನಗುತ್ತಾ ಇರುವ ಜೀವನ ಬೇಕಿತ್ತು ವನಜಮ್ಮನಿಗೆ.

ಮೌನವಾಗಿ ಕೂತು ಕೇಳಿದ ಸೂರ್ಯ ನಿಟ್ಟುಸಿರು ದಬ್ಬಿದ. ಅವನು ತಿಳಿದಿದ್ದೇ ಬೇರೆ. ಇವೆಲ್ಲ ದುರಹಂಕಾರ ಮತ್ತೇನು ಅಲ್ಲವೆನಿಸಿತು. ಆರೋಗ್ಯಕರವಾದ ಮನಸ್ಥಿತಿ ಭಾಸ್ಕರನದಾಗಿಲ್ಲವೆಂದುಕೊಂಡ.

"ನೀವೇನು ಯೋಚ್ನೆ ಮಾಡ್ಬೇಡಿ, ಅತ್ತೆ. ನನ್ನ ಕೈಯಲ್ಲಿ ಏನಾದ್ರೂ ಮಾಡೋಕೆ ಸಾಧ್ಯವಾಗುತ್ತೇನೋ ನೋಡ್ತೀನಿ. ಈಗ ಇನ್ನೊಂದು ಭಯ. ನನ್ನ ಮುಖ ನೋಡಿದ ಕೂಡ್ಲೇ ಎಲ್ಲಿ ಬಿ.ಪಿ. ಜಾಸ್ತಿಯಾಗುತ್ತೋ ನೀವೇನು ತಲೆ ಕೆಡಿಸ್ಕೋಬೇಡಿ ಅತ್ತೆ, ಎಲ್ಲಾ ಸರಿಹೋಗುತ್ತೆ" ಭರವಸೆ ಕೊಟ್ಟ.

ಬಸ್‌ಸ್ಟಾಂಡ್‌ಗೆ ಬಂದು ನಿಂತ. ಅರ್ಧ ಗಂಟೆಯೇನು, ಒಂದು ಗಂಟೆ ಕಳೆದರೂ ಬಸ್ಸಿನ ಪತ್ತೆ ಇಲ್ಲ. ಪ್ರಯಾಣವನ್ನೇ ಕ್ಯಾನ್ಸಲ್ ಮಾಡಿ ಮನೆಯ ದಾರಿ ಹಿಡಿದ.

ಮೈಥಿಲಿಪುರದಲ್ಲಿ ಸೂರ್ಯ ಅತ್ಯಂತ ಜನಪ್ರಿಯ ವ್ಯಕ್ತಿ. ಬಹುಶಃ ಅವನಿಗೆ ಆಗದವರೇ ಇಲ್ಲ. ಒಂದಿಷ್ಟು ಹೊಟ್ಟೆಕಿಚ್ಚು ಪಡುವ ಜನರಿದ್ದರೂ..... ಅವನಿಗೆ ಎದುರಾಗಲು ಹಿಂಜರಿಯುತ್ತಿದ್ದರು.

ಸಾಕಷ್ಟು ಗದ್ದೆ, ಜಮೀನು ಜೊತೆ ಮಜಬೂತವಾದ ತೋಟ ಇತ್ತು. ಆಳು ಕಾಳುಗಳನ್ನು ಪ್ರೀತಿಯಿಂದ ನೋಡುತ್ತಿದ್ದರಿಂದ ಅವನೆಂದರೆ ಅವರಿಗೆ ಪ್ರಾಣ. ಒಂದು ರೀತಿಯಲ್ಲಿ ಅವನು ಅಲ್ಲಿಗೆ ಹೀರೋ.

ಎದುರಾದ ರಾಧಾಕೃಷ್ಣಯ್ಯನವರು "ಬೆಂಗ್ಳೂರಿಗೆ ಹೊರಟಿದ್ದಾನಂತ ನಿಮ್ಮಪ್ಪ ಹೇಳಿದ್ರು, ನೀನು ಇಲ್ಲೇ ಇದ್ದೀಯಲ್ಲ!" ಆಶ್ಚರ್ಯ ವ್ಯಕ್ತಪಡಿಸಿದರು. ಸೂರ್ಯ ಮುಗುಳ್ನಕ್ಕ "ಹೋಗೋವಾಗ್ಲೇ ಲೇಟ್, ಬಸ್ ಸಿಕ್ಲಿಲ್ಲ. ನನ್ನ ಮೋಟಾರ್ ಸೈಕಲ್ ಪರಮ

ತಗೋಂಡ್ಹೋಗಿದ್ದಾನೆ. ನಾಳೆ ಹೋದರಾಯ್ತೂಂತ... ಬಂದ್ಬಿಟ್ಟೆ" ಎಂದವ ಅವರ ಜೊತೆ ಹೆಜ್ಜೆ ಹಾಕಿದ.

ಹಿರಿಗೌಡರ ಕೊನೆಯ ಮಗಳಿಗೆ ಗಂಡು ನೋಡಲು ಹೋಗಿದ್ದ ವಿಷಯ ತಿಳಿಸಿದ ರಾಧಾಕೃಷ್ಣಯ್ಯ "ಅವ್ರು ಬದುಕಿದ್ದ ಕಾಲದಲ್ಲಿ ಆ ಹುಡ್ಗೀಯ ಮದ್ವೆ ನಡೆದುಹೋಗಿದ್ರೆ ಚೆನ್ನಾಗಿತ್ತು. ಈಗ ನೋಡಿದ ಯಾವ ಗಂಡು ಸರಿಹೋಗ್ತಾ ಇಲ್ಲ" ಹೇಳಿಕೊಂಡರು. ಅವರು ಮತ್ತೆ ಮೈಥಿಲಿಪುರಕ್ಕೆ ಬಂದ ಮೇಲೆ ನಾಲ್ಕು-ಐದು ಗಂಡುಗಳನ್ನು ನೋಡಿದ್ದರು. ಒಂದೂ ಸರಿ ಹೋಗಿರಲಿಲ್ಲ. ಅವರ ಮನೆಯ ಯಾವುದೇ ಕಾರ್ಯದಲ್ಲಿ ಇವರ ಹಸ್ತ ಇರಲೇಬೇಕು.

"ಆಗುತ್ತೆ ಬಿಡಿ, ಮೇಷ್ಟ್ರೇ" ಎಂದ.

ರಾಧಾಕೃಷ್ಣಯ್ಯನವರ ಮುಖ ಸಪ್ಪಗಾಯಿತು. "ಈ ಸಂಬಂಧ ಕುದುರೋವರ್ಗೂ ನೀವು ಎಲ್ಲೂ ಹೋಗಕೂಡ್ದೂ ಅಂತಾರೆ. ನಾವು ಇಲ್ಲಿಗೆ ಹೊರಟಾಗ್ಲೇ ಭಾಸ್ಕರ ವಿರೋಧಿಸಿದ್ದ. ಬೆಳಿಗ್ಗೆ ಹೋಗಿ ಸಂಜೆ ಬನ್ನಿ ಅಂದಿದ್ದ. ಇಲ್ಲಿಂದ ಈಗ ಹೊರಡೋದೇ ಕಷ್ಟವಾಗಿದೆ. ವನಜ ಪದೇ ಪದೇ ಕೃಷ್ಣನ್ನ ನೆನೆಸಿಕೊಂಡು ಕೂತ್ಕೋತಾಳೆ" ಮನ ಬಿಚ್ಚಿ ಹೇಳಿಕೊಂಡರು.

ಒಮ್ಮೆ ಬಹಳ ಕೆಟ್ಟ ಮೂಡ್‌ನಲ್ಲಿದ್ದ ಭಾಸ್ಕರ ಕೂಗಾಡಿದ್ದ "ಆ ಕೊಂಪೆ ಮೇಲಿನ ವ್ಯಾಮೋಹ ನಿಮ್ಮನ್ನ ಇನ್ನು ಬಿಟ್ಟುಹೋಗಿಲ್ಲ. ಅಲ್ಹೋಗಿ ಸುಧಾರ್ಸಿಕೊಳ್ಳೋಕೆ ಅದೇನು ಗಿರಿಧಾಮನ. ದುಡಿಯೋ ಕಾಲದಲ್ಲಿ ಹಣ ಮಾಡಿಕೊಳ್ಳಿಲ್ಲಾಂದ್ರೆ ಈ ಸೊಸೈಟಿಯಲ್ಲಿ ಮಣ್ಣು ತಿನ್ನಬೇಕಾಗುತ್ತೆ. ಕಹಣ ಇರೋದ್ರಿಂದ್ಲೇ ಸಮಾಜದಲ್ಲಿ ಗೌರವ, ಪ್ರತಿಷ್ಠೆ, ಇಲ್ಲದಿದ್ರೆ ನಮ್ಮನ್ನು ಗಾರು ಮಾತಾಡಿಸ್ತಾರೆ! ನನ್ನಂಥ ಒಬ್ಬ ದೊಡ್ಡ ಇಂಜಿನಿಯರ್ ಮಗ ಅನ್ನೋ ಗೌರವ ನಿಮ್ಗೇ ಸಿಕ್ಕುತ್ತೆ. ಆ ಮೈಥಿಲಿಪುರದ ಜನಕ್ಕೆ ನಿಮ್ಮನ್ನ ದುಡಿಸಿಕೊಳ್ಳೋದು ಮಾತ್ರ ಗೊತ್ತಿದೆ" ಅವನ ಹಾರಾಟಕ್ಕೆ ಸರಿಯಾದ ಅರ್ಥವಿಲ್ಲದಿದ್ದರೂ, ಅದು ಈಗಿನ ಸತ್ಯ ಎನ್ನುವುದೇ ಅವನ ನಂಬಿಕೆಯಾಗಿತ್ತು.

ಅಚ್ಚಳಿಯದೆ ಈ ಮಾತುಗಳೆಲ್ಲ ಅವರ ನೆನಪಿನಲ್ಲಿ ಹುದುಗಿಹೋಗಿತ್ತು. ಅವನಿಗೆ ತಿಳಿವಳಿಕೆ ಹೇಳುವುದು ಕೂಡ ಸುಲಭವೆನಿಸಿರಲಿಲ್ಲ.

ಅವರ ಪರಿಸ್ಥಿತಿ ಸೂರ್ಯನಿಗೆ ಅರ್ಥವಾಗಿತ್ತು.

"ನೀವೇನು ಯೋಚ್ನೇ ಮಾಡೋದ್ಬೇಡ. ಮೇಷ್ಟ್ರೇ. ನಿಮ್ಮನ್ನು ಇಲ್ಲೇ ಉಳಿಸ್ಕೋಬೇಕೂಂತ ನಮ್ಮ ಇಚ್ಛೆ ಇದ್ದರೂ ಭಾಸ್ಕರನಿಗೆ ವಿರೋಧವಾಗಿಯಲ್ಲ ಮೈಥಿಲಿಪುರ ಮತ್ತು ಇಲ್ಲಿನ ಜನರ ಬಗ್ಗೆ ಅವ್ನಿಗೆ ವೈರವಿದ್ರೆ...." ಮುಂದಿನ ಮಾತುಗಳನ್ನು ನುಂಗಿಕೊಂಡ. "ವೈರ...." ಎಂಬ ಪದವನ್ನು ರಾಧಾಕೃಷ್ಣಯ್ಯ ಎದುರಿನಲ್ಲಿ ಅದು ಭಾಸ್ಕರನ ಬಗ್ಗೆ ಬಳಸಿದ್ದು ಅಕ್ಷಮ್ಯ ಅಪರಾಧವೆನಿಸಿತು.

"ದಯವಿಟ್ಟು ಕ್ಷಮ್ಸಿಬಿಡಿ. ಯಾವುದೋ ನೋವು ನನ್ನನ್ನ ಆ ರೀತಿ ಆಡಿಸಿತಷ್ಟೆ." ಎಂದವ ನಿಲ್ಲದೇ ಹೊರಟುಬಿಟ್ಟ.

ಅದು ತಪ್ಪು ಅನ್ನಿಸಲಿಲ್ಲ. ರಾಧಾಕೃಷ್ಣಯ್ಯನವರಿಗೆ. ಭಾಸ್ಕರನ ನಡತೆ ಅದೇ ರೀತಿಯಾಗಿತ್ತು.

ಮನೆಗೆ ಬಂದ ಕೂಡಲೇ ವನಜಮ್ಮ "ಚೆನ್ನ ಬಂದಿದ್ದ. ಏನೋ ಕೇಳೋದಿದೆ ಅಂದ. ಅವ್ನ ಮೊಮ್ಮಗುವಿಗೆ ಒಂದು ಒಳ್ಳೆ ಹೆಸರು ಇಡಬೇಕಂತೆ" ಅಂದರು. ಮೈಥಿಲಿಪುರ ತಮ್ಮನ್ನು ಅಲ್ಲಿಯೇ ಅಡಗಿಸಿಕೊಳ್ಳಲು ಸನ್ನಾಹ ನಡೆಸುತ್ತಿದೆಯೆನಿಸಿತು. ಇದು ಸಂತೋಷದ ವಿಷಯ. ಆದರೆ..... ಕೃಷ್ಣ! ಅವನ ನೆನಪು ಸೂಜಿಗಲ್ಲಿನಂತೆ ಸೆಳೆಯತೊಡಗಿತು.

ಕಾರು ನಿಂತ ಸದ್ದು ಕೇಳಿಸಿತು. ಸಂತೋಷದಿಂದ ತಬ್ಬಿಬ್ಬಾದರು. ನಿಧಾನವಾಗಿಯೇ ಬಾಗಿಲ ಬಳಿ ಬಂದರು.

ಇಳಿದು ಬಂದ ನಾರಾಯಣ ನಮ್ರತೆಯಿಂದ ಕೈ ಮುಗಿದು ನಿಂತ. "ಯಜಮಾನ್ರು ನಿಮ್ಮನ್ನ ಕರ್ಕೊಂಡ್ಬಾಂದ್ರು...." ಅಂದವನನ್ನು ಒಳಗೆ ಕರೆದರು. "ಹೇಗಿದ್ದಾರೆ ಮನೆಯಲ್ಲೆಲ್ಲ?" ವಿಚಾರಿಸಿದರು.

"ಚೆನ್ನಾಗಿದ್ದಾರೆ. ಕೃಷ್ಣನಿಗಂತು ನಿಮ್ಮ ನೆನಪೆ. ಹಿಂದೆ ನಿನ್ನ ಹೆಸರೇನು ಅಂದರೆ ಅಭಿನಾಶ್ ಅಂತ ಇದ್ದ. ಈಗ ಕೃಷ್ಣ ಅಂತ ಹೇಳ್ಕೋತಾನೆ" ಹೇಳಿದಾಗ ಅವರ ಮುಖ ಅರಳಿತು.

ಒಂದು ತಂಬಿಗೆಯಷ್ಟು ನಿಂಬೆ ಹಣ್ಣಿನ ಪಾನಕ ತಂದಿಟ್ಟರು ವನಜಮ್ಮ. ಸಿಟಿಯ ಒಂದು ಲೋಟ ನೆನಸಿಕೊಂಡು ನಾರಾಯಣನಿಗೆ ನಗು ಬಂತು. ಕೆಲವು ಕಡೆಯಾದರೂ ಇಂಥ ಪದ್ಧತಿ ಇದೆಯಲ್ಲ ಎಂದು ಸಂತೋಷಗೊಂಡ.

"ಬೇಗ ಹೊರಟರೇ.... ಒಳ್ಳೇದು" ಅವಸರಿಸಿದ.

ರಾಧಾಕೃಷ್ಣಯ್ಯ ಕೂಡುವಂತೆ ಸನ್ನೆ ಮಾಡಿದರು. ನಾಳೆದಿನ ಹಿರಿಗೌಡರ ಕೊನೆಯ ಮಗಳನ್ನು ನೋಡಲು ಒಂದು ಪ್ರಶಸ್ತವಾದ ಸಂಬಂಧ ಬರುತ್ತಿತ್ತು. ಅದನ್ನು ನಿಶ್ಚಯಮಾಡಿಬಿಡಬೇಕೆಂದು ಗೌಡರ ತರಾತುರಿ ಅದು ಮುಗಿಯದೇ ಅವರು ಮೈಥಿಲಿಪುರ ಬಿಡುವಂತಿರಲಿಲ್ಲ.

"ಯಾಕಿಷ್ಟು ಆತುರ? ಏನಾದ್ರೂ..... ವಿಶೇಷಾನಾ?" ಅವನನ್ನ ಕೇಳಿದರು. "ಅಂಥದ್ದು ಏನು ಇಲ್ಲ ಅನ್ನಿಸುತ್ತೆ. ಇದ್ದಕ್ಕಿದ್ದಂಗೆ ಹೋಗಿ ಕರ್ಕೊಂಡ್ಬಾಂದ್ರು ಅಷ್ಟೆ" ಎಂದ ನಾರಾಯಣ.

ಚಿಂತಿಸುವಂತಾಯಿತು ರಾಧಾಕೃಷ್ಣಯ್ಯನವರಿಗೆ. ಕರಿಗೌಡರು ತಂದೆಯಂತೆ, ಸ್ವಂತ ಅಣ್ಣನಂತೆ ನೋಡಿಕೊಂಡಿದ್ದರು. ಅವರನ್ನು ನೆನೆದರೆ ಕೃತಜ್ಞತೆಯಿಂದ ಅವರೆದೆ ಭಾರವಾಗಿತ್ತು.

ಹಿರಿಗೌಡರ ಕೈ ಮುಗಿದು ಕೇಳಿಕೊಂಡಿದ್ದರು. ಈ ಮಗುವಿನ ತಲೆ ಮೇಲೆ ನಾಲ್ಕು ಅಕ್ಕಿ ಕಾಳು ಹಾಕದ ಹೊರ್ತು ಈ ಊರು ಬಿಟ್ಟು ಹೋಗಬಾರ್ದು. ನಂಗೆ ಅದೊಂದು ಕೊರಗಾಗ್ಬಿಟ್ಟಿದೆ. ಇವ್ಳ ಮದ್ವೇ ಆಗದ ಹೊರ್ತು ಗೌಡರ ಆತ್ಮಕ್ಕೆ ಶಾಂತಿ ಇಲ್ಲ" ಕಣ್ಣೀರುಗರೆದಿದ್ದರು.

"ಮದ್ವೇನೆ ಬೇಡಾಂತ ಕೂತಿದ್ದಾನೆ. ಇವ್ನ ತಲೆ ಮೇಲೆ ಒಂದು ಹಾಕಿ ತಾಳಿ ಕಟ್ಟೋಕೆ ಒಪ್ಸಿ. ನಿಮ್ಮ ಎದುರಿನಲ್ಲೇ ನಿಶ್ಚಿತಾರ್ಥ ಮುಗ್ದು ಹೋಗ್ಲಿ" ಇದು ಸೂರ್ಯನ ಅಪ್ಪನ ಮಾತುಗಳು. ಅವನು ವಿವಾಹದ ಸುದ್ದಿ ಎತ್ತಿದರೆ ಎದ್ದು ಹೋಗುತ್ತಿದ್ದ.

ಇಂಥ ಹತ್ತಾರು ಸಮಸ್ಯೆಗಳು ಅವರನ್ನ ಸುತ್ತಿಕೊಂಡಿತ್ತು. ಇದನ್ನು ಹೇಗೆ ಬಿಡಿಸಿಕೊಂಡು ಹೋಗುವುದು? ಅವರಿಗೊಂದೂ ತೋಚಲಿಲ್ಲ.

"ವನಜ.... ಏನು ಹೇಳ್ತೀಯ?" ಗಂಡನ ಮಾತಿಗೆ ಆಕೆ ಮೇಲೆ ಕೆಳಗೆ ನೋಡಿದರು. "ಗಿರಿಜಮ್ಮನ ಸೊಸೆಗೆ ಇಂದೋ, ನಾಳೆಯೋ ಹೆರಿಗೆ ಆಗ್ಬಹ್ದು. ಅವ್ರು ನಾನು ಇದ್ದೀನಿ ಅನ್ನೋ ಧೈರ್ಯದ ಮೇಲೆ ಆ ಹುಡ್ಗೀನ ತವರಿಗೆ ಕಳುಹಿಸಲಿಲ್ಲ. ಈಗ ಹೇಗೆ ಹೋಗೋದು?" ಚಡಪಡಿಸಿದರು.

ನಾರಾಯಣನ ಊಟ ಆಯಿತು. ಕೂತು ಮಾತಾಡಿದ. ಹೊರಡುವ ಸೂಚನೆ ಕಾಣದಾಗ ಅವನಿಗೆ ಆಶ್ಚರ್ಯವಾಯಿತು.

"ಬೇಗ ಹೊರಟುಬಿಟ್ರೇ.... ಒಳ್ಳೇದು. ಯಜಮಾನ್ರು ಮನೆಯಲ್ಲೇ ಇದ್ರು. ಗೇಟಿನ ಕಡೆಗೆ ನೋಡ್ತಾ ಇರ್ತಾರೆ."

"ಇದ್ದಕ್ಕಿದ್ದಂಗೆ ಹೊರಡೋಕೆ ಆಗೋಲ್ಲ. ನಾಳೆ ಗೌಡರ ಮಗಳ ಮದ್ವೆ ನಿಶ್ಚಯ ಆಗೋದಿದೆ. ಇನ್ನು ಸೂರ್ಯನನ್ನು ಮದ್ವೆಗೆ ಒಪ್ಪಿಸಬೇಕು. ಇಂಥ ಹತ್ತು ಹಲವು ತಾಪತ್ರಯಗಳು ಇವೆ. ಇವೆಲ್ಲ ಮುಗ್ದ ಕೂಡಲೇ ಬರ್ತೀನೀಂತ ಭಾಸ್ಕರನಿಗೆ ಹೇಳು." ಎಂದಾಗ ನಾರಾಯಣನಿಗೂ ಕಕ್ಕಾಬಿಕ್ಕಿಯಾಯಿತು.

ಅರ್ಥ ಮಾಡಿಕೊಂಡವರಂತೆ ಹೇಳಿದರು. "ಭಾಸ್ಕರನಿಗೆ ಬರ್ತೀವೀಂತ ಹೇಳು. ಕೃಷ್ಣನನ್ನ ಕರ್ಕೊಂಡ್ಬಂದಿದ್ರೆ ಚೆನ್ನಾಗಿತ್ತು." ಅದರಲ್ಲಿ ಒಂದು ಮಾತು ಸೇರಿಸಿಬಿಟ್ಟರು.

ಅದಕ್ಕೆ ನಾರಾಯಣ ಏನು ಹೇಳಲಿಲ್ಲ. ಆಗಾಗ ಕೃಷ್ಣ "ನಾನು ಮೈಥಿಲಿಪುರಕ್ಕೆ ಹೋಗ್ತೀನಿ" ಎಂದು ಹೇಳಿಕೊಳ್ಳುತ್ತಿದ್ದ. ಅದಕ್ಕೆ ಯಜಮಾನರ ಒಪ್ಪಿಗೆ ಇಲ್ಲವೆಂದು ನಾರಾಯಣನಿಗೆ ಗೊತ್ತು.

"ಒಮ್ಮೆ ಬಂದ್ದಿದ್ರಾಗಿತ್ತು......" ತಲೆ ಕೆರೆದುಕೊಂಡ ನಾರಾಯಣ "ಈಗ್ಬಂದ್ರೆ.... ಮತ್ತೆ ಇಲ್ಲಿಗೆ ಕಳಿಸೋಕೆ ಭಾಸ್ಕರ ಒಪ್ಪೋಲ್ಲ. ಕೃಷ್ಣನ ಹಟಾನು ತುಂಬಾ ಇರುತ್ತೆ. ಒಂದೆರಡು ಕೆಲ್ಸ ಮುಗ್ಸಿಕೊಂಡು ನಾವೇ ಬಂದ್ಬಿಡ್ತೀವಿ" ಎಂದರು ರಾಧಾಕೃಷ್ಣಯ್ಯ.

ನಾರಾಯಣ ಬಂದು ಎರಡು ಗಂಟೆಯಷ್ಟು ವೇಳೆಯಾಗಿತ್ತು. ಅಷ್ಟರಲ್ಲಿ ಬಂದವರು ಹಲವರು. ಒತ್ತಡಗಳು, ಒತ್ತಾಯಗಳು ತಾವು ಇದ್ದು ನಡೆಸಿಕೊಳ್ಳಬೇಕೆಂಬ ಮಾತುಗಳನ್ನು ಕೇಳಿ ದಿಗ್ಭ್ರಾಂತನಾದ.

ಈ ಊರಿನಲ್ಲಿ ರಾಧಾಕೃಷ್ಣಯ್ಯನವರ ಸ್ಥಾನ, ಪ್ರತಿಷ್ಠೆಗಳೇ ಬೇರೆಯೆನಿಸಿತು. ಯಾವ ರಾಜಕೀಯ ಮುಖಂಡನಿಗೂ ಸಿಗಲಾರದಷ್ಟು ಆದರ ಗೌರವಗಳು ಅವರಿಗೆ ಲಭ್ಯವೆಂದು

ಕಡಿಮೆ ವೇಳೆಯಲ್ಲಿಯೇ ತಿಳಿದುಕೊಂಡಿದ್ದ. ಕೆಲವರಿಂದ ಮಾನ್ಯನಾಗಬೇಕಿದ್ದರೂ ಬಹಳಷ್ಟು ಸಾಧನೆ ಬೇಕಿತ್ತು. ಇಡೀ ಊರಿನ ಕೇಂದ್ರ ಬಿಂದುವೇ ಆತ ಎನ್ನುವಂತೆ ಜನರು ಅಭಿಮಾನದಿಂದ ನೋಡುತ್ತಿದ್ದರು.

ಕಾರು ಗೇಟಿನ ಹೊರಗೆ ನಿಂತಾಗಲೇ ಭಾಸ್ಕರ ಇಣಕಿದ. ಒಳಗೆ ಬಂದಾಗ ಇಳಿದಿದ್ದು ನಾರಾಯಣ ಮಾತ್ರ. ಅವನ ಹುಬ್ಬೇರಿತು. ಇದು ಅಭಿಮಾನಕ್ಕೆ ಬಿದ್ದ ಪೆಟ್ಟು.

"ಬರ್ಲಿಲ್ಲ, ಬರ್ತಾರಂತೆ" ಹೇಳಿದ.

ಒಳಗೆ ಹೋಗುವಂತೆ ಸನ್ನೆ ಮಾಡಿದ. ಅವನಿಗೆ ಬಂದ ಆವೇಶವನ್ನು ತಗ್ಗಿಸಿಕೊಳ್ಳವುದೇ ಕಷ್ಟವೆನಿಸಿತು. ಡಾ॥ ರಘುನಂದನ್‌ರ ಎಚ್ಚರಿಕೆಯ ನುಡಿಗಳು ಎದೆಯ ಮೇಲೆ ಭಾರವೇರಿದಂತಾಯಿತು.

"ಪಪ್ಪ...." ಕೃಷ್ಣನ ಧ್ವನಿಯೇ ಹಿಮ ಬಿಂದುಗಳ ವರ್ಷದ ಅನುಭವ ತಂದಿತು. ಎದೆಯ ಭಾರ ದಿಕ್ಕಿಲ್ಲದಂತೆ ಪರಾರಿ, ಕೈಗಳನ್ನು ಮುಂದಕ್ಕೆ ಚಾಚಿದ "ಸ್ವೀಟ್... ಪಪ್ಪ" ಅವನ ತೋಳುಗಳಲ್ಲಿ ಹುದುಗಿಹೋದ. ಕೈಯಲ್ಲಿದ್ದ ಚಾಕಲೇಟನ್ನು ತಂದೆಯ ತುಟಿಯ ಬಳಿಗೆ ಒಯ್ದು "ನಿಂಗೆ ಚಾಕಲೇಟು ಕೊಡ್ಬಾರ್ದಂತೆ...." ತುಂಟ ಅರಳು ಕಣ್ಣುಗಳಲ್ಲಿ ಗಾಂಭೀರ್ಯ ಮೂಡಿದಾಗ ಮಗನ ಕಣ್ಣುಗಳನ್ನು ನೋಡಿಯೇ ನೋಡಿದ. ಲೊಚ ಲೊಚನೆ ಅವನ ಮುಖದ ತುಂಬೆಲ್ಲ ಮುತ್ತಿನ ಮಳೆಗರೆದ.

ಸುತ್ತಲಿನ ಹಸಿರು ಒಮ್ಮೆಲೆ ನಳನಳಿಸಿ ಸುಂದರ ಸಸ್ಯೋಧ್ಯಾನವಾದಂತೆ ಅನುಭವವಾಯಿತು. ಇಂಥ ಮಧುರವಾದ ಅಪರೂಪವಾದ ಕ್ಷಣಗಳನ್ನು ಬಹಳಷ್ಟು ಕಳೆದುಕೊಂಡಿದ್ದ. ಅದರ ಬಗ್ಗೆ ಅವನಿಗೆ ಖೇದವಿತ್ತು.

ಅವನ ಕೈಯಲ್ಲಿನ ಚಾಕಲೇಟನ್ನು ಕೃಷ್ಣನ ಬಾಯಿಗೆ ಇಟ್ಟು "ಇವತ್ತು ಎಲ್ಲಿಗೆ ಹೋಗೋ ಪ್ರೋಗ್ರಾಂ ಹಾಕಿಕೊಳ್ಳೋಣ?" ಕೆದರಿದ ಮಗನ ಕ್ರಾಪನ್ನು ಸರಿಮಾಡಿದ, ತಟ್ಟನೇ ಹೇಳಿದ "ಮೈಥಿಲಿಪುರಕ್ಕೆ, ಅಲ್ಲಿ ಸೂರ್ಯ ಅಂಕಲ್ ಇದೆ. ತುಂಬಾ ಒಳ್ಳೇದು" ಭಾಸ್ಕರ ನಕ್ಕ, ಮನದಲ್ಲಿ ಮಾತ್ರ 'ಎಲಾ ಸೂರ್ಯ ನಮ್ಮಪ್ಪ, ಅಮ್ಮನನ್ನು ಮಾತ್ರ ಹಾಕಿಕೊಳ್ಳಲಿಲ್ಲ. ನನ್ನ ಮಗನ ಮೇಲೂ ಬಲೆ ಬೀಸಿಬಿಟ್ಟಿದ್ದೀಯಾ' ಮನದಲ್ಲೇ ಬೈದುಕೊಂಡ.

"ಯಾವಾಗ ಹೋಗೋದು" ಭಾಸ್ಕರನ ಕೆನ್ನೆಯ ಮೇಲೆ ಗೆರೆಗಳನ್ನು ಎಳೆಯತೊಡಗಿದ "ಈಗ್ಬೇಡ, ಮೈಥಿಲಿಪುರ ತುಂಬಾ ದೂರ. ಇಲ್ಲೇ ಹತ್ತಿರದಲ್ಲಿ ಎಲ್ಲಾದ್ರೂ ಹೋಗೋಣ" ಅವನನ್ನು ಕೆಳಗೆ ಇಳಿಸಿದ. ಕೆಲವೊಮ್ಮೆ ಅವನ ಪ್ರಶ್ನೆಗಳಿಗೆ ಉತ್ತರಿಸುವುದೇ ಭಾಸ್ಕರನಿಗೆ ಕಷ್ಟವಾಗಿಬಿಡುತ್ತಿತ್ತು.

ಅಲ್ಲಿನ ಪೂರ್ತಿ ವಿವರವನ್ನು ನಾರಾಯಣನಿಂದ ತಿಳಿಯಬೇಕಿತ್ತು. ಮಗನನ್ನು ಆಡಲು ಕಳಿಸಿ ಅವನನ್ನು ಕರೆದ.

"ಯಾಕೆ.... ಬರ್ಲಿಲ್ಲ?" ಕೇಳಿದ.

ಇಂಥ ಪ್ರಶ್ನೆಗೆ ಉತ್ತರಿಸುವುದೇ ನಾರಾಯಣನಿಗೆ ಕಷ್ಟ. ಏನು ಹೇಳಿದರೂ ಸರಿಹೋಗುತ್ತೆ? ತಲೆ ಕೆರೆದುಕೊಂಡ.

"ನಿಂಗೆ ಮಾತಾಡೋಕೆ ಬರೋಲ್ವಾ?" ರೇಗಿದ.

ತಡಬಡಿಸಿಕೊಂಡು ಹೇಳಿದ "ಒಂದಿಷ್ಟು ಕೆಲ್ಸ ಇದೆಯಂತೆ. ಅದ್ನೆಲ್ಲ ಮುಗ್ಸಿಕೊಂಡು ಬರ್ತಾರೆ" ಭಾಸ್ಕರನಿಗೆ ಇನ್ನು ಸ್ಪಷ್ಟವಾಗಿ ವಿಷಯ ತಿಳಿಯಬೇಕೆನಿಸಿತು. "ಗೌಡರ ಮಗಳ ಮದ್ವೆ ನಾಳೆ ನಿಶ್ಚಯವಾಗೋ ಹಾಗೆ ಇದೆಯಂತೆ. ಇನ್ನು ಸೂರ್ಯಪ್ಪನವರನ್ನು ಮದ್ವೆಗೆ ಒಪ್ಪಿಸೋದು. ಚೆನ್ನನ ಮಗುಗೆ ಹೆಸರು ಇಡೋದು, ಮತ್ತೆ ಇನ್ನೊಂದು...." ತಲೆ ಕೆರೆದುಕೊಂಡ "ಬೇರೆ....ಬೇರೆ... ಏನೇನೋ... ಸರಿಯಾಗಿ ಹೇಳೋಕೆ ಆಗ್ತಾ ಇಲ್ಲ" ಪೇಚಾಡಿಕೊಂಡ.

"ಎಂದೂ... ಬರ್ತೀವಿಂತ ಹೇಳಲಿಲ್ವಾ?" ಮತ್ತೆ ಕೇಳಿದ. ಇಲ್ಲವೆನ್ನುವಂತೆ ತಲೆಯಾಡಿಸಿದ. "ಇವೆಲ್ಲ ಮುಗ್ಸಿಕೊಂಡು ಬರಬಹ್ದು."

ನಾರಾಯಣ ಹೊರಟ ಮೇಲೆ ಅವನಿಗೆ ಅನ್ನಿಸಿತು. ಬಹುಶಃ ಅವರಿಗೆ ಇಲ್ಲಿಗೆ ಬರುವ ಮನಸ್ಸು ಇರಲಾರದು. ಇಲ್ಲಿಗಿಂತ ಅಪ್ರಿಗೆ ಮೈಥಿಲಿಪುರವೇ ಹೆಚ್ಚು ಪ್ರಿಯ.

ಹಿಮಾಲಯದಷ್ಟು ಎತ್ತರದಲ್ಲಿ ನಿಂತು ಅಭಿಮಾನದಿಂದ ಎದೆಯುಬ್ಬಿಸಿ ನಿಂತವನನ್ನ ನೇರವಾಗಿ ಪಾತಾಳಕ್ಕೆ ತಳ್ಳಿದಂತಾಯಿತು. ಹೆಮ್ಮೆಯ ಸೌಧ ಕಣ್ಮುಂದೆಯೇ ನುಚ್ಚು ನೂರು.

ಅಂದು ರಾತ್ರಿಯೇ ಬಿ.ಪಿ. ಹೆಚ್ಚಾಗಿ ಪ್ರಜ್ಞೆ ತಪ್ಪಿ ಡಾ॥ ರಘುನಂದನ್ ಬರುವಂತಾಯಿತು.

"ಯಾಕೆ ಬಿ.ಪಿ. ಜಾಸ್ತಿ ಆಯ್ತು? ಇದಕ್ಕೆ ನೀವು ಕಾರಣ ಕೊಡ್ಬಹ್ದು" ಪರೀಕ್ಷಿಸುತ್ತಲೇ ಕೇಳಿದರು. ಕ್ಷೀಣ ನಗೆ ಬೀರಿದ ಭಾಸ್ಕರ "ಸ್ವಲ್ಪ ಟೆನ್‌ಷನ್ ಕಡ್ಮೆ ಮಾಡ್ಕೊಂಡ್... ಶಾಂತವಾಗಿರೋದು ಕಲೀರಿ. ಈಗ್ಲೂ ಎಚ್ಚೆತ್ತುಕೊಳ್ಳಲಿಲ್ಲಾಂದ್ರೆ.... ಹೇಗೆ?" ತಮಾಷೆಯಾಗಿಯೇ ಕೇಳಿದರು.

ವಯಸ್ಸು ಚಿಕ್ಕದಾದರೂ ಭಾಸ್ಕರ ಏರಿದ ಎತ್ತರ ಸ್ವಲ್ಪ ಅತಿಶಯವೇ. ಆದರೆ ಈ ವಯಸ್ಸಿಗೆ ಕೂಡಿಕೊಂಡ ಕಾಯಿಲೆಗಳ ಪಟ್ಟಿ.

"ಮಿಸ್ಟರ್ ಭಾಸ್ಕರ್, ನಿಮ್ಮ ತಂದೆಯಪ್ರಿಗೆ ಬಿ.ಪಿ. ಶುಗರ್ ಎಲ್ಲಾ ಇತ್ತಾ? ಇರ್ಲಿಲ್ಲ, ಯಾಕೆ ಇರ್ಲಿಲ್ಲ?" ಅವರ ಮಾತಿಗೆ ಅವರೇ ನಕ್ಕು ಬಿಟ್ಟು ಆಮೇಲೆ ಗಂಭೀರವಾದರು. "ಅವರಲ್ಲಿ ಒಂದು ಶಿಸ್ತು ಇತ್ತು. ಇಂತಿಷ್ಟೆ ತಿನ್ನಬೇಕು. ಇಷ್ಟನ್ನೇ ಕುಡಿಯಬೇಕೂಂತ. ಈಗಿನ ಜನರೇಷನ್‌ನಲ್ಲಿ ಅದಿಲ್ಲ. ಅತಿವೃಷ್ಟಿ, ಅನಾವೃಷ್ಟಿಯ ನಡುವಿನ ಬದುಕೇ ನಮಗೆ ಗೊತ್ತಿಲ್ಲ. ಅದರ ಅಲ್ಪ ಸ್ವಲ್ಪ ಅರಿವು ನಮಗೆ ಇದ್ದಿದ್ದರೆ... ಇಂಥದ್ದರಿಂದ ಸುಲಭವಾಗಿ ತಪ್ಪಿಸಿಕೊಳ್ಳಬಹುದಿತ್ತು" ಎಂದವರು ಎಷ್ಟೋ ಹೊಸ ಹೊಸ ವಿಷಯಗಳನ್ನು ಅವನ ಮುಂದೆ ಬಿಡಿಸಿಟ್ಟರು.

ಭಾಸ್ಕರ ಮುಕ್ತವಾಗಿ ನಕ್ಕುಬಿಟ್ಟ "ಮಾತ್ರೆ, ಇಂಜಕ್ಷನ್ ಇಲ್ಲದೆಯೇ ನಿಮ್ಮ ಮಾತಿನಿಂದ್ಲೇ ನನ್ನ ಬಿ.ಪಿ. ತಗ್ಗಿಸೋ ಹಾಗೆ ಕಾಣುತ್ತೆ"

ಸ್ವಲ್ಪ ಜೋರಾಗಿಯೇ ನಗುತ್ತ ರಘುನಂದನ್ ಎದ್ದರು. ಈಗಿನ ವೈದ್ಯರುಗಳಿಗಿಂತ ಸ್ವಲ್ಪ ವಿಭಿನ್ನವಾದ ಸ್ವಭಾವ ಅವರದು.

ಮಂಕಾದ ವಾಣಿ ಅವನ ಬಳಿಯಲ್ಲೇ ಕೂತಳು. "ಒಂದಿಷ್ಟು ರೆಸ್ಟ್ ಜೊತೆ ಎಲ್ಲಾದ್ರೂ ಹೋಗ್ಬಂದ್ರೆ... ನಿಮ್ಮ ಆರೋಗ್ಯ ಸರಿ ಹೋಗ್ಬಹುದು" ಅವನ ಕೈಯನ್ನು ತನ್ನ ಕೈಯೊಳಗೆ ತಗೊಂಡಳು.

"ನಿನ್ನ ಆರೋಗ್ಯ, ಚೆಕ್‌ಅಪ್..." ಎಂದವ ನಕ್ಕ.

ಇಂದಿಗೂ ವಾರಕ್ಕೊಮ್ಮೆ ಚೆಕ್‌ಅಪ್‌ಗೆ ಹೋಗುತ್ತಿದ್ದಳು ವಾಣಿ. ಅನಿಮಿಕ್‌ಗೆ ಕಾರಣ ಬಹುಶಃ ಅವಳೆ. ಸಪೂರಾಗಿರಬೇಕೆಂದೋ, ಇನ್ನ ಯಾವ ಕಾರಣವೋ ಊಟ, ತಿಂಡಿಯಲ್ಲಿ ಬಹಳ ಎಚ್ಚರ ವಹಿಸಿದ್ದಳು. ಅತಿ ಗಟ್ಟಿ ಪದಾರ್ಥವನ್ನು ಅವಳು ಹತ್ತಿರಕ್ಕೆ ಸೇರಿಸುತ್ತಿರಲಿಲ್ಲ. ಎಣ್ಣೆ, ಬೇಳೆ, ಅವಳಿಗೆ ಅವಳೇ ವಿಧಿಸಿಕೊಂಡ ನಿರ್ಬಂಧ.

"ಲೀವ್ ಮಿ ಅಲೋನ್, ಸ್ವಲ್ಪ ಕೃಷ್ಣನ್ನ ಕಳ್ಸು" ಹೇಳಿದ. ಅವನ ಮನದ ನಲಿವು, ಸಂತೋಷವನ್ನು ಹಂಚಿಕೊಳ್ಳುತ್ತಿದು ಕೆಲವು ಸಂದರ್ಭಗಳಲ್ಲಿ ಮಾತ್ರ. ಸಮಸ್ಯೆ, ನೋವು ಬಂದಾಗ ಅವನೇ ನುಂಗಿಕೊಳ್ಳುತ್ತಿದ್ದ. ಅದರಿಂದಲೇ ಈಗಿನ ಸಂದರ್ಭದಲ್ಲು ವಾಣಿಯನ್ನು ಹತ್ತಿರ ಕೂಡಿಸಿಕೊಳ್ಳುವುದಕ್ಕೆ ಅವನು ಇಷ್ಟಪಡಲಿಲ್ಲ.

ಅವಳು ಭಟ್ಟರಿಗೆ ಹೇಳಿರಬಹುದು, ಅವರು ಬಂದು ತೀರಾ ಮೆಲ್ಲಗೆ "ಮಗು ಮಲಗಿದ್ದಾನೆ" ಎಂದರು. ಕಣ್ಮುಚ್ಚಿದ ಭಾಸ್ಕರ ನಿಧಾನವಾಗಿ ಕಣ್ಣು ತೆರೆದು, "ನನ್ಹತ್ರನೇ ತಂದು ಮಲಗ್ಸಿ" ಎಂದ. ಆ ಕ್ಷಣದಲ್ಲಿ ಅವನದೇ ಆದವನು ಬರೀ ಕೃಷ್ಣ ಮಾತ್ರ ಅನ್ನಿಸಿತು.

ಕೃಷ್ಣ ಅನ್ನಲು ಷುರು ಮಾಡಿದ ಮೇಲೆ ವಾಣಿ ಒಮ್ಮೆ ವಿರೋಧ ವ್ಯಕ್ತಪಡಿಸಿದಳು. "ಅದು ಹಳೇ ಹೆಸರು ಅಂತಾನೆ ತಾನೆ ಅಭಿನಾಶ್ ಅನ್ನೋ ಹೆಸರು ಇಟ್ಟಿದ್ದು. ಅದ್ನ ಹುಡ್ಕಿಕೊಟ್ಟ ನನ್ನ ಫ್ರೆಂಡ್‌ಗೆ ಐದುನೂರು ರೂಪಾಯಿ ಬಹುಮಾನ ಕೊಟ್ರಿ. ಈಗ ಕೃಷ್ಣ... ಕೃಷ್ಣ ಅಂತೀರಲ್ಲ" ನಗುತ್ತಲೇ ಅವಳ ಮೂದಲಿಕೆಯನ್ನು ತಳ್ಳಿ ಹಾಕಿದ್ದ.

"ಅದು ನನ್ನ ಮೂಢತನ ಮಾತ್ರ. ಕೆಲವು ಸರ್ವಕಾಲಕ್ಕೂ, ಸಲ್ಲುವಂಥದ್ದು. ಮಾನವೀಯ ಸಂಬಂಧಗಳು, ಕೌಟುಂಬಿಕ ಬಂಧನದ ಸೊಬಗು ಇನ್ನು ನೂರು ವರ್ಷ ಕಳೆದರೂ ಕಡಿಮೆಯಾಗದು" ಎಂದಿದ್ದ.

ಭಟ್ಟರೇ ಎತ್ತಿಕೊಂಡು ಬಂದು ಕೃಷ್ಣನನ್ನು ಅವನ ಪಕ್ಕ ಮಲಗಿಸಿದರು. ಭಾಸ್ಕರ ಅವನ ಕೈಯನ್ನು ತೆಗೆದುಕೊಂಡು ತನ್ನ ಎದೆಯ ಮೇಲಿಟ್ಟುಕೊಂಡ. ದುಃಖಾಶ್ರುಗಳು ಅತ್ತಿತ್ತ ಹರಿದವು.

ಮಂಪರು ಬಂದಂತಾಯಿತು. ಕಣ್ಣು ಮುಚ್ಚಿಕೊಂಡ. ಸೂರ್ಯ ಸ್ವಲ್ಪ ಚಿಕ್ಕವನಾದರೂ ಬುದ್ಧಿ ಬಂದಾಗಿನಿಂದ ಜೊತೆಯಲ್ಲೇ ಬೆಳೆದಿದ್ದ. 'ಭಾಸ್ಕರ, ಇದು ತಗೋ, ಅದು ತಗೋ' ಒಂದಲ್ಲ ಒಂದು ಅವನಿಗಾಗಿ ತರುತ್ತಿದ್ದ. ಒಮ್ಮೆ ಕೂಡ ಅವನು ಕೈ ನೀಡಿದ್ದೇ ಇಲ್ಲ. ಅದೇ ಹೆಚ್ಚು ನೋಯಿಸುತ್ತಿದ್ದುದು ಭಾಸ್ಕರನನ್ನು.

ಹಾಲು, ಮೊಸರು, ತುಪ್ಪ ತರಕಾರಿ ಎಲ್ಲವನ್ನು ಒದಗಿಸುತ್ತಿದ್ದ ಮೈಥಿಲಿಪುರದ ಜನರು ಅವನ ದೃಷ್ಟಿಯಲ್ಲಿ ಮೇಲಿದ್ದರು. ಇಂದಿಗೂ ಕೆಳಗಿನ ಸ್ಥಾನವನ್ನು ಅವನು ಸಹಿಸನು. ಅದಕ್ಕೆಯೇ ಹಿಂದಿನ ಬದುಕಿನ ಎಲ್ಲಾ ರೆಂಬೆಗಳನ್ನು ಕತ್ತರಿಸಿ ಕತ್ತರಿಸಿ ಚೆಲ್ಲಿಬಿಡಬೇಕೆಂಬುವುದು ಅವನ ಹಂಬಲ. ಆದರೆ ಆ ಮರಕ್ಕೆ ಜೋತುಬಿದ್ದಿದ್ದರು ಅವನಪ್ಪ, ಅಮ್ಮ.

"ತಾತ..... ತಾತ..." ಪಕ್ಕದಲ್ಲಿದ್ದ ಕೃಷ್ಣ ಕನವರಿಸಿದ.

ಭಾಸ್ಕರನ ತುಟಿಯಂಚಿನ ಮೇಲೆ ನೋವಿನ ನಗು ಮಿನುಗಿತು. ಇವನು ಕೂಡ ಅದರ ಚಿಗುರನ್ನು ತಬ್ಬಿ ಹಿಡಿದಿದ್ದ. ಅಥದ್ದರಲ್ಲಿ ಆ ಮರವನ್ನು ಕಡಿದು ಉರುಳಿಸುವುದು ತನ್ನಿಂದ ಸಾಧ್ಯವೇ? ಭ್ರಮೆಯೆನಿಸಿತು ಅವನಿಗೆ.

ಸ್ವಲ್ಪ ಗಾಢವಾಗಿ ನಿದ್ದೆ ಹತ್ತಿತ್ತು. ಆಗಲೂ ಅವನ ಕನಸ್ಸಿನಲ್ಲಿ ಸೂರ್ಯ, ಮೈಥಿಲಿಪುರದ ಜನರೇ ಅವನ ಸುತ್ತಲೂ ಇದ್ದರು.

"ಪಪ್ಪ....ಪಪ್ಪಾ..." ಕೃಷ್ಣ ಎಬ್ಬಿಸಿದ.

ಎರಡು ಕೈಯನ್ನು ಹೊಸೆದು ಬಿಚ್ಚಿ "ನೀನು ಮಾಡು"...... ಎಂದವನು. "ಕೂಗ್ರೆ..." ಎಂದು ಷುರು ಮಾಡಿದ. ಲೀಲಾಜಾಲವಾಗಿ ಹರಿದು ಬಂದ ಶ್ಲೋಕ ಕೇಳಿದ. ಅಂಥ ಅಭ್ಯಾಸ ಅವನಿಗೂ ಇತ್ತು. ಹಾಸ್ಟಲ್ ಸೇರಿದ ಮೇಲೂ ಬಿಟ್ಟಿರಲಿಲ್ಲ. ಮದುವೆಯಾದ ಮೇಲೆ ತಪ್ಪಿ ಹೋಗಿತ್ತು.

"ಇದೆಲ್ಲ ತಾತ ಹೇಳಿಕೊಟ್ಟಿದ್ದು. ಅಜ್ಜಿ, ತಾತ ಯಾವಾಗ್ಬರ್ತಾರೆ" ಅವನದು ಹಳೆಯ ರಾಗವೇ "ಅವ್ರಿಗೆ ಅಲ್ಲಿ ತುಂಬ ಕೆಲ್ಸ ಇದೆಯಂತೆ. ಅದ್ನೆಲ್ಲ ಮುಗ್ಸಿಕೊಂಡು ಬರ್ತಾರೆ" ಎಂದ. ಕೃಷ್ಣನಿಗೆ ಮಾತ್ರ ಅದು ಒಪ್ಪಿಗೆ ಇಲ್ಲ. "ನಾವೇ ಹೋಗೋಣ, ಪಪ್ಪ...."

ಅವನನ್ನು ಎಡಗೈಯಿಂದ ಬಳಸಿ ಹತ್ತಿರಕ್ಕೆಳೆದುಕೊಂಡ "ಈಗ ಡಾಕ್ಟ್ರು ಎಲ್ಲಿಗೂ ಹೋಗ್ಬಾರ್ದೂಂತ ಹೇಳಿದ್ದಾರೆ. ಇನ್ನ ಕೆಲವು ದಿನ ಬಿಟ್ಟು ಹೋಗೋಣ" ಅವನ ಭುಜ ನೇವರಿದ.

ಈಗ ಸೂರ್ಯ ಬಹಳ ಅದೃಷ್ಟವಂತನಾಗಿ ಕಂಡ. ಈ ಬಂಗ್ಲೆ, ಕಾರು, ಹಣಕ್ಕಿಂತ ಅವನೇ ಅವರಿಗೆ ಪ್ರಿಯನಾಗಿಬಿಟ್ಟ.

ಭಾಸ್ಕರನ ಅವುಡುಗಳು ಬಿಗಿದುಕೊಂಡವು. 'ಸೂರ್ಯ, ನಾನು ನಿನ್ನ ಸುಮ್ನೇ ಬಿಡೋಲ್ಲ. ಉಪಕಾರದ ಉರುಳಲ್ಲಿ ನಮ್ಮಪ್ಪ, ಅಮ್ಮನನ್ನು ನನ್ನಿಂದ ಕಸಿದುಕೊಳ್ಳಬೇಡಿ, ಇಂಥದ್ದೇ ಬಡಬಡಿಕೆ ಅವನದು.

ಕೃಷ್ಣ ಎದ್ದು ಹೋದ ಅರ್ಧಗಂಟೆಗೆ ಡಾಕ್ಟರ್ ಬಂದರು. "ಒಂದು ವಾರ ನರ್ಸಿಂಗ್ ಹೋಂನಲ್ಲಿ ಇದ್ಬಿಡಿ. ಪೂರ್ತಿ ರೆಸ್ಟ್ ಸಿಗುತ್ತೆ" ಡಾ॥ ರಘುನಂದನ್ ತಮಾಷೆ ಮಾಡುತ್ತಲೇ ಬಿ.ಪಿ. ಚೆಕ್‌ಮಾಡುವ ಇನ್ಸ್ಟ್ರುಮೆಂಟ್ ತೆಗೆದರು.

ಅವರು ಹೊರಡುವಾಗ ಇನ್ನೊಂದು ಸಲಹೆ ಕೊಟ್ಟರು "ಸ್ವಲ್ಪ ಛೇಂಜ್ ಇರಲಿ, ಯಾರಾದ್ರೂ ನೆಂಟರ ಮನೆಗೆ ಹೋಗಿ ಅಲ್ಲಿನ ಗಂಡ, ಹೆಂಡ್ತಿ ಕಿತ್ತಾಟ, ಮಕ್ಳು ಪರದಾಟ... ನೋಡಿದಾಗ ಒಂದು ತರಹ ಇರುತ್ತೆ. ಪ್ರಯತ್ನಿಸಿ ನೋಡಿ" ಕಣ್ಣೊಡೆದರು.

ಬರೀ ಹ್ಹೂಗುಟ್ಟಿದ. ಅವನಿಗೆ ಬುದ್ಧಿ ಬಂದ ಮೇಲೆ ನೆಂಟರು ಅಂತ ಹೇಳಿಕೊಳ್ಳುವ ಯಾವ ಜನವೂ ಅವರ ಮನೆಗೆ ಬಂದಿರಲಿಲ್ಲ. ಇವರುಗಳು ಕೂಡ ಎಲ್ಲಿಗೂ ಹೋಗಿರಲಿಲ್ಲ.

"ನಮ್ಗೆ ನೆಂಟರು ಇಲ್ಲವೇನಪ್ಪ?" ಒಮ್ಮೆ ಕೇಳಿದ.

"ಮೈಥಿಲಿಪುರದ ಜನರೇ ನಮ್ಗೆ ಎಲ್ಲಾ. ಒಪ್ಪತ್ತು ಊಟ ಹಾಕಬಲ್ಲ ಈ ರಾಧಾಕೃಷ್ಣಯ್ಯಂತ ಯಾವ ಬಂಧುಗಳು ಊಹಿಸೋದು ಕೂಡ ಇಲ್ಲ. ಅಂಥದ್ದರಲ್ಲಿ ನಮ್ಗೆ ಎಲ್ಲಿಯ ನೆಂಟರು?" ನಿಟ್ಟುಸಿರು ದಬ್ಬಿದ.

ಹೌದು ರಾಧಾಕೃಷ್ಣಯ್ಯನವರು ಎಂದೂ ಏರುವ ಗತಿಯಲ್ಲಿ ಹೆಜ್ಜೆಗಳನ್ನು ಇಟ್ಟಿರಲಿಲ್ಲ. ಇದ್ದಿದ್ದಕ್ಕೆ ಸಂತೃಪ್ತಿಪಟ್ಟುಕೊಂಡು ಇದ್ದುಬಿಟ್ಟಿದ್ದರು. ಅದೇ ಗೌಡರ ಜೋಪಡಿ, ವರ್ಷಕ್ಕೊಮ್ಮೆ ಸುಣ್ಣ ಹಚ್ಚಿಕೊಡುವ ಹನುಮಂತ, ಮಳೆಗಾಲದಲ್ಲಿ ಮಣ್ಣು ಹಾಕಿ ಸೋರದಂತೆ ರಿಪೇರಿ ಮಾಡುವ ಚೆನ್ನ-ಇದಿಷ್ಟರಲ್ಲಿ ಯಾವುದೇ ಬದಲಾವಣೆ ಇಲ್ಲ.

"ಒಂದೆರಡು ಎಕರೇ ಜಮಿನು, ಒಂದಿಷ್ಟು ತೋಟ ಮಾಡ್ಕೊಳ್ಳಿ" ಎಂದು ಹಿರಿಗೌಡರು ಬದುಕಿದ್ದಾಗಲೇ ಹೇಳಿದ್ದರು. "ಅಯ್ಯೋ ನನಗ್ಯಾಕೆ! ಬೇಸಾಯದ ಕೆಲ್ಸ ಅಷ್ಟು ಸರಿಯಾಗಿ ಬರೋಲ್ಲ. ದಿನ ಪೂರ್ತಿ ಪಾಠದ ಜೊತೆ ಯಾವುದಾದರೊಂದು ಕೆಲ್ಸವಿರುತ್ತೆ. ಸಾಕು ಬರೋ ಆದಾಯ ಹೊಟ್ಟೆ ಬಟ್ಟೆಗೆ" ನಿರಾಕರಿಸಿಬಿಟ್ಟಿದ್ದರು.

ಇಷ್ಟಕ್ಕೆ ಇಷ್ಟು ಎಂದು ವಸೂಲಿ ಮಾಡಿದ್ದರೆ ಸಾಕಷ್ಟು ಆಸ್ತಿ ಆಗಿರುತ್ತಿತ್ತು. ಅತ್ತ ಅವರ ಮನಸ್ಸೆಂದೂ ಏರಿರಲಿಲ್ಲ. ಅವರ ಜೀವನದ ಮೌಲ್ಯಗಳೇ ಬೇರೆ ಇದ್ದವು. ಹಣ, ಕಾಸು, ಜನ ಬಯಸುವ ಅಂತಸ್ತು ಇಲ್ಲದ ಇವರಿಗೆ ಯಾರೂ ನೆಂಟರು ಇಲ್ಲ.

ವಾಣಿಯನ್ನು ಕರೆದು ಹೇಳಿದ.

"ಡಾಕ್ಟ್ರು ನೆಂಟರ ಮನೆಗೆ ಹೋಗೋಕೆ ಸಲಹೆ ಕೊಟ್ಟಿದ್ದಾರೆ. ನಿಮ್ಮಪ್ಪನಿಗೆ ಪತ್ರ ಬರೀ, ಅಲ್ಲಿಗೆ ಹೋಗ್ಬಿಡೋಣ, ಒಂದೆರಡು ತಿಂಗ್ಳು." ಯಾಕೋ ಅವಳ ಕಣ್ಣುಗಳು ಒಪ್ಪಿಗೆ ಸೂಚಿಸಲಿಲ್ಲ.

"ಬೇಡ, ಅಲ್ಲಿ ಅವರದೇ ಬೇಕಾದಷ್ಟು ಸಮಸ್ಯೆಗಳು ಇವೆ. ಆಗ ಕ್ವಾರ್ಟಸ್ ಇತ್ತು. ಈಗ ಸಣ್ಣದಾದ ಫ್ಲಾಟ್, ನಾವು ಹೋಗೋದ್ರಿಂದ ಅವರಿಗೆ ತೊಂದರೆ. ನನ್ನ ಪತ್ರಕ್ಕೆ ನಮ್ಮ ಡ್ಯಾಡಿ ಬರ್ಬೇಡಿ ಎಂದು ಬರೆದರೂ ಹೆಚ್ಚಲ್ಲ" ಎಂದ ವಾಣಿ ಆ ಕಡೆಗೆ ಒಂದು ತೆರೆ ಎಳೆದುಬಿಟ್ಟಳು.

ನೆಂಟರು, ಬಂಧುಗಳ ವಿಷಯ ಅಲ್ಲಿಗೆ ಮುಗಿದುಹೋಯಿತು. ಇನ್ನ ಸ್ನೇಹಿತರು ಮೈಥಿಲಿಪುರ ಬಿಟ್ಟ ಮೇಲೆ ಸಾಕಷ್ಟು ಜನರ ಪರಿಚಯ, ಸ್ನೇಹ ಆಗಿದ್ದರೂ ಅದು ಆತ್ಮೀಯತೆ ಮಟ್ಟ ಮುಟ್ಟಿರಲಿಲ್ಲ. ಸಂತೋಷಕೂಟ, ಸಮಾರಂಭಕ್ಕೆ ಕರೆದರೆ ಭಾಗವಹಿಸಿ 'ವಿಶ್' ಮಾಡಿ ಹೋಗುವಂಥ ಜನರೇ ಇನ್ನ ಹೋಗುವುದೆಲ್ಲಿಗೆ?

ಹಾಲು ತಂದು ಕೊಟ್ಟ ಭಟ್ಟರು ಅಲ್ಲೇ ನಿಂತರು. "ಡಾಕ್ಟ್ರು, ಸಲಹೆ ಸರಿಯೆನ್ನಿಸುತ್ತೆ. ಒಂದಷ್ಟು ದಿನ ಬದಲಾವಣೆಗಾಗಿಯಾದ್ರೂ... ಎಲ್ಲಾದ್ರೂ ಹೋಗ್ಬನ್ನಿ" ಹೆಚ್ಚು ಕಳವಳಗೊಂಡು ಹೇಳಿದರು.

"ಅದನ್ನೇ ಯೋಚ್ನೇ ಮಾಡ್ತಾ ಇದ್ದೀನಿ ಎಲ್ಲಿಗೆ ಹೋಗೋದು?" ಹಾಲಿನ ಲೋಟ ಕೈಗೆ ತೆಗೆದುಕೊಂಡು ದಿಂಬಿಗೊರಗಿಕೊಂಡರು. "ಭಟ್ಟರೇ ನಿಮ್ಮ ನೆಂಟರು ಎಲ್ಲೆಲ್ಲಿ ಇದ್ದಾರೆ?" ಕೇಳಿದ.

ಅವರಿಗೆ ಹೆಚ್ಚು ಸಂಕೋಚವೆನಿಸಿದರೂ ದೊಡ್ಡ ಪಟ್ಟಿಯನ್ನೇ ಕೊಟ್ಟರು. ಅಷ್ಟು ಬಂಧುಗಳನ್ನು ಪಡೆದ ಅವರು ಪುಣ್ಯಾತ್ಮರೇ ಎಂದುಕೊಂಡ.

"ನೀವು ಯಾರ ಮನೆಗಾದ್ರೂ ಹೋಗಿ ಒಂದೆರಡು ತಿಂಗ್ಳು ಇದ್ದು ಬರೋಕೆ ಸಾಧ್ಯನಾ?" ಅವನ ಮಾತಿಗೆ ನಾಚಿಕೊಂಡೇ ಬಿಟ್ಟರು. "ಯಾಕೆ ಸಾಧ್ಯವಿಲ್ಲ? ಒಂದು ತಿಂಗಳೇನು ವರ್ಷವಿದ್ರೂ ನಡೆಯುತ್ತೆ. ಸಾಕಿದ್ದು ಸೋದರಮಾವ, ಅವ್ನ ಮನೆಯಲ್ಲಿ ಐವತ್ತೆಂಟು ಜನ ಇದ್ದಾರೆ. ಪ್ರತಿದಿನ ಯಾರಾದ್ರೂ ಬಂಧುಗಳು ಬಂದು ಇದ್ದು ಊಟ ಮಾಡ್ಕೊಂಡ್ ಹೋಗ್ಬೇಕು. ಇಲ್ಲದಿದ್ರೆ... ಅವ್ರಿಗೆ ಸಮಾಧಾನವಿಲ್ಲ. ನನ್ನ ಹೆಂಡ್ತಿಯ ಮೂರು ಹೆರಿಗೆ ಮಾಡಿದೋರು ಅವರೇ. ಇನ್ನ..." ಹೀಗೆಯೇ ಹೇಳಿಕೊಂಡು ಹೋದ ಬಾಂಧವ್ಯ ಕೊಂಡಿಯ ಉದ್ದ, ಅಗಲದ ಜೊತೆ ಬಿಗುವು ಕಂಡಿತು.

ಭಾಸ್ಕರನ ಕಣ್ಣುಗಳಿಂದ ಆನಂದಭಾಷ್ಪಗಳು ಉದುರುವುದು ಬಾಕಿ ಇತ್ತು.

"ಈ ಸಲ ರಜ ಹಾಕಿದಾಗ ನಿನ್ನ ನೆಂಟರನ್ನೆಲ್ಲ ಕಂಡು ಬರೋ ಆಸೆ. ನಂಗೆ ಅಂಥ ಜನರ ನಡುವೆ ಒಂದೊಂದು ದಿನವಾದ್ರೂ ಇದ್ದು ಬರಬೇಕೆನಿಸಿದೆ" ಸಂತೋಷದಿಂದ ಹೇಳಿಕೊಂಡ.

ಭಟ್ಟರ ಮುಖ ಹಿಗ್ಗಿ ಹೀರೇಕಾಯಿ ಆಯಿತು.

"ಖಂಡಿತ ಬರ್ಬೇಕು. ಸರಳವಾದ ಜನ ಅವರು. ತೋರಿಕೆ, ಬೂಟಾಟಿಕೆ ಇಲ್ಲ. ತಮ್ಮ ಮಿತಿಯಲ್ಲಿ ಬಂದ ಜನಾನ ಚೆನ್ನಾಗಿ ಆದರಿಸುತ್ತಾರೆ" ತನ್ನವರ ಬಗೆಗಿನ ಹೆಮ್ಮೆ ಭಟ್ಟರ ಮುಖದಲ್ಲಿ ತೇಲಿತು.

ಯಜಮಾನರು ಸ್ವಲ್ಪ ಮೆತ್ತಗಾಗಿದ್ದಾರೆ ಅನ್ನಿಸಿತು. ನಾರಾಯಣ, ಭಟ್ಟರಿಗೆ ಮೊದಲಿನ ದರ್ಪ, ಸಿಡುಕುತನವಿರಲಿಲ್ಲ. ಹೆಚ್ಚು ಅವರೊಂದಿಗೆ ಮಾತಾಡುತ್ತಿದ್ದುದೇ ಅಪರೂಪ.

ಈಗ ಫ್ಯಾಕ್ಟರಿಯಿಂದ ಮನೆಗೆ ಬಂದರೆ ಕ್ಲಬ್, ಫ್ರೆಂಡ್ಸ್ ಎಂದು ಹೋಗುತ್ತಿರಲಿಲ್ಲ. ಕೃಷ್ಣನ ಜೊತೆ ಮಾತು, ಆಟ ನಂತರ ಸಮಯ ಮಿಕ್ಕರೆ ಇವರನ್ನು ಕರೆದು ಮಾತಾಡಿಸುತ್ತಿದ್ದರು.

ಸಂಜೆ ಕೃಷ್ಣ ಬಂದಾಗ ತಿಳಿಸಿದ "ಮೈಥಿಲಿಪುರದ ಅಂಕಲ್ ಬಂದಿದ್ರು. ಮಧ್ಯಾಹ್ನದ ಲಂಚ್ ಅವರೇ ತಂದಿದ್ರು...." ಹೆಮ್ಮೆಯಿಂದ ಹೇಳಿಕೊಂಡ.

ಮಗನ ರಟ್ಟೆ ಹಿಡಿದು ಹತ್ತಿರಕ್ಕೆ ಕರೆದುಕೊಂಡು "ಬಂದಿದ್ದವ್ರು.... ಯಾರು ಗೊತ್ತಾ?" ಕೇಳಿದ. ಯೋಚಿಸುವಂತೆ ಮುಖ ಮಾಡಿದ ಕೃಷ್ಣ ""ಸೂರ್ಯ ಅಂಕಲ್.... ಮೇಡಮ್ ಫೋನ್ ಮಾಡಿ ಮಮ್ಮಿನ ವಿಚಾರಿಸಿದ್ರಲ್ಲ" ಅವನ ನೋಟೀಸಿಗೆ ಅವೆಲ್ಲ ಬರುತ್ತಿರಲಿಲ್ಲ. ಅವು ಮುಖ್ಯವಾದ ಸಂಗತಿಗಳಲ್ಲ ಎನ್ನುವುದು ವಾಣಿಯ ಅಭಿಪ್ರಾಯ.

"ಅವ್ರು ತಿಂಡಿ ತಂದ, ನೀನು ತಿಂದೆ" ಸ್ವಲ್ಪ ರೇಗುವಂತೆ ಮುಖ ಮಾಡಿದ. ಅಪ್ಪನ ಕುತ್ತಿಗೆಗೆ ಜೋತುಬಿದ್ದ ಕೃಷ್ಣ "ನೀನು ತುಂಬಾ ಒಳ್ಳೆ, ಪಪ್ಪ ಅಂತ ಸೂರ್ಯ ಅಂಕಲ್ ಹೇಳ್ತು, ನೀನು ಬಯ್ಯಬಾರ್ದು" ರಿಕ್ವೆಸ್ಟ್ ಮಾಡಿಕೊಳ್ಳುವಂತೆ ಮುಖ ಮಾಡಿದ.

ಭಾಸ್ಕರ ನಕ್ಕುಬಿಟ್ಟ.

ತಂದೆಯ ಮಡಿಲಲ್ಲಿ ಕೂತು ಒಂದೊಂದಾಗಿ ಹೇಳತೊಡಗಿದ ಕೃಷ್ಣ. ಸೂರ್ಯ ಹೇಳಿದ್ದು, ಕೇಳಿದ್ದು, ತಿನ್ನಿಸಿದ್ದು ಪ್ರತಿಯೊಂದನ್ನು ಪಟ್ಟಿ ಮಾಡಿದಂತೆ ಒಪ್ಪಿಸಿದ.

"ನೀವು ಸೂರ್ಯ ಅಂಕಲ್‌ಗೆ ಫ್ರೆಂಡ್ಸ್ ಅಂತೆ, ನಮ್ಮಣ್ಣ ಅಂದ್ರು ನಿನ್ನ. ಇನ್ನ ಏನೇನೋ... ಹೇಳಿದ್ರು....." ನಾಲ್ಕು ಪೂರ್ತಿ ತುಂಬದ ಹಾಲು ಮನದ ಕೃಷ್ಣನ ಮಾತುಗಳಲ್ಲಿ ಬೆಣ್ಣೆಯಂಥ ಮೃದುತನ, ತುಪ್ಪದಂಥ ಮಾಧುರ್ಯವಿತ್ತು.

"ನೀನು ಸೂರ್ಯ ಅಂಕಲ್‌ನ ಮನೆಗೆ ಕರೆಯಲಿಲ್ವಾ?" ಎಂದಾಗ ಕೃಷ್ಣ ಮುಖ ಸಪ್ಪಗೆ ಮಾಡಿದ. "ಕರ್ದೆ, ಇನ್ನೊಂದು ದಿನ ಬರ್ತೀನಿ, ಅಂದ್ರು" ಎಂದು ಒಂದು ಪೊಟ್ಟಣವನ್ನ ತಂದೆಯ ಕೈಗೆ ಕೊಟ್ಟ.

ಉರಿದ ಕಳ್ಳೆಕಾಯಿ ಬೀಜ, ಹುರಿಗಡಲೆ, ಎಳ್ಳು, ಕೊಬ್ಬರಿ, ಯಾಲಕ್ಕಿ, ಪಚ್ಚ ಕರ್ಪೂರವನ್ನು ಬೆಲ್ಲದ ಪಾಕದೊಂದಿಗೆ ಸೇರಿಸಿ ಕಟ್ಟಿದ ಉಂಡೆಗಳು. ಅವುಗಳನ್ನು ಮಾಡುವಲ್ಲಿ ಅವನ ತಾಯಿ ಎಕ್ಸ್‌ಪರ್ಟ್. ಇವುಗಳನ್ನು ತುಂಬಿಟ್ಟ ಡಬ್ಬಗಳು ಸದಾ ಉಗ್ರಾಣದಲ್ಲಿ ಇರುತ್ತಿದ್ದವು. ಯಾವಾಗಲೂ ಹುಡುಗರು ತಿನ್ನುವುದು ಆಕೆಗೆ ಸೇರದು. ಅದಕ್ಕಾಗಿಯೇ ಕದ್ದು ಕದ್ದು ಇವನಿಗೆ ತಂದು ಕೊಡುತಿದ್ದ. ಅವೆಂಥ..... ದಿನಗಳು! ಉಂಡೆಯನ್ನು ಕೈಯಲ್ಲಿಡಿದು ಅಂದಿನ ದಿನದ ನೆನಪಲ್ಲಿ ತೇಲಿಹೋದ.

"ಬರೀ ಬ್ಲಾಕ್ ಕಾಫೀ... ಸಕ್ಕರೆ ಉಪಯೋಗ ಪೂರ್ತಿ ನಿಲ್ಲಿಸಿಬಿಡಿ" ಡಾಕ್ಟರರ ಸಲಹೆ. ಅವನು ಬಾಯಿಗೆ ಇಡುವಂತಿರಲಿಲ್ಲ.

ಒಂದು ಉಂಡೆ ಮಗನಿಗೆ ಕೊಟ್ಟು "ಆಟ ಆಡ್ತಾ ತಿನ್ನು. ಇದರ ಮಜಾ ಗೊತ್ತಾಗುತ್ತೆ. ಕದ್ದು ತಿನ್ನೋದ್ರಲ್ಲಿ ಇನ್ನು ಮಜಾ ಇರುತ್ತೆ" ಅವನನ್ನು ಹುರಿದುಂಬಿಸಿ ಕಳುಹಿಸಿದ.

ನಾಲ್ಕು ಉಂಡೆ ಹಿಡಿದು ಹಾಲ್‌ಗೆ ಬಂದ "ವಾಣಿ ಈ ಉಂಡೆನ ಟೇಸ್ಟ್ ನೋಡು, ಹೇಗಿರುತ್ತೆ..... ಅಂದ್ರೆ..." ಭಾಸ್ಕರನ ಬಾಯಲ್ಲಿ ನೀರೂರಿತು "ನಂಗೆ ನಿಶಿದ್ಧ, ನಿಂಗೇನು ಅಂಥ ಪ್ರಾಬ್ಲಮ್ ಇಲ್ಲ..... ತಿನ್ನು" ಅವಳತ್ತ ನೀಡಿದವನು ಕಣ್ಣುಗಳಲ್ಲಿನ ಭಯ ನೋಡಿ ನಕ್ಕ. "ನಿನ್ನ ಹಲ್ಲುಗಳಿಗೆ ಇನ್‌ಷೂರ್ ಮಾಡ್ಸಿಯಾಗಿದೇಂತ ತಿಳ್ಕೊ. ಅದ್ಕೇ ಗ್ಯಾರಂಟಿ ನಾನು ಇರ್ತೀನಿ, ತಗೋ...." ಅವಳ ಕೈಯಲ್ಲಿಟ್ಟ. ಅವಳಿಗೆ ಇನ್ನು ಅನುಮಾನ.

"ನಂಗೆ..... ಅರಗೋಲ್ಲ!" ಎಂದಳು.

"ಇದ್ನ ತಿಂದು ನೋಡು! ನಾಲ್ಕು ನಾಲ್ಕು ತಿನ್ನೋ ಅಷ್ಟು ಶಕ್ತಿ ಬರುತ್ತೆ" ಪ್ರೋತ್ಸಾಹಿಸಿದ. ಅವಳು ತಿನ್ನೋವರೆಗೂ ಬಿಡಲಿಲ್ಲ. ಅರ್ಧ ತಿಂದ ಮೇಲೆ ಪೂರ್ತಿ ಸರಾಗವಾಗಿ ತಿಂದಳು "ಹೇಗಿದೆ, ಹಳ್ಳಿ ತಿಂಡಿ?" ಹುಬ್ಬು ಕುಣಿಸಿದ.

ತಕ್ಷಣ ನೆನಪಿಸಿಕೊಂಡು "ಮಧ್ಯಾಹ್ನ ಕೃಷ್ಣನ ಕಾನ್ವೆಂಟ್‌ನ ಹೆಡ್‌ಮಿಸ್ ಫೋನ್.... ಮಾಡಿದ್ರಾ?" ಹೌದೆಂದು ತಲೆದೂಗಿದಳು. "ಅವ್ರು ಸೂರ್ಯ ಕೃಷ್ಣನಿಗೆ ಮಧ್ಯಾಹ್ನದ ಲಂಚ್ ತಂದಿರೋ ಬಗ್ಗೆ ತಿಳ್ಸಿ, ಕೊಡಿಸ್ಬೋದಾಂತ... ವಿಚಾರಿಸಿದ್ರು. ನಾನು ಬೇಡಾಂದೆ. ಆಮೇಲೆ ಸೂರ್ಯನೇ ಮಾತಾಡ್ದ" ಪೂರ್ತಿ ಸತ್ಯ ಹೊರಬಿತ್ತು. ಉಸಿರು ಬಿಗಿ ಹಿಡಿದ ಭಾಸ್ಕರ ನಿಧಾನವಾಗಿ ದಬ್ಬಿದ.

"ಏನಾದ್ರೂ.... ವಿಚಾರಿಸಿದ್ರಾ?" ಅವಳ ಮುಖವನ್ನು ಅವಲೋಕಿಸಿದ "ಏನಿಲ್ಲ, ಅವ್ನೇ ಎಲ್ಲರನ್ನ ವಿಚಾರಿಸಿದ. ಆಮೇಲೆ ಒಂದಿಷ್ಟು ಮೈಥಿಲಿಪುರದ ವಿಷ್ಯ ತಿಳಿಸ್ದ. ನಂಗೆ ಇಂಟರೆಸ್ಟ್ ಇರ್ಲಿಲ್ಲ."

"ಕ್ವೈಟ್ ನ್ಯಾಚುರಲ್, ನಿನ್ನ ಗಂಡನಿಗೆ ಇರದ್ದು, ನಿನಗೇ ಹೇಗೆ ಇರುತ್ತೆ? ಹೋಗ್ಲಿ.... ಬಿಡು" ಎಂದವ ಟೀಪಾಯಿ ಮೇಲಿದ್ದ ಉಂಡೆಯ ಪೊಟ್ಟಣವನ್ನು ಕೈಗೆತ್ತಿಕೊಂಡು ಇಂದೇಕೋ ಅದು ತೀರಾ ಅಮೂಲ್ಯವೆನಿಸಿತು.

ರಾತ್ರಿ ಭಟ್ಟರು, ನಾರಾಯಣನನ್ನು ಕರೆದು ಆ ಪೊಟ್ಟಣ ಕೊಟ್ಟ "ಇದು ಸೂರ್ಯನ ತಾಯಿ ಮಾಡಿದ ತಿಂಡಿ, ಬಹಳ ರುಚಿ. ನನ್ನ ಬಹಳ ಇಷ್ಟವಾದ ತಿಂಡಿ. ಆಗ ತುಂಬ ತಿಂದಿದ್ದರಿಂದ ಈಗ ತಿನ್ನಬಾರ್ದು..... ಅನ್ನೋ ಶಿಕ್ಷೆ" ನಕ್ಕ, ಇಂದಿನ ನಗುವಿನಲ್ಲಿ ಹೊಸ ಜೀವಂತಿಕೆ ಇದ್ದಂತೆ ಕಂಡಿತು.

ಅವರಿಗೆ ಆಶ್ಚರ್ಯ ಜೊತೆಗೆ ಸಂತೋಷವು ಕೂಡ. ಮತ್ತೆ ನಾಲ್ಕು ದಿನಗಳ ನಂತರ ರಾಧಾಕೃಷ್ಣಯ್ಯನವರಿಂದ ಪತ್ರ ಬಂತು. ಇನ್ನು ಕೆಲಸ ಕಾರ್ಯಗಳ ನೆಪವೊಡ್ಡಿ ಬರುವುದನ್ನು ಮುಂದೂಡಿದ್ದರು.

ಪತ್ರವನ್ನು ವಾಣಿಯ ಕೈಗೆ ಕೊಟ್ಟ "ನೀನು ಮ್ಯಾಗಝೀನ್ ತಿರುವಿದಂತೆ ತಿರುವಬೇಡ. ಸ್ವಲ್ಪ ಮನಸ್ಸಿಟ್ಟು ಓದು. ನಿಂಗೆ ಹೇಳೋಕೆ ಸಾಧ್ಯವಾದ್ರೆ, ಹೊಳೆದರೆ ನಿನ್ನ ಅಭಿಪ್ರಾಯ ತಿಳ್ಸು" ಎಂದು ತನ್ನ ಪಾಡಿಗೆ ತಾನು ಹೋದ.

ಇತ್ತೀಚಿನ ಭಾಸ್ಕರನ ಶಾಂತತೆಯನ್ನು ಅವಳು ಮೊದಲೆಂದೂ ಕಂಡಿರಲಿಲ್ಲ. ಕಣ್ಣುಗಳಲ್ಲಿ ಈಗ ವಿಚಲತೆ ಇರಲಿಲ್ಲ. ಅವನ ನಡವಳಿಕೆ ಸ್ನೇಹ ಸಾಧುವಂತಿತ್ತು.

ಡಾಕ್ಟರರ ಬಳಿಗೆ ಹೋಗಿ ಬಂದಿದ್ದ ಭಾಸ್ಕರ ಒಂದು ನಿರ್ಧಾರಕ್ಕೆ ಬಂದಿದ್ದ. ಹೋಂ ವರ್ಕ್ ಮಾಡುತ್ತಿದ್ದ ಮಗನನ್ನು ಕರೆದು ಸಂತೋಷದ ಸುದ್ದಿ ಮುಟ್ಟಿಸಿದ.

"ನಾವೆಲ್ಲ ನಾಳೆ, ಮೈಥಿಲಿಪುರಕ್ಕೆ ಹೋಗುತ್ತಿದ್ದೇವೆ. ಹೋಗಿ ನಿನ್ನ ಮಮ್ಮಿಗೆ ಈ ವಿಷ್ಯ ತಿಳ್ಸು" ಕಳಿಸಿದ.

ಭಟ್ಟರು, ನಾರಾಯಣನನ್ನು ಕರೆದು ಮನೆಯ ಬಗೆಗೆ ಹೇಳಿದ. ಊಟದ ವೇಳೆಯಲ್ಲಿ ವಾಣಿ ಪ್ರಸ್ತಾಪಿಸಿದಳು.

"ನಾಳೆ ಮೈಥಿಲಿಪುರಕ್ಕೆ ಹೋಗುವುದು ನಿಜನಾ?"

ಹೌದೆನ್ನುವಂತೆ ತಲೆಯಾಡಿಸಿದ "ನಿನಗೇನಾದ್ರೂ ಸಮಸ್ಯೆನಾ?" ಪೂರಿ ಮುರಿಯುತ್ತ ಕೇಳಿದ. ಅವಳು ಐಸ್‌ಕ್ರೀಮ್‌ನ ಬಟ್ಟಲು ಪಕ್ಕಕ್ಕೆ ಸರಿಸಿದಳು "ನಂಗೆ ಸಮಸ್ಯೆ ಅನ್ನೋದಲ್ಲ, ಅಭಿನಾಶ್ ಈಗ್ಲೇ ಕಾಣದ ಊರಿನ ಬಗ್ಗೆ ಆಸಕ್ತಿ ಬೆಳೆಸಿಕೊಂಡಿದ್ದಾನೆ. ಇನ್ನ ಅಲ್ಲಿಗೆ ಒಮ್ಮೆ ಹೋಗಿ ಬಂದರೆ.... ಅವ್ನ ಮಾತಿಗೊಂದು ರೂಪ ಸಿಕ್ಕಂತ್ತೆ ಆಗುತ್ತೆ. ಆಮೇಲೆ ನಾವೇ ಪಶ್ಚಾತ್ತಾಪ ಪಡಬೇಕಾಗುತ್ತೆ" ಬಹಳ ವಿವೇಕದಿಂದ ಮಾತಾಡಿದಂತಿತ್ತು.

ಅವನು ಮತ್ತೊಂದು ಪೂರಿ ಹಾಕಿಕೊಂಡನೇ ವಿನಃ ಮಾತಾಡಲಿಲ್ಲ. ಅವಳು ಇನ್ನೊಂದಿಷ್ಟು ಮಾತಾಡಿದಳು. ಅದಕ್ಕೆ ಬರೀ 'ಹ್ಞೂ'ಗುಟ್ಟಿದ. ನಂತರ ನಾರಾಯಾಣನನ್ನು ಕೂಗಿ ಲಗೇಜ್ ರೆಡಿ ಮಾಡು ಎಂದಾಗಲೇ ಅವಳಿಗೆ ಆಶ್ಚರ್ಯವಾದದ್ದು. ಬೆಳಿಗ್ಗೆ ಹೋಗಿ ಸಂಜೆ ಅಥವಾ ಮಧ್ಯಾಹ್ನ, ಅದಕ್ಕೂ ಮುನ್ನ ಹಿಂದಿರುಗುವುದೆಂದು ಅವಳ ಲೆಕ್ಕಾಚಾರವಿತ್ತು.

"ಅಭಿನಾಶ್‌ನ ಬಟ್ಟೆ ನಾರಾಯಣ ಸೂಟ್‌ಕೇಸ್‌ಗೆ ಹಾಕ್ತಾ ಇದ್ದಾನೆ" ಎಂದವಳು ಮುಖವನ್ನು ನೋಡುತ್ತ "ಹೌದು, ನಿನ್ನ ಬಟ್ಟೆನೂ ರೆಡಿ ಮಾಡ್ಕೋ."

ದೊಪ್ಪೆಂದು ಹಾಸಿಗೆಯ ಮೇಲೆ ಕುಕ್ಕರಿಸಿದಳು.

ಅಲ್ಲಿನ ಮನೆಯೆನಿಸಿಕೊಳ್ಳೋದು ಮಣ್ಣಿನ ಜೋಪಡಿ. ಕೆಳಗೆ ಸಗಣಿಯಿಂದ ಸಾರಿಸಿದ ನೆಲ. ಫ್ಯಾನಿಲ್ಲ. ಪ್ರತ್ಯೇಕ ಬಾತ್‌ರೂಂಗಳ ವ್ಯವಸ್ಥೆ ಇಲ್ಲ. ಇರೋದು ಒಂದು ಚಿಕ್ಕ ಕೋಣೆ. ಅಲ್ಲಿ ಮಲಗುವುದೆಲ್ಲಿ?

ಅವಳ ತಲೆ ಚಿಟಿಚಿಟಿ ಅನ್ನಿಸತೊಡಗಿತು. ಅವಳಿಗೆ ನಂಬಲಸಾಧ್ಯವಾದ ವಿಷಯವೇ.

ರಾತ್ರಿಯ ಡಿನ್ನರ್‌ವರೆಗೂ ಸುಮ್ಮನೇ ಇದ್ದಳು. ಅವಳಿಗಂತೂ ಹೋಗಲಿಷ್ಟವಿಲ್ಲ. ಊಟದ ಮಧ್ಯೆ ಏನೇನೋ ಮಾತಾಡಿದಳು. ಎಲ್ಲಕ್ಕೂ ಮೌನ ವಹಿಸಿದ. ಆದರೆ ಕೃಷ್ಣನ ಸಂತೋಷಕ್ಕಂತು ಪಾರವೇ ಇಲ್ಲ. ತಾನು ಮೈಥಿಲಿಪುರಕ್ಕೆ ಹೋಗುವ ವಿಷಯ ಅವರ ಪಾಠದ ಮಿಸ್‌ನಿಂದ ಹಿಡಿದು ನಾರಾಯಣ, ಭಟ್ಟರಿಗೆ ಹಲವು ಸಾರಿ ಹೇಳಿದ.

ಮಲಗೋಕೆ ಮುನ್ನ ಮುಖಕ್ಕೆ ಕ್ರೀಮ್ ಹಚ್ಚುತ್ತಿದ್ದವಳನ್ನು ಓರೆ ಕಣ್ಣಿಂದ ನೋಡುತ್ತ "ನಿನ್ನ ಸೂಟ್‌ಕೇಸ್ ರೆಡಿಯಾಗಿಲ್ಲ." ವಾಣಿ ನಕ್ಕುಬಿಟ್ಟಳು. "ನಾನು ತಮಾಷೆಗೆ ಅಂದ್ಕೊಂಡಿದ್ದೆ" ಎಂದಾಗ ಸ್ವಲ್ಪ ಗಂಭೀರವಾಗಿ "ನಿಜನೇ, ಈಗ್ಹೋಗಿ ಸೂಟ್‌ಕೇಸ್ ರೆಡಿ ಮಾಡ್ಕೋ" ಹೇಳಿದ.

ಅವಳಿಗಂತು ದಿಕ್ಕು ತೋಚದಾಯಿತು. ಮೈಥಿಲಿಪುರದಂಥ ಹಳ್ಳಿಯಲ್ಲಿ ದಿನಗಟ್ಟಲೇ ಇರುವುದೆಂದರೆ ಸಾಧ್ಯವಿಲ್ಲದ ವಿಷಯವೆನಿಸಿತು. ಇದನ್ನು ಸಾಧ್ಯ ಮಾಡೋಕೆ ಹೊರಟಿರುವ ಗಂಡನ ಬಗ್ಗೆ ಅವಳಿಗೆ ಅಸಾಧ್ಯವಾದ ಕೋಪ.

"ಅಲ್ಲಿಗೆ ಈಗ ಹೋಗೋದೇಕೆ?" ಖಿನ್ನಳಾಗಿ ಕೇಳಿದಳು.

"ಬೋರ್, ಎಲ್ಲಕ್ಕೂ ಉತ್ತರಿಸೋಕೆ ನನ್ನಿಂದ ಸಾಧ್ಯವಿಲ್ಲ. ಸುಮ್ನೇ ಸೂಟ್‌ಕೇಸ್ ರೆಡಿ ಮಾಡ್ಕೋ" ಮತ್ತೆ ಮಾತಾಡಬೇಡವೆಂದು ಬಾಯಿ ಮೇಲೆ ಬೆರಳಿಟ್ಟು ಸನ್ನೆ ಮಾಡಿದ.

ಬೆಳಕು ಹರಿಯಿತು. ಸ್ವಲ್ಪ ಹೆಚ್ಚು ಕಡಿಮೆ ಮೂವರು ನಿದ್ರಿಸಲಿಲ್ಲ. ಕೃಷ್ಣನಿಗೆ ಮೈಥಿಲಿಪುರಕ್ಕೆ ಹೋಗುವ ಖುಷಿ, ಅವಳಿಗೆ ಹೇಗಪ್ಪ ಎನ್ನುವ ಚಿಂತೆ. ಭಾಸ್ಕರನ ಮನದಲ್ಲಿ ಇವೆರಡು ಮೀರಿದ ಆಂದೋಲನ.

ಬೆಳಗಿನ ಉಪಹಾರ ಮುಗಿಸಿ ಕಾರು ಹತ್ತಿದಾಗ ಭಟ್ಟರು, ನಾರಾಯಣ ಕಾರಿನ ಬಳಿಯಲ್ಲಿ ಬಂದು ನಿಂತರು.

"ಮನೆ ಕಡೆ... ಜೋಪಾನ!" ಎಂದ ಭಾಸ್ಕರ.

ಕಾರಿನ ಚಕ್ರಗಳು ಮುಂದಕ್ಕೆ ಉರುಳಿದವು. ದಾರಿಯುದ್ದಕ್ಕೂ ಕೃಷ್ಣನೊಬ್ಬನೆ ಧಾರಾಳವಾಗಿ ಮಾತಾಡುತ್ತಿದ್ದುದ್ದು. ಅವನ ದೀರ್ಘ ಪ್ರಶ್ನೆಗಳಿಗೆ ಚುಟುಕು ಉತ್ತರ ನೀಡುತ್ತಿದ್ದ ಭಾಸ್ಕರ.

ಮೈಥಿಲಿಪುರದ ಅಡ್ಡದಾರಿ ಮಣ್ಣಿನ ರಸ್ತೆಗೆ ಕಾರು ಇಳಿದಾಗ ಅದರ ಓಟವೇ ವಿಚಿತ್ರವಾಯಿತು. ಇಕ್ಕೆಲೆಗಳಲ್ಲಿ ಎದುರಾಗುತ್ತಿದ್ದ ಜನ ಆಶ್ಚರ್ಯದ ನೋಟ ಹರಿಸುತ್ತಿದ್ದರೇ ವಿನಃ ಮೊದಲಿನ ಹಾಗೆ ಉದ್ಗರಿಸುವ, ಕಾರಿಗೆ ಕೈ ಅಡ್ಡಮಾಡಿ ಮಾತಾಡಿಸುವ ಜನರೇ ಕಾಣಲಿಲ್ಲ.

ಮನೆಯ ಮುಂದೆ ಕಾರು ನಿಂತಾಗ ಹೊರ ಬಂದವನು ಸೂರ್ಯನೇ. ಆಶ್ಚರ್ಯದ ಜೊತೆ ಅವನ ಮೊಗ ಮೊರದಗಲವಾಯಿತು ಕೃಷ್ಣನನ್ನು ನೋಡಿ.

"ಕೃಷ್ಣ...." ಅವನನ್ನೆತ್ತಿಕೊಂಡು ಒಂದು ರೌಂಡ್ ಹಾಕಿಸಿ ಒಳಗೆ ಬಿಟ್ಟು ಬಂದವ ಭಾಸ್ಕರನಿಗೆ ತಾನೇ ಕಾರಿನ ಡೋರ್ ತೆಗೆದ "ವೆಲ್‌ಕಮ್.... ವೆಲ್‌ಕಮ್...." ಎಂದವ ಸೂಟ್‌ಕೇಸ್‌ಗಳನ್ನು ಒಳ ತಂದಿಟ್ಟವನು ಹಿತ್ತಲ ಬಾಗಿಲಿನಿಂದ ಹೊರಟೇಬಿಟ್ಟ.

ವನಜಮ್ಮನವರಿಗಂತೂ ಸಂತೋಷದಿಂದ ತಬ್ಬಿಬ್ಬಾಯಿತು. ಇಂಥ ಒಂದು ಸಾಧ್ಯತೆ ನಿಜವೇ ಎಂದು ಈಗಲೂ ಅನುಮಾನಿಸುತ್ತಿದ್ದರು.

"ಹೇಗಿದ್ದೀಯಾ.... ಭಾಸ್ಕರ?" ಮಗನನ್ನು ಅಕ್ಕರೆಯಿಂದ ನೋಡಿದರು. ಕಣ್ಣುಗಳು ಇನ್ನಷ್ಟು ಆಳಕ್ಕೆ ಇಳಿದಂತೆ ಗೋಚರಿಸಿತು. ತಾಯ ಕಣ್ಣುಗಳಲ್ಲಿನ ನೋವು ಅವನನ್ನು ತಡವಿ ನೋಡಿತು. "ತುಂಬ ಬಡವಾಗಿಬಿಟ್ಟಿದ್ದೀಯ!"

ಭಾಸ್ಕರ ನಕ್ಕುಬಿಟ್ಟ "ತಾಯಿ ಒಬ್ಬಳೇ ಇದನ್ನು ಹೇಳೋಕೆ ಸಾಧ್ಯ. ಅಮ್ಮ ಅನ್ನಿಸಿಕೊಂಡವಳ ಕಣ್ಣುಗಳಲ್ಲಿ ದೇವರು ದಿವ್ಯದೃಷ್ಟಿ ಇಟ್ಟಿರುತ್ತಾನೆ." ಆ ಮಮತೆಯನ್ನು ಅರಗಿಸಿಕೊಂಡ.

ಸೂಟ್‌ಕೇಸ್‌ಗಳು ಕೋಣೆಯೊಳಕ್ಕೆ ಹೋದವು. ಭಾಸ್ಕರ ಆರಾಮಾಗಿ ಬಟ್ಟೆ ಬದಲಾಯಿಸಿ ಅದೇ ಗಟ್ಟಿಮರದ ಕುರ್ಚಿಯ ಮೇಲೆ ಬಂದು ಕೂತ. ಇನ್ನೊಂದು ಕುರ್ಚಿಯ ಮೇಲೆ ಕೂತಿದ್ದ ವಾಣಿ ಜಗತ್ತು ತನ್ನ ಮೇಲೆ ಬಿದ್ದಿದೆ ಎನ್ನುವಂತೆ ಕಂಗೆಟ್ಟಿದ್ದಳು.

ಕಾಫೀ ವನಜಮ್ಮ ತಂದಿತ್ತಾಗ "ನಂಗೆ ಬೇಡ" ಎಂದಳು ವಾಣಿ. ಆಕೆ ಮುದುರಿದಂತೆ ಮುಖ ಮಾಡಿದರು. "ಭಾಸ್ಕರ ಸಿಟಿಯಿಂದ ತಂದಿರೋ ಕಾಫಿ ಪುಡಿಯೇ. ಹಾಲು ಗೌಡರ ಮನೆ ತಿಮ್ಮಂದು. ರುಚಿಯಾಗಿದೆ ತಗೋಮ್ಮ" ಬಲವಂತ ಮಾಡಿದರು. ಅವಳಂತು ಕೈ ಮುಂದಕ್ಕೆ ಚಾಚಲಿಲ್ಲ.

ಭಾಸ್ಕರ ಆ ಲೋಟ ತಗೊಂಡು ಅವಳ ಮುಂದಿಡಿದ "ಕುಡೀ, ಇದು ಅಮ್ಮನ ಕೈ ಕಾಫೀ, ಅದರ ರುಚಿನೇ ಬೇರೆ ಇರುತ್ತೆ" ಎಂದವನು ಇನ್ನಷ್ಟು ಪಕ್ಕಕ್ಕೆ ಸರಿದು "ಇಂಥ ಬಿಗುಮಾನ ಒಳ್ಳೇದಲ್ಲ" ಕಣ್ಣಲ್ಲಿಯೇ ಗದರಿದರೂ ಅದರ ತಪ್ಪಿನಲ್ಲಿ ತನ್ನ ಪಾಲೇ ಜಾಸ್ತಿಯೆಂದು ಅವನಿಗೆ ಗೊತ್ತು.

ಲೋಟ ಕೆಳಗಿಟ್ಟ ಭಾಸ್ಕರ ಮುಂದಿನ ಆವರಣದಿಂದ ಹಿಡಿದು ಹಿತ್ತಲು ಅಡಿಗೆಯ ಮನೆಯವರಿಗೂ ಓಡಾಡಿದ. ಬಾಲ್ಯದ ನೆನಪುಗಳು ಇಂದು ಮುದ ಕೊಟ್ಟವು.

ತರಕಾರಿ, ಹಾಲು, ಮೊಸರು ಹಿಡಿದು ಬಂದ ಸೂರ್ಯನ ಮನೆ ಆಳು "ಸೂರ್ಯಪ್ಪ ಸಂಜೆಗೆ ಬರ್ತಾರಂತೆ. ಇಲ್ಲೇ ಇದ್ದು ಏನಾದ್ರೂ ಕೆಲ್ಸ ಮಾಡಿಕೊಡೋಕೆ ಹೇಳಿದ್ದಾರೆ." ಎಂದವನನ್ನ ಇಂದು ಭಾಸ್ಕರನೇ ಮಾತಾಡಿಸಿದ.

"ಏನ್ಮಾಡ್ತಾ ಇದ್ದಾನೆ. ನಿಮ್ಮ ಯಜಮಾನ?"

ಅವನು ಉತ್ತರ ಹೇಳುವುದಕ್ಕೆ ಮುನ್ನ ವನಜಮ್ಮ "ಪಕ್ಕದಲ್ಲಿ ಯಾರ್ದೋ ಮದ್ವೆ, ಗೌಡರು, ನಿಮ್ಮಪ್ಪ ಕೂಡಿಯೇ ಹೋದರು. ಅಲ್ಲಿ ಸುದ್ದಿ ಮುಟ್ಟಿಸೋಕೆ ಇವ್ನೇ ಹೊರಟಿರುತ್ತಾನೆ." ಎಂದರು. ಸೂರ್ಯ ಮಾತಾಡದೇ ಹೊರಟಿದ್ದಕ್ಕೆ ಭಾಸ್ಕರ ಕಾರಣ ಹುಡುಕಿಕೊಳ್ಳಬಾರದಲ್ಲ.

"ಬರಲಿ.... ಬರಲೀ... ನನ್ನ ಕೈಯಿಂದ ಹೇಗೆ ತಪ್ಪಿಸಿಕೊಳ್ತಾನೋ ನೋಡೇಬಿಡ್ತೀನಿ" ಭಾಸ್ಕರ ಸವಾಲ್ ಎಸೆದಂತಿತ್ತು.

ಕೃಷ್ಣನಂತು ಒಳಗೆ, ಹೊರಗೆ ಓಡಾಡುತ್ತ ಹಳೆಯ ಸಾಮಾನುಗಳ ಬಗ್ಗೆ ಪ್ರಶ್ನಿಸುತ್ತ ಯಜಮಾನನಂತೆ ಓಡಾಡತೊಡಗಿದ.

ಇಂದು ಆರಾಮಾಗಿ ಬಿಳಿ ಪಂಚೆಯುಟ್ಟು, ಪೂರ್ತಿ ತೋಳಿನ ಬಿಳಿ ಷರಟು ತೊಟ್ಟ ಭಾಸ್ಕರ ಅದೇ ಛೇರ್‌ನ ಮೇಲೆ ಕೂತು ಹೊರಗೆ ಓಡಾಡುವ ಜನರನ್ನು ನೋಡುತ್ತಿದ್ದ. ಯಾವುದನ್ನು ತನ್ನ ಮುಂದಿನ ಜೀವನದಿಂದ ತೊಡೆದು ಹಾಕಬೇಕೆಂದುಕೊಂಡಿದ್ದನೋ ಅದು ಇಂದು ಹೆಚ್ಚು ಹೆಚ್ಚು ಇಷ್ಟವಾಗತೊಡಗಿತು.

ಕೆಂಪಕ್ಕಿಯ ಮಿಡ್ಡಿ ಅನ್ನ, ಬೂದುಕುಂಬಳಕಾಯಿ ಕೂಟು, ಹಸುವಿನ ತುಪ್ಪ, ಎಲೆಯ ಪಕ್ಕಕ್ಕೆ ಮಾವಿನ ಮಿಡಿಯ ಉಪ್ಪಿನಕಾಯಿ ತನ್ನ ಷುಗರ್ ಬಿ.ಪಿ. ಯನ್ನು ಪಕ್ಕಕ್ಕೆ ತಳ್ಳಿ ಅಚ್ಚುಕಟ್ಟಾಗಿ ಊಟ ಮಾಡಿದ. ಸೊಸೆಗೆ ಇನ್ನಷ್ಟು ಮುತುವರ್ಜಿಯಿಂದ ಬಡಿಸಿದರು ವನಜಮ್ಮ.

ಬಂದ ಚೆನ್ನ ಹಾಗೆಯೇ ಹಿಂದಿರುಗಲು ಹೊರಟಾಗ ಭಾಸ್ಕರ ತಡೆದ "ಯಾಕೆ ಹೊರಟೆ? ಊಟ ಮಾಡ್ಕೊಂಡ್ಹೋಗು" ಕರೆದವನು ಅವನಿಗೆ ಕೈ ತೊಳೆಯಲು ನೀರು ಕೊಟ್ಟು ತಾನೇ ಎಲೆ ಹಾಕಿದ.

ತಾಯಿ ಬಡಿಸುತ್ತಿದ್ದಂಗೆ ಮಧ್ಯೆ ಮಧ್ಯೆ ಅವನ ಸಂಸಾರ, ಮಕ್ಕಳ ಬಗೆಗೆ ವಿಚಾರಿಸುತ್ತಿದ್ದ. ಅವನಿಗಂತು ತುಂಬ ಆಶ್ಚರ್ಯ. ಕೃಷ್ಣನನ್ನು ನೋಡಲು ನರ್ಸಿಂಗ್ ಹೋಂಗೆ ಹೋದಾಗ ಎದುರು ಸಿಕ್ಕಾಗ ಮಾತಾಡಿಸುವುದಿರಲಿ, ಪರಿಚಯದ ನೋಟ ಕೂಡ ಬೀರಿರಲಿಲ್ಲ. ಅಂಥ ವ್ಯಕ್ತಿ ಇಷ್ಟು ಬದಲಾದನೆಂದರೇ-ಕನಸೋ, ನಿಜವೋ ಅವನಿಗೊಂದೂ ಅರ್ಥವಾಗಲಿಲ್ಲ.

"ಚೆನ್ನ ಸೂರ್ಯ ಎಲ್ಲಿ ಸಿಕ್ತಾನೆ" ಕೇಳಿದ.

ಎಲೆ ಬಿಸಾಕಿ ಬಂದ ಅವನು "ಅವ್ರ ಕತೆ ಕೇಳಿ, ಪುಣ್ಯಾತ್ಮರು ಇಲ್ದ ಜಾಗವೇ ಇಲ್ಲ. ಹೊಲ, ಗದ್ದೆ, ತೋಟ, ಬಯಲು, ಊರ ಆಂಜನೇಯ ಸ್ವಾಮಿ ದೇವಸ್ಥಾನ.- ಎಲ್ಲೆಂದರೇ ಅಲ್ಲಿ ಇರ್ತಾರೆ. ಕಾಲುಗಳಲ್ಲಿ ಚಕ್ರಗಳು ಇದೆ ಅನ್ನೋ ತರಹ ಓಡಾಡ್ತಾರೆ. ಮೈಥಿಲಿಪುರದಲ್ಲಿ ಯಾವ ಶುಭ, ಅಶುಭ ಕಾರ್ಯಗಳಾಗ್ಲಿ... ಮುಂದಾಳತ್ವ ಅವನದೇ. ಹಟ್ಟಿ ಮದ್ವೆಗೂ ಹೋಗಿ ತೋರಣ, ಚಪ್ಪರ ಹಾಕಿಸಿ ಮಾಡುವಂಥ ದೊಡ್ಡತನ" ಅವನು ಹೊಗಳಿಕೊಂಡ.

"ಈಗ ಎಲ್ಲಿ ಸಿಗ್ಬಹ್ದು?" ಅವನೇ ಹೊರಡಲು ಮುಂದಾದ. ಚೆನ್ನ ತಡೆದ "ಈ ರಣ ಬಿಸಿಲಿನಲ್ಲಿ ಯಾಕೆ ಹುಡ್ಕಿಕೊಂಡು ಹೋಗ್ತೀರಿ, ಎಲ್ಲಿದ್ರೂ ಹುಡ್ಕಿ ವಿಷ್ಯ ಮುಟ್ಸಿಬಿಡ್ತೀನಿ. ಅರ್ಧ ಗಂಟೆಯೊಳ್ಗೇ ಹಾಜರಾಗಿಬಿಡ್ತಾರೆ" ಚೆನ್ನ ಹೆಗಲ ಮೇಲೆ ಟವಲು ಹಾಕಿಕೊಂಡು ಹೊರಟ.

ಇಣಕಿ ಹಾಗೇ ಹೊಗುತ್ತಿದ್ದವರನ್ನು ಭಾಸ್ಕರನೇ ಮಾತಾಡಿಸಿದ್ದರಿಂದ ಒಂದಿಷ್ಟು ಬಿಗುವು ಕಡಿಮೆಯಾಗಿಹೋಯಿತು. ವನಜಮ್ಮನಿಗೂ ಸಂಭ್ರಮವೇ ಕೃಷ್ಣನಂತೂ ಬಂದವರ ಹೆಗಲೇರಿ ಮೈಥಿಲಿಪುರದ ಸೈಟ್ ಸೀಯಿಂಗ್‌ಗೆ ಹೊರಟೇಬಿಟ್ಟ.

'ಅತ್ತೆ, ಚಿಕ್ಕಮ್ಮ, ಅಮ್ಮ' ಎಂದು ಸಲಹೆ ಪಡೆಯಲು ಬರುತ್ತಿದ್ದ ಹೆಂಗಳೆಯರ ಗುಂಪನ್ನು ನೋಡಿ ವಾಣಿಗೆ ಆಶ್ಚರ್ಯ. ಪ್ರತಿಯೊಬ್ಬರನ್ನು ಆಕೆ ಪ್ರೀತಿಯಿಂದ ನೋಡುತ್ತಿದ್ದುದು, ಅವಳಲ್ಲಿ ಗೊಂದಲದ ಅಲೆಗಳನ್ನು ಎಬ್ಬಿಸಿತ್ತು. ಅವರಲ್ಲಿ ತೀರಾ ಬಡವರಿದ್ದರು. ಕೊಳಕು ಜನರಿದ್ದರು. ವನಜಮ್ಮ ಎಲ್ಲರನ್ನ ಸಮಾನ ದೃಷ್ಟಿಯಿಂದ ನೋಡುತ್ತಿದ್ದರು. ಹೇಗೆ ಸಾಧ್ಯವಾಗುತ್ತೆ ಇವರಿಗೆ? ಅವಳಿಗೊಂದು ಅರ್ಥವಾಗದು.

ಬಂದವನು ಭಾಸ್ಕರ ಕೋಣೆಯೊಳಕ್ಕೆ ಬರಲೇ ಇಲ್ಲ. ಹೊರಗೆ ಕೂತು ಅವರಿವರೊಡನೆ ಮಾತಾಡುತ್ತಿದ್ದ. ಇಲ್ಲಿ ಎಲ್ಲರ ಬಗ್ಗೆ ತಾಯಿಯನ್ನು ವಿಚಾರಿಸುತ್ತಿದ್ದ.

"ಅಮ್ಮ, ಸೂರ್ಯನ ಮನೆವರ್‍ಗೂ ಹೋಗ್ಬರ್ತೀನಿ." ಮೇಲೆದ್ದಾಗ ಬಿಸಿಲಿನ ಪ್ರಖರತೆ ನೋಡಿ "ಅವ್ನೇ ಬರ್ತಾನೆ, ಕಣೋ. ಅವ್ನ ಮನಸ್ಸು ಎಲ್ಲಿ ತಡೆಯುತ್ತೆ." ಎಂದರು ವನಜಮ್ಮ.

ಭಾಸ್ಕರನಿಗೆ ಹಿಂದೆ ಮಾಡಿದ ತಪ್ಪುಗಳು ಈಗ ಅಗಾಧವಾಗಿ ಕಾಣುತ್ತಿದ್ದವು. 'ಎಷ್ಟು ಕೀಳಾಗಿ ನಡೆಸಿಕೊಂಡೆ' ಒಳಗೊಳಗೆ ನೋಯುತ್ತಿದ್ದ.

ನಾಲ್ಕರ ಸುಮಾರಿಗೆ ರಾಧಾಕೃಷ್ಣಯ್ಯನವರು ಬಂದರು. ಅವರಿಗೆ ಮಗನನ್ನು ತಬ್ಬಿ ಮುದ್ದಾಡುವಷ್ಟು ಸಂತೋಷ.

"ಹೇಗಿದ್ದೀಯಾ, ಭಾಸ್ಕರ?" ಅವರು ಕೂಡ ಉದ್ವಿಗ್ನರಾಗಿ ಮಗನನ್ನು ಅಪ್ಪಿಕೊಂಡುಬಿಟ್ಟರು. "ಕ್ಷಮಿಸಬಹುದಲ್ಲ, ನನ್ನ ತಪ್ಪುಗಳನ್ನು" ಕೇಳಿದಾಗ ನಕ್ಕುಬಿಟ್ಟರು "ಏನಾಗಿದೆ, ಕ್ಷಮಿಸೋಕೆ. ಪ್ರತಿಯೊಬ್ಬರಲ್ಲು ಒಂದೊಂದು ರೀತಿಯ ನರಳಿಕೆಗಳು ಇರುತ್ತೆ. ಕೆಲವರಲ್ಲಿ ಸ್ವಲ್ಪ ಹೆಚ್ಚು. ಕೆಲವರಲ್ಲಿ ಸ್ವಲ್ಪ ಕಡಿಮೆ ಅಷ್ಟೆ" ಮಗನ ಬೆನ್ನು ಸವರಿದರು.

"ನೀನು ಬಂದಿರೋ ವಿಷ್ಯ ಸೂರ್ಯನೇ ತಿಳಿಸಿದ್ದ. ಅಲ್ಲಿ ಊಟದವರ್‍ಗೂ ನಿಲ್ಲಲಿಲ್ಲ. ಪುಣ್ಯಾತ್ಮ... ಹೊರಟೇಬಿಟ್ಟ" ಅವನ ಬಗ್ಗೆ ಹೇಳಿದರು. ಆ ಕ್ಷಣವು ಒಂದಿಷ್ಟು ಅಸೂಯೆ ಭಾಸ್ಕರನಲ್ಲಿ ಇಣಕುದೆ ಹೋಗದಿರಲಿಲ್ಲ. "ಈಗ..... ಎಲ್ಹೋದ?" ಕೇಳಿದ. ಅವರು ಕೈಯಾಡಿಸಿಬಿಟ್ಟರು. "ಅವನು ಸರ್ವಾಂತರ್ಯಾಮಿ, ಯಾವಾಗ ಎಲ್ಲಿ ಇರ್ತಾನೆ ಅನ್ನೋದು ಕಷ್ಟ. ರಾತ್ರಿಯ ಊಟಕ್ಕಾದ್ರೂ ಇಲ್ಲಿಗೆ ಬಂದೆ.... ಬರ್ತಾನೆ" ಎಂದರು.

ಭಾಸ್ಕರ ಅವನ ದಾರಿ ಕಾಯುತ್ತಲೇ ಕೂತವನು ಸ್ವಲ್ಪ ಬಿಸಿಲು ಕಮ್ಮಿಯಾದ ಕೂಡಲೇ ಮೇಲೆದ್ದ, ಒಂದಿಷ್ಟು ತಿರುಗಾಡಿಕೊಂಡು... ಬರ್ತೀನಿ, ಸುಮ್ನೇ ಒಳಗ್ನಿಂದ ಕೂತು, ತಿಂದು ಸಾಕಾಗಿದೆ. ರಾತ್ರಿ ಊಟದ ವೇಳೆಗಾದ್ರೂ.... ಒಂದಿಷ್ಟು ಹೊಟ್ಟೆಯಲ್ಲಿ ಜಾಗ ಮಾಡಬೇಕು.

ಗಂಡ, ಹೆಂಡತಿ ಹೂಂಗುಟ್ಟಿದರು. ಭಾಸ್ಕರ ಕೆಲಸಕ್ಕೆ ಸೇರಿದ ನಂತರ ಮೊದಲ ಸಲ ಈ ರೀತಿ ನಡೆದುಕೊಂಡಿದ್ದ ಮೊದಲು ವಾಣಿ ನಿರಾಕರಿಸಿದರೂ ಆಮೇಲೆ ಹೊರಟಳು.

ಊರ ಆಂಜನೇಯ ಸ್ವಾಮಿ ದೇವಸ್ಥಾನ ಕೊನೆಯಲ್ಲಿಯೇ ಇತ್ತು. ಸಿಕ್ಕವರೆಲ್ಲ ಸ್ವಲ್ಪ ಮುದುರಿದರೂ ಭಾಸ್ಕರನೇ ಮುಗುಳ್ನಗೆಯಿಂದ ಮಾತಾಡಿಸಿ ತಮ್ಮ ಕಷ್ಟ ಸುಖಗಳನ್ನು ಹೇಳಿಕೊಳ್ಳುತ್ತಿದ್ದರು.

ದೇವಸ್ಥಾನದ ಪ್ರಾಂಗಣ ಪ್ರವೇಶಿಸಿದವನು ಕಲ್ಲಿನ ಜಗುಲಿಯ ಮೇಲೆ ಕೂತ. ಇಲ್ಲೆಲ್ಲ ಓಡಿಯಾಡಿದ ನೆನಪುಗಳು ಜಾತ್ರೆಯ ಸಮಯದಲ್ಲಿ ಮೇಲಿನ ಷರಟು ಬಿಚ್ಚಿ ಹಾಕಿ ರಾಶಿಗಟ್ಟಲೇ ತೆಂಗಿನ ಕಾಯಿಗಳನ್ನು ಒಡೆದಿದ್ದರು.

"ಸೂರ್ಯ, ನಾನು ಬೆಟ್ಸ್ ಕಟ್ಟಿ ತೆಂಗಿನ ಕಾಯಿಗಳನ್ನು ಹೊಡೆದು ರಾಶಿ ಹಾಕ್ತಾ ಇದ್ವಿ. ಆ ದಿನಗಳು ಎಷ್ಟೋಂದು ಚೆನ್ನ" ವಾಣಿಗೆ ಹೇಳಿದ ತನ್ಮಯತೆಯಿಂದ.

"ನಿಮ್ಗೇ ಮೈಥಿಲಿಪುರದ ಬಗ್ಗೆ ದ್ವೇಷವಿತ್ತು!" ವಾಣಿ ನೆನಪಿಸಿದಳು. ಅವಳ ಕೈ ಹಿಡಿದುಕೊಂಡು ಬೆರಳಿನಉಗುರುಗಳಿಗೆ ಹಚ್ಚಿದ ಬಣ್ಣವನ್ನು ನೊಡುತ್ತ "ನನ್ನ ಸ್ಥಿತಿಯೂ ಹೀಗೆ ಇತ್ತು. ಈ ಬಣ್ಣವನ್ನು ನೆಚ್ಚಿಕೊಂಡು ಉಗುರಿನ ಸ್ವಾಭಾವಿಕ ಬಣ್ಣದ ಬಗ್ಗೆ ತಿರಸ್ಕಾರ ಬೆಳೆಸಿಕೊಳ್ಳೋದು ಎಷ್ಟೋಂದು ಮೂರ್ಖತನ" ಅವಳ ಕೈ ಬಿಟ್ಟು ಎದ್ದ.

ಇಡೀ ಆವರಣವನ್ನು ಸುತ್ತಿ ಬಂದ. ಗರ್ಭಗುಡಿಯ ಬಾಗಿಲ ಬಳಿ ನಿಂತು ದೀಪದ ಬೆಳಕಿನಲ್ಲಿ ಮೂರ್ತಿಯನ್ನು ನೋಡಿ ಮನದಲ್ಲಿಯೇ ನಮಸ್ಕರಿಸಿದ. ಅಭಿಷೇಕದ ಹಾಲು, ಮೊಸರಿನಲ್ಲಿ ತೊಯ್ದು ವಿಗ್ರಹದ ಕಲ್ಪನೆ ಮಾಡಿಕೊಂಡ.

"ಯಾವಾಗ ಬಂದೆಯಪ್ಪ, ಭಾಸ್ಕರ?" ಅರ್ಚಕರ ಸ್ವರ.

ಹಿಂದಕ್ಕೆ ತಿರುಗಿದ. ಈಗ ವಯಸ್ಸಾಗಿತ್ತು. ಆದರೆ ಅಂದಿನದೇ ಮೈಕಟ್ಟು. ಮುಖದಲ್ಲಿ ಒಂದು ರೀತಿಯ ವರ್ಚಸ್ಸು ಬೆಳೆದಿತ್ತು. "ಬೆಳಿಗ್ಗೆ ಬಂದಿದ್ದು. ಎಲ್ಲಾ ಆರೋಗ್ಯವೇ? ಇದೇನು ಇವತ್ತು ಬೇಗ ಬಂದಿದ್ದೀರಾ?" ಕೇಳಿದ.

ಹಣ್ಣು ಕಾಯಿಯ ಬುಟ್ಟಿಯನ್ನು ಒಂದು ಕೈಯಲ್ಲಿ ಹಿಡಿದೇ ಬೀಗ ತೆಗೆದರು "ಸೂರ್ಯ ನೀನು ಬಂದಿದ್ದೀಯಾಂತ ತಿಳ್ಸಿ, ಹಣ್ಣು ಕಾಯಿ ಬುಟ್ಟಿ ಕೊಟ್ಟು ಸ್ವಲ್ಪ ಬೇಗ ಕಳಿಸ್ದ. ನಾಳೆ ಹೊರಟುಬಿಡ್ತೀಯಾ" ಬಾಗಿಲು ತಳ್ಳಿಕೊಂಡು ಒಳಗೆ ನಡೆದರು.

ಮನೆಗೆ ಬಂದಾಗ ರಾಧಾಕೃಷ್ಣಯ್ಯನವರಿಗೆ ಏನೋ ಹೇಳುತ್ತಿದ್ದ ಸೂರ್ಯ, ಭಾಸ್ಕರನನ್ನು ನೋಡಲಾರದೆ ಹೋದ.

"ಅಮ್ಮ ಹೊಟ್ಟೆ ಹಸಿವು ಬೇಗ ಊಟ ಹಾಕ್ಬಿಡು" ಎಂದ ಭಾಸ್ಕರ ಸೂರ್ಯನ ಕಡೆ ತಿರುಗಿ "ಸದ್ಯಕ್ಕೆ ಅದೃಶ್ಯನಾಗೋಕೆ ಅಪ್ಪಣೆ ಇಲ್ಲ. ಬೇಗ ಎಲೆ ಹಾಕು" ಹೇಳಿದ.

ಊಟಕ್ಕೆ ಕೂತಾಗ ಅಚ್ಚುಕಟ್ಟಾದ ದೊಡ್ಡ ಬಾಳೆಯೆಲೆಗಳನ್ನು ನೋಡಿ ಅಂದು ಎಲೆ ಪಿಂಡಿಗಳನ್ನು ಒದ್ದಿದ್ದು ನೆನಪು ಮಾಡಿಕೊಂಡ.

"ಅತ್ತೆ.... ನಾನು ಹೊರಡ್ತೀನಿ" ಎಂದು ಬಾಗಿಲತ್ತ ಹೊರಟವನನ್ನು ಕೈ ಹಿಡಿದು ಎಳೆದು ತಂದು ಕೂಡಿಸಿದ "ಮೊದ್ಲು ಊಟ, ಆಮೇಲೆ ನನ್ನ ನಿನ್ನ ವ್ಯವಹಾರದ ಬಗ್ಗೆ ಮಾತುಕತೆ, ಆಮೇಲೆ ಬೇಕಾದ್ರೆ....ಹೋಗ್ಬಹ್ದು."

ಸೂರ್ಯ ಮಾತಾಡದೆ ಊಟ ಮಾಡಿದ. ಅವನು ಕೂಡ ಅಯೋಮಯದ ಸ್ಥಿತಿಯಲ್ಲಿದ್ದ. ಎಂದಾದ್ರೂ ಭಾಸ್ಕರ ಹೀಗೆ ಬದಲಾಯಿಸಿಯಾನೇ ಎಂದು ಅವನು ಯೋಚಿಸಿರಲು ಕೂಡ ಇರಲಿಲ್ಲ.

ಇಬ್ಬರು ಹೊರಗೆ ಬಂದರು. ಇಬ್ಬರ ಹೃದಯಗಳು ಭಾರವಾಗಿದ್ದವು. "ಸೂರ್ಯ.." ಭಾಸ್ಕರ ಅವನ ಎರಡು ಕೈಗಳನ್ನು ಹಿಡಿದುಕೊಂಡ "ಬೇಡ ಕಣೋ, ಭಾಸ್ಕರ... ನೀನು ನನಗಿಂತ ಸ್ವಲ್ಪ ದೊಡ್ಡವನಾದ್ರೂ ನಿನ್ನ ಟ್ರೀಟ್ ಮಾಡಿದ್ದು ಫ್ರೆಂಡ್‌ನಂತೆಯೇ, ನಂಗೆ ರಕ್ತ ಸಂಬಂಧಕ್ಕಿಂತ ಸ್ನೇಹ ಸಂಬಂಧವೇ ಹೆಚ್ಚು" ತಬ್ಬಿಕೊಂಡುಬಿಟ್ಟ.

ಕತ್ತಲೆಯ ರಾತ್ರಿಯಾದರೂ ಸಂಧ್ಯೆಯ ಮಡಿಲಲ್ಲಿ ಮುಳುಗಲು ಗಗನ ಸಹಕರಿಸಿದಂತಿತ್ತು. ಸೂರ್ಯನಿಗೆ ಅದೇ ಹೊಂಬಣ್ಣದ ಜಗತ್ತಿನ ಸೌಂದರ್ಯವೆಲ್ಲ ತನ್ನಲ್ಲಿಯೇ ಎನ್ನುವ ಸೂರ್ಯನ ಸಂಧ್ಯೆಯ ಛಾಯೆ ಆ ಸಮಯ ಹೆಚ್ಚು ಸುಂದರವೆನಿಸಿತು.

ರಣಗುಟ್ಟುವ ಬಿಸಿಲಿಗಿಂತ ಸಂಧ್ಯೆಯಲ್ಲಿನ ಗಗನದ ಸೊಬಗು ಹೆಚ್ಚು ಆಹ್ಲಾದಕರ.
